கண்ணாடிக் கோட்டை

சில பயணங்கள் | சில போர்கள் | சில பெருவெடிப்புகள்

அறிவியல் புதினம்

முபீன் சாதிகா

நன்னூல் பதிப்பகம்

மணலி-610203
திருத்துறைப்பூண்டி

கண்ணாடிக் கோட்டை

நூலாசிரியர்: **முபீன் சாதிகா** ©
முதல் பதிப்பு: நவம்பர்-2024
பக்கங்கள்: 498

வெளியீடு:
நன்னூல் பதிப்பகம்
தொடர்பு எண்: 99436 24956
மணலி, திருத்துறைப்பூண்டி - 610 203
nannoolpathippagam@gmail.com

பிரதிகளுக்கு:
A-6, திருமலை காம்ப்ளக்ஸ்
டாக்டர் அம்பேத்கர் ரோடு,
வில்லிவாக்கம், சென்னை - 49.
அலைபேசி: 9884052075

Kannadi Koattai
Author: **Mubeen Sadhika** ©
First Edition: November-2024
Pages: 498
ISBN 9978-93-94414-60-0
Published by:
Nannool Pathippagam
Contact No. 99436 24956
Manali, Thiruthuraipoondi - 610203
nannoolpathippagam@gmail.com

Copies Available at:
A6 Thirumalai Complex
Dr.Ambedkar Road
Villivakkam, Chennai-600049
Mobile: 9884052075

Price: ₹ 550

உள்பக்க வடிவமைப்பு: சு. கதிரவன்

Printed at : Professional Printers, Chennai - 4.

சமர்ப்பணம்

அண்ணனுக்கு...

பதிப்புரை

உலக அளவில் அறிவியல் புனைகதை ஹெ.ஜி. வெல்ஸின் புனைகதைகளிலிருந்து தொடங்கின. ஜூல்ஸ் வெர்ன், ஆர்தர் சி.கிளார்க் போன்றவர்களால் பெரும் ஆர்வமூட்டக்கூடிய வகையில் வளர்த்தெடுக்கப்பட்டன.

தமிழிலும் சுஜாதா, ராஜேஷ்குமார் உள்ளிட்டவர்கள் அறிவியல் புனைகதைகள எழுதி பெரும் புகழ் பெற்றார்கள். அந்த வகையில் தமிழில் தற்காலத்து அறிவியல் செய்திகளை வளர்த்தெடுத்து முபீன் சாதிகா இந்தப் புதினத்தை எழுதியிருக்கிறார்.

எல்லா வகையான வாசகர்களும் இந்தப் புதினத்தை வாசிக்கலாம். பல கிரகங்களுக்கும் பயணம் போய் வந்தது போன்ற அனுபவத்தைத் தருவதாக உள்ள புதினம் இது.

செயற்கை நுண்ணறிவு வளர்ந்துள்ள இந்தக் கால கட்டத்துக்கு ஏற்ற வகையிலான கதையமைப்பும் சம்பவங்களும் கொண்டு புனையப்பட்டிருப்பது கதையின் மதிப்பைக் கூட்டுகிறது.

நன்னூல் பதிப்பகத்தில் இது போன்ற புதிய முயற்சிகளை அறிமுகப்படுத்துவது எப்போதும் பெருமைக்குரிய ஒன்றுதான்.

இது போன்ற நூல்களைப் பரவலாக்கம் செய்வதில் நன்னூல் பதிப்பகம் சளைத்ததே இல்லை. இந்த நூலாசிரியரின் பிற நூல்களை நன்னூல் பதிப்பகம் பல நாடுகளுக்கும் கொண்டு சேர்த்தது. மலாய் மொழி பெயர்ப்புக்கும் வித்திட்ட நன்னூல் பதிப்பகத்திலிருந்து மேலும் ஒரு சவாலான பெரிய புதினம் வருவது எங்கள் பதிப்பக முயற்சியில் ஒரு திருப்பு முனையாக இருக்கும் என்பதில் ஐயமில்லை.

– மணலி அப்துர் காதர்
நன்னூல் பதிப்பகம்

என்னுரை

நூறு புராணங்களின் வாசல் குறுங்கதைகளுக்குப் பின் அவற்றில் வந்த வேற்றுக்கிரகவாசிகளைப் போலவே இருக்கக்கூடிய பாத்திரங்களைப் பற்றி ஒரு நெடுங்கதை எழுத வேண்டும் என்ற எண்ணம் இருந்தது. இந்த வருடம் (2024)ஜனவரி முதல் நாள் அதைத் தொடங்க வேண்டும் என்ற ஆர்வத்தில் இந்த வருடம் முழுக்க இந்தப் புதினத் துடன் பயணிக்க முடிவு செய்தேன். அதில் குறிப்பாக இந்தப் புதினம் ஓர் அறிவியல் புதினமாக எழுதவேண்டும் என்பதே நோக்கமாக இருந்தது. இதற்குக் காரணம் பல அறிவியல் புதினங்கள் பல கண்டுபிடிப்புகளை, புதிய ஆயுதங்களை, கோட்பாடுகளைக் குறித்து எழுதியிருப்பதை வாசித்ததால் இந்தப் புதினத்திலும் அது போன்ற ஏதாவது ஒரு செய்தியைத் தரவேண்டும் என்று எண்ணியிருந்தேன்.

வேற்றுக்கிரகவாசி பாத்திரமும் பூமியில் இருக்கும் பாத்திரமும் இணைந்து எப்படிப்பட்ட அனுபவத்தைப் பெறுகிறார்கள் என்பதே இந்தக் கதையின் அடிப்படை கரு. இந்தப் புதினத்தில் விழியாள் என்ற சிறுமியும் நவீன் என்ற ஆட்டிசம் பாதித்த சிறுவனும் எதிர்கொள்ளும் பல அபாயங்களை, புதிர்களை, முடிச்சுகளை அறிவியல் கொண்டும் அறிவியலுக்கு அப்பாற்பட்ட சில கருத்து களைக் கொண்டும் எதிர்கொள்ளும் வகையில் இந்தக் கதையை உருவாக்குவதே அடிப்படையான எண்ணமாக இருந்தது. வேற்றுக் கிரகவாசிகளின் வாழ்க்கை முறை, அவர்களின் சிந்தனை, அவர்களின் கூர்மை, அவர்களின் வளர்ச்சி உள்ளிட்டவற்றைப் பல நூல்களில் வாசித்ததால் அது போன்ற இனங்களை இந்தப் புதினத்தில் உருவாக்கிப்

பார்க்கும் விருப்பம் ஏற்பட்டது. இந்தக் கதையில் வரும் பல வேற்றுக்கிரகவாசி இனங்கள் என் கற்பனையில் உருவானவைதான் என்றாலும் அவை போன்ற இனங்கள் இருக்கக்கூடிய வாய்ப்பிருப்பது போன்ற கற்பனையை வாசகருக்குள்ளும் கடத்துவது என் அடுத்த நோக்கமாக இருந்தது.

பூமியில் இருக்கக்கூடிய அனாதைகள், வறியவர்கள் போன்றவர்கள் வேற்றுக்கிரகவாசிகளுடன் ஒரு தொடர்பை ஏற்படுத்திக் கொண்டால் அவர்களுடைய வாழ்வு வளமாகும் என்பது போன்ற கதையோட்டத்தையும் இந்தப் புதினம் கொண்டிருக்கிறது. ஏனெனில் பொருளாதாரத்தில் பின்தங்கியவர்களைப் பொருட்படுத்த இது போன்ற வேற்றுக்கிரகவாசிகளின் இனம்தான் முயற்சி எடுக்க வேண்டும் என்ற அடிப்படையில் இந்தக் கதை யோட்டத்தை அமைத்திருக்கிறேன்.

இந்தக் கதையில் எதார்த்தமாக வேற்றுக்கிரகவாசிகளைப் பற்றியும் அவர்களின் புதிய கண்டுபிடிப்புகள் பற்றியும் அவர்கள் சந்திக்கும் சவால்கள் பற்றியும் வர்ணிக்கவேண்டும் என்று நினைத்தேன். மேலும் இந்தப் புதினம் குழந்தை யுள்ளம் கொண்ட பெரியவர்களும் பெரியவர்களாகும் ஆசை கொண்ட குழந்தைகளும் வாசிக்கக்கூடிய வகை யில் இருக்கவேண்டும் என்பதே என் இலக்காக இருந்தது.

அதற்காக இந்தக் கதையை மிகவும் எளிமையாக எல்லோராலும் உள்வாங்கத் தக்க வகையில் எழுதியிருக் கிறேன். இதுவரையில் வந்த அறிவியல் புதினங்கள் பலவும் அந்தந்தக் காலகட்டத்தின் அரசியலுடன் இணைந்து ஒரு பொருளைத் தரக்கூடியவையாக இருந்தன. ஆனால் இந்தக் கதை எந்தக் காலகட்டத்திலும் எந்த நாட்டிலும் எந்த வயதினரும் எந்தப் பிரிவினரும் வாசிக்கும் படியாக அனைவருக்கும் பொருத்தமாக இருக்கக்கூடிய வகையில் அமையவேண்டும் என்பதே என் முயற்சியாக இருந்தது.

கண்ணாடிக் கோட்டை ❖ 7

இது ஒரு நீளமான புதினம் என்றாலும் வாசிப்பதற்கு எந்தச் சிரமமும் இல்லாமல் மிகவும் வேகமாக நகரும் வகையில் பல நிகழ்வுகள் இடம்பெறுவதால் வாசகருக்கு ஒரு புதிய அனுபவமாக இருக்கும் என்பதே என் நம்பிக்கை. இது போன்ற வேற்றுக்கிரகவாசிகளுடன் ஒரு தொடர்பு ஏற்பட்டால் எப்படி இருக்கும் என்ற கற்பனையை அனைத்துத் தரப்பு வாசகர்களுக்கும் அளிக்கும் வகையிலான அனுபவத்தை இந்தப் புதினம் உருவாக்கும் என்பதில் எனக்கு எந்த வித ஐயமும் இல்லை. இன்றைய காலகட்டத்தில் வேற்றுக்கிரகவாசிகள் இருப்பதற்கான தடயங்கள் பெரும்பாலும் உண்மையாகி வரும் போது இது போன்ற புதினங்கள் அதிக வாசகர்களுக்கு ஆர்வ மூட்டும் என்பதே என் எண்ணம்.

நோயற்ற, எல்லா வளமும் பெற்ற, எல்லா ஆற்றல்களையும் கைகொள்கிற வகையில் மனித இனமும் மாற வேண்டும் என்ற எண்ணத்தில் வேற்றுக்கிரகவாசிகள் பற்றிய கதையாக இந்தப் புதினத்தைக் கட்டமைத்திருக்கிறேன். தமிழிலும் பல அறிவியல் புனைகதைகள் வந்திருக்கின்றன. இந்தக் கதை அவற்றிலிருந்து முற்றிலும் மாறுபட்டு இருக்கிறது என்பதை இதன் சில பகுதிகளை முகநூலில் பதிவிட்டபோது கிடைத்த ஏகோபித்த வரவேற்பைக் கொண்டு அறிந்துகொண்டேன்.

இந்தப் புதினத்திற்குத் தொடர்ந்து ஆதரவு தரும் முகநூல் நண்பர்கள் அனைவருக்கும் என் நெஞ்சார்ந்த நன்றிகளைத் தெரிவித்துக் கொள்கிறேன். இந்தப் புதினத்தை வெளியிட முன்வந்த நன்னூல் பதிப்பகத்திற்கும் அதன் உரிமையாளர் திரு.மணலி அப்துல் காதர் அவர்களுக்கும் என் மனமார்ந்த நன்றிகள். இந்தப் புதினப் பக்கங்களையும் அட்டையையும் அழகாக வடிவமைத்துக் கொடுத்த திரு.கதிரவன் அவர்களுக்கும் என் உளமார்ந்த நன்றிகள்.

– முபீன் சாதிகா
mubeensadhika@gmail.com

பொருளடக்கம்

1. சில பயணங்கள் ... 11
2. வேற்றுக்கிரகத்தின் முதல் காற்று ... 29
3. புதிய வீடு ... 50
4. அறிமுகமாகாத விளையாட்டு ... 61
5. புதிர் வாழ்வு ... 71
6. புகழ் தரு நிலை ... 83
7. முறியும் விஷம் ... 93
8. கிளை பரப்பும் விஷம் ... 100
9. போரின் விஷம் ... 109
10. போரின் எச்சம் ... 123
11. அமைதியின் சிரிப்பு ... 131
12. போர் விளையும் காலம் ... 137
13. மற்றொரு பூமி ... 148
14. நாகர் புரியில் ஒரு பயணம் ... 154
15. பகையின் வகை ... 171
16. பகை வளையம் ... 183
17. புதிய உயிர் ... 199
18. பயணங்களில் பரவசம் ... 208
19. பிரதிபலிக்கும் அண்டம் ... 227
20. ஆதரவின் பலம் ... 237

21. புதிய அனுபவத்தின் வாசல்	...	248
22. இயற்கையின் விளையாட்டு	...	257
23. எந்திரம் தரும் பேரச்சம்	...	268
24. பயனற்ற எந்திரம்	...	276
25. விளையாட்டுகளின் சொர்க்கம்	...	289
26. தொடரும் அச்சம்	...	299
27. ஆதரவின் ஒளி	...	309
28. போரின் நிழல்	...	319
29. பொங்கும் விடுதலை	...	342
30. புது உயிர்கள்	...	353
31. வளர்ந்த உயிர்கள்	...	362
32. போர் அச்சம்	...	370
33. இறுதிப் போர்	...	394
34. புதிய திசை	...	406
35. விண்கல்லின் வினை	...	417
36. வேரின் மாயம்	...	426
37. புதிய ஆற்றல்கள்	...	438
38. சிறு வெடிப்பு	...	453
39. உருமாற்றக் கூடு	...	467
40. குழுவின் கூட்டம்	...	485
41. இடமாற்றம்	...	493

1

சில பயணங்கள்

எப்போதும் போல் அன்றும் கடற்கரை மணலில் அமர்ந்திருந்தான் நவீன். அவனுடைய இரட்டைச் சகோதரன் பிரவீன் மணலில் வீடு கட்டி விளையாடிக் கொண்டிருந்தான். அவர்களின் பெற்றோர் கடல் அலைகளில் நின்றுகொண்டிருந்தார்கள். ஏழு வயதான நவீனுக்கு ஆட்டிசம் எனப்படும் மதியிறுக்கம் என்ற குறைபாடு பிறவியில் இருந்து பீடித்திருந்ததால் அவனால் பள்ளிக்குச் செல்ல முடியவில்லை. அவனால் பேச முடியாது.

அவனுக்கு என்று ஒரு தனிப்பட்ட பெண் ஆசிரியர் வீட்டில் வந்து அவனுக்குப் பாடங்களைச் சொல்லித் தந்து வந்தார். அந்தப் பெண் ஆசிரியர் வரும் போது நவீனுக்குப் பெரும் துக்கம் ஏற்படும். அவனால் ஆசிரியர் சொல்வதை முழுமையாகப் புரிந்துகொள்ள முடியும். ஆனால் அதைத் திரும்பச் சொல்ல முடியாது, எழுத முடியாது எந்த வகையிலும் வெளிப்படுத்த முடியாது. இதனால் அவன் பெரும் துயரில் மூழ்கிப் போய்விடுவான். பல சமயங்களில் அவன் கண்களில் கண்ணீர் தாரையாய் வழிந்தோடும். ஆசிரியர் இருக்கும் இரண்டு, மூன்று மணி நேரங்கள் அவனுக்குக் கொடுமையாய்க் கழியும். அன்று

விடுமுறை என்பதால் ஆசிரியர் வரவில்லை. குழந்தைகள் இருவரையும் அழைத்துக் கொண்டு அவர்களுடைய பெற்றோர் கடற்கரைக்கு வந்திருந்தனர். எப்போதும் கடற்கரைக்கு வருவது மட்டுமே அவர்களின் பொழுதுபோக்காக இருந்திருக்கிறது.

நவீன் குழந்தையாக இருக்கும் போதே கடற்கரைக்கு அவர்கள் வருவார்கள். அப்போதிருந்து எப்போதுமே கடல் அவனுக்கு ஒரு வகையான அச்சுறுத்தலாகவே இருந்திருக்கிறது. கடலின் அலைகள் அவனை ஏதோ இனம் புரியாதச் சிக்கலுக்குள் தள்ளின. அவன் எதையும் வெளியே சொல்லத் தெரியாததால் சிறிது நேரம் கண்ணீர் விட்டுவிட்டு அமைதியாவான். இருந்தாலும் கடலைப் பார்க்கப் பார்க்க அவனுக்குள் பெரும் பீதி கிளம்பும். அவன் அழுகை அதிகமாவதைக் கண்டு பெற்றோர் வீடு திரும்புவர்.

அன்று நவீன் அமைதியாக அமர்ந்திருந்தான். கடல் ஏன் தனக்கு அச்சுறுத்தலைத் தருகிறது என்று யோசித்தான். கடலை ஊடுருவிப் பார்த்தான். அதன் அலைகள் அவனுள் புகுந்து சுழன்றடித்தன. அவனும் கடலும் ஒன்றாகிவிட்டதைப் போல் அவனுக்குத் தோன்றியது. தலைகுனிந்து அமர்ந்துவிட்டான். அவனுக்கு அன்று துயரமாக இல்லை. கண்ணீரும் வரவில்லை. அருகில் வந்த அவனுடைய அம்மா அவன் தலைகுனிந்து அமர்ந்திருந்ததைக் கண்டு அவன் தோளைத் தொட்டாள். அவன் நிமிர்ந்து பார்த்தான். அவன் கண்களில் இருந்த மிரட்சியைக் கண்டு பயப்படாதே என்றாள். அவன் அமைதியாக அவளைப் பார்த்தான். வீட்டுக்குப் போகவேண்டும் என்று அவன் விரும்புகிறான் என்று நினைத்து பெற்றோர் கிளம்பினர்.

இரவு நவீனால் தூங்கவே முடியவில்லை. அலைகள் மீண்டும் அவனைக் கடலுக்கு இழுத்தன. அவன் எண்ண

அலைகள் மூலம் கடலுக்குப் போக முடிவு செய்தான். அவன் சென்ற போது கடல் கறுப்பாக இருந்தது. கடலின் மையப் பகுதி வரைச் சென்றான். அங்கு அலைகள் அமைதியாக இருந்தன. மெதுவாக அவன் கடலுக்குள் இறங்கினான். கடல் எந்த ஓசையும் இன்றி இருந்தது.

கீழே இறங்கும் போது தூரத்தில் ஏதோ ஒரு வெளிச்சம் வந்துகொண்டிருந்தது. அதை நோக்கி அவன் பயணித்தான். சிறிது தொலைவில் இருந்து பார்த்த போது கண்ணாடிக் கோட்டை போன்ற ஒன்று தென்பட்டது. அது மிகவும் அழகாக இருந்தது. ஆனால் மிகவும் பிரம்மாண்டமாக இருந்தது. அது என்னவாக இருக்கும் என்று அறிந்து கொள்ளும் ஆர்வத்தில் அதன் அருகே மெதுவாகப் போனான்.

உள்ளே உயரமான மனிதர்கள் போன்றவர்கள் நடந்து கொண்டிருந்தார்கள். உயரம் குறைவான சிலரும் இருந் தார்கள். பல வகையான விலங்குகளும், பறவைகளும் இருந்தன. ஆனால் அவை பூமியில் இருப்பவைப் போல இல்லை. அந்தக் கண்ணாடிக் கோட்டையில் இருப்பவர் களும் பூமியில் இருக்கும் மனிதர்களைப் போல் இல்லை என்பதை அவன் கவனித்தான்.

அவர்கள் யாராக இருக்கும், எதற்காகக் கடலுக்கடியில் ஒரு கண்ணாடிக் கோட்டையின் உள்ளே இருக்கிறார்கள் என்று அறியாமல் எப்படித் திரும்பிச் செல்வது என்று நினைத்தான். அருகே செல்வதற்கும் அச்சமாக இருந்தது. யாராவது தான் வந்திருப்பதை அடையாளம் கண்டு கொள்வார்களோ என்று நினைத்தான். இருந்தாலும் தான் உருவமின்றி வந்திருப்பதால் யாருக்கும் தெரியாது என்று ஆசுவாசமும் அடைந்தான். மெதுவாக அந்தக் கோட்டையை நோக்கி நகர்ந்தான்.

அப்போது ஏதோ ஓர் ஒலி வந்தது. அதுவரை அது போன்ற ஒலியை அவன் கேட்டதே இல்லை.

வானத்திலிருந்து கடலில் நுழைந்து விமானம் போன்ற ஒன்று வந்து அந்தக் கண்ணாடிக் கோட்டையின் மீது நின்றது. அதிலிருந்து மூன்று பேர் இறங்கினார்கள். அவர்களில் இருவர் ஒரு பெண் போலவும் ஓர் ஆண் போலவும் தெரிந்தார்கள். மூன்றாவது ஒரு சிறுமி போல் தெரிந்தாள். அவளைக் கண்டதும் அவளுடன் பேசவேண்டும் போல் நவீனுக்கு இருந்தது.

யாரும் அறியாமல் அந்தக் கோட்டைக்குள் போனால் தான் அவளுடன் பேசமுடியும் என்று நவீனுக்குத் தோன்றியது. மெதுவாக அந்தக் கண்ணாடிக் கோட்டையைச் சுற்றி வந்தான். அதன் பிரம்மாண்டம் அவனை அசத்தியது. உள்ளே ஏதோ பரிசோதனைக் கூடம் போன்ற ஒன்று இருந்தது. எல்லோரும் அவரவர்களின் வேலையில் மும்முரமாக இருந்தார்கள். புதிதாக வந்த அந்தச் சிறுமி எல்லா இடத்திற்கும் சென்று வேடிக்கைப் பார்த்தாள்.

கண்ணாடிக் கோட்டையின் ஒரு சுவரில் நின்று அவளையே பார்த்தான் நவீன். அவள் இவன் பக்கம் திரும்பினாள். மெதுவாக இவனை நோக்கி வந்தாள். இவனைப் பார்த்துச் சிரித்தாள். தான் உருவமின்றி இருந்தும் இவள் கண்களுக்கு மட்டும் தான் எப்படித் தெரிகிறோம் என்று நினைத்து ஆச்சரியப்பட்டான். அவள் இவனைப் பார்த்துக் கையசைத்தாள். இவன் அவளைப் பார்த்துச் சிரித்தான்.

அம்மா வந்து அவனை எழுப்பினாள். எழுந்து உடனடியாகப் பல் தேய்த்து வர சைகைக் காட்டினாள். அவனுக்கு ஏமாற்றமாக இருந்தது. மீண்டும் அந்தச் சிறுமியைச் சந்திக்க வேண்டும் என்ற உந்துதல் அவனுக்குள் தோன்றியது. இரவு வரைக் காத்திருக்க முடிவு செய்தான்.

அன்று இரவு வெகுநேரம் விழித்திருந்து தன் எண்ணங் களை ஒருமுகப்படுத்தி மீண்டும் அந்தக் கண்ணாடிக்

கோட்டைக்குப் பயணப்பட்டான் நவீன். அங்கு மேலும் பல புதியவர்கள் வந்திருந்தார்கள். அந்தக் கோட்டையின் மேலே மூன்று விமானங்கள் நின்றிருந்தன. அந்தச் சிறுமியை எப்படித் தேடுவது என்று சுவரில் பார்த்துக் கொண்டு நின்றிருந்தான் நவீன்.

தூரத்தில் அவள் ஓடி வருவது தெரிந்தது. ஏன் இப்படி ஓடி வருகிறாய் என்று அவன் கேட்டான். நீ வந்துவிட்டது புரிந்தது. உடனடியாக என் வேலையை நிறுத்திவிட்டு வந்தேன் என்றாள். நீ என்ன வேலை செய்கிறாய் என்று கேட்டான். அதை உன்னிடம் சொல்லலாமா என்று தெரியவில்லை. இன்னும் சில நாட்கள் நாம் பேசுவோம். அதன் பின் உனக்கு எல்லாவற்றையும் சொல்கிறேன் என்றாள் அவள்.

உன் பெயர் என்ன என்று கேட்டான் நவீன். என் பெயரை மற்ற இனங்களிடம் நாங்கள் சொல்வதில்லை. ஆனால் நீ அழைப்பதற்காக நீயே ஒரு பெயரை எனக்கு வைத்துக் கொள் என்றாள் அவள். சரி, உன்னை விழியாள் என்று அழைக்கட்டுமா என்று கேட்டான் அவன். அழகான பெயராக உள்ளது. அப்படியே அழைத்துக் கொள் என்றாள் அவள்.

விழியாள் நீ இப்படிக் கோட்டைக்குள் இருந்து கொண்டுதான் பேசுவாயா என்று கேட்டான். ஆம். நான் வெளியே வந்தது தெரிந்தால் என்னை அணு போல் கரைத்து அண்டத்தில் விட்டுவிடுவார்கள் என்று சொன்னாள். அதுதான் உங்கள் இனத்தின் தண்டனையா என்று கேட்டான். ஆம் என்றாள். அதுதான் மரணமா என்று கேட்டான். மரணம் என்றால் என்ன என்று அவள் கேட்டாள். இதை எல்லாம் பேசத்தான் நீ வெளியே வரவேண்டும் என்று சொன்னான். வெளியே போவதற்கான அனுமதியை எப்படியாவது வாங்கிக் கொண்டு வருகிறேன் என்றாள் விழியாள்.

இருவரும் ஒருவரை ஒருவர் பார்த்துக் கொண்டு நின்றார்கள். நீ எப்போதும் ஏன் துயரத்தில் இருப்பது போலத் தென்படுகிறாய் என்று கேட்டாள் அவள். எனக்கு ஆட்டிசம் எனப்படும் ஒரு குறைபாடு பிறப்பிலிருந்து இருக்கிறது. அதனால் என்னால் மற்ற மனிதர்கள் போல் பேச முடியாது. கல்வி பயில முடியாது. அதனால் என்னை எல்லோரும் தனிப்பிறவி போல் பாவிக்கிறார்கள். என் பெற்றோரும் அதனால் துயருற்றிருக்கிறார்கள். என் இரட்டைச் சகோதரனுக்கு என் மீது வெறுப்பாக வருகிறது. ஏன் என்று கேட்டாள். நான் பெற்றோரிடம் அதிகக் கவனம் பெறுகிறேன் என்பது அவனுக்குப் பிடிக்கவில்லை என்றான்.

உனக்கு ஒன்று சொல்லட்டுமா என்று கேட்டாள் அவள். என்னது என்று கேட்டான் அவன். உங்கள் இனத்தை உருவாக்கியதே நாங்கள்தான் என்றாள் அவள். உனக்கு எப்படித் தெரியும் என்று கேட்டான். நான் இதை எல்லாம் அறிந்துகொண்டுதான் இங்கு வந்திருக்கிறேன் என்றாள். பின் ஏன் என்னைப் போன்றவர்களைக் குறை உள்ளவர்களாக உருவாக்கினீர்கள் என்று கேட்டான். நாங்கள் உருவாக்கிய பலரில் பல குறைபாடுகள் இருந்தன. அவற்றை எல்லாம் களைந்து ஒரு துல்லியமான பிறவியை உருவாக்கிவிட்டு இங்கிருந்து போனோம். ஆனால் அந்தக் குறைபாடுள்ள மனிதர்களை நாங்கள் அழிக்கவில்லை. அதனால் அவர்களும் பல மனிதர்களை உருவாக்கி இப்படி குறையுள்ள மனிதர்களும் உருவாகிவிட்டார்கள் என்று கூறினாள் அவள். இதைத் தீர்க்க முடியாதா என்று கேட்டான்.

உனக்குள்ள குறைபாடு உண்மையில் பெரிய குறைபாடே இல்லை என்றாள் விழியாள். உன்னைப் போல் எண்ண அலைகளில் பயணிப்பதும் பேசுவதும் இப்படி உருவமற்று இருப்பதும் எத்தனை மனிதர்களால் முடியும்

என்று கேட்டாள் அவள். அது பெரிய சாதனையா என்று கேட்டான் நவீன். உனக்குத் தெரிந்து இப்படி யாராவது செய்திருக்கிறார்களா என்று கேட்டாள் விழியாள். எனக்குத் தெரிந்து யாரும் இல்லை என்றான் இவன். அதனால் உனக்குள்ள குறைபாட்டை நீ எப்படி சாதக மாகப் பயன்படுத்தி இருக்கிறாய் என்று பார். அப்படி மற்ற மனிதர்களால் முடியாத போது உனக்கிருப்பது குறைபாடாக ஏன் கருதுகிறாய் என்று கேட்டாள் அவள்.

சரி இந்தப் பேச்சை விடு, நீ எப்போது வெளியே வருவாய் என்று கேட்டான். விரைவில் வருகிறேன் என்றாள் அவள். நாங்கள் எப்போதும் வாரம் ஒரு முறை கடற்கரைக்கு வருவோம். அடுத்த வாரம் வரும் போது நீ வருகிறாயா என்று கேட்டான் இவன். அதற்கு நிச்சயம் முயற்சிக்கிறேன். உன்னைப் போல் உருவமற்று உனக்கு மட்டும் தென்படும் வகையில் வரட்டுமா என்று கேட்டாள் அவள். அப்படி நீ வந்தால் கூட எனக்கு மிகவும் மகிழ்ச்சியாக இருக்கும் என்றான் நவீன். வருகிறேன் நீ போய் வா என்று அவனை அனுப்பிவைத்தாள் விழியாள்.

ஞாயிறன்று காலையிலிருந்தே நவீனுக்குப் பரபரப்பு தொற்றிக் கொண்டது. அவனிடம் காணப்பட்ட பொறுமை யின்மையைக் கண்டு அவனுடைய அம்மாவுக்கு ஏதோ ஐயம் வந்தது. ஆனாலும் ஆட்டிசத்தின் பாதிப்பினால் சில சமயங்களில் இப்படி ஏற்படும் என்று அவள் படித்திருப்ப தால் அவள் அமைதியாக இருந்தாள். அவ்வப்போது அவனைக் கண்காணித்துக் கொண்டிருந்தாள். அம்மா தன்னை ஐயம் கொண்டு பார்ப்பது நவீனுக்குக் குறுகுறுப்பாக இருந்தது. எப்போது கடற்கரைக்குக் கிளம்புவார்கள் என்று அவன் காத்திருந்தான். மாலையில் சிற்றுண்டி அருந்திவிட்டு கிளம்பலாம் என்று அம்மா சொன்ன பிறகுதான் நவீனுக்கு ஆசுவாசமாக இருந்தது.

மாலையில் சிற்றுண்டியைச் சரியாக உண்ணாமல் கதவு திறந்து வெளியே போகும் நேரத்திற்காக அவன் பெரும் பாடுபட்டான்.

பெற்றோர் நவீனையும் பிரவீனையும் அழைத்துக் கொண்டு வந்து கடற்கரையில் அமைதியாக அமர்ந்தார்கள். நவீன் கடல் அலைகளையே கவனித்துக் கொண்டிருந்தான். பிரவீன் எழுந்து விளையாடச் சென்றான். பெற்றோர் இருவரும் எழுந்து கடலின் அலைகளில் நிற்கச் சென்றார்கள். நவீனுக்கு அந்தத் தனிமை மிகவும் தேவையாக இருந்தது. கடலை உற்று நோக்கிக் கொண்டிருந்தான். தூரத்தில் ஏதோ ஓர் உருவம் கடல் அலைகளிலிருந்து எழுவது போல் தெரிந்தது. கண்களைக் குவித்து உற்று நோக்கினான். அதுதான் விழியாளாக இருக்குமோ என்று அந்த உருவத்தைத் தொடர்ந்து கவனித்துப் பார்த்தான். அது கடல் அலைகளைத் தாண்டி கரைக்கு வந்து நேராக அவன் அருகே வந்தது. நவீன் எழுந்து நின்றான். கண்ணாடிக் கோட்டையில் அவன் கண்ட அழகான சிறுமியாக விழியாள் அவனருகே நின்றிருந்தாள்.

உட்கார் நவீன் என்றாள். அவன் அமைதியாக அமர்ந்து அவளையே பார்த்தான். உன் உருவம் எனக்கு மட்டும்தான் தெரியுமா என்றான். ஆம் என்றாள் அவள். நீ தூரத்தில் ஏதோ புகை போல் வந்தாயே என்று கேட்டான். ஆம் என்றாள். என் அருகே வந்தவுடன் எப்படி உருமாறினாய் என்று கேட்டான். புகையைப் போல் நான் இருந்தால் என்னை அடையாளம் தெரியாதல்லவா அதனால் நீ எப்போதும் பார்க்கும் உருவத்தைக் கொண்டுவிட்டேன் என்றாள். இது எப்படி உனக்குச் சாத்தியமாகியது என்று கேட்டான். அதை நான் உன்னிடம் இப்போது விளக்க முடியாது. நாம் விரைவில் பேசி முடித்துவிட்டால் நான் போய்விடுவேன். நான் இங்கு வந்தது வெறும் சில மணித்துளிகளுக்கு மட்டும்தான்.

அதை மீறி இங்கிருந்தால் எனக்கு ஆபத்து நேர்ந்துவிடும் என்றாள். உன்னைப் பார்த்தவுடன் என்ன பேசுவதென்றே தெரியவில்லை என்றான் நவீன். நீ மரணத்தைப் பற்றிப் பேசுவதாகச் சொன்னாய் என்றாள் விழியாள். அது வேண்டாம். அது துன்பத்தைக் கொடுத்துவிடும். அதனால் நீ சொன்னது போல் என் குறைப்பாட்டை எப்படி எல்லாம் சாதகமாக மாற்றுவது பற்றிப் பேசலாம் என்றான். சரி என்றாள் அவள். எனக்கு மற்ற மனிதர்கள் போல் பேசவேண்டும் என்று ஆசையாக உள்ளது. நீ அதற்கு உதவுவாயா என்று கேட்டான். எனக்கு அத்தகைய சக்தி இருக்கிறதா என்று இதுவரை நான் சோதித்தது இல்லை. ஆனால் உன்னால் செய்ய முடியாதது என்று வேறு ஏதாவது ஒரு செயலை நீ செய்து முடிப்பது போல் நான் உதவ முடியும் என்று சொன்னாள் அவள்.

அப்படி என்ன செயல் இருக்கிறது என்று உடனடியாக என்னால் சொல்ல முடியவில்லை. சரி அதை அடுத்த முறை யோசித்துச் சொல்கிறேன். நீ எத்தனை நாட்கள் இந்தக் கண்ணாடிக் கோட்டையில் இருப்பாய் என்று கேட்டான் நவீன். நாங்கள் எங்களுக்குக் கொடுக்கப்பட்ட வேலையை எத்தனை விரைவாகச் செய்து முடிக்கிறோமோ அதைப் பொறுத்தது என்று கூறினாள் விழியாள். நீ இங்கிருந்து போய்விடுவாயா என்று கேட்டான் அவன். ஆம். இந்தக் கோட்டையில் இருக்க முடியாது. எங்கள் கிரகத்திற்குப் போய்விடுவேன் என்றாள் அவள். என்னை யும் அழைத்துச் சென்றுவிடு விழியாள் என்று பரிதாபமாகச் சொன்னான் நவீன். அதை நான் முடிவெடுக்க முடியாது நவீன் என்றாள் அவள். என் குறைபாட்டை வைத்துக் கொண்டு இங்கே நான் அல்லல்படுவதிலிருந்து மீள எனக்கு உதவமாட்டாயா என்று கேட்டான் அவன். உனக்கு உதவ எனக்கு ஆசையாக இருக்கிறது நவீன், ஆனால் எப்படி உதவுவது என்று உடனடியாக என்னால் உறுதி கூற முடியவில்லை. இது பற்றி யோசித்துச்

சொல்கிறேன் என்றாள் அவள். உன்னைப் பார்ப்பதும் பேசிக் கொண்டிருப்பதும் மட்டுமே எனக்குப் போதுமாக உள்ளது விழியாள் என்று சொன்னான் அவன். உன்னைப் போன்ற நண்பன் எனக்கு என் கிரகத்தில் கூட அமைய வில்லை. அதனால் உன்னைச் சந்திப்பது எனக்கும் மிகவும் பிடிக்கிறது நவீன் என்றாள் அவள். நீ இங்கிருந்து போனாலும் என்னைச் சந்திக்க வருவாயா என்று கேட்டான் அவன். அதை எப்படிச் சாத்தியப்படுத்த முடியும் என்று தெரியவில்லை. நிச்சயம் முயற்சிப்பேன் என்றாள் அவள். என்னை எப்படியாவது அந்தக் கண்ணாடிக் கோட்டைக்குள் வருவதற்கு மட்டும் நீ ஏதாவது செய்துவிடு என்றான் நவீன். நாளை இரவு நீ வா அப்போது பார்க்கலாம். இப்போது நான் புறப்படு கிறேன் என்று சொல்லிவிட்டுச் சென்றாள் விழியாள். தூரத்தில் புகையாக அவள் கடலில் மறைவதை நவீன் பார்த்துக் கொண்டிருந்தான்.

விழியாளை அடுத்து சந்திக்கப் போவது குறித்து நினைத்துப் பார்த்தான் நவீன். அவன் இதுவரை எந்த மனிதனுடனும் பேசியது இல்லை. யாரும் அவன் எண்ணத்தைப் புரிந்துகொண்டதும் இல்லை. அவன் உள்ளார்ந்து நினைப்பதற்கும் பேசுவதற்கும் பதில் அளித்து எதிர்வினையாற்றுவது விழியாள் மட்டுமே. தனக்குக் கிடைத்த ஒரே நட்பாக விழியாளை அவன் எண்ணினான். அவளைப் பிரிவது மரணத்திற்குச் சமமானதாக அவனுக்குத் தோன்றியது. அதன் பின் வாழவே வேண்டாம் என்பது போல் அவனுக்குள் துக்கம் அறுத்தது. ஆனால் விழியாள் தன்னை விட்டுப் போகமாட்டாள் என்று ஏதோ ஒரு நம்பிக்கை அவனுக்குள் துளிர்விட்டது. இது வீணாகத் தானே தன்னைச் சமாதானப்படுத்திக் கொள்வது என்றும் நினைத்துக் கொண்டான். விழியாளை நினைத்துத் துக்கமாக இருந்துவிடுவது கூட அவனுக்கு ஆறுதலாக இருந்தது. ஆனாலும் அவளை அடுத்த முறை பார்க்கும்

போது எப்படியாவது அவளுடன் சென்றுவிடுவதற்கான வழிவகைகளைக் காணவேண்டும் என்றே அவன் உறுதியாக எண்ணினான்.

விழியாள் அந்தக் கண்ணாடிக் கோட்டையில் அங்கும் இங்கும் திரிந்து கொண்டிருந்தாள். அவளுக்கு இருப்புக் கொள்ளாமல் இருந்தது. எப்படி நவீனை அவளுடன் அழைத்துச் செல்வது என்பது பற்றியே யோசித்துக் கொண்டிருந்தாள். அவனை விட்டுப் பிரிவது அவளுக்கும் பெரும் துயரமாக இருந்தது. அதுவரைத் தான் இப்படி ஓர் உணர்வில் ஆட்படவில்லை என்று நினைத்துப் பார்த்தாள். எப்படியாவது நவீன் பற்றித் தன்னைப் பாதுகாப்பாவர்களிடம் சொல்லி அவனை அழைத்துக் கொள்வது என்று தீர்மானித்தாள்.

தன் கணினியைத் திறந்தாள். தன்னைப் பாதுகாப்பவர் களுடன் பேசுவதற்கான தனி அறையில் நுழைந்தாள். அவள் அப்போது அங்கே வந்திருப்பதற்கான காரணம் என்ன என்று அவளைப் பாதுகாப்பவர்கள் கேட்டார்கள். கண்ணாடிக் கோட்டைக்கு வந்ததிலிருந்து ஒரு நண்பன் பழக்கமாகி இருப்பதாகவும் அவன் அந்தக் கிரகத்தைச் சேர்ந்தவனாக இருப்பதால் அவனுடன் நட்பைத் தொடர முடியாமல் போய்விடும் என்பது பெரும் துயரத்தைத் தருவதாகவும் அவள் சொன்னாள். அதைக் கேட்டவர்கள் அவள் இது போன்ற எந்தத் தொடர்பிலும் ஈடுபடப் போவதில்லை என்று உறுதி கூறியிருப்பதை எடுத்துக் காட்டினார்கள்.

அவள் அதை ஏற்றுக் கொண்டு அந்த மனிதன் ஒரு சிறுவன் என்றும் அவன் ஆட்டிசம் எனப்படும் குறை பாடால் பாதிக்கப்பட்டிருப்பதாகவும் அவனுக்குள் இருக்கும் சில திறமைகள் தங்கள் இனத்தைச் சார்ந்தவை யாக இருப்பதாகவும் கூறினாள். அந்தக் குறைபாடு மனிதர்களை உருவாக்கும் போது நேர்வது இயல்பு

கண்ணாடிக் கோட்டை ❖ 21

என்பது அவள் அறியாததா என்று மற்றவர்கள் கேட்டார்கள். அது தனக்குத் தெரியும் என்றும் அவன் உள்ளுணர்வைக் கொண்டு டெலிபதி மூலம் தன்னுடன் தொடர்பு கொள்வதாகவும் ஒரு சிறுவனிடம் இத்தகைய திறன் இருப்பது தங்கள் இனத்திற்கு உதவும் என்றும் சொன்னாள்.

முடிவாக அவள் என்ன கூற வருகிறாள் என்று கேட்டார்கள் அவர்கள். அவனைத் தன்னுடன் அழைத்துக் கொண்டு தன் கிரகத்திற்குச் செல்ல அனுமதி தரவேண்டும் என்று சொன்னாள் விழியாள். அவள் கோரிக்கைப் பரிசீலிக்கப்படும் என்று அவர்கள் கூறினார்கள். அவளுக்கு ஓரளவு அது மகிழ்ச்சியைத் தந்தது. முடிவு விரைவில் தெரியவரும் என்று சொல்லி அவளுடைய தொடர்பை அந்த அறையிலிருந்து துண்டித்தார்கள்.

அன்று இரவும் வழக்கம் போல் தூக்கமின்றித் தவித்தான் நவீன். கண்ணாடிக் கோட்டைக்குப் போய் விழியாளைப் பார்க்கவும் விருப்பமில்லாமல் இருந்தான். அவள் தன்னை அழைத்துச் செல்லும் முயற்சியில் தோல்வி அடைந்திருந்தால் தன்னால் அதைத் தாங்க முடியாது என்பதால் அவளே தன்னைத் தொடர்பு கொள்ளட்டும் என்று காத்திருந்தான். தான் எப்படித் தொடர்பு கொண்டோமோ அப்படியே அவள் தொடர்பு கொள்வாளா என்று எண்ணிப் பார்த்தான். அவளுடன் செல்லவேண்டும் என்பதை முடிவெடுத்துவிட்டாலும் எப்படிச் செயல்படுத்துவது என்று இதுவரை யோசிக்கவே முடியாமல் கிடந்தான் நவீன்.

கணினியின் பாதுகாப்பு அறையில் இருந்தவர்கள் விழியாளை அழைத்தார்கள். நவீன் குறித்து மேலும் சில தகவல்களைக் கேட்டறிந்தார்கள். அந்த விவகாரத்தில் அவர்கள் எடுத்த முடிவு கணினித் திரையில் வந்தது. அதை விழியாள் வாசித்தாள்.

நவீன் என்ற மனித இனத்தைச் சேர்ந்த சிறுவனைத் தங்கள் கிரகத்திற்கு அழைத்துச் செல்லவேண்டும் என்றால் அவன் உடலில் சில மாற்றங்களைச் செய்ய வேண்டும். அதற்கு அவன் உடன்படவேண்டும். அடுத்து அவன் பூமியிலிருந்து சென்றுவிட்டால் அவனைச் சார்ந்தவர்கள் அவனைத் தேடுவார்கள். அதைத் தடுக்கவேண்டும். அவன் பூமியிலிருந்து செல்வது குறித்து யாரும் அறியக்கூடாது., அதற்கு ஒரு வழிமுறை உள்ளது. விழியாள் உடலில் சில மாற்றங்களைச் செய்து பூமியில் வாழ்வதற்குரியவளாகவும் நவீன் போன்ற தோற்றத்தைக் கொண்டவளாகவும் உருவாக்கி நவீனுக்குப் பதிலாக அவன் இடத்தில் இவளை வளரச் செய்துவிடலாம். இதற்கு விழியாளும் நவீனும் ஒப்புக் கொள்ளும் பட்சத்தில் நவீன் விழியாளின் கிரகத்திற்கு வரலாம்.

நவீன் தங்கள் கிரகத்தில் ஒரு பரிசோதனைக்குரிய மனிதனாகவும் இருப்பான். ஆனால் அது அவனுக்குத் தெரியக்கூடாது. விழியாள் பூமியில் இருக்கும் கால கட்டத்தில் அவள் தன் கிரகத்தின் அடையாளத்தை எங்கும் காட்டக் கூடாது. அப்படி மீறிக் காட்டினால் அவள் இந்த அண்டத்தில் மறைந்து போகவேண்டியிருக்கும். இத்தனை விதிகளுக்கும் உடன்பட்டால் மட்டும் நவீன் விழியாளின் கிரகத்திற்குச் செல்ல முடியும் என்று பாதுகாப்பாளர்கள் கூறியிருந்தார்கள்.

விழியாள் அவற்றை வாசித்துவிட்டு என்ன செய்வது என்று யோசனையில் மூழ்கினாள். நவீனுடன் தான் இல்லாவிட்டாலும் அவன் தன் கிரகத்தில் இருந்தால் மகிழ்ச்சியாக இருப்பான். அவன் செயற்கரிய செய்யும் காரியங்களுக்குத் தான் இங்கிருந்து உதவலாம் என்று முடிவெடுத்தாள். அதை நவீன் ஏற்கும் வகையில் சொல்ல வேண்டும் என்று நினைத்து அவனைக் காணச் சென்றாள்.

விழியாள் வருவாள் என்று எதிர்பார்த்திருந்த நவீனுக்கு அவளைக் கண்டவுடன் பெரும் மகிழ்ச்சி ஏற்பட்டது.

அவனுடைய மகிழ்ச்சி தான் சொல்லப் போகும் செய்திக்குப் பிறகும் நீடிக்குமா என்ற எண்ணத்தில் விழியாள் தயங்கி நின்றாள். நவீனுக்கு விழியாள் ஏன் பேசாமல் தயங்குகிறாள் என்பது புரியாமல் படபடப்பு ஏற்பட்டது. விழியாள் எதுவாக இருந்தாலும் என்னிடம் சொல் என்றான். நான் சொல்லப் போவதைப் பொறுமை யாக நீ கேட்கவேண்டும் என்று சொன்னாள் விழியாள்.

பாதுகாப்பாளர்கள் சில முடிவுகளைச் சொல்லியிருக் கிறார்கள். அவற்றைக் குறித்து உன்னிடம் விவாதிக்கவே வந்தேன் என்றாள் அவள். அவர்கள் என்ன சொன்னார் கள். உன்னுடன் நான் உன் கிரகத்திற்கு வரக்கூடாது என்று சொல்லிவிட்டார்களா என்று கேட்டான். அப்படிச் சொல்லவில்லை. நீ என் கிரகத்திற்குச் செல்லலாம். ஆனால் நான் உன்னுடன் வர முடியாது. நான் இங்கேயே உனக்குப் பதிலாக உன்னைப் போல் உன் வீட்டில் இருக்கவேண்டும் என்றாள் விழியாள். நவீன் திகைத்துப் போனான். நீ இல்லாமல் நான் எப்படி உன் கிரகத்திற்குச் செல்ல முடியும்? உன்னைப் போல் என்னை யார் புரிந்துகொள்வார்கள்? உனக்காகத்தான் உன் கிரகத்திற்கே நான் வரவேண்டும் என்று எண்ணினேன். இப்போது நீ வராவிட்டால் நானும் போகவில்லை என்றான் அவன்.

அப்படிச் சொல்லாதே நவீன். நீ மட்டுமே விரும்பி என் கிரகத்திற்குச் செல்லும் மனித உயிர். உனக்கு அது புதிய சாகசங்களைச் செய்ய வாய்ப்பாக இருக்கும். நீ இங்கிருந்து என்ன சாகசம் செய்ய முடியும்? அது மட்டும் அல்லாமல் உன் சாகசங்கள் எல்லாவற்றுக்கும் நான் துணையாக இருப்பேன். மேலும் உன் வீட்டில் உன் கிரகத்தில் ஏதாவது சிக்கல் வந்தால் அதைத் தீர்க்கும் வழிகளையும் நான் உருவாக்குவேன். அதனால் நீ என் கிரகத்திற்குச் சென்று புதிய அனுபவத்தைப் பெற்று வா என்றாள் விழியாள். என் பேச்சை அங்கு எல்லாருமே புரிந்துகொள்வார்களா?

என்று கேட்டான் அவன். ஆம் அதில் என்ன சந்தேகம் என்றாள் அவள்.

அங்குச் செல்ல என்ன தயாரிப்பு வேண்டும் என்று அவன் கேட்டான். அதைக் கண்ணாடிக் கோட்டையில் இருக்கும் பாதுகாப்பாளர்கள் பார்த்துக் கொள்வார்கள். நான் இங்கு உனக்குப் பதிலாக இருப்பதற்கான முன் தயாரிப்புகளையும் அவர்களே செய்து கொடுப்பார்கள் என்றாள் அவள். எனக்கு அச்சமாக இருக்கிறது என்றான் அவன். தயவுசெய்து அப்படிச் சொல்லாதே நவீன். நான் உனக்குத் துணை நிற்பேன் என்றாள் அவள். நான் அங்குத் தனியாகச் சென்றுவிட்டால் மீண்டும் உன்னைப் பார்க்க முடியுமா விழியாள் என்று கண்ணீர் வழியக் கேட்டான் நவீன். ஏன் அழுகிறாய் நவீன்? நீ எப்போது நினைத்தாலும் உன் முன் தோன்றுவேன். உனக்குத் தேவையான அனைத்தையும் செய்வேன். இது உறுதி என்றாள் விழியாள்.

உண்மையாக நான் அங்குப் போய்த்தான் ஆக வேண்டுமா என்று கேட்டான் அவன். உன் விருப்பம் நவீன். நான் கட்டாயப்படுத்தவில்லை. ஆனால் உன் கிரகத்தில் என் இனத்தவர் செய்த சில காரியங்களால் பல தீங்கான விளைவுகள் ஏற்பட்டுவிட்டன. அவற்றிற்கு ஈடாக நன்மைகள் செய்யவேண்டும். மனித இனத்தைப் பல அச்சங்களிலிருந்து காக்க வேண்டும். அதற்கு நான் இங்கேயே இருக்கவேண்டும். அதற்கு நீ இங்கிருந்து சென்றால் நான் உனக்குப் பதிலாக இங்கிருந்து அதைச் செய்ய முடியும். அதற்கு நீ உதவுவாயா நவீன் என்று கேட்டாள் விழியாள். உன் விருப்பத்தை ஏற்கிறேன் விழியாள். நான் உன் கிரகத்திற்குச் செல்கிறேன் என்றான் நவீன். விழியாளுக்கு அவன் சொற்கள் பெருமகிழ்ச்சியை ஏற்படுத்தின.

அடுத்த வாரம் ஞாயிறு அன்று அவர்கள் கடற்கரைக்கு வரும் போது நவீன் கண்ணாடிக் கோட்டைக்குச் சென்று

விடவேண்டும் எனவும் விழியாள் நவீனாக உருமாறி அவன் குடும்பத்துடன் சேர்ந்துவிடவேண்டும் எனவும் இருவரும் திட்டமிட்டார்கள். ஞாயிறன்று காலையிலிருந்து பெற்றோரை விட்டுப் பிரிவது குறித்து ஓரளவு கவலையாக இருந்தாலும் தான் சென்று சேரும் இடம் குறித்த எண்ணத்தில் மூழ்கித் திளைத்தான் நவீன். இனி விழி யாளைத்தான் இவர்கள் அனைவரும் தன்னைப் போல் நினைத்திருப்பார்கள் என்று நினைத்து உள்ளுக்குள் சிரித்துக் கொண்டான். தான் பேசாமல் இருப்பது போல் விழியாளும் இருந்தாகவேண்டும். அவளுக்கு இது ஒரு தண்டனைதான் என்று நினைத்தான். ஆனால் விழியாள் எல்லாவற்றையும் சமாளித்துவிடுவாள் என்று அவளைக் குறித்து பெருமிதப்பட்டான். தான் எப்படி அந்தப் புதிய கிரகத்தில் சமாளிக்கப் போகிறோம் என்று நினைத்து உற்சாகமாகவும் படபடப்பாகவும் அவனுக்கு இருந்தது. மாலை அவர்கள் கடற்கரைக்குக் கிளம்பினார்கள்.

அன்று மேகமூட்டமாக இருந்தது. கடற்கரையில் அமர்ந்து கொண்டு நவீன் எல்லாவற்றையும் வேடிக்கைப் பார்த்துக் கொண்டிருந்தான். தன் சகோதரன் பிரவீனை எப்படி விழியாள் எதிர்கொள்வாள் என்று நினைத்துப் பார்த்தான். தான் இனி மாற்றுத் திறனாளி போல் பார்க்கப்பட மாட்டோம் என்ற உணர்வே அவனுக்கு நிம்மதியைத் தந்தது. விழியாள் தன்னைப் போல் நடந்து கொள்ளவேண்டும் என்பதுதான் அவனுக்குக் குறையாக இருந்தது. இங்கிருப்பது போன்ற எல்லாமே அங்கும் இருந்தால் சுவாரசியம் இருக்காது என்று எண்ணினான். விழியாளிடம் அது பற்றித் தான் விசாரிக்கவே இல்லையே என்று நினைத்தான். எப்படியும் போவது உறுதியான பின் எதற்காக விசாரிக்க வேண்டும் என்றும் சமாதானப் படுத்திக் கொண்டான்.

அவர்கள் கிளம்பும் நேரமும் வந்துவிட்டது. ஏன் விழியாள் இன்னும் வரவில்லை என்று யோசித்து

கடலைக் கூர்ந்து பார்த்த போது அவள் வந்து கொண்டிருந்தாள். அவன் அருகே வந்தவுடன் சிறுமியாக உருமாறி அவனைப் பார்த்துச் சிரித்தாள். இனி நீ இங்கிருந்து புறப்படலாம் நவீன் என்றாள். நான் எப்படி போவது என்று கேட்டான். நீ மெதுவாகக் கடற்கரை பக்கம் நடந்து செல் கண்ணாடிக் கோட்டையின் பாதுகாவலர்கள் உன்னை உருமாற்றி உள்ளே இழுத்துக் கொள்வார்கள் என்றாள். அதுவே புதிய அனுபவமாக இருக்கும் என்று எண்ணிக் கொண்டான். உனக்கு எல்லா வெற்றிகளும் கிடைக்கட்டும் என்று வாழ்த்தினாள் விழியாள். உனக்கும் என்னைப் போல் நடந்து கொள்வதில் எந்தச் சிக்கலும் வராமல் இருக்கட்டும் என்று சொல்லி விட்டு நவீன் மெதுவாக எழுந்து நடந்தான். சற்று தூரம் சென்ற பின் திரும்பிப் பார்த்தான். தன் குடும்பத்தினரைக் காணவில்லை. விழியாளையும் காணவில்லை. அவர்கள் சென்றுவிட்டார்கள் என்று புரிந்துகொண்டான். தன்னைப் போல் அவள் உருமாறுவதைத் தான் காணமுடியாமல் போய்விட்டதை எண்ணிக் குறைபட்டுக் கொண்டான். அதுவும் தனக்கு ஒரு நன்மையைத்தான் செய்திருக்கும் என்று நினைத்துக் கொண்டு கடற்கரைப் பக்கம் மெதுவாக நடந்தான். திடீரென்று ஒரு மயக்க நிலைக்குச் சென்றதைப் போல் இருந்தது. கண் விழித்துப் பார்த்த போது அவன் கண்ணாடிக் கோட்டைக்குள் படுத்திருந்தான்.

நவீனுக்கு அது மிகவும் சுகமாக இருந்தது. அம்மா என்றான். எப்போதும் வாய்க்குள் எந்த ஒலியும் இல்லாமல் சொல்லிக் கொள்ளும் அந்தச் சொல் முதல் முறையாக ஒலியுடன் வெளிவந்தது. அவனுக்குப் பெரும் ஆச்சரியமாகிவிட்டது. தன்னால் பேசமுடிகிறது என்பதை எண்ணி மிகவும் மகிழ்ச்சி அடைந்தான். பூமியில் இருக்கும் கண்ணாடிக் கோட்டையில் தான் முதன் முதலாகப் பேசியது மட்டுமே கூட அவனுக்குப் போதுமானதாக இருந்தது. மெதுவாக அவனுள் அம்மா,

அப்பா, விழியாள் என்று சொல்லிச் சொல்லிப் பார்த்தான். அவன் குரல் ஒலிப்பதைக் கேட்கவே அவனுக்கு மிகவும் உற்சாகமாக இருந்தது. இந்தக் கண்ணாடிக் கோட்டையிலேயே இத்தகைய மாறுதல் தனக்குள் ஏற்பட்டால் அந்தப் புதிய கிரகத்தில் என்னென்ன நடக்கும் என்று நினைத்து பெரும் ஆவல் கொண்டான். விழியாளுக்குத்தான் நன்றி சொல்லவேண்டும் என்று நினைத்தான். அவன் நினைத்தவுடன் விழியாள் அவன் முன்பு தோன்றினாள். என்ன நவீன் எதற்காக அழைத்தாய் என்று கேட்டாள். என்னால் பேச முடிகிறது என்று சொன்னான். பெரும் மகிழ்ச்சி என்றாள் அவள். நான் உன் கிரகத்திற்குச் சென்றால் இன்னும் என்னென்ன மாற்றம் ஏற்படும் என்று நினைத்து அதை எனக்குத் தந்த உனக்கு நன்றி கூற அழைத்தேன் என்றான். சரி அதற்குள் உற்சாகம் அடையாதே, இன்னும் சில கடினமான தடைகள் கூட வரலாம் அப்போது என்னை அழைத்துச் சொல் என்று கூறிவிட்டு விழியாள் மறைந்தாள்.

அப்படியே படுத்திருந்த நவீன் அருகில் மிகவும் உயரமான இருவர் வந்தனர். அவனிடம் அங்கிருந்து புதிய கிரகத்திற்குச் செல்வதற்கான நேரம் வந்துவிட்டது என்பதை அவனுக்குப் புரியவைத்தனர். அவன் எழுந்தான். அவர்களுடன் நடந்தான். கண்ணாடிக் கோட்டையின் மேல் ஒரு விமானம் நின்றிருந்தது. அதில் ஏறினான். மூன்று இருக்கைகள் இருந்தன. நடுவில் அமர்ந்து கொண்டான். இருவரும் அவன் வலது புறமும் இடது புறமும் அமர்ந்து கொண்டார்கள். விமானம் கிளம்பியது. காற்றில் ஒரு பலூன் பறப்பது போல் அவனுக்குத் தோன்றியது. எந்த அதிர்வும் இன்றி அது பயணிப்பது கூடத் தெரியாமல் பறந்தது. சில மணித்துளிகளில் அது ஓரிடத்தில் வந்து நின்றது. அது நிற்கிறது என்பது அதற்குள் ஒலித்த மென்மையான ஒலியும் சில விளக்குகளும் மட்டுமே புலப்படுத்தின. மற்ற இருவரும் எழுந்தார்கள். அவனும் எழுந்தான். விமானத்தை விட்டு வெளியே வந்தார்கள்.

2

வேற்றுக்கிரகத்தின் முதல் காற்று

முதல் முறையாக ஒரு புதிய கிரகத்தைப் பார்த்தவுடன் நவீனுக்கு ஆச்சரியம் தாங்கவில்லை. பூமியை விட அழகான அமைதியான நேர்த்தியான ஒரு கிரகமாக அது இருந்தது. அவன் மெதுவாக நடந்தான். அவர்கள் அவனை ஒரு கட்டடத்திற்குள் அழைத்துச் சென்றனர். அவனை அங்குத் தங்குவதற்கு விட்டுவிட்டுச் சென்றார்கள். அவன் எப்போதும் விரும்பிச் சாப்பிடும் உணவு வகைகள் வந்தன. எல்லாவற்றையும் உண்டு முடித்துவிட்டு அவன் அறையில் இருந்த ஜன்னலில் வெளியே பார்த்தான். அழகான சோலைகளும் அவற்றில் பல நிறப் பூக்களும் பல வகையான பறவைகளும் நிரம்பியிருந்த காட்சியைக் கண்டவுடன் அவனுக்கு அது சொர்க்கம் போலத் தோன்றியது. அந்த இடத்திற்கு வந்தது தனக்குக் கிடைத்த மிகப்பெரிய வாய்ப்பு என்பதை நவீன் புரிந்துகொண்டான். இனி பூமிக்கும் தன் வீட்டுக்கும் போகவே கூடாது என்று அவனுக்கு தோன்றியது.

அவன் அறையில் சட்டென்று ஒரு கணினி திரை போல் ஒன்று தோன்றியது. அதில் ஒருவர் தோன்றினார். அவனைக் களிப்புடன் வரவேற்பதாகக் கூறினார். அவன்

எந்தத் தயக்கமும் இன்றி அங்கு அவனுக்குத் தேவை யானதைக் கேட்கலாம் என்றும் அவனுக்குரிய சில வேலைகள் தரப்படும் என்றும் அவர் கூறினார். அவன் எல்லாவற்றுக்கும் தலையாட்டினான். அதன் பின் அந்தத் திரை மறைந்துவிட்டது. அவன் வெளியே போகலாம் என்று அறையின் கதவில் கைவைத்தான். அது மென்மை யாகத் திறந்தது. அவன் வெளியே வந்து அந்தக் கட்டடத்தின் அருகே இருந்த சோலைக்குள் சென்றான். அங்குப் பூத்திருந்த மலர்களின் மணம் அவனைச் சொக்க வைத்தது. அந்தச் சோலையில் இருந்த பூக்கள் பூமியில் இருக்கும் மலர்களைவிட அழகாக இருந்ததால் அவன் அவற்றைத் தொட்டுப் பார்த்தான். மிகவும் மென்மையான அவற்றின் இதழ்களை வருடினான். அங்கே ஒரு பறவை அவனைப் பார்த்துக் கத்தியது. அதைப் பார்த்தான். அது பறவையல்ல. வேறு ஏதோ ஒரு கருவி என்று புரிந்தது. அது அவன் செய்யும் அனைத்தையும் பதிவு செய்யும் கருவியாக இருக்கலாமோ என்று முதல் முறையாக அவனுக்குச் சந்தேகம் தோன்றியது. ஆனால் அதற்காக அஞ்ச வேண்டாம் என்றும் சமாதானம் செய்து கொண்டான். அந்தச் சோலையில் இருந்த சிறிய குளம் அருகே அமர்ந்தான். அவன் முகம் அதில் பிரதிபலித்தது. அவன் முகம் முற்றிலும் மாறியிருந்தது. தான் பயணம் செய்து வந்திருப்பதால் அப்படி இருக்கலாம் என்று நினைத்துக் கொண்டான். இருந்தாலும் ஏனோ ஒரு தயக்கமும் அச்சமும் அவனுக்குள் நிறைந்தன.

எப்போதுமே சூரிய வெளிச்சம் போன்ற ஒளி அந்தக் கிரகத்தில் நிறைந்திருந்தது. அவனுக்கு நேரம் பற்றி எந்த ஒரு யோசனையும் வரவில்லை. அங்குப் பகலும் இல்லை இரவும் இல்லை என்று புரிந்தது. எப்போதும் வெளிச்சமாக இருக்கும். களைப்படைந்தால் தூங்கலாம். எப்போதும் விழித்தும் இருக்கலாம். அங்கிருந்த வெளிச்சம் சூரிய னுடைய வெளிச்சம் அல்ல என்பதும் அவனுக்குப்

புரிந்தது. முற்றிலும் வித்தியாசமான அந்தக் கிரகம் அவனுக்கு இன்னும் புதிய பாடங்களைக் கற்றுத் தரக் காத்திருந்தது.

நவீனாக வந்திருந்த விழியாள் அவன் வீட்டிற்கு வந்தவுடன் அமைதியாக அமர்ந்திருந்தாள். எல்லோரையும் கவனத்துடன் பார்த்தாள். அவளுக்கு நவீனின் வீடு மிகவும் பிடித்திருந்தது. நவீன் அங்கிருந்துதான் தன்னுடன் தொடர்பு கொண்டான் என்று நினைத்த போது அவளுக்குப் பெரும் மகிழ்ச்சி ஏற்பட்டது. நவீனின் அம்மா அவளுக்கு உணவைக் கொடுத்தாள். அவள் விரும்பி உண்டாள். அதுவரை சுவைத்தே இராத அந்த உணவு கூட அவளுக்கு மிகவும் பிடித்தது. இரவு அனைவரும் தூங்கச் சென்ற பின் கண்ணாடிக் கோட்டைக்குப் பயணமானாள் விழியாள்.

நவீனுடன் பேசுவதற்கு அதுதான் சரியான நேரம் என்பதால் அவளுடைய அறைக்குச் சென்றாள். அங்கிருந்த கணினியை இயக்கினாள். நவீன் ஒரு சோலையில் அமர்ந்திருந்ததைப் பார்த்தாள். அது எப்போதும் தான் செல்லும் சோலை என்பதால் நவீன் அங்கு அமர்ந்திருந்ததைப் பார்க்கும் போது தானே அங்கு அமர்ந்திருப்பது போல் தோன்றியது. அவன் முன்பு தன் கணினித் திரையை நீட்டினாள். நவீனுக்கு ஆச்சரியம் தாங்க முடியவில்லை. விழியாள் நீ எப்படி இங்கு வந்தாய் என்றான். நான் கண்ணாடிக் கோட்டைக்கு வந்தேன். இது இரவு நேரம் என்பதால் அனைவரும் உறங்கி விட்டார்கள். இந்த நேரத்தில்தான் உன்னுடன் பேச முடியும் என்று இங்கு வந்தேன் என்றாள். எனக்கு இங்கு எல்லாமே பிடித்திருக்கிறது என்றான் நவீன். எனக்கும் இங்கு எல்லாமே பிடித்திருக்கிறது என்றாள் விழியாள்.

நவீன் உனக்கு அங்குச் சில சோதனைகள் நடக்கலாம். அதைக் குறித்து எச்சரிக்கவே நான் வந்தேன் என்றாள்

அவள். என்ன சோதனைகள் என்று கேட்டான் அவன். நீ அங்கிருப்பதன் மூலம் அவர்களுக்கு என்ன பயன் என்று பார்ப்பார்கள். அதில் நீ வெற்றியடையவேண்டும் என்றாள் அவள். அது இதுவரை நான் காணாத ஒன்றாக இருக்குமா என்று கேட்டான் அவன். ஆம் என்றாள் அவள். அதில் எனக்குச் சந்தேகம் வந்தால் உன்னைத் தொடர்பு கொள்கிறேன் என்றான் அவன். இல்லை அது முடியும் வரை நீ யாருடனும் தொடர்பு கொள்ள முடியாமல் செய்து விடுவார்கள். அதனால் நான் சொல்வதைக் கவனமாகக் கேள் என்றாள் அவள். இப்போது நீ சொல்வது இங்கிருக்கும் யாருக்கும் தெரியாதா என்றான் அவன். அது யாரும் பார்க்க முடியாதபடி நான் தடுத்துவிட்டேன் என்றாள் அவள். சரி சொல் என்றான்.

உன்னிடம் ஒரு கருவியைக் கொடுப்பார்கள். அது விளையாட்டுச் சாதனம் போல் இருக்கும். அதனுடன் இணைப்பதற்காக அதன் பாகங்கள் தனியாக இருக்கும் அதை நீ சரியாக இணைத்துவிட்டால் உன்னை அவர்கள் அடுத்த சோதனைக்கு உட்படுத்துவார்கள் என்றாள் விழியாள். அது என்ன கருவி என்றான் அவன். அது பல கிரகங்களிலும் உள்ள உயிர்களின் ஒலிகளைப் பதிவு செய்யும் கருவி என்றாள் அவள். சரி அதை நான் இணைப்பதில் தவறு செய்யாமல் இருக்க என்ன செய்யவேண்டும் என்றான் அவன். அதில் பெரிய பெட்டி ஒன்றும் சிறிய குழாய்கள் இரண்டும் இருக்கும். மேலும் அந்தப் பெட்டி மீது வைக்க இரு நுட்பமான இலைகள் போன்ற உறுப்புகள் இருக்கும். அந்தக் குழாய்களை அந்தப் பெட்டியின் இரு பக்கங்களிலும் அந்த இலைகள் போன்ற அமைப்புகளைப் பெட்டியின் மேற்புரத்திலும் வைத்துவிடு என்றாள் அவள். சரி என்றான் அவன். இன்று இந்த அளவுக்குப் போதும் மீதி நாளைச் சொல் கிறேன் என்றாள் அவள். எனக்கு உன்னைப் பார்த்தது பெரு மகிழ்ச்சி என்றான் அவன். எனக்கும்தான் என்று கூறி கணினி தொடர்பைத் துண்டித்தாள் விழியாள்.

விழியாள் சொன்னதைப் பற்றியே நினைத்துக் கொண்டு வந்து தன் அறையில் படுத்தான் நவீன். இந்தக் கிரகம் உண்மையில் ஆபத்தானதா பாதுகாப்பானதா என்று தெரியாமல் அவனுக்குக் குழப்பமாக இருந்தது. எல்லாவற்றையும் எதிர் கொள்ளும் விதத்தில்தான் ஆபத்தும் பாதுகாப்பும் இருக்கும் என்று எண்ணி சமாதானமடைந்தான். அப்படியே உறங்கிப் போனான். அவன் அறைக் கதவு தட்டப்படும் ஓசைக் கேட்டு எழுந்தான். அவனுக்கு உணவு, உடை போன்றவற்றை ஒருவர் கொண்டு வந்து தந்தார். உணவு உண்ட பின் தான் வந்து அவனை அழைத்துச் செல்வதாகக் கூறிச் சென்றார். அவனும் வேகமாக தன் வேலைகளை எல்லாம் முடித்துவிட்டு உடையணிந்து உணவையும் சாப்பிட்டுவிட்டு காத்திருந்தான்.

அந்த நபர் மீண்டும் அவன் அறைக்கு வந்து அவனை அழைத்துச் சென்றார். வேற்று கிரகத்தில் இருந்து வருபவர்களைக் கையாள்பவர் என்று கூறி ஒருவரை அறிமுகப்படுத்தினார். அவர் அவனை மிகவும் நல்ல முறையில் வரவேற்று தான் அவனுக்கு ஒரு பெட்டியைத் தரவிருப்பதாகவும் அதை அவன் அறைக்கு எடுத்துச் சென்று அதைப் பொருத்தி வைக்கவேண்டும் எனவும் அடுத்த முறை அவனுக்கு உணவு வரும் போது அதைக் கொடுத்துவிடவேண்டும் எனவும் கூறினார். அவன் அதை ஏற்றுக் கொண்டு அந்தப் பெட்டியை வாங்கிக் கொண்டு அவனை அழைத்துச் சென்ற நபருடன் தன் அறைக்குத் திரும்பினான்.

அவர் கொடுத்த தொகுப்பைத் திறந்து பார்த்தான். விழியாள் சொன்னது போல் அது ஒரு கருவி என்று புரிந்தது. அதில் ஒரு பெட்டி மட்டுமல்லாமல் இரண்டு பெட்டிகள் இருந்தன. ஒன்று பெரிதாகவும் சிறியதாகவும் இருந்தன. விழியாள் ஒரே பெட்டி என்று சொல்லியது நினைவில் இருந்தது. ஆனால் இரு பெட்டிகள் இருந்தன.

கண்ணாடிக் கோட்டை ❖ 33

இப்போது விழியாளை அழைக்க அவனுக்கு அச்சமாக இருந்தது. தான் செய்வதை யாராவது கண்காணிப்பார்கள் என்று நினைத்தான். அந்தப் பெட்டிகளைத் திறந்தான். ஒன்றில் நீள குழல்கள் இரண்டும் இலைகள் போன்ற இரண்டும் இருந்தன. அதை விழியாள் சொன்னது போல் இரு நீள குழல்களை பெட்டியின் இரு பக்கங்களிலும் வைத்துவிட்டு இலைகளைப் பெட்டியின் மேலே வைத்துவிட்டான். சிறிய பெட்டியை என்ன செய்வது என்று யோசித்தான். நீண்ட நேரம் யோசித்த போது அது அந்தப் பெட்டிக்கான ஆற்றலை வழங்கும் சிறு மின்கல மாக இருக்கும் என்று தோன்றியது. உடனே அந்தப் பெரிய பெட்டியில் ஏதாவது துளை இருக்கிறதா என்று பார்த்தான். அதில் இருந்தது. ஆனால் சிறிய பெட்டியில் அந்தத் துளையில் நுழையக்கூடிய அமைப்பு எதுவும் இல்லை என்பதைத் திருப்பித் திருப்பிப் பார்த்த போது தெரிந்தது. இருந்தாலும் அதில் எங்காவது இருக்கும் என்று மெதுவாக அந்தப் பெட்டியை அழுத்தி தேய்த்துப் பார்த்தான். அதில் மிகச்சிறிய கதவு போன்ற அமைப்பு இருந்தது. அதைத் தள்ளிப் பார்த்தான் .அதில் ஒரு சிறிய பென்சில் போன்ற கூர்மையான நுனி இருந்தது. அதை எடுத்து பெரிய பெட்டியில் இருந்த துளையில் இணைத் தான். பெரிய பெட்டி அதுவரை அவன் பார்த்திராத நீல வண்ண விளக்குடன் எரிந்தது. அதன் பக்கவாட்டு குழல்கள் ஒரு முறை வட்டமாகச் சுற்றி நின்றன. பெட்டி யின் மேலிருந்த இலைகள் போன்றவைப் படபடத்து நின்றன. தான் அந்தப் பெட்டியைச் சரியாகப் பொருத்தி விட்டது போல் அவனுக்குப் புரிந்தது. அந்த நேரத்தில் அவனுக்கு உணவு வந்தது. அதை எடுத்து வந்த நபர் அந்தப் பெட்டியை எடுத்துப் பார்த்து நல்ல முயற்சி என்று சொல்லிவிட்டு அங்கிருந்து நகர்ந்தார்.

நவீன் உறங்கிக் கொண்டிருந்தான். கனவில் விழியாள் வந்தாள். நான் உன்னுடன் பேசுவது குறித்து யாருக்கும்

தெரியக் கூடாது என்பதற்காக உன் கனவில் வந்தேன் என்றாள் அவள். சொல் என்றாள் நவீன். உனக்கு நாளை யிலிருந்து வேறு சோதனைகள் தொடங்கும் என்றாள். சரி என்றான். என் கிரகத்தில் கண்ணுக்குத் தெரியாத நுண்ணிய விமானங்களைத் தயாரித்து அவற்றைப் பல கிரகங்களுக்கும் அனுப்புவதற்கான வேலை நடந்து கொண்டிருக்கிறது. அதற்காக உன்னை அவர்கள் பயன் படுத்துவார்கள். நீ அந்த நுண்ணிய விமானங்களைத் தயாரிக்க வேண்டியிருக்கும் என்றாள் விழியாள். அதை நான் எப்படித் தயாரிக்க முடியும் என்று கேட்டான் நவீன்.

நுண்ணோக்கியில் பார்த்து அந்த விமானங்களைத் தயாரிக்க வேண்டியிருக்கும். அவற்றின் பாகங்கள் உனக்கு அளிக்கப்படும். அவற்றைச் சரியாக இணைத்து பறக்கச் செய்ய வேண்டும். பறப்பதற்கான தளங்களும் அவை வந்து நிற்பதற்கான தளங்களும் முன்பே உனக்குக் காட்டுவார்கள். நீ மட்டுமே அவற்றைத் தயாரித்து பறக்கச் செய்து காட்டவேண்டும். உன்னுடன் மற்றவர்கள் யாரும் இருக்க மாட்டார்கள். நீ சரியாகச் செய்து காட்டினால் அவர்கள் குறிப்பிடும் எண்ணிக்கையிலான விமானங்களை நீ தாயரிக்க வேண்டியிருக்கும். இது கடும் சோதனைதான். ஆனால் இதில் நீ வெற்றி பெற்றால் உன்னைப் பல படிகள் உயர்ந்த இடத்திற்குக் கொண்டு செல்வார்கள் என்றாள் விழியாள். இது எனக்குப் பெரிய சோதனையாக இருக்காது விழியாள். என்னால் இது போன்ற எதையும் செய்யத் தெரியாது என்று நினைத்த வர்கள் உள்ள கிரகத்தில் இருந்து நான் வந்திருக்கிறேன். அதனால் இதை எல்லாம் செய்யும் போது எனக்குள் ஏற்படும் மகிழ்ச்சிக்கு அளவே இல்லாமல் இருக்கிறது. நீ அதற்காக வருத்தப்படாதே. மகிழ்ந்திரு என்றான் நவீன். கவனமாகச் செய். உன் துணையாக நான் இருப்பேன் என்று கூறி விழியாள் மறைந்தாள். நவீனுக்கு உறக்கம்

கலைந்தது. அவன் அறைக் கதவைத் தட்டும் ஓசை கேட்டது.

அவனுக்கு எப்போதும் உணவு, உடை தருபவர்தான் வந்திருந்தார். அவன் விரைவில் ஆயத்தமாக வேண்டும் என்றும் அவனை வந்து அழைத்துச் செல்வதாகவும் கூறிவிட்டுச் சென்றார். அவன் விரைவில் உணவை முடித்து ஆயத்தமாகிவிட்டான். அவர் வந்தார். அவனை ஒரு சோதனைக் கூடத்திற்கு அழைத்துச் சென்றார். அங்கு விழியாள் சொன்னது போலவே விமானங்களை உரு வாக்கவேண்டும் என்று அங்கிருந்தவர்கள் சொன்னார்கள். அவனும் நுண்ணோக்கியில் அந்த விமானங்களின் பாகங்களை நோக்கினான். அந்த விமானத்தின் ஒரு வரைபடம் இருந்தால் அதை இணைத்துவிடலாம் என்று அவனுக்குத் தோன்றியது. விழியாளை நினைத்து அந்த வரைபடம் தேவை என்று சொன்னான். உடனே அவனுக்கு மட்டும் தெரியும் வகையில் ஒரு கணினி திரையில் வரைபடம் தெரிந்தது. அதைப் பார்த்துக் கொண்டு அந்த நுண்ணிய பாகங்களை இணைத்தான். அந்த விமானம் பறக்கிறதா என்று சோதிக்க அதனை ஓர் இடுக்கி மூலம் பறக்கும் தளத்திற்கு எடுத்து வந்தான். அதை நுண்ணோக்கிக் கொண்டு பார்த்து முடுக்கினான். அது இயங்கவில்லை. அதற்கான ஆற்றலை எப்படிக் கொடுப்பது என்று யோசித்தான். அதில் ஒரு சிறிய காந்தத்தைப் பொருத்தினான். அதனை மின் கலத்துடன் இணைத்தான். சிறிது நேரம் விட்டுவிட்டு மீண்டும் அதனை முடுக்கினான். அது இயங்கியது. மெதுவாக மேலெழும்பியது. சிறிது நேரம் பறந்துவிட்டு கீழே வந்துவிட்டது.

அதிக நேரம் பறக்க அதற்கான ஆற்றலைப் பெருக்க வேண்டும் என்று புரிந்துகொண்டான். வேறு என்ன ஆற்றல் வடிவங்களை அவர்கள் கொடுத்திருக்கிறார்கள்

என்று பார்த்தான். ஈர்ப்பு விசைக்கு எதிரான ஒரு கருவி போல் ஒன்று இருப்பதைப் பார்த்தான். அதனை அந்த விமானத்தில் பொருத்திவிட்டு அதை முடுக்கினான். அது மிகவும் வேகமாகப் பறந்தது. பறந்து கொண்டே இருந்தது. அதன் வேகத்தைக் குறைக்க என்ன செய்வது என்று யோசித்தான். அதன் பறக்கும் தளத்தில் ஈர்ப்பு விசையைக் குறைத்தான். அதன் வேகம் குறைந்தது. படிப்படியாகக் குறைந்து அது வந்து நின்றுவிட்டது.

ஈர்ப்பு விசையை அதிகரிக்கவும் குறைக்கவும் அதில் ஒரு கருவி பொருத்த வேண்டும் என்று புரிந்தது. அதனை இயங்கும் தளத்திலிருந்தே அதைக் கட்டுப்படுத்தவும் ஒரு பொறி வேண்டும் என்பதும் அவனுக்குத் தெரிந்தது. அதற்கான பொருள்களைத் தேடி அவற்றை அதில் பொருத்தினான். இப்போது அவன் கட்டுப்பாட்டில் அது பறந்து வந்து நின்றது. ஒரு விமானத்தை அவன் வடிவமைத்த பின் அந்தப் பணியை அவனுக்குத் தந்தவர்கள் அந்த அறைக்குள் வந்தார்கள். அவன் மிகவும் சரியான பாதையில் செல்வதாகக் கூறினார்கள். மேலும் ஐம்பது விமானங்களை அதே போல் தயாரிக்கப் பணித்து விட்டுச் சென்றார்கள். அவனும் வேகமாக அதைச் செய்து முடித்தான். அவன் இன்னும் சில நாட்கள் அதே பணியில் இருக்கவேண்டும் என்று சொன்னார்கள். அவனும் ஓய்வு நேரம் போக அதே பணியில் ஈடுபட்டான். அவர்கள் அவனுடைய சோர்வற்ற வேலையைக் கண்டு திருப்தி அடைந்தார்கள். அடுத்து அவனுக்கான சோதனையை ஆயத்தம் செய்தார்கள்.

நவீனுக்கு அவர்களின் சோதனையில் வெற்றி அடைந்த பின் சற்று ஓய்வெடுக்கத் தோன்றியது. அவன் அறைக்குச் சென்று உறங்கிவிட்டான். அவன் உறங்கி எழுந்த பின் அந்தச் சோலைக்குச் சென்றான். விழியாளை நினைத்தான். அந்தச் சோதனையில் வெற்றி அடைந்ததற்கு அவளுக்கு

நன்றி செலுத்தினான். அவள் கணினி திரை மூலம் வந்து பேசினாள்.

நவீன் அடுத்த சோதனை நீ உருவாக்கிய விமானங்களில் நீ முன்பு இணைத்த அந்த ஒலிப் பதிவு செய்யும் பெட்டிகளை இணைக்க வேண்டும். அந்த விமானங்களை வேற்று கிரகங்களுக்கு அனுப்பவேண்டும். அவற்றை நீ உன் இடத்தில் இருந்தே செலுத்தி அவற்றைக் கண்காணிக்க வேண்டும். அவற்றிலிருந்து வரும் ஒலிகளைப் பதிவு செய்து அவற்றை அவர்களிடம் ஒப்படைக்கவேண்டும். அதை நீ சரியாகச் செய்துவிட்டால் உனக்கு இன்னும் விரிவான பொறுப்பைக் கொடுப்பார்கள் என்றாள் விழியாள். உண்மையில் என்னால் இதை எல்லாம் செய்ய முடிவது மிகவும் மகிழ்ச்சியாகவும் சவாலாகவும் ஆச்சரிய மாகவும் உள்ளது விழியாள் என்றான் நவீன். நீ என் கிரகத்தில் ஒரு முக்கியமான பொறுப்பை அடைந்து விடவேண்டும் அதன் பின் நடப்பதைக் கண்டு மேலும் ஆச்சரியப்படுவாய் நவீன் என்றாள் விழியாள். உன் துணை இருந்தால் என்னால் எதையும் செய்ய முடியும் விழியாள் என்றான் அவன். நான் இப்போது விடை பெறுகிறேன் என்று அவள் தொடர்பைத் துண்டித்தாள்.

அவனது அறைக்கு வந்தவுடன் அவனை எப்போதும் அறையில் சந்திக்கும் நபர் காத்திருந்தார். அவனை அழைத்துக் கொண்டு வரும்படி விமான தளத்திலிருந்து தகவல் வந்திருப்பதாக அவர் தெரிவித்தார். உடனே அவனும் கிளம்பினான். விழியாள் சொன்ன அதே பணிகளைச் செய்யச் சொன்னார்கள். அவன் ஒவ்வொரு விமானத்திலும் அந்தப் பெட்டிகளை இணைத்தான். அந்தப் பெட்டிகளும் மிக நுண்ணியவையாக இருந்தன. அவற்றை சிறிய இடுக்கிகளைக் கொண்டு அந்த சிறிய விமானங்களின் அடிப்பாகத்தில் இணைத்தான். அதனைச் செய்து முடித்தவுடன் அந்த விமானங்களை

வரிசையாக நிற்க வைக்கச் சொன்னார்கள். அவற்றைச் செய்துமுடித்தவுடன் ஒரு கட்டுப்பாட்டு அறைக்கு அவனை அழைத்துச் சென்றார்கள். அங்கிருந்து அந்த விமானங்களை அவனால் பார்க்க முடிந்தது.

அண்ட வரைபடம் ஒன்றைக்கொடுத்து அந்த விமானங்களை அந்த வரைபடத்தில் உள்ள கிரகங்களுக்குச் செலுத்துமாறும் அந்த விமானங்கள் சென்று சேர்ந்த பின் அவற்றிலிருந்து வரும் ஒலியைப் பதிவு செய்யுமாறும் அது எந்தக் கிரகத்திலிருந்து வருகிறது என்பதைச் சிறிய விளக்குகளைக் கொண்டு அந்த வரைபடத்தில் அடையாளப்படுத்துமாறும் கூறினார்கள். அவன் மெதுவாக ஒவ்வொரு விமானமாக அண்ட வரைபடத்தில் இருந்த கிரகங்களுக்குச் செலுத்தினான்.

பெரும்பாலான கிரகங்களில் எந்த உயிரினங்களின் ஒலியும் இல்லை. சில கிரகங்களில் தாறுமாறான ஒலி இருந்தது. அவை உயிரினங்களின் ஒலியா என்று அவனுக்குப் புரியவில்லை. ஆனால் அவற்றையும் ஒலி வந்த கிரகங்கள் பட்டியலில் சேர்த்தான். அவர்கள் கொடுத்த நேரத்தில் கணிசமான விமானங்களை அனுப்பி அவைக் கொடுத்த ஒலிகளைப் பதியவும் செய்தான். அவன் வேகமாகப் பணி செய்வதும் துல்லியமாக எந்தத் தவறும் நேராமல் செய்வதும் அவர்களுக்குத் திருப்தியாக இருந்தது. அதனால் அவனை ஒரு மனித இன உயிரி என்பதிலிருந்து அடுத்த நிலையிலுள்ள உயிரியாக அடையாளப்படுத்தினர்கள்.

நவீன் மிகவும் மகிழ்ச்சியாக விழியாளுடன் பேச விரும்பினான். தனக்குக் கிடைத்திருக்கும் தகுதி விழியாளால் கிடைத்தது என்று அவளிடம் சொல்ல ஆசைப்பட்டான். அவள் கணினித் திரையில் வந்தாள். நவீன் உனக்குக் கிடைத்திருக்கும் அங்கீகாரம் உனக்குள் உள்ள திறமையாலும் மிகவும் நுண்ணிய ஆற்றல்களாலும்தானே

கண்ணாடிக் கோட்டை ❖ 39

தவிர என்னால் இல்லை என்றாள் அவள். நீ இல்லை என்றால் நான் இங்கு வந்திருக்கவே மாட்டேன். எனவே எனக்குக் கிடைக்கும் எல்லா அங்கீகாரங்களும் உனக்குத் தான் சேரும் என்றான். சரி அதிகம் உற்சாகம் அடை யாதே. அடுத்த ஒரு சோதனை வரவிருக்கிறது என்றாள். அது என்ன என்று கேட்டான். எங்கள் கிரகத்தில் மிகப்பெரிய எந்திர மனிதனை உருவாக்கும் பணியில் ஈடுபட்டிருக்கிறோம்.

அது போன்ற பல எந்திர மனிதர்களை உருவாக்கி அவர்களைப் பல கிரகங்களுக்கும் அனுப்பி அந்தக் கிரகங்களை எங்கள் கட்டுபாட்டிற்குள் கொண்டுவருவது தான் திட்டம் என்றாள் விழியாள். எதற்காக உங்கள் கட்டுப்பாட்டில் கொண்டு வரவேண்டும் என்றான் நவீன். எங்கள் இனம், இப்போதிருக்கும் அண்டத்தின் நிலை பேறு, அழிவு உள்ளிட்ட பலவற்றைக் கணக்கெடுத்திருக்கிறது. அதனால் அடுத்த மாற்றம் ஏற்படும்போது எங்கள் இனமும் எங்கள் கட்டுப்பாட்டிலுள்ள இனங்களும் அழியாமல் மீண்டும் இதே போன்ற வாழ்வை வாழ வழிச்செய்வதற்காகத்தான் கட்டுப்பாட்டில் கொண்டு வர முனைகிறோம் என்றாள் விழியாள். அதில் நான் அடுத்து என்ன செய்யவேண்டும் என்று கேட்டான் நவீன். உருவாக்கப்படும் மிகப்பெரிய எந்திர மனிதனின் கூறுகளில் என்னுடைய பங்களிப்பாக அந்த மனிதனுக்குப் பேச்சை உருவாக்குவதாக இருந்தது. அதற்காகத்தான் நான் உன் கிரகத்திற்கு வந்தேன். அப்போது பேச முடியாத உன்னைச் சந்தித்தேன். நீ என்னுடன் டெலிபதி யில் பேசியது மகிழ்ச்சியாகவும் என் ஆய்வுக்கு உதவுவ தாகவும் இருந்தது. ஆனால் என் பங்களிப்பை வேறு ஒரு பெண்ணுக்கு மாற்றிவிட்டார்கள். அவளிடம் உன்னைப் பணி செய்ய அமர்த்தப் போகிறார்கள். அவளிடம் நீ கவனமாக இருக்கவேண்டும் என்று சொன்னாள் விழி யாள். ஏன் அவள் ஏதாவது அபாயகரமான அம்சத்தை

அந்த எந்திர மனிதனிடம் செய்யவிருக்கிறாளா என்று கேட்டான். ஆம் என்றாள் விழியாள். அதை நீ கண்டு பிடிப்பாய் என நான் நம்புகிறேன். அப்போது உனக்கு ஆபத்து வரும் என்றாள். எனக்கு அச்சமாக இருக்கிறது என்றான் நவீன். பயப்படாதே நான் பார்த்துக் கொள் கிறேன் என்றாள். இப்போது இத்துடன் முடிக்கலாம். அடுத்த முறை சந்திக்கையில் மற்றவற்றைச் சொல்கிறேன் என்று சொல்லி முடித்தாள். நவீனுக்கு அடுத்த சோதனையைப் பற்றி கலக்கமாக இருந்தது.

நவீன் வழக்கமாக அழைத்துச் செல்லும் நபர் அவனை ஒரு புதிய வகையில் கட்டப்பட்ட கட்டடத்திற்கு அழைத்துச் சென்றார். அவன் அதில் நுழைந்தவுடனேயே அருகில் இருந்த அறையில் அவனுக்கு விண்வெளி உடை போன்ற ஓர் உடுப்பு மாட்டப்பட்டது. அதில் மெதுவாகத் தான் நடக்க முடிந்தது. அந்தப் பாதை மிகவும் நீளமாக இருந்தது. அதைக் கடந்து உள்ளே நுழைந்தவுடன் ஒரு கண்ணாடித் தடுப்பு இருந்தது. அதன் உட்புறம் பலர் வேலை செய்துகொண்டிருந்தார்கள். அவர்களும் அதே போன்ற உடை உடுத்தி இருந்தார்கள். அந்த அறைக்குள் நுழைந்து மற்றொரு கண்ணாடித் தடுப்புள்ள ஒரு பாதையில் நுழைந்து உள்ளே சென்ற போது ஒரு பெரிய வட்ட வடிமான அரங்கத்தின் நடுவில் மிக உயரமான எந்திர மனிதனின் கூடு நின்று கொண்டிருந்தது. அதைக் கண்டவுடன் நவீனுக்கு ஆச்சரியம் தாங்க முடியவில்லை. அந்தக் கூட்டை வாய் மூடாமல் பார்த்தான். அதன் முகம் எப்படி இருக்கும் என்று கற்பனை செய்துபார்த்தான். அந்த வட்டப் பாதையின் முடிவில் இருந்த ஓர் அறையில் நவீனும் உடன் வந்தவரும் நுழைந்தார்கள்.

அந்த அறையில் ஒரு பெண் வேலை செய்துகொண்டிருந் தார். அவரைப் பற்றித்தான் விழியாள் சொல்லியிருப்பாள் என்று நவீன் புரிந்துகொண்டான். நவீனை அந்தப்

பெண்ணுக்கு அறிமுகப்படுத்தி வைத்தார் உடன் வந்தவர். அந்தப் பெண்ணுக்கு நவீனைப் பார்த்தவுடன் பெரும் உற்சாகம் ஆகிவிட்டது. அவனை உள்ளே அழைத்துச் சென்று தான் செய்யும் வேலைகளைப் பற்றிச் சொன்னார். அவன் வெறுமனே அதை எல்லாம் பார்த்துக் கொண் டிருந்தான். ஆனால் அந்தப் பெண்ணிடம் ஏதோ ஓர் வேறுபாடு இருப்பதைப் புரிந்துகொண்டான். உடன் வந்தவர் சென்று விட அவன் தனியாக அந்த அறையைச் சுற்றிப் பார்த்தான். இப்போது மேலே உடுத்தியிருந்த உடை உறுத்தாமல் பழகிவிட்டது. அவனால் வேகமாக நடக்க முடிந்தது.

நவீன் அந்த அறையில் இருந்த ஓர் அலமாரியில் வைக்கப்பட்டிருந்த குடுவைகளைப் பார்வையிட்டான். அவனை அங்கிருந்து உடனடியாக அந்தப் பெண் அழைத்துச் சென்றார். அவனிடம் அந்த எந்திர மனிதனின் பேச்சை உருவாக்குவதற்கான வழிமுறைகளை, விதிகளைப் பற்றிக் கூறினார். நவீனால் அதை முற்றிலும் புரிந்துகொள்ள முடியவில்லை. அந்தப் பெண் அதைத் தெரிந்துகொண்டு அவனிடம் ஒரு சிறிய பொத்தான் போன்ற கருவியைக் கொடுத்து அதை அவன் அறையில் உள்ள கணினியில் போட்டு அவர் விளக்கியவற்றை மீண்டும் தெரிந்து கொண்டு வரச் சொல்லி அனுப்பினார். நவீன் அந்த அறையிலிருந்த எல்லாவற்றையும் ஒரு முறைச் சுற்றிப் பார்த்துவிட்டு தன் இடத்திற்குத் திரும்பி னான். அந்தப் பொத்தான் போன்ற கருவியை அவன் அறையில் இருந்த கணினியில் இணைத்து அந்தப் பெண் சொல்லிய வேலைகளை அறிய முற்பட்டான்.

கண்ணாடிக் கோட்டைக்கு வருவதற்கு முன் விழியாள் அந்த மாபெரும் எந்திர மனிதனை உருவாக்கும் குழுவில் பங்கெடுத்திருந்தது நவீனுக்குத் தெரிய வந்தது. இப்போது விழியாளை பூமிக்கு அனுப்பிவிட்டதால் அவள் இடத்தில்

இந்தப் பெண்ணைப் பணி அமர்ந்தி இருப்பதும் அவள் கொடுத்த அந்தத் தகவல் கருவியில் பதியப்பட்டிருந்தது. இந்தப் பெண்ணிடம் இருந்த ஒரு தகுதி இவள் பல அண்டங்களுக்கும் சென்று வந்திருக்கிறாள். அங்கிருந்த கிரகங்களில் பல இனங்களிடம் பழகி அவர்களுடைய வளர்ச்சியை அறிந்திருக்கிறாள். மேலும் இது போல் பயணிக்கும் ரகசிய குழுவின் ஓர் உறுப்பினராக இவள் இருந்திருக்கிறாள். அவர்கள் மொழியில் அவளுக்குக் கொடுக்கப்பட்ட பெயர் நவீனால் நினைவில் கொள்ள முடியவில்லை. அதனால் அவளுக்கு பாடினி என்று பெயர் வைத்தான்.

பாடினி அந்த எந்திர மனிதனிடம் பேசுவதற்கான பண்பை ஏற்படுத்த முதலில் எந்திர மனிதனின் இடது பக்கத் தலையில் அதன் கட்டுப்பாட்டை வைப்பதற்கான அமைப்பை உருவாக்கிக் கொண்டிருந்தாள். அதற்கான கனிமங்களை முதலில் உருக்கி அவற்றை வேதியியல் மாற்றங்களுக்கு உட்படுத்தியிருந்தாள். இவற்றில் சில வேறு பல அண்டங்களைச் சார்ந்த வேதியியல் பொருள் களைச் சேகரித்து வந்தவையாக இருந்தன. அவற்றின் பண்புகளையும் குணாம்சங்களையும் பாடினி கற்றறிந் திருந்தாள். அதனால் அவற்றின் அளவுகளை எப்படிப் பயன்படுத்துவது என்பது அவளுக்குத் தெரிந்திருந்தது. மேலும் இருளிலும் ஒளியிலும் அவை எப்படி வினைபுரியும் என்பதும் அவளுக்கு அத்துப்படியாகி இருந்தது.

அவற்றை வைத்து அவள் உருவாக்கிக் கொண்டிருக்கும் எந்திர மனிதனின் இடது பக்கத் தலையின் வடிவமைப்பும் அந்தக் கருவியில் பதியப்பட்டிருந்தது. அதை நவீன் கூர்ந்து கவனித்தான். மேலும் பாடினியின் கலவைகளைக் குறித்து விழியாளிடம் பேசவேண்டும் என்று எண்ணிக் கொண்டான். அந்தத் தலையை வடிவமைக்கையில் எத்தகைய வெப்பநிலையிலும் அது உருகாமல் இருக்கும்

சோதனையையும் அவள் செய்து கொண்டிருந்தாள். அடுத்து அந்தக் கலவையை தலையின் இடது பக்க அச்சில் வார்த்தெடுக்கும் பணி இருந்தது. அதை முடித்த வுடன் அந்தக் கலவை மீது பூசும் பூச்சு ஒன்று இருந்தது. அதன் வேதியியல் சமன்பாட்டையும் அவள் எழுதியிருந் தாள். அதைப் பூசினால் அது எந்திர மனிதனின் தலை யில் தோல் போல் ஒட்டிக் கொள்ளும்.

இத்தனையும் அவள் செய்வதற்கு முன்பான ஒத்திகையை அவள் அந்தக் கருவியில் பதித்து அவனிடம் கொடுத்திருந்தாள். அதைப் பலமுறை பார்த்து நவீன் புரிந்துகொண்டான். தன் எண்ணங்களை ஒருமுகப்படுத்தி விழியாளை அழைத்தான். அவள் கணினித் திரையில் தோன்றினாள். பாடினியின் பணியைக் குறித்தும் அது ஒரு கருவியில் பதியப்பட்டு தன்னிடம் கொடுக்கப் பட்டதையும் அதில் தான் புரிந்துகொண்டதையும் விழியாளிடம் ஒப்பித்தான். அவள் அதைக் கேட்டு இதெல்லாம் நான் இருக்கும்போதே கட்டமைத்த முன் திட்டங்கள்தான். ஆனால் இன்னும் அதை அவள் முழுமைப் பெற வைக்கவில்லை. தாமதப்படுத்திக் கொண்டிருக்கிறாள். அதற்கான காரணம் இன்னும் தெரியவில்லை. அதைக் கண்டுபிடிப்பதுதான் உன் வேலை என்றாள் விழியாள். அதை எப்படிக் கண்டு பிடிப்பது என்றான் நவீன். அவளுடன் எப்போதும் விழிப்பாக இரு. மேலும் அவள் இந்தக் கருவியில் பதிந்து தந்திருப்பதைச் செய்கிறாளா என்று பார் எனக் கூறினாள். அப்போது அவளுடைய அறையில் ஓர் அலமாரியில் சிறிய குடுவைகளாகப் பலவும் இருந்ததையும் அதன் அருகில் தான் சென்றபோது அவள் அவனைத் தடுத்து அழைத்துச் சென்றதையும் நவீன் கூறினான். சரி அந்த அலமாரியில் இருக்கும் குடுவைகளில் உள்ள பெயர்களை நினைவில் வைத்துக் கொண்டு சொல் பிறகு பேசலாம் என்று சொல்லிவிட்டு விழியாள் கணினித் தொடர்பிலிருந்து

மறைந்தாள். அடுத்த முறை பாடினியின் அறைக்குச் செல்லும் போது அந்தக் குடுவைகளில் உள்ள பெயர்களை எப்படி நினைவில் வைப்பது என்று தீவிரமாக எண்ணத் தொடங்கினான் நவீன்.

அடுத்த முறை நவீன் பாடினியின் அறைக்குச் சென்ற போது அந்த அலமாரியில் இருந்த இரு குடுவைகளில் குறிப்பிட்டிருந்த குறிகளையும் எண்களையும் மட்டும் நினைவில் வைத்துக் கொண்டான். இப்படி அங்குச் செல்லும் போதெல்லாம் இரு குடுவைகளில் உள்ளவற்றை நினைவில் வைத்துக் கொண்டு வந்து தன் இடத்தில் அதை எழுதி வைத்தான். எல்லா குடுவைகளிலும் இருந்த எழுத்துகளையும் குறிகளையும் எழுதி முடித்துவிட்டு விழியாளிடம் பேசினான். அவள் கணினி திரையில் வந்தவுடன் இவன் எழுதி வைத்ததைக் காட்டினான். அவள் எல்லாவற்றையும் படித்துவிட்டு அதைப் பற்றிப் பிறகு பேசலாம் என்று சொல்லிவிட்டுப் போய்விட்டாள்.

நவீனுக்கு பாடினியிடம் மறைந்திருக்கும் ஏதோ ஒரு செய்தியைக் கண்டுபிடிக்கவேண்டும் என்ற எண்ணம் ஆழமாகத் தோன்றியது. பாடினி தன்னிடம் எந்த ஒரு பகையையும் காட்டவில்லை என்றாலும் தொடர்ந்து அப்படியே இருப்பாள் என்று சொல்லமுடியாது என்றும் நவீனுக்குப் புரிந்தது. எப்போதும் அவளிடம் எச்சரிக்கை யாக இருக்கவேண்டும் என்று நினைத்துக் கொண்டான்.

விழியாள் நவீன் கொடுத்த எழுத்துகளையும் குறிப்பு களையும் இணைத்துப் பார்த்த போது அது ஒரு புதிய வேதிப் பொருள் என்று புரிந்துகொண்டாள். அதன் வேலை என்ன அது எப்படி இருக்கும் என்பது பற்றித் தன் கிரகத்தில் உள்ளவர்களிடம் கேட்டு அறிய முடிவு செய்தாள். அவளுக்கு நெருக்கமான சிலரிடம் பேசினாள். அதிலிருந்து அது ஓர் உப்பு என்று தெரியவந்தது. அது எதற்காகத் தேவைப்படுகிறது என்று விழியாளுக்குப்

புரியவில்லை. நவீனை அழைத்தாள். அது உப்பு என்றும் அதை அவள் எப்போது பயன்படுத்துகிறாள் என்பதைக் கண்காணிக்குமாறும் சொன்னாள்.

நவீன் அடுத்த முறை பாடினியிடம் சென்ற போது அவனுடைய வரவை அவள் எதிர்பார்க்கவில்லை. அவள் விரும்பவும் இல்லை. அவனை அங்கிருந்து போகச் சொன்னாள். அவன் சற்று நேரம் அமைதியாக இருந்து விட்டுத் தன் இடத்திற்கு வந்துவிட்டான். விழியாளிடம் பாடினியின் நடத்தை பற்றிக் கூறினான். விழியாள் அதை அவளுடைய கிரகத்தினருக்குத் தெரிவித்தாள்.

பாடினியை எல்லோரும் கண்காணிக்கத் தொடங்கி னார்கள். நவீன் அடுத்த முறை பாடினியிடம் சென்ற போது அவளிடம் ஏதோ ஓர் அவசரம் காணப்பட்டது. எந்திர மனிதனின் இடது பக்கத் தலையை அவள் உருவாக்குவதற்கான இறுதி கட்ட நிலை வந்திருப்பதாகச் சொன்னாள். அவள் உருவாக்கியிருந்த கலவையை நவீனிடம் காட்டினாள். அப்போது அந்த எந்திர மனிதனை உருவாக்கும் திட்டத்தின் தலைவர் பாடினியின் அறைக்கு வந்தார். அவளிடம் தனிப்பட்ட முறையில் அவள் ஓர் உப்பை உருவாக்கியிருப்பது குறித்து அவர்கள் அறிந்திருக்கிறார்கள் என்றும் அதை எதற்காக அவள் பயன்படுத்தவிருக்கிறாள் என்றும் கேட்டார். அவள் நவீனைப் பார்த்தாள். நவீன் தலைகுனிந்து கொண்டான். பாடினி எதுவும் சொல்லாமல் அமைதியாக இருந்தாள். திட்டத்தின் தலைவர் அந்த உப்பின் மூலம் எந்திர மனிதனை யாரும் அறியாத முறையில் அவள் மட்டுமே கட்டுப்படுத்த விரும்பி அவள் செய்த முயற்சி அது என்று அந்தத் திட்டத் தலைவர் சொன்னார். அதற்கும் அவள் அமைதியாக இருந்தாள். இனி பாடினி அந்தப் பணியில் இருக்க முடியாது என்றும் அவளுடைய கலவையைப் பயன்படுத்த முடியாது என்றும் கூறிவிட்டு உடனடியாக

அந்த அறையை விட்டுச் செல்லுமாறும் பாடினியைப் பணித்தார். அவள் வேகமாக வெளியே சென்றுவிட்டாள். நவீனை அழைத்து அந்தத் திட்டத்தின் தலைவர் அவனுடைய கூர்மையான அறிவுத்திறன் மூலம் அவர்களின் திட்டம் பாதுகாக்கப்பட்டதாகக் கூறினார். அதனால் அவன் இந்தத் திட்டத்தில் தொடர்ந்து ஈடு படுத்தப்படுவான் என்றும் கூறிவிட்டுச் சென்றார். நவீன் தன் இடத்திற்குக் கிளம்பினான்.

நவீன் வெளியில் வந்தவுடன் கணினித் திரையில் விழியாள் வந்தாள். எதற்காக வந்திருக்கிறாள் என்று அவன் கேட்க வாய் திறக்கும் முன்பே அவள் உடனே உன் இடத்திற்கு ஓடு என்றாள். ஏன் என்றான். பாடினி உன்னைக் கொல்லத் திட்டிமிட்டிருக்கிறாள் என்றாள் விழியாள். நவீன் பெரிதும் அச்சம் அடைந்தான். நான் சொல்லும் வழியில் செல் என்றாள். எந்தப் பாதையில் செல்வது என்றான். நேராகப் போய் வலது பக்கம் திரும்பு என்றாள். ஓடிச் சென்று அந்தப் பாதையில் திரும்பினான். இந்த வழி எனக்குத் தெரியாது என்றான். நான் சொல்லித் தருகிறேன் என்றாள். இப்போது இடப்பக்கம் திரும்பு என்றாள். அதே போல திரும்பி ஓடினான். கீழே செல்வதற்கான சாய்வுப் பாதையில் ஓடு என்றாள். அதில் பதறி அடித்து ஓடினான். அந்தக் கட்டடத்தின் வெளியே வந்து நின்றான். நிற்காதே எதிரே இருக்கும் கட்டடத்தை நோக்கி ஓடு என்றாள். அவனும் அதை நோக்கி ஓடிச் சென்றான். தூரத்தில் அவன் தங்கியிருக்கும் அறை தெரிந்தது. பின்னால் திரும்பிப் பார்த்தான். பாடினி விரைவாக வந்து கொண்டிருந்தாள். அதற்குள் அவன் ஓடிச் சென்று அவன் அறைக் கதவைத் திறந்து மூடிய வுடன் கதவிற்கு அருகில் இருக்கும் நீலப் பொத்தானை அழுத்த விழியாள் கூறினாள். வெளியே பாடினி கதவைத் திறக்க முற்பட்டுக் கொண்டிருப்பது அவனுக்குப் புரிந்தது. நீலப் பொத்தான் உனக்குப் பாதுகாப்பு கொடுப்பவருக்கு

உன் ஆபத்தை உணர்த்தியிருக்கும். அத்துடன் இந்த அறையை அவரிடம் உள்ள லேசர் சாவி மூலம்தான் இனி திறக்க முடியும். பாடினியின் கண்களில் இருக்கும் லேசர் ஒளி கொண்டு இந்தக் கதவைத் திறக்க முடியாது என்றாள் விழியாள். நவீனுக்கு மூச்சிரைத்தது. அச்சப் படாதே என்றாள் விழியாள். இப்போது தப்பித்தாலும் எப்போதாவது அவளிடம் சிக்கிவிட வாய்ப்பிருக்கிறதே என்றான். இல்லை இனி அவள் வெளியே நடமாட முடியாது என்றாள் விழியாள்.

வெளியில் அவன் பாதுகாப்பிற்கு இருப்பவர் வந்து விட்டார் என நவீனுக்குத் தெரிந்தது. அத்துடன் இன்னும் சிலரும் வந்திருப்பதும் புரிந்தது. வெளியில் சலனமே இல்லாமல் போய்விட்டது. நவீன் அமைதியாக அமர்ந் திருந்தான். விழியாள் அவனைப் பார்த்துக் கொண் டிருந்தாள். இனி ஒன்றும் சிக்கல் இல்லை என்றாள். நவீன் அவளைப் பார்த்தான். ஏன் அவளுக்கு என்மீது கோபம் என்றான். நீ தானே அலமாரியில் இருக்கும் குடுவைகளைப் பற்றி அறிந்து சொன்னாய். அதனால் அவள் உன் மீது கோபம் கொண்டிருக்கிறாள் என்றாள். யாராக இருந்தாலும் அது போன்ற சந்தேகம் வந்திருக்குமே என்றான். இருக்கலாம். இன்னும் யாரும் அவள் மீது அப்படிப்பட்ட சந்தேகத்தைக் கிளப்பவில்லை. அதற்கான காரணமும் ஆராயப்பட்டுக் கொண்டிருக்கிறது என்றாள். எதற்காக அவள் தன் கட்டுப்பாட்டில் அந்த எந்திர மனிதன் வரவேண்டும் என்று விரும்பினாள் என்று கேட்டான் நவீன். அவள் மட்டும் பல அண்டங்களையும் கிரகங்களையம் நிர்வகிப்பதைப் பற்றி ஆலோசித்துக் கொண்டிருக்கலாம். அதில் ஓர் ஏற்பாடாக இப்படி அவள் செய்திருக்கிறாள் என்றாள் விழியாள்.

அடுத்து பாடினியின் வேலையை யார் செய்வார்கள் என்று கேட்டான் நவீன். அதற்கான சரியான நபரைத்

தேடிக் கொண்டிருக்கிறார்கள் என்றாள். இந்தத் திட்டத்தில் இருப்பவர்கள் எல்லோருமே பாடினி கொண்டிருந்த ரகசிய ஆசையைக் கொண்டிருக்க மாட்டார்கள் என்பது எப்படி உறுதியாகத் தெரியும் என்று கேட்டான். அதற்குத்தான் இன்னும் பலரைப் பல சோதனைகளுக்கு ஆட்படுத்திக் கொண்டிருக்கிறார்கள் என்றாள் விழியாள். நான் அதில் என்ன பங்கெடுக்க முடியும் என்று கேட்டான் நவீன். அதைப் போகப் போகச் சொல்கிறேன் என்றாள் விழியாள். வெளியே போகவே அச்சமாக இருக்கிறது என்றான் நவீன். உன் பாதுகாப்பாளர் அதைப் பார்த்துக் கொள்வார். அச்சப்படாதே என்றாள் விழியாள். உண்மையில் இது நல்ல திட்டமா என்று கேட்டான் நவீன். என்னைப் பொறுத்தவரை மிகவும் நல்ல திட்டம். நானும் இதை உருவாக்கும் திட்டத்தில் ஓரளவு பங்கெடுத்திருக்கிறேன் என்றாள் விழியாள். நீ சொல்வதால் அதை நம்புகிறேன் என்றான் நவீன். உன்னை எந்த ஒரு சிக்கலும் இன்றி பார்த்துக்கொள்வேன் என்றாள் விழியாள்.

நவீன் ஓரளவு தனது நிலையை அவளுடைய கிரகத்தில் சீராக்கிக் கொண்டது விழியாளுக்குப் பெரும் நிம்மதியைத் தந்தது. இனி நவீன் அதிகமாக உழைக்க வேண்டியிருக்கும் என்று நினைத்தாள். தன் கிரகத்தில் இருந்து பல அண்டங்களையும் தங்கள் கட்டுப்பாட்டில் கொண்டு வரும் எண்ணம் கொண்டவர்களுக்கு நவீன் உதவுவான் என நினைத்து விழியாளுக்கு மகிழ்ச்சியாக இருந்தது.

3

புதிய வீடு

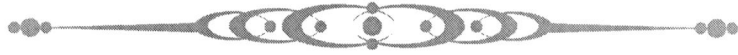

விழியாளை நவீனாக எண்ணியிருக்கும் அவன் குடும்பத்தினர் சில நாட்களாக நவீனிடம் ஏதோ ஒரு மாற்றம் இருப்பதை அவ்வப்போது கவனித்தனர். அவனை அதிகம் கண்காணிப்பது அவனுக்கு அசௌகரியமாக இருக்கும் என்று அவனை அப்படியே விட்டு விட்டனர். விழியாளுக்கு அது உள்ளுக்குள் பெரும் சிரிப்பைக் கொடுத்துக் கொண்டிருந்தது.

ஆனால் நவீனின் இரட்டைச் சகோதரன் பிரவீனுக்கு மட்டும் ஏதோ ஒரு சந்தேகம் ஆட்டிப்படைத்தது. நவீன் ஏன் முன்பு போல் ஒரே இடத்தில் அமர்ந்திருப்பதில்லை. அவன் நடையில் பழக்கவழக்கத்தில் வேறு ஏதோ ஒரு மாற்றம் வந்திருக்கிறது. அது பற்றி அவர்களுடைய அம்மா கவனித்தும் பொருட்படுத்தாமல் ஏன் இருக்கிறாள் என்பது போன்ற கேள்விகள் அவனுள் எழுந்துகொண்டே இருந்தன.

நவீனுக்குப் பாடம் சொல்லிக் கொடுக்கும் ஆசிரியர் அவன் முன்பை விட வேகமாகக் கற்றுக் கொள்வதும் அதைத் திருப்பி எழுதச் சொல்கையில் எந்தத் தவறும் இல்லாமல் எழுதிவிடுவதும் ஆசிரியருக்கு ஆச்சரியத்தைத் தந்து கொண்டிருந்தது. நவீன் எப்போதுமே பாடத்தில்

இந்த அளவு கவனம் கொண்டிருந்ததில்லை என்பதும் ஆசிரியருக்கு வித்தியாசமாகத் தெரிந்தது. ஆட்டிசத்தால் பாதிக்கப்பட்டோர் இப்படி ஒவ்வொரு காலகட்டத்திலும் ஒரு குறிப்பிட்ட நடத்தையைக் காட்டுவது இயல்புதான் என்று ஆசிரியர் சமாதானம் அடைந்துகொண்டார். விழியாள் ஆசிரியரின் குழப்பத்தைக் கண்டு உள்ளூர குறும்பாகச் சிரித்துக் கொண்டாள்.

ஆனாலும் பிரவீனிடம் சற்று எச்சரிக்கையாக இருக்க வேண்டும் என்று நினைத்துக் கொண்டாள். வழக்கம் போல் அவர்கள் ஒவ்வொரு வாரமும் கடற்கரைக்குச் சென்றார்கள். விழியாள் அமைதியாக அமர்ந்து கடற் கரையைப் பார்த்துக் கொண்டிருந்தாள். அப்போதுதான் அந்தக் கிரகத்தில் இருப்பவர்கள் பலருக்கும் பல வகை யான சிக்கல்கள் இருப்பதும் அவற்றைத் தீர்க்க முடியாமல் அவர்கள் உழல்வதும் அவளுக்குள் பாதிப்பை ஏற்படுத்தின. இதை ஒவ்வொன்றாக, சிறிய அளவுக்காவது சீர்படுத்தி விட வேண்டும் என்ற உந்துதல் விழியாளுக்குள் எழுந்தது. ஆனால் தான் யாரென்று தெரிய வந்தால் சிக்கலாகிவிடும் என்ற எண்ணத்தில் தன் உந்துதலை அடக்கிக் கொண்டு அமர்ந்திருந்தாள்.

நவீனுடைய குடும்பத்தில் வரும் சிக்கலையாவது தீர்க்கவேண்டும் என்று நினைத்துக் கொண்டாள். இருந்தாலும் தன்னை வெளிப்படுத்தாமல் மிகவும் மெதுவாக இந்தக் கிரகத்தில் உள்ளவர்கள் அனைவரையும் நவீன் போல் குறைகளற்றவர்களாக மாற்றிவிடவேண்டும் என்ற எண்ணத்தில் விழியாள் உறுதியாக இருந்தாள்.

தீபாவளிக்காக நவீனின் குடும்பத்தினர் நவீனுக்கும் அவன் இரட்டைச் சகோதரன் பிரவீனுக்கும் உடை எடுக்கவும் பட்டாஸ் வாங்கவும் அழைத்துச் சென்றனர். விழியாளுக்கு அவர்கள் எடுக்கும் உடைகள் வாங்கும் பொருட்கள் எல்லாம் புதிதாக இருந்தன. நவீனுக்கும்

பிரவீனுக்கும் ஒரே மாதிரியான உடையைத்தான் அவர்களுடைய பெற்றோர் வாங்குவார்கள். ஆனால் கடைக்குச் சென்றவுடன் பிரவீன் அம்மாவிடம் தனக்கு நவீனுக்கு எடுப்பது போன்ற உடையை எடுக்கக்கூடாது என்று சொல்லிவிட்டான். ஏன் என்று அம்மா கேட்ட போது தன் நண்பர்கள் தன்னை கேலி செய்வதாகச் சொன்னான். நவீன் மூளை கோளாறு உள்ளவன் என்றும் அவன் போல் இவனும் ஆகிவிடுவான் என்றும் கேலி செய்வதாகச் சொன்னான். அவனுடைய அம்மா அதைக் கேட்டு அமைதியாக இருந்துவிட்டார். ஆனால் விழியாளுக்கு பிரவீனின் நடத்தையும் பேச்சும் பிடிக்கவில்லை. அவனுக்குச் சிறிய பாடம் கற்றுத் தரவேண்டும் என முடிவு செய்தாள்.

வீட்டுக்கு வந்தவுடன் பிரவீன் வீட்டுப் பாடங்களை எழுதினான். சிலவற்றை மனப்பாடம் செய்தான். அடுத்த நாள் பள்ளிக்குக் கிளம்பினான். அன்று அவனுக்குத் தேர்வு இருந்தது. தேர்வுத் தாளில் முந்தைய நாள் படித்த எதுவுமே அவனுக்கு நினைவில் இல்லை. வெறும் தாளைக் கொடுத்துவிட்டு வந்துவிட்டான். வீட்டுக்கு வந்தவுடன் தேர்வில் கேட்ட அனைத்தும் நினைவுக்கு வந்தன. எப்படித் தான் எல்லாவற்றையும் மறந்துவிட நேர்ந்தது என்று அவனுக்குப் புரியவில்லை. விழியாளுக்கு அவனுடைய தத்தளிப்பு தன்னால் ஏற்பட்டது என்பது அவனுக்குப் புரியாததைக் கண்டு சிரிப்பாக வந்தது.

அடுத்த வாரம் முழுக்கத் தீபாவளி கொண்டாட்டமாக இருந்தது. பிரவீன் அவனுடைய புதிய ஆடை அணிந்து வெளியில் சென்று பட்டாஸ் விடப் போனான். அவனுடைய நண்பர்கள் அவனுடைய உடையைக் கண்டு பெரிதும் சிரித்து அவனைக் கேலி செய்தனர். அவன் அதைத் தாங்க முடியாமல் வீட்டுக்கு வந்துவிட்டான். அவனுக்குத் துக்கமாக இருந்தது. நவீனைக் கண்டதுமே

அவனுக்கு இன்னும் கோபம் அதிகமானது. உன்னால்தான் என் நண்பர்கள் என்னைக் கேலி செய்கிறார்கள் என்று சொல்லி அவனை அடிக்க வந்தான். விழியாள் நகர்ந்து கொண்டாள். நவீன் இப்படிச் செய்யமாட்டேனே என்று ஒரு நிமிடம் நின்று அவளைப் பார்த்தான்.

அம்மா அவனைத் தேற்றி உணவு அருந்தச் செய்தார். அவனுடைய அப்பா அவனுக்குப் புதிதாக ஒரு சைக்கிள் வாங்கி வந்திருந்தார். அதைக் கண்டவுடன் அவனுக்கு உற்சாகம் பெருக்கெடுத்தது. அதை எடுத்து ஓட்டிக் கொண்டிருந்தான். அவனுடைய அம்மா அவனை அழைத்து நவீனையும் அமர வைத்து சிறிது தூரம் ஓட்டி வரச் சொன்னார். அவன் அதை ஏற்க மறுத்தான். அவனுடைய அப்பாவும் அதை வற்புறுத்தியதால் சரி என்று ஏற்றுக்கொண்டு நவீனை அழைத்தான்.

விழியாளும் அதுதான் சரியான சமயம் என்று நினைத்து அவன் வண்டியில் ஏறினாள். அடுத்த கணம் சைக்கிள் படுவேகம் எடுத்தது. பிரவீனால் கட்டுப்படுத்த முடியாத வேகத்தில் சைக்கிள் பறந்தது. அவன் கலவர மடைந்தான். சைக்கிள் பல பேருந்துகளையும் பல வாகனங்களையும் தாண்டி ஓடியது. அந்த வண்டிகளை ஓட்டுபவர்களே அச்சமுற்றார்கள். அந்த அளவு வேகம் எடுத்ததில் பிரவீன் அழத் தொடங்கினான். எப்படியோ வளைத்து ஒடித்து வீடு வந்து சேர்ந்தார்கள். வீடு வந்தவுடன் வண்டி வேகமெடுத்ததோ அதனால் அவன அச்சமடைந்ததோ அவன் நினைவில் இல்லை. அம்மாவும் அப்பாவும் பயணம் அருமையாக இருந்ததா என்று கேட்டார்கள். பிரவீன் 'ஆம்' என்று தலையாட்டினான். விழியாள் உள்ளுக்குள் சிரித்துக் கொண்டாள்.

●●●

பன்னிரெண்டு பேர்கள் மட்டுமே கொண்ட குழு எந்திர மனிதனை உருவாக்கும் முயற்சியில் இறங்கியிருந்தது.

அதில் ஒரு பெண் போய்விட்டதால் அதற்குப் பதிலாக நவீனை ஏற்க முடியாது என்ற எதிர்ப்பு முதலில் உருவானது. ஆனால் அவன் பல அண்டங்களிலுள்ள ஒலிகளைப் பதிவு செய்து அவற்றை ஆய்ந்தறிந்து கூறக் கூடிய திறன் பெற்றிருந்தது எந்திர மனிதனை உருவாக்குவதற்கு உதவும் என்பதால் எல்லோரும் அமைதியாக இருந்தார்கள். எந்திர மனிதனின் பேச்சு அங்கிருந்த அனைவருக்கும் முக்கியமானதாக இருந்தது.

அந்தக் குழு எந்திர மனிதனை பன்னிரெண்டு கூறுகளாகப் பிரித்து ஒவ்வொருவருக்கும் ஒரு கூறாக எடுத்துக் கொண்டு வேலை செய்துகொண்டிருந்தது. இதில் இடது பக்கத் தலையையும் அதில் முதன்மையாக இருந்த பேச்சையும் உருவாக்க வேண்டியிருந்த செயல்பாடு நின்று போனதால் அவர்களுக்கு அது பெரும் பின்னடைவாக இருந்தது. அந்த வேலை முழுவதையும் நவீன் செய்ய முடியாது. அதனால் வேறொரு பெண்ணை நியமித்தார்கள். அவளுடன் நவீன் இணைந்து பணியாற்றினான். அவனுக்கு எந்திர மனிதனின் பேச்சை வடிவமைக்கும் வேலை கொடுக்கப்பட்டது. நவீனுக்கு அது பெரும் சவாலாக இருந்தது.

பாடினியின் இடத்தில் வந்த பெண் அமைதியாக இருந்தாள். அவளின் போக்கு நவீனுக்கும் திருப்தி அளித்தது. அவள் நவீனிடம் அவனைப் பற்றிக் கேட்டறிந்தாள். அவளுக்கு நிலைமதி என்று அவன் பெயரிட்டான். அவன் எப்படி எந்திர மனிதனின் பேச்சை உருவாக்க வேண்டும் என்று அவனுக்கு அவள் சில வரையறைகளைக் கொடுத்தாள். அதில் சாதாரண பேச்சு, அந்தக் கிரகவாசிகளின் பேச்சு, மற்ற உயிரினங்களிடம் பேசும் பேச்சு, வேற்றுக் கிரகவாசிகளுடன் பேசும் பேச்சு, பேச்சில்லாத மௌனப் பேச்சு, டெலிபதியில் பேசும் பேச்சு போன்றவற்றை வடிவமைக்கவேண்டும் என்று அவள் கூறினாள். அதை எப்படி வடிவமைக்கவேண்டும் என்பதை அறிய

அவனுக்கு ஒரு கருவியைக் கொடுத்து அதில் பதியப் பட்டிருக்கும் வரைவு விளக்கத்தை அறிந்து வருமாறு சொல்லி அவனை அனுப்பினாள்.

நிலைமதி வந்ததையும் பேச்சை உருவாக்கத் தன்னிடம் பொறுப்பு கொடுக்கப்பட்டிருப்பதையும் விழியாளிடம் நவீன் சொன்னான். அந்த வரைவு விளக்கத்தைப் பார்த்து விட்டு அவனுக்குப் புரியாததைக் கேட்கச் சொன்னாள் விழியாள். மேலும் நவீன் வீட்டில் நடந்துகொண்டிருப்பதைப் பற்றியும் சொன்னாள். அவனும் பிரவீனின் போக்கைக் கேட்டுச் சிரித்துக் கொண்டான்.

நவீன் எந்திர மனிதனின் பேச்சை வடிவமைக்கக் கொடுக்கப்பட்ட அந்தக் கருவியில் இருந்த பதிவுகளைப் பார்த்தான். பெரும் மலைப்பாக இருந்தது. எப்படி இதை அவன் செய்யப் போகிறான் என்று நினைத்தான். பேச்சு என்பது அவன் அறிந்தவரை உள்முகமாக அவனுக்குள் பேசுவதை மட்டும்தான். அதை ஓர் எந்திரத்திற்காக வடிவமைக்கப் பயன்படப் போவது அவனுக்கு விநோதமாக இருந்தது.

சாதாரண பேச்சு என்பது மற்றவர்களுடன் பேசுவது என்பதால் அதில் வரக்கூடியவற்றைக் கற்பனை செய் தான். அவை அனைத்தையும் பேசிப் பதிவு செய்தான். உள்முகப் பேச்சாக இருப்பதை இதுவரை தனக்குள்ளே பேசிய அனைத்தையும் யோசித்து அவற்றையும் பதிவு செய்தான். பூமியில் இருந்தவர்கள் என்னென்ன பேசு வார்கள் என்று சிந்தித்து அவற்றையும் பதிவு செய்தான். அடுத்து அவன் வந்திருக்கும் கிரகத்தில் இருப்பவர்கள் பேசுவதை யோசித்துப் பார்த்தான். விழியாள் பேசுவது மட்டுமே அவன் நினைவுக்கு வந்தது. அதையும் பதிவு செய்தான். விலங்குகளுடன், மற்ற உயிரினங்களுடன் என்ன பேச்சு நடக்கும் என்பதை யோசித்து அவற்றை எல்லாம் பதிவு செய்து முடித்தான்.

சிந்தனையில் எப்படி பேச்சுக்கு முந்தைய நிலை ஏற்படுகிறது என்பதைக் குறித்து அந்தக் கருவியில் ஒரு விளக்கம் இருந்தது. அதற்கு என்ன செய்யவேண்டும் என்று அவனுக்கு விளங்கவில்லை. அதை விழியாளிடம் கேட்க நினைத்தான். அதே போல் டெலிபதி பேச்சை வடிவமைப்பதும் அவனுக்குப் புரியவில்லை.

விழியாள் அவனுடன் பேச வந்தாள். கணினி திரையில் அவளைப் பார்த்தவுடன் நவீனுக்கு மிகவும் உற்சாகமாகிவிட்டது. அவன் செய்த வேலைகளைப் பற்றிச் சொன்னான். விழியாள் சில திருத்தங்களைக் கூறினாள். அதன் பின் அவனுக்கு இருந்த சந்தேகங்களைக் கேட்டான். அவனுக்கு இருந்த இரண்டு சந்தேகங்களும் தொடர்புள்ளவையே என்றாள். எப்படி என்றான். உன் சிந்தனையில் என்ன ஓடுகிறது என்பதை என்னால் புரிந்துகொள்ள முடியும். அதே போல்தான் உன்னாலும். இதுதான் பேச்சுக்கு முந்தைய சிந்தனை. அதை அறிந்துகொள்வதுதான் டெலிபதி பேச்சு என்றாள் விழியாள். சரி அதை எப்படி எந்திரத்திற்கு ஏற்றபடி வடிவமைப்பது என்று கேட்டான் நவீன்.

எடுத்துக்காட்டாக அந்த எந்திர மனிதன் வேறெங்கோ இருக்கிறான் அவன் உன்னுடன் பேசவேண்டும் என்றால் என்ன செய்வாய் என்று கேட்டாள் அவள். அதை ஆழமாக நினைப்பேன். அது என்ன செய்துகொண்டிருக் கிறது என்று சிந்திப்பேன். அதன் பின் என்னைப் பற்றி அது சிந்திக்கத் தூண்டுவேன். அதன் பின் பேசுவேன் என்றான் நவீன். மிகவும் சரி. என்னுடன் பேசவும் இதையேதான் நீ செய்கிறாய். உன் மூளையின் ஆற்றலை என்னை நோக்கிக் குவிக்கிறாய். எனக்கு அது புரிகிறது. நான் உன்னுடன் பேச வருகிறேன். அது போல முதலில் உன்னுடன் பேச அதனைத் தூண்டு அதன் பின் இதே போல் மற்றவர்களுடன் நீ பேசும் முறையைக் குறித்து

பதிவு செய். இதை நிரலாக மாற்று அதனை எந்திர மனித னுக்குக் கொடு என்றாள். இருந்தாலும் அது பல கிரகங் களுக்கும் செல்லவிருக்கிறது. அப்போது அங்கிருப்பவர்கள் என்ன செய்கிறார்கள். எப்படி இந்த எந்திர மனிதனுடன் தொடர்பு கொள்வார்கள் என்று தீர்மானிப்பது என்று கேட்டான் நவீன். நீ சில நாட்களுக்கு முன் பல கிரகங் களுக்கும் அனுப்பிய சிறிய விமானங்களில் இருக்கும் ஒலிகளைக் கொண்டு அவற்றில் உயிரினங்களின் ஒலியைக் கேட்டு அதை நீ தீர்மானிக்கலாம் என்றாள் விழியாள். சரி அதைக் கேட்கிறேன். எனக்கு அது சிரமமாக இருந்தால் மீண்டும் தொடர்பு கொள்கிறேன் என்றான் நவீன்.

நவீன் டெலிபதி பேச்சை உருவாக்க ஒரு புதிய முயற்சியைச் செய்ய முடிவெடுத்தான். விழியாளுடன் டெலிபதியில் பேசி அதில் உருவாகும் பேச்சுப் பொருளை எந்திர மனிதனுக்கு உரிய ஒன்றாக அமைத்துவிட நினைத் தான். விழியாளை டெலிபதியில் தொடர்புகொண்டான். அவளும் அவனுடன் டெலிபதியில் இணைந்து கொண்டாள்.

நவீனாக என்னை நினைக்காதே விழியாள். என்னை ஓர் எந்திர மனிதனாக எண்ணிக் கொள் என்றான். அவளும் சரி என்றாள். ஓர் எந்திர மனிதனாக நீ இருக்கும் கிரகத்திற்கு நான் வந்திருக்கிறேன். நீ டெலிபதி பேச்சைப் புரிந்தவளாக இருப்பதால் உன்னுடன் பேசத் தொடங்கு கிறேன். நீ எங்கிருந்து வந்திருக்கிறாய் என்றான் நவீன். நான் வேற்றுக்கிரகவாசி என்றாள் விழியாள். உனக்கு இந்தக் கிரகத்தில் இருப்பது எப்படி உள்ளது என்றான் நவீன். அருமையாக உள்ளது என்றாள் விழியாள். உன் கிரகத்தினர் இங்கு என்ன செய்கிறார்கள் என்று கேட் டான் நவீன். இங்கிருப்பவர்களை நாங்கள்தான் உரு வாக்கினோம் என்பதால் அவர்களுக்கு வரும் அபாயங்

களைத் தடுக்க இங்கு வந்திருக்கிறோம் என்றாள் விழி யாள். உங்கள் இனம் வேறெங்கெல்லாம் சென்றிருக்கிறது என்றான் நவீன்.

வேறு பல அண்டங்களிலுள்ள கிரகங்களுக்கும் சென்றிருக்கிறது என்றாள் விழியாள். இப்போது இந்தக் கிரகத்திற்கு ஒரு பெரிய ஆபத்து வரவிருக்கிறது அது உனக்குத் தெரியுமா என்று கேட்டான் நவீன். தெரியும் என்றாள் விழியாள் அது என்ன என்று கேட்டான் நவீன். அருகில் மற்றொரு கிரகம் வரவிருக்கிறது. அதன் ஈர்ப்பில் இந்தக் கிரகம் நிலைகுலைந்து போய்விடும். இதில் உள்ள உயிரினங்கள் அழிந்துவிடும் என்றாள் விழியாள். அதைத் தடுக்க உங்கள் இனத்திடம் ஏதாவது வழிகள் உண்டா என்று கேட்டான் நவீன். இருக்கின்றன என்றாள் விழி யாள். இங்கிருந்து எல்லா உயிரினங்களையும் வேறு கிரகத்திற்கு அழைத்துச் செல்வதா என்று கேட்டான் நவீன். ஆம் என்றாள் விழியாள்.

இங்குள்ள உயிரினங்கள் வேறு கிரகங்களில் வாழ சரியான சூழலை ஏற்படுத்திவிட்டீர்களா என்றான் நவீன். இல்லை. அதற்காகத்தான் உங்களைப் போன்ற எந்திர மனிதர்களை உருவாக்கிக் கொண்டிருக்கிறோம் என்றாள் விழியாள். இந்தக் கிரகம் போல் மற்ற கிரகத்தின் ஈர்ப்பு விசையால் பாதிக்கப்படாத கிரகங்களுக்கு நீ சென்றிருக்கிறாயா என்று கேட்டான் நவீன். இதுவரை இல்லை என்றாள் விழியாள். சரி நான் உன்னை அழைத்துச் செல்கிறேன் என்றான் நவீன். விழியாள் சிரித்தாள்.

என் குடும்பத்தினருடன் உனக்கு இணக்கமாக உள்ளதா என்றான் நவீன். ஆம் அதிலென்ன சந்தேகம் என்றாள் அவள். மிக்க மகிழ்ச்சி என்றான் நவீன்.

❖❖❖

அன்று வழக்கம் போல் நவீன் குடும்பத்தினர் கடற்கரைக்கு வந்திருந்தனர். பிரவீன் அலைகளில் விளையாடிக் கொண்டிருந்தான். விழியாள் மணலில் அமர்ந்து அவர்களைப் பார்த்துக்கொண்டிருந்தாள். அப்போது ஓர் இராட்சத அலை படு வேகமாக வந்து பிரவீனை சுருட்டிக் கொண்டு போய்விட்டது. அவனுடைய அம்மாவும் அப்பாவும் அலறித் துடித்து கதறிக் கொண்டிருந்தார்கள்.

விழியாள் சற்றும் தாமதிக்காமல் கடலில் குதித்தாள். அப்போது நவீன் நீ போகாதே என்று அவனுடைய அம்மா கத்திக் கொண்டிருந்தார். அதைப் பொருட்படுத்தாமல் கடலில் நீச்சலடித்து பிரவீனைத் தேடி உடனடியாக அவனைக் கண்டுபிடித்து இழுத்துக் கொண்டு கடற்கரைக்கு வந்துவிட்டாள் விழியாள். அங்கு ஒரு பெரிய கூட்டம் கூடிவிட்டது. பிரவீன் மயங்கி இருந்தான். விழியாள் செய்த காரியம் எல்லோருக்கும் அதிசயமாக இருந்தது.

உடனடியாக பிரவீனைத் தூக்கிக் கொண்டு மருத்துவ மனைக்குச் சென்றார்கள். அவன் உயிருக்கு எந்த ஆபத்தும் இல்லை என்றும் அவன் அதிர்ச்சியில் இருப்பதாகவும் சொல்லி முதலுதவி சிசிச்சை கொடுத்தார்கள். சிறிது நேரத்தில் அவன் கண் விழித்துப் பேசத் தொடங்கிவிட்டான்.

விழியாள் அமைதியாக பிரவீனைப் பார்த்துக் கொண்டு அமர்ந்திருந்தாள். நவீனின் அம்மா அவள் அருகே வந்து அமர்ந்து கொண்டு எப்படி அவனுக்கு நீச்சல் தெரியும் என்று கேட்டாள். விழியாள் அவளேயே பார்த்தாள். நவீனின் அப்பா எதுவும் புரியாமல் விழியாளைப் பார்த்துக் கொண்டிருந்தார். பிரவீனுக்கும் எப்படி நவீன் தன்னைக் காப்பாற்றினான் என்று புதிராக இருந்தது. யாரும் எதுவும் பேசவில்லை.

நல்லவேளையாக விழியாள் யாரென்ற கேள்வி யாருக்கும் எழவில்லை என்று எண்ணத்தில் அவள் ஆசு வாசமடைந்தாள். ஆனாலும் நவீனுக்கு நீச்சல் தெரியாது என்பது இவர்கள் அனைவருக்கும் தெரியும். ஆனால் அவள் எப்படி கடலுக்குள் பாய்ந்து நீச்சலடித்து பிரவீனைக் காப்பாற்றினாள் என்ற கேள்வி அவர்களுக்குள் உறுத்துமே என்ற எண்ணம் விழியாளுக்குள் எழுந்தது. இந்த நிகழ்வை அவர்கள் மறக்கும் படி வேறு ஏதாவது நடந்துவிட்டால் போதும் என்றும் அவளுக்குத் தோன்றியது.

அடுத்த வாரம் நவீனுக்கும் பிரவீனுக்கும் பிறந்தநாள் வந்தது. பிரவீனுக்கு அவனுடைய அப்பா இசைப் பலகையைக் கொண்டு வந்து கொடுத்தார். பிரவீனுக்கு அது பெரிய உற்சாகத்தைத் தரவில்லை. அவனுக்கு கிரிக்கெட் உபகரணங்கள் தேவையாக இருந்தன. உடனடி யாகச் சென்று அவற்றை வாங்கி வந்து கொடுத்தார். அவன் அதில் பெரும் உற்சாகம் அடைந்தான். அவர் களுடைய பெற்றோர் அன்று மாலை அண்டை வீட்டாரை அழைத்து ஒரு சிறிய விழாவை நடத்தினர். இரண்டு கேக்குகளைக் கொண்டு வந்து நவீனையும் பிரவீனையும் வெட்டச் செய்தனர். விழியாள் அந்த இசைப்பலகையில் அழகான கீதங்களை இசைத்தாள். நவீனின் அம்மாவுக்கு அது பெரும் ஆச்சரியமாக இருந்தது. விழியாள் நினைத்தது போலவே அவளைப் பற்றிய சந்தேகம் அப்படியே மறந்து போனது. இரவு நவீனிடம் பேசிய விழியாள் அவனுக்குப் பிறந்தநாள் வாழ்த்தைச் சொல்லி பிரவீனைக் காப்பாற்றியதையும் வீட்டில் நடந்த விழா பற்றியும் கூறினாள். விழியாள் யாரிடமும் சிக்கிவிடாமல் எச்சரிக்கையாக இருக்குமாறு நவீன் கூறினான்.

4

அறிமுகமாகாத விளையாட்டு

நவீன் நிலைமதியின் அறையில் அவர் செய்யும் கலவைக் குறித்தும் அதன் வேதிப் பொருள்கள் பற்றியும் அவற்றின் வினைகள் பற்றியும் அவள் கணினி மூலம் அதே கிரகத்தில் வேறு இடங்களில் இருந்தவர்களுக்கு விளக்கம் கொடுத்துக் கொண்டிருந்ததைக் கவனித்துக் கொண்டிருந்தான். நவீன் பேச்சுக்கான நிரலை உருவாக்கித் தரும் வரை எந்திர மனிதனுடைய சிந்தனைப் பகுதி குறித்து அடுத்து உருவாக்க முயன்று கொண்டிருந்தாள் நிலைமதி. அதற்கான பட்டியலை அவர் உருவாக்கியிருந்தார். அதில் எந்திர மனிதன் எதைச் சிந்திக்கவேண்டும் என்பது பற்றி விரிவாக விளக்கப்பட்டிருந்தது. அந்தப் பட்டியலை நிலைமதி வாசித்து விளக்கிக் கொண்டிருந்ததை நவீன் கேட்டுக் கொண்டிருந்தான்:

1. தன்னைப் பற்றி
2. தன் உடல் எந்திரம் பற்றியும் அது ஏற்படுத்தும் விளைவுகள் பற்றியும்
3. தனக்கிருக்கும் ஆற்றல் பற்றி
4. தான் கொண்டிருக்கும் உணர்வுகள் பற்றி

5. தான் எதிர்கொள்ளவேண்டிய சவால்கள் பற்றி
6. தன்னை முன்னிறுத்தும் செயல்கள் பற்றி
7. தன் பலவீனங்களை யாரும் அறியாமல் மறைப்பது பற்றி
8. தன் எதிரிகளின் பலத்தைத் தகர்ப்பது பற்றி
9. தன்னை எதிர் கொள்பவர்கள் பலம் இழக்க வைப்பது பற்றி
10. தன் செயல்களாகச் சிலவற்றை யாரும் கண்டு கொள்ளாமல் செய்துவிடும் உத்தி பற்றி
11. தன் செயல்களால் பலருக்குள்ளும் அச்சத்தை உருவாக்குவது பற்றி
12. தன் செயல்களை யாராலும் திருப்பிச் செய்ய இயலாது என்ற சவாலை உருவாக்குவது பற்றி
13. தன்னை யாருக்கும் நிகராக்க முடியாது என்ற உறுதியை ஏற்படுத்துவது பற்றி
14. தன் சிந்தனையை அடிப்படையாகக் கொண்டே எல்லா இயக்கங்களையும் மாற்றுவது பற்றி
15. தன்னைத் தவிர வேறு யாரும் தன்னைப் போல் உருவாக முடியாது என்பதால் தன்னையும் பிற உயிரினங்களையும் பிரிப்பது பற்றி
16. தான் ஒரு தன்னிரகல்லா சக்தி ஆவது பற்றி
17. தன்னை எல்லா உயிரினங்களும் உயிரற்றவைகளும் எல்லா அண்டங்களிலும் இருப்பவைகளும் சார்ந்திருக்கச் செய்வது பற்றி
18. எல்லா மொழிகளும் தன்னை முன்னிறுத்தி பொருள் தரச் செய்வதற்கான வழிமுறைகள் பற்றி

19. தன் அடையாளம் யார் நினைவிலும் இருக்கக் கூடாது, ஆனால் தன்னைக் குறித்த சாராம்சம் மட்டும் நினைவில் இருக்க வேண்டியது பற்றி

20. எல்லா உயிரினங்களும் தன்னை மட்டுமே எண்ணி அஞ்ச வேண்டும் என்பது பற்றி

21. எல்லா உயிரினங்களும் தன்னிடம் மட்டுமே வேண்டுதல் செய்யவேண்டும் என்பது பற்றி

22. சிந்தனை மூலமே இவற்றைச் சாதிப்பதற்கு ஏற்ப ஆற்றலைப் பெறவும் அந்த ஆற்றல் குறையாமல் இருக்க வழி செய்யவும் தேவையான நடைமுறைகள் பற்றி

23. எந்திர மனிதனின் சிந்தனைக்குரிய கூறுகளை மட்டுமே இனி பிறக்கும் உயிரினங்கள் கொண் டிருக்க வேண்டும் என்பது பற்றி

24. எந்திர மனிதன் சிந்திப்பது யாருக்கும் புலப்படாத வகையில் இருக்கவேண்டும் என்பது பற்றி

25. எந்திர மனிதனைப் பற்றிச் சிந்தித்தால் மற்ற எந்தச் சக்தியும் வேலை செய்யாமல் இருக்க வேண்டியது பற்றி

26. எந்திர மனிதனுக்கு மற்றவர்களின் சிந்தனை புலப்படும் போது அவைக் கொண்டிருக்கும் சிக்கல்களைத் தீர்ப்பது பற்றி

27. எந்திர மனிதனின் சிந்தனை அண்டங்களாவியதாக இருக்கவேண்டும் என்பதால் எல்லா அண்டங் களிலும் உள்ள ஒவ்வொரு புள்ளியும் எந்திர மனிதனுக்குள் இருக்க வேண்டும் என்பது பற்றி

28. சிந்தனை என்பது அரூபமாகவே இதுவரை இருந்து வந்ததால் அதனை ஸ்தூலமாக மாற்றவும்

எல்லா உயிரினங்களின் சிந்தனைகளையும் உள்ளிணைத்து அவற்றையும் ஸ்தூலமாகவும் மாற்றச் செய்ய வேண்டியது பற்றி

29. எந்திர மனிதனின் சிந்தனை மூலம் அதன் செயல் வெளிப்படும் என்பதால் மற்ற எந்த உயிரினமும் அதனை அறியாத வகையில் மாற்றுவது பற்றி

30. எந்த அண்டத்தில் உள்ள எந்த உயிரினத்தின் சிந்தனையும் எந்திர மனிதனைத் தாக்கமல் இருக்கவேண்டியது பற்றி

நிலைமதி இத்தனை அம்சங்கள் குறித்தும் விளக்கம் அளித்துக் கொண்டிருந்தாள். அதைக் கேட்டுக் கொண்டிருந்த நவீன் அதைப் பற்றிக் கற்பனை செய்து கொண்டும் அமர்ந்திருந்தான். இந்த விளக்கங்களை விழியாளுடன் பேசும் போது மீண்டும் ஒரு முறை தெளிவாகப் புரிந்து கொள்ளவேண்டும் என்று நினைத்துக் கொண்டான்.

நவீனை அந்தக் கிரகத்தில் இருக்கும் பல இடங்களுக்கும் அழைத்துச் செல்வதாக அவனுடைய பாதுகாப்பாளர் கூறியிருந்தார். நவீன் அதற்குத் தயாராக இருந்தான். அந்தக் கிரகத்திற்கு வந்த பின் முதல் முறையாக அவன் அங்குச் சுற்றிப் பார்க்கப் போவது குறித்துப் பெரும் உற்சாகமாக இருந்தான்.

அவனை ஒரு சிறிய விமானம் போன்ற வாகனத்தில் அமர்த்திக் கொண்டு அவனுடைய பாதுகாப்பாளர் அந்தக் கிரகத்தை ஒரு முறை சுற்றி வந்தார். அவன் எல்லா இடங்களையும் மேலிருந்து பார்த்தான். ஆனால் எல்லாமே தெளிவாகத் தெரிந்தன. பூமியை விட மிகவும் அழகாக அந்தக் கிரகம் இருந்தது. அது மட்டும் அல்லாமல் அங்கே கட்டடங்கள் குறைவாக இருந்தன. இயற்கையின் அழகு அதிகமாக இருந்தது.

நவீனை ஒரு விளையாட்டு காட்டுக்குள் அனுப்புவதாக உடன் வந்தவர் சொன்னார். அதில் அவன் உள்ளே

சென்று விளையாடிட்டு வரலாம் என்றார். அவனும் உற்சாகமாக அதற்கு ஒப்புக்கொண்டான். உள்ளே நுழைந்த வுடன் அது பெரிய காடாக இருந்தது. ஆனால் ஆங்காங்கே மரங்களின் அடியில் ஏதோ ஒரு கருவி போல் இருந்தது. அதில் ஒன்றைத் தொட்டவுடன் அது என்ன வேண்டும் என்று கேட்டது. அவன் பூமியில் அவனுக்கு மிகவும் பிடித்த பழமான ஆரஞ்சு பழம் என்று சொன்னான். உடனே அவனுக்கு அந்தக் காட்டில் அந்தப் பழம் உள்ள மரத்திற் கான வழியை அது காட்டியது. அதைத் தேடிப் போனான்.

வழியில் மற்றொரு மரத்தின் அடியில் ஒரு கருவி இருந்தது. அதைத் தொட்டான். அந்தப் பழம் கிடைத்ததா என்று அது கேட்டது. தேடுகிறேன் என்று இவன் சொன்னான். உனக்கு நண்பர்கள் தேவையா என்று கேட்டது. ஆம் என்றான். உடனே இவனைப் போலவே ஒரு சிறுவன் அதிலிருந்து வெளிப்பட்டான். இவனுக்குத் தூக்கிவாரிப் போட்டது. அவனுடன் இணைந்து அந்த ஆரஞ்சு மரத்தைத் தேடிப் போனான். மீண்டும் ஒரு மரம் வந்தது. அதன் கீழே இருந்த கருவியைத் தொட்டான். அந்த மரம் கிடைத்ததா என்று கேட்டது. இன்னும் அதை அடையவில்லை என்றான் நவீன். உனக்கு மேலும் நண்பர்கள் வேண்டுமா என்று கேட்டது. ஆம் என்றான். இவனைப் போலவே மற்றொரு சிறுவன் அதிலிருந்து வெளியே வந்தான்.

மற்றொரு மரத்திற்குப் போனான் அந்த மரத்தைக் கண்டுபிடிக்க உனக்குத் தேவையான நண்பர்கள் இருக்கிறார்களா என்று கேட்டது. இல்லை என்றான். மீண்டும் இவனைப் போலவே ஒரு சிறுவன் வந்தான். மூவரையும் மூன்று திசைகளில் அனுப்பி அந்த ஆரஞ்சு மரத்தைத் தேடச் சொன்னான். அவர்களும் அந்தக் காட்டில் அந்த மரத்தைத் தேடிப் போனார்கள். அந்த மரத்திற்கான வழியைக் காட்டச் சொல்லி மேலும் ஒரு

முறை ஒரு கருவியிடம் கேட்டான். அது அவன் அருகிலேயே அந்த மரம் இருந்ததாகக் காட்டியது.

அந்த இடத்தைச் சுற்றி வந்தான். அதில் நடுவில் ஒரு சிறிய செடி ஒன்று தெரிந்தது. அதன் அருகே போனான். அதைத் தொட்டவுடன் அது ஆரஞ்சு மரமாக உயர்ந்து நின்றது. அதில் பழங்கள் தொங்கின. அவற்றில் ஒன்றைப் பறித்தான். இவனைப் போல் இருந்த சிறுவன் உடனடியாக இவன் அருகே வந்து நின்றான். அடுத்தப் பழத்தைப் பறித்தான் அடுத்த சிறுவன் வந்து நின்றான். மூன்றாவது பழத்தைப் பறித்தவுடன் மூன்றாவது சிறுவனும் வந்து விட்டான். ஆளுக்கு ஒரு பழத்தைக் கொடுத்துவிட்டு இவனும் ஒன்றை உண்டான். அவர்கள் அனைவரும் காணாமல் போனார்கள். அந்த மரமும் காணாமல் போனது. இவன் வந்த வழியே திரும்பி வந்தான். நவீனுக்கு இந்த விளையாட்டு மிகவும் பிடித்துப் போனது. இப்படிப் பல விளையாட்டுகள் உள்ளதாகவும் அடுத்த முறை வேறொரு விளையாட்டை விளையாடலாம் என்று உடன் வந்தவர் சொல்லி இவன் அறைக்குக் கொண்டு வந்து விட்டுப் போனார்.

நவீன் விழியாளிடம் தான் விளையாடிதைச் சொன்னான். அவள் பெரு மகிழ்ச்சி கொண்டாள். எந்திர மனிதனின் பேச்சின் நிரலைத் தயாரித்துவிட்டாயா என்று கேட்டாள். பாதிதான் தயாரித்திருக்கிறேன் என்றான். அதை வாங்கி மிகச்சிறிய எந்திர மனிதர்களை உருவாக்கி முதலில் பரிசோதனை செய்து பார்ப்பார்கள். அதில் இருக்கும் குறைகளைக் கூறுவார்கள். அதன் பின்தான் நீ முழுமையாக, துல்லியமாக நிரலை உருவாக்கவேண்டும் என்றாள் அவள். அதில் பெரிய குறைகள் இருந்தால் என்ன செய்வார்கள் என்று கேட்டான். மீண்டும் முதலிலிருந்து சரி செய்யச் சொல்வார்கள் என்றாள். இது எப்போது நடக்கும் என்று கேட்டான். உடனடியாக

நடக்கும் என்றாள். சரி முதலில் இதுவரை செய்துவைத் திருப்பதில் ஏதாவது பிழை இருக்கிறதா என்று பார்க்கிறேன் என்று அவளுடனான பேச்சை முடித்தான்.

நவீனின் பாதுகாப்பாளர் அவனை ஒரு புதிய கட்டடத் திற்கு அழைத்துச் சென்றார். அவனுடைய நிரலை ஒரு கருவியில் பதிவு செய்து எடுத்துக் கொடுக்கச் சொல்லி யிருந்தார்கள். அதை அவன் கொடுத்துவிட்டிருந்தான். அந்தப் புதிய கட்டடத்தில் ஏதேதோ பேச்சொலிகள் கேட்டுக் கொண்டிருந்தன. அவனை ஓர் அரங்கத்திற்கு அழைத்துச் சென்று அமரவைத்தார் உடன் வந்தவர்.

அங்கு மேடை போன்ற நடுப்பகுதியில் சிறிய எந்திர மனிதர்கள் அவன் கொடுத்த பேச்சின் நிரலை வைத்து பல வகையாகப் பேசித் திரிந்தார்கள். அவர்கள் உண்மை யான மனிதர்களைப் போலவே இருந்தார்கள். ஆனால் மிகச்சிறிய அளவிலானவர்களாக இருந்தார்கள். உயிரற்ற பொம்மைகள் போலவே அவர்கள் இல்லை. மேலும் அவர்களின் பேச்சும் மனிதர்களைப் போலவே இருந்தது.

நவீனுக்கு ஆச்சரியமும் குதூகலமும் தொற்றிக் கொண்டன. அந்த எந்திர மனிதர்களைத் தொட்டுப் பார்க்கவேண்டும் என்று நவீனுக்கு ஆசையாக இருந்தது. உடன்வந்தவரிடம் அதைச் சொன்னான். அவர் அந்தப் பேச்சு பயிற்சி முடிந்தவுடன் அவற்றைத் தொட்டுப் பார்க்கலாம் என்று சொன்னார்.

பேச்சின் நிரலை மிகச்சரியாகப் பொருத்திவிட்டதாகவும் சில இடங்களில்தான் குறைகள் இருப்பதாகவும் அவற்றை நவீன் சீர் செய்யவேண்டும் என்றும் அங்கிருந்த எந்திர மனிதன் திட்டத்தின் தலைவர் சொன்னார். நவீன் அமைதியாக அவற்றை ஏற்றுக் கொண்டான். அங்கு நடந்த பயிற்சிக்குப் பயன்படுத்திய ஓர் எந்திர மனிதனை அவன் தன் அறைக்குக் கொண்டு செல்லலாம் என்று

அவனிடமே கொடுத்தார். அவனுக்குப் பேரானந்தமாக இருந்தது. அதை எடுத்துக்கொண்டு அவன் அறைக்கு வந்து விழியாளை அழைத்து அதைக் காட்டினான். மேலும் அதனுடன் பேசிக் காட்டினான். விழியாளும் அதனுடன் பேசினாள். அது உண்மையான மனிதனைப் போலவே எதிர்வினை தந்தது. இப்படி ஒரு மாபெரும் எந்திர மனிதன் இருந்தால் எப்படி இருக்கும் என்று விழியாள் சொன்னாள். ஆம் அதைத்தான் இவர்கள் கட்டமைத்துக் கொண்டிருக்கி றார்கள். விரைவில் அதுவும் பேசும் என்று சொன்னான் நவீன். இன்னும் இந்த எந்திர மனிதனுக்குப் பல ஆற்றல்கள் வரவேண்டியுள்ளது. அவற்றை எல்லாம் உருவாக்கி மீண்டும் இதே போல் பயிற்சி செய்து காட்டுவார்கள் என்றாள் விழியாள். நவீனுக்கு அதைப் பார்க்கவும் ஆசையாக உள்ளதாகச் சொல்லி அவளுடன் பேச்சை முடித்தான். அந்த எந்திர மனிதனை அருகில் வைத்துக் கொண்டு நவீன் உறங்கிப் போனான்.

விழியாள் கணினித் திரையில் வந்து நவீனை எழுப்பினாள். எதற்காக எழுப்பினாய் விழியாள் என்று அவன் எழுந்து அமர்ந்தான். உன் உறக்கத்தைக் கலைத்ததற்கு மன்னித்துவிடு. ஒரு முக்கியமான சந்தேகம் எனக்குள் எழுந்திருக்கிறது. எந்திர மனிதனின் கண்ணை உருவாக்கும் வேலையில் இப்போது நிலைமதி ஈடுபட்டிருக்கிறாள். அவள் ஏதோ ஒரு தவறைச் செய்கிறார் போல் எனக்குத் தோன்றுகிறது என்றாள் விழியாள். எப்படி பாடினி செய்தது போல் எந்திர மனிதனைத் தன் கட்டுப்பாட்டில் வைக்கும்படியான தவறா என்று கேட்டான் நவீன்.

இல்லை. கண்ணை உருவாக்குவதற்கு மரபணுக்களை மாற்றி எந்திர மனிதனுக்கானதாக அவற்றை வளர்த் தெடுக்க வேண்டும். எங்கள் இனத்தின் கண்களுக்கான மரபணுக்கள் மட்டுமே பயன்படுத்தப்பட்டால் பயன் இல்லை. அதே போல் எந்த ஓர் இனத்தின் மரபணுக்களை

மட்டுமே பயன்படுத்தவும் கூடாது. எல்லா இனங்களின் மரபணுக்களில் பொதுவானவற்றை ஒப்புமைப்படுத்தி எடுத்துக் கொண்டு புதிய மரபணுக்களை உருவாக்க வேண்டும். ஆனால் நிலைமதி எல்லா இனங்களின் மரபணுக்களை ஒப்புமைப்படுத்தவில்லை என்று நினைக்கிறேன் என்றாள் விழியாள். அதனால் என்னாகும் என்று கேட்டான் நவீன். சில இனங்கள் காணும் காட்சிகள் மட்டுமே எந்திர மனிதனுக்குப் புலனாகும். எல்லா இனங்கள் காணும் காட்சிகளோ அவற்றை மீறிப் பார்க்கும் சக்தியோ எந்திர மனிதனுக்குள் உருவாகாது என்றாள் விழியாள்.

எந்திர மனிதனுக்கு எத்தனை கண்கள் இருக்கும் என்று கேட்டான் நவீன். வெளிப்படையாக நான்கு கண்கள் இருக்கும். ஆனால் பார்ப்பதற்கு இரண்டு கண்கள் போலத் தெரியும். நான்கு திசையிலும் பார்ப்பதற்கான கண்கள் என்ற வகையில் அப்படி அமைக்கப்படும் என்றாள் விழியாள். அப்படி என்றால் அவை என்னென்ன வேலைகளைச செய்யும் என்று கேட்டான் நவீன்.

அண்டங்களைத் தாண்டி காணவேண்டும், தனக்குள்ளும் காண வேண்டும், தன்னைச் சுற்றியும் காண வேண்டும், யாரும் காணததைக் காணவேண்டும், தான் கண்டதை யாரிடமும் காட்டாமல் இருக்கவேண்டும், தன் கண் பார்க்கும் திறனை யாரும் பார்க்காமல் வைக்கவேண்டும், எந்த உயிரினமும் காணாததையும் காணவேண்டும், இதை உருவாக்குபவர்கள் காணாததும் அதில் அடக்கம். பார்க்கும் காட்சியில் காணும் சிக்கலை அந்தக் கண் கொண்டே தீர்க்கவேண்டும், பிறருக்கு அதைப் பற்றிக் காட்ட அந்தக் கண் உதவவேண்டும், தேர்ந்தெடுக்கப்பட்ட சிலருக்கு மட்டும் ஒரு சிலவற்றைக் காட்ட அந்தக் கண்ணுக்குத் தெரியவேண்டும் இப்படிப் பல வேலைகள் உள்ளன என்றாள் விழியாள். நவீனுக்கு ஆச்சரியம் தாங்க முடியவில்லை.

வேறு என்ன வேலைகளை அந்த எந்திர மனிதனின் கண் செய்யும் என்று கேட்டான் நவீன். கண்ணால் ஊடுருவுவது, ஒளியை மற்றவர்களின் கண்களில் புகுத்துவது, கண்ணை மூடினால் எல்லோருக்கும் இருளாவது, காட்சிகளை வடிவமைப்பது, காட்சிகளை கனவாக்குவது போன்ற பலவும் அதில் அடங்கும் என்றாள் விழியாள். அந்த எந்திர மனிதனின் கண் அதை எல்லாம் செய்வதை எப்படித் தெரிந்துகொள்வார்கள் என்று கேட்டான் நவீன். அதில்தான் ஒரு சிக்கல் உள்ளது. இந்த இனம் காணாததை எந்திர மனிதன் காணுகிறான் என்பதைப் பதிவு செய்ய ஒரு கருவியை உருவாக்கி அந்தக் கண்ணில் பொருத்த வேண்டும். இதை எல்லாம் நிலைமதி கவனத்தில் கொண்டிருக்கிறாளா என்று தெரியவில்லை என்றாள் விழியாள். இப்போது உடனடியாக நான் என்ன செய்ய வேண்டும் என்று கேட்டான் நவீன்.

திட்டத் தலைவரிடம் நீயே சந்தேகம் எழுப்புவது போல் இந்தக் கேள்விகளைக் கேட்டு அதை நிலைமதியிடம் அவர் சொல்வது போல் செய்துவிடு என்றாள் விழியாள். நீயே திட்டத் தலைவரிடம் சொல்லாமே என்றான் நவீன். இல்லை நான் இந்தத் திட்டத்தில் தலையிடுவதை அங்கிருக்கும் மற்றவர்கள் ஏற்கமாட்டார்கள் என்றாள் விழியாள். சரி முயற்சிக்கிறேன் என்றான் நவீன்.

5

புதிர் வாழ்வு

விழியாளுக்கு பிரவீனை இன்னும் ஆற்றல் மிக்கவனாக மாற்றவேண்டும் என்ற எண்ணம் ஏற்பட்டது. அதற்கொரு சம்பவமும் கிடைத்தது. அவன் பள்ளியில் பத்து வயதுக்கு உட்பட்டவர்களுக்கான கிரிக்கெட் போட்டி நடந்தது. அதில் பல பள்ளிகளிலிருந்தும் பல அணிகள் பங்கெடுத்தன. பிரவீன் அவன் பள்ளியின் அணியில் இருந்தாலும் அவனால் சிறந்த ஆட்டக்காரனாகவோ பந்து வீச்சாள ராகவோ பெயர் எடுக்க முடியவில்லை. அவனுக்கு அன்று ஆடும் பதினொரு பேரில் தானும் இருக்கவேண்டும் என்று பெருத்த ஆர்வம் இருந்தது. முதல்நாள் அவன் அம்மாவிடம் அதைச் சொல்லிக் கொண்டிருந்தான். விழியாள் அவனுக்கு உதவ நினைத்தாள்.

அடுத்த நாள் அவன் பெற்றோரும் விழியாளும் அவன் பள்ளிக்குச் சென்று அந்தப் போட்டியைக் காண மைதானத்தில் அமர்ந்தார்கள். பிரவீன் அவர்களிடம் வந்து தான் ஆடும் பதினொரு பேரில் தேர்ந்தெடுக்கப் பட்டுவிட்டதாக மகிழ்ச்சியுடன் சொன்னான். ஆனால் இந்தப் போட்டியில் அவன் சிறப்பான முறையில் ஆடாவிட்டால் பின் எப்போதும் அவனுக்கு வாய்ப்பு கிடைக்காது என்று சொல்லி வருந்தினான். விழியாள்

அவனைப் பார்த்துச் சிரித்தாள். நவீன் ஏன் இப்படி சிரிக் கிறான் என்று அவன் அம்மாவிடம் பிரவீன் கேட்டான். அவள் மௌனமாகப் பார்த்தாள்.

பிரவீனுக்கு நவீனின் சிரித்த முகம் மட்டும் மனதை ஊடுருவியது. அந்த முகம் மட்டுமே அவன் நினைவில் நின்றுவிட்டது. அதை எண்ணிக்கொண்டே அவன் விளையாடப் போய்விட்டான். முதலில் அவர்களின் பள்ளியை எதிர்த்து விளையாடிய அணி மட்டை ஆட களம் இறங்கியது. சிறுவர்கள் அழகாக விளையாடியது விழியாளைக் கவர்ந்தது.

பிரவீன் பந்துவீச வந்தான். முதல் இரு பந்துகளில் தூக்கி ஆடி ஆறு ஓட்டங்களை அந்த அணியின் மட்டையடித்த சிறுவன் சேர்த்துவிட்டான். பிரவீனுக்கு மிகவும் அச்சமாகவும் நெருக்கடியாகவும் இருந்தது. அடுத்தப் பந்தை கவனமாக வீச வேண்டும் என்று அந்தப் பந்தைப் பார்த்த போது நவீனின் சிரித்த முகம் அதில் தெரிவது போல் இருந்தது. பந்தை நடுவில் இருந்த ஸ்டம்பை நோக்கிக் குறி பார்த்து வீசினான் பிரவீன். அது எகிறிப் போனது. அவனுடைய அணியினர் அவனைச் சூழ்ந்து கொண்டு கொண்டாடினர். பிரவீனுக்கு உண்மையில் நம்ப முடியவில்லை. தன்னால் எப்படி ஓர் ஆட்டக்காரரை வீழ்த்த முடிந்தது என்று நினைத்துப் பெருமிதம் அடைந்தான். அடுத்த முறை பந்துவீசும் போதும் அதே போல் வீசினான். அதே போல் அந்த மட்டையாளரும் வீழ்ந்ததை அவனால் நம்பமுடிய வில்லை. நவீனின் முகம் தனக்கு ஒரு நல்ல ஊக்கத்தைக் கொடுத்திருக்கிறது என்று நினைத்தான். அந்த அணி எண்பத்தைந்து ஓட்டங்கள் மட்டுமே எடுத்து ஆட்டத்தை நிறைவு செய்துவிட்டது.

அடுத்தது பிரவீன் அணியினர் ஆடினர். முதலில் ஆடிய சிறுவன் வேகமாக தனது வாய்ப்பை இழந்து

விட்டான். அடுத்தது பிரவீன் ஆட வந்தான். அவன் சரியாக ஆடமாட்டான் என்றே அவன் பள்ளியினரும் அவனுக்கு ஆட்டத்தைக் கற்றுத் தந்தவரும் நினைத்து பார்த்துக் கொண்டிருந்தனர். ஆனால் பிரவீன் ஒவ்வொரு பந்தையும் நவீனின் சிரிப்பை மனதில் எண்ணிக் கொண்டே விளாசினான். அவன் மட்டுமே ஐம்பது ஓட்டங்களை எடுத்தும் ஆடிக் கொண்டிருந்தான். இறுதி இலக்கை அவன் பள்ளி எளிதாக அடைந்துவிட்டது. அவன் பள்ளிதான் கோப்பையையும் வென்றது. பிரவீனுக்குச் சிறந்த ஆட்டக்காரருக்கான பரிசும் கிடைத்தது. அவன் பெற்றோருக்கு ஏக மகிழ்ச்சி. அவன் ஓடி வந்து நவீனிடம் கை கொடுத்தான். விழியாள் மீண்டும் சிரித்தாள். பிரவீனுக்கு அது பெரும் உற்சாகத்தைத் தந்தது. வீட்டுக்கு வரும் வழியில் அவன் பெற்றோர் அவனுக்கும் நவீனுக்கும் இனிப்புகளையும் ஐஸ்கிரீமையும் வாங்கிக் கொடுத்தனர். பிரவீனின் வெற்றி விழியாளுக்கு மிகவும் திருப்தியைக் கொடுத்தது.

●●●

நவீனை அவன் பாதுகாப்பாளர் எந்திர மனிதன் செய்யும் திட்டத்தின் தலைவரிடம் அழைத்துச் சென்றார். எந்திர மனிதனைக் கட்டுப்படுத்த சில செயல்முறைகளை நவீன் கற்கவேண்டும் என்று சொன்னார். அதற்குத் தொடக்கமாக அந்தக் கிரகத்தில் இருப்பவர்கள் கணினி யிலும் பிற கருவிகளிலும் விளையாடும் விளையாட்டுகளை அவன் கட்டுப்படுத்தவேண்டும் என்றும் சொன்னார். அவன் அதற்கு ஒத்துக் கொண்டான்.

பெரிய கணினித் திரையில் ஐந்து பேர் ஐந்து வகை யான விளையாட்டுகளில் ஈடுபட்டிருப்பது ஐந்து ஜன்னல்களில் வந்தன. அவற்றில் ஒவ்வொன்றையும் அவன் அறிந்து கொள்ள அவற்றைப் பார்க்கச் சொன் னார் தலைவர். அவன் அவற்றை உன்னிப்பாகப்

பார்த்தான். ஒன்றில் ஒருவர் வேறொரு கிரகத்திற்குப் பயணிக்கும் விளையாட்டை விளையாடிக் கொண்டிருந் தார். மற்றொன்றில் ஒருவர் பெரிய கட்டடங்களைக் கட்டி அவற்றை உடைத்து மீண்டும் அவற்றிலிருந்து புதிய கட்டடங்களை உருவாக்குவதை விளையாடிக் கொண் டிருந்தார். இன்னொருவர் அந்தக் கிரகத்தின் மையத்திற்குச் சென்று அங்கு ஓர் அருங்காட்சியகம் அமைக்கும் விளையாட்டை விளையாடிக் கொண்டிருந்தார். மேலும் ஒருவர் பல நட்சத்திரங்களைப் பெயரிடும் விளையாட்டை விளையாடிக் கொண்டிருந்தார். ஐந்தாமவர் பல அண்டங்களில் இருக்கும் வேற்றுக்கிரகவாசி இனங் களுடைய வரலாற்றைக் கண்டுபிடிக்கும் விளையாட்டை விளையாடிக் கொண்டிருந்தார்.

நவீன் அவர்களின் விளையாட்டைக் கட்டுப்படுத்த வேண்டும் என்று தலைவர் தெரிவித்தார். தனக்குச் சிறிது அவகாசம் வேண்டும் என்று நவீன் கூறினான். அவனை அங்கேயே விட்டுவிட்டு பாதுகாப்பாளரும் தலைவரும் வெளியேறினார்கள். அவன் உடனடியாக விழியாளை அழைத்தான். அவள் கணினி திரையில் வந்தாள். அவ னுக்குக் கொடுக்கப்பட்டிருக்கும் சோதனையை அவளிடம் கூறினான். அது மிகவும் சுலபமான ஒன்றுதான் என்றும் ஒவ்வொரு விளையாட்டிற்கும் உரிய கட்டுப்பாடுகளை அவள் தெரிவித்தாள். அவனுக்கும் அது புரிந்தது. அதை உடனடியாகச் செயல்படுத்துவதற்கு ஆயத்தமானான். அவளுடைய தொடர்பைத் துண்டித்தான்.

முதலாமவர் வேறொரு கிரகத்திற்குப் பயணிக்கையில் நவீன் அதில் இடையீடு செய்யும் வகையில் பல கருந் துளைகளையும் வெள்ளைத் துளைகளையும் உருவாக்கி னான். அவற்றிற்கு அருகே வராமல் அவர் போராடி பயணிக்கத் தொடங்கினார். அடுத்தவர் பெரிய கட்டடங் களைக் கட்டி உடைக்க முற்படுகையில் அவை

உடைக்கவே முடியாத வகையிலான மென்மையான கடல் பஞ்சால் ஆனவைப் போல மாற்றிவிட்டான். அவற்றை எப்படி உடைப்பது என்று புரியாமல் அவர் திணறிக் கொண்டிருந்தார். மூன்றாமவர் விளையாடும் அந்தக் கிரகத்தின் மையத்தில் அருங்காட்சியகம் அமைக்கும் விளையாட்டில் அந்தக் கிரகத்தின் நடுப்பகுதியில் பல சூரியன்களை உற்பத்தி செய்தான். அதனால் அந்த வெப்பத்தில் அங்கு எந்தப் பொருளையும் வைக்க முடியாமல் அவர் பெரும்பாடுபட்டுக் கொண்டிருந்தார். நான்காமவர் பெயரிடும் நட்சத்திரங்கள் சிலவற்றைக் காணாமல் போகச் செய்தான். மேலும் சிலவற்றைப் புதிதாக உற்பத்தி செய்தான். ஐந்தாமவர் வேற்றுக்கிரக வாசிகளின் வரலாற்றைக் கண்டறிந்ததில் பல பிழைகளை ஏற்படுத்தினான். அதனால் அவர் மீண்டும் மீண்டும் அந்த வரலாற்றைச் சரி பார்க்கவேண்டியதாகிவிட்டது. தலைவரை அழைத்து அந்த ஐந்து பேரும் விளையாடும் விளையாட்டை எப்படிக் கட்டுப்படுத்துகிறான் என்று அவன் காட்டினான். தலைவருக்கு மிகவும் மகிழ்ச்சியாக இருந்தது. நவீனுக்கு அடுத்த ஒரு முக்கியமான பொறுப்பு தருவதாகச் சொல்லி அவனை அனுப்பி வைத்தார்.

●●●

கண்ணாடிக் கோட்டைக்கு நீண்ட இடைவெளிக்குப் பின் வந்திருந்தாள் விழியாள். தன்னைச் சுற்றியிருந்த பலரின் மூளையின் அலைகளைப் பதிவு செய்து அவள் கொண்டு வந்திருந்தாள். அவற்றை அவள் ஒரு கருவியில் பதிவு செய்து அவற்றின் அலைவரிசையை அளவிட்டாள். குறிப்பாக, பிரவீனின் மூளையை மாற்றி அமைக்க எத்தகைய ஆற்றல் தேவைப்படும் என்று ஆய்வு செய்தாள். பிரவீன் நன்றாகக் கற்பதற்கும், கிரிக்கெட் விளையாடுவதற்கும் தேவையான ஆற்றலை அவன் மூளை பெறுவதற்கான சில மாற்றங்களைச் செய்வதற்கு என்ன

செய்யவேண்டும் என்று பார்த்தாள். அது மட்டுமில்லாமல் அவனுடைய மூளை அலைவரிசையைத் தன் கட்டுப் பாட்டுக்குள் வைத்துக் கொண்டு அவனைச் செயல்பட வைக்கவேண்டும் என்பதுதான் அவளது திட்டம்.

பிரவீனை ஓர் எந்திர மனிதனைப் போல் கணினியில் கட்டமைத்தாள். அவனை ஓடுவது, விளையாடுவது, இன்னும் பல வேலைகளை அதில் செய்யவைத்தாள். அந்தக் கணினியில் இருந்த பிரவீனின் பிம்பத்தைத் தன்னுடைய கட்டுப்பாட்டில் இருப்பது போல் மாற்றி அமைத்தாள். அவள் சில விசைகளைச் செலுத்தினால் அந்த பிம்பம் அதற்கேற்றபடியான வேலைகளைச் செய்தது.

கணினியில் இருந்த பிரவீனின் பிம்பத்தை ஒரு கருவியில் சேமித்துக் கொண்டு அனைவரும் உறங்கும் நேரத்திலேயே வீடுவந்து சேர்ந்தாள். காலையில் அவன் பள்ளிக்குச் செல்ல ஆயத்தமாகிக் கொண்டிருந்தான். அவன் பள்ளிக்கும் சென்று விட்டு கிரிக்கெட் பயிற்சிக்கும் செல்ல வேண்டி யிருந்தது. அதனால் அவன் மிகவும் களைப்படைந்துவிடுவான் என்று அவனுடைய அம்மா கவலைப்பட்டுக் கொண் டிருந்தார். அவன் அதைப் பொருட்படுத்தாமல் இருந்தான்.

பள்ளியில் அவனுக்கு அன்று தேர்வு இருந்தது. அவன் அதிகமாக அதைப் பற்றி கவலைப்படாமல் இருந்தது அவனுடைய அம்மாவுக்குக் கோபத்தைக் கொடுத்தது. அவன் விளையாட்டில் மட்டுமே கவனம் செலுத்துவதாகக் கடிந்து கொண்டார். அவன் அதை மறுத்து நன்றாகப் படித்திருப்பதாகவும் அவனுக்குத்தான் முதல் மதிப்பெண் கிடைக்கும் என்றும் சொன்னான். அவன் அம்மா அவனை நம்பாமல் பார்த்தார். அவன் கிளம்பிச் சென்றான்.

தேர்வில் இதுவரை இல்லாத அளவுக்கு அவனால் எழுத முடிந்தது. தான் படித்திராத அனைத்தும் எப்படி அவனால் எழுத முடிகிறது என்று அவனுக்கே ஆச்சரிய

மாக இருந்தது. தேர்வுத் தாளில் இருந்த கேள்விகளுக்குரிய பாடங்களை அவன் வகுப்பிலும் கவனிக்கவில்லை. படிக்கவும் இல்லை. ஆனால் அந்தப் பாடங்களை அவன் முழுமையாக அறிந்தது போல் தோன்றியது. இதுவரை தனக்கு இது போல் இருந்ததே இல்லையே என்று நினைத்தான். நிறைவாக எழுதி முடித்தான். அதன் பின் கிரிக்கெட் பயிற்சிக்குப் போனான். அவன் பந்து வீசும் முறை முற்றிலும் மாறியிருந்தது. அவன் ஒரு பயிற்சி விளையாட்டிலும் பங்கேற்றான். அவன் பந்து வீச்சுக்கு யாராலும் ஈடு கொடுத்து ஆட முடியவில்லை. அவன் பயிற்சியாளர் மிகவும் மகிழ்ச்சி அடைந்தார். அதே போல் அவன் மட்டையை எடுத்து விளாசத் தொடங்கினான். யாராலும் அவனை ஆட்டம் இழக்கவும் செய்ய முடிய வில்லை. பயிற்சி முடிந்து வீட்டுக்கு வந்து நடந்ததை எல்லாம் பிரவீன் சொன்னதை அவன் அம்மா கேட்டு ஆச்சரியப்பட்டார். விழியாளுக்குத் தன்னுடைய கட்டுப் பாடு சரியாக வேலை செய்கிறது என்று பெருமகிழ்ச்சியாக இருந்தது.

இரவு எல்லோரும் உறங்கிய பின் நவீனிடம் பேசினாள். பிரவீனைத் தன் கட்டுப்பாட்டில் கொண்டு வந்துவிட்ட தாகச் சொன்னாள் விழியாள். பிரவீனுக்கு அது ஒரு பெரிய ஏற்றத்தைக் கொடுக்கும் என்றும் அவள் கூறினாள். நவீனுக்கு அது அச்சமாக இருந்தது. விழியாளின் வேலை தான் அது என்று தெரிந்தால் ஏதாவது விபரீதம் ஆகிவிடும் என்று அவன் பயந்தான். எதுவும் நடக்காது என்று விழியாள் அவனுக்குத் துணிவு கொடுத்தாள். எதற்காக அவள் அதைச் செய்கிறாள் என்று கேட்டான். பூமியில் இருப்பவர்களை ஆற்றல் மிக்கவர்களாக மாற்றினால் வேறு கிரகத்திற்குச் செல்லும் போது எந்தப் பிரச்னையும் வராமல் அவர்களே தங்களைத் தற்காத்துக் கொள்வார்கள் என்றாள் விழியாள். நவீனால் அதை நம்ப முடியவில்லை. விழியாள் இது போல் பலரை

மாற்றவிருப்பதாகச் சொன்னாள். நவீனுக்கு விழியாளின் திறன் மீது முழு நம்பிக்கை இருந்தது. அதனால் அமைதியாகக் கேட்டுக் கொண்டிருந்தான். அடுத்த முறை பேசும் போது நவீனுக்கு வரக்கூடிய சோதனைகளைப் பற்றிச் சொல்வதாகக் கூறி முடித்தாள் விழியாள்.

❋❋❋

எந்திர மனிதனுக்கான மரபணுக் கலவையை உருவாக்குவதற்கான திட்டம் தொடங்கியது. அதில் நவீனிடம் குறிப்பிட்ட செயலைச் செய்யும் மரபணுக்களுக்கான தேவையை அறிதல் என்ற வேலை தரப்பட்டது. விழியாளிடம் அவன் பேசினான். அவள் பல வகையான செயல்களைக் குறித்தும் அவற்றுக்குக் காரணமான மரபணுக்கள் பற்றியும் சொன்னாள். அதை வைத்து அவனும் பல விவரங்களைச் சேகரிக்க அவனுடைய பாதுகாப்பாளரிடம் உதவி கேட்டான். அவரும் செய்து கொடுத்தார்.

நவீன் தனக்குத் தெரிந்தவர்களிடம் காணப்பட்ட சிறந்த செய்கைகளுக்குக் காரணமான மரபணுக்களைக் கோர்த்து எந்திர மனிதனுக்கான மரபணுக் கோவையை உருவாக்கும் எண்ணத்தில் இருந்தான். அதற்காக அந்தக் கிரகத்தில் இருந்த பலரைக் குறித்த விவரங்களை அவனுடைய பாதுகாப்பாளரிடம் கேட்டு வாங்கிக் கொண்டான்.

ஒருவருக்கு அந்தக் கிரகத்திற்கு வரக்கூடிய அபாயங் களை முன்னறியும் திறனும் அதை எதிர் கொள்வதற்கான திட்டங்களும் இருந்தன. அவர் ஒரு முக்கிய பொறுப்பில் இருந்தார். அவருடைய மரபணுவைக் கேட்க நவீன் முடிவெடுத்தான். மற்றொருவர் எல்லா அண்டங்களிலும் இருக்கும் உயிரினங்களின் நடத்தை குறித்து துல்லியமான ஆய்வைச் செய்திருந்தார். அவருடைய மரபணுவை எடுத்துக் கொள்ள நவீன் நினைத்தான். வேறொருவர்

எல்லா கிரகங்களுக்கும் தேவையான ஆற்றலைப் பெறும் வழிகளைக் குறித்து அறிந்திருந்தார். அவருடைய மரபணுவையும் இணைக்க நவீன் எண்ணினான். இன்னொருவருக்கு அவர் பயணித்த எல்லா அண்டங்களிலும் உள்ள உயிரினங்களுக்கும் தேவையான உணவு வகைகளைக் குறித்த தெளிவான அறிவு இருந்தது. அவருடைய மரபணுவும் எந்திர மனிதனுக்குத் தேவை என நவீன் நினைத்தான்.

அவன் அதுவரை சேகரித்த மரபணுக்கள் பற்றி விழியாளிடம் சொன்னான். அவனுக்கு விழியாளின் புரிதல் திறனுள்ள மரபணு தேவையாக இருந்தது. அதை அவள் கொடுக்கச் சம்மதித்தாள். அவனிடம் இருக்கும் கூர்மையான அறிவின் மரபணுவை எடுத்துக் கொள்ள விழியாள் அறிவுறுத்தினாள். அடுத்து பிரவீனிடம் காணப்படும் உடல் ஆற்றலுக்கான மரபணுவை எடுத்துக் கொள்ள இருவரும் முடிவு செய்தார்கள். நிலைமதியிடம் உள்ள நிதானத்திற்கான மரபணுவை எடுத்துக் கொள்ள நினைத்தார்கள். பாடினியிடம் காணப்பட்ட திட்டமிடலுக்கான மரபணுவை எடுத்துக் கொள்ள நவீனும் விழியாளும் முடிவெடுத்தார்கள். எந்திர மனிதன் திட்டத்தின் தலைவரிடம் காணப்பட்ட பொறுமைக்கான மரபணுவை எடுத்துக் கொள்ள நினைத்தார்கள்.

அது தவிர பல்வேறு அண்டங்களிலுள்ள ஒளி, ஒலிக்கு ஏற்பத் தகவமைக்கப்பட்ட கண், செவிக்கான மரபணுக்களை உருவாக்கவும் இருவரும் விரும்பினார்கள். மேலும் எந்திர மனிதன் அண்டங்கள் அனைத்திலும் உள்ள உயிர்களின் ஆற்றல்கள், வினைகள், செய்கைகளைச் செய்யக் கூடியதாக இருக்கவேண்டும் என்பதால் எல்லா வகை உயிரினங்களின் மரபணுக்களும் தேவைப்படும் என்று திட்டத்தின் தலைவரிடம் சொல்லலாம் எனவும் நினைத்தார்கள்.

நவீனின் பாதுகாப்பாளர் அவனிடம் ஒரு பெரிய பெட்டியைக் கொண்டு வந்து கொடுத்தார். அதில் சிறிய பாசி மணிகள் போன்ற வேதியியல் கலவைகள் இருந்தன. அவை உறைந்த நிலையில் இருந்தன. ஒரு பாசி மணி போன்ற ஒரு கூறை அதன் நிறத்திற்கு எதிரான நிறத்தில் இருக்கும் ஒரு பாசி மணி போன்ற கூறுடன் இணைக்க வேண்டும். இதுதான் மரபணுக்கூறை உருவாக்கும் முறைமை என்று அந்தப் பெட்டியில் இருந்த கையேட்டில் கூறப்பட்டிருந்தது.

நவீன் விழியாளை அழைத்தான். மரபணுக் கூறுகளை உருவாக்க ஒரு பெட்டியைக் கொடுத்திருப்பதாகச் சொன்னான். இது சோதனைக்கானது. அவற்றை நீ சரியாகப் பொருத்திவிட்டால் உனக்கு ஒரு பெரிய பொறுப்பைத் தருவார்கள் என்று சொன்னாள் விழியாள். அந்தப் பாசிமணிகளின் எண்ணிக்கை மிகவும் அதிகமாக இருப்பதாக நவீன் கூறினான். ஆம். அந்த எந்திர மனிதன் மிகவும் உயரமானவன். அது மட்டும் அல்லாமல் பல உயிரினங்களின் மரபணுக்களை உள்ளிணைத்தவன். அதனால் அப்படித்தான் மரபணு வேதியியல் கூறுகள் இருக்கும் என்றாள் அவள். கையேட்டில் முழுமையாக அவற்றை இணைக்கும் முறைமை கூறப்படவில்லை என்றான் நவீன். இனிமேல்தான் எந்திர மனிதனுக்கான புதிய மரபணுக்கூறு உருவாக்கம் நடைபெறுவதால் அதை முன்பே எப்படிக் கூற முடியும் என்று கேட்டாள் விழியாள். இப்போது இவற்றை எப்படி இணைப்பது என்றான் நவீன். சில நிறங்கள் பொதுவானவையாக இருக்கும். அவற்றைத் தனியாகப் பிரித்து வைத்துவிட்டு அவற்றுக்கு எதிரான நிறங்களாக இருப்பனவற்றை அவற்றுடன் இணைக்கும் அளவுக்கான எண்ணிக்கையில் இருக்கின்றனவா என்று பார் என்றாள் விழியாள். எதிரான நிறம் என்றால் என்ன என்று கேட்டான் நவீன். கறுப்பு என்றால் வெள்ளை, சிவப்பு என்றால் நீலம்,

பச்சை என்றால் மஞ்சள் இப்படி இருக்கும் எதிர் இணைகள் ஒன்று சேர்கின்றனவா என்று சோதித்துப் பார்க்கவேண்டும் என்றாள் விழியாள். கறுப்பு வெள்ளை யுடன் இணையாவிட்டால் வேறு ஏதோ ஒரு நிறம் எதிராக இருக்கும் என்று பொருளா என்று கேட்டான் நவீன். ஆம். அப்படித்தான் என்றாள் அவள்.

இதில் தவறு நேர்ந்துவிடாமல் எப்படி பார்த்துக் கொள்வது என்று கேட்டான் நவீன். ஒவ்வொரு இணைப்பையும் பொருத்திய பின் அவை கழன்று வருமா என்று சோதித்துப் பார், வரவில்லை என்றால் பொருத்தம் சரியானது, வந்துவிட்டால் வேறொரு பொருத்தத்தைத் தேடி எடு என்றாள். இது மிகவும் சிக்கலான வேலையாக உள்ளது என்றான் நவீன். இதை நீ செய்து பார்த்தவுடன் உனக்கும் ஒரு சவால் தோன்றும். அதனால் கடினமான வேலையாகக் கருதாதே என்றாள் விழியாள்.

இந்த வேதியியல் கலவையை சோதனைக் கூடத்தில் உருவாக்கி இருக்கிறார்களா என்று கேட்டான் நவீன். ஆம் பின் வேறெப்படி இப்படி மணிகள் போல் அவர் களால் உருவாக்க முடியும் என்று கேட்டாள் அவள். நாம் யாருடைய மரபணுக்கூறுகள் எல்லாம் சேர்க்க வேண்டும் என்று சொன்னோமோ அவற்றைச் சேர்த் திருப்பார்களா என்று கேட்டான். ஆம். அப்படித்தான் செய்திருப்பார்கள். அது தவிர நாம் சொல்லாததையும் சேர்த்திருப்பார்கள் என்றாள் அவள். இப்போது நான் செய்யப் போவது வெறும் சோதனைக்கு மட்டும் வைத்திருப்பார்களா இறுதியான மரபணு தொடர் கூறாக எந்திர மனிதனுக்கு உரியதாக மாற்றிவிடுவார்களா என்று கேட்டான் நவீன். சரியான பொருத்தம் என்றால் எந்திர மனிதனுக்கு உரியதாக மாற்றிவிடுவார்கள் என்றாள் அவள். எத்தனை எந்திர மனிதர்களை உருவாக்குவார்கள் என்று கேட்டான் நவீன். அண்டத்தில் எதிர் கொள்ளப்

போகும் சவாலைப் பொறுத்து அதன் எண்ணிக்கை இருக்கும் என்றாள் அவள். எல்லாவற்றுக்கும் ஒரே மரபணு கூறுதான் இருக்குமா என்று கேட்டான் நவீன். இருக்கலாம், இல்லாமலும் போகலாம் என்றாள் அவள். இதைப் பொருத்திய பின் எந்திர மனிதன் உயிருள்ள மனிதர்களைப் போல் எந்திர மனிதன் மாறிவிடுவானா என்று கேட்டான் நவீன். பாதி அளவுக்கும் மேலே எந்திர மனிதனாக இருப்பான் என்றாள் விழியாள். உயிருள்ள மனிதனுக்கான மரபணுவை எளிமையாகச் சோதனைக் கூடத்தில் உருவாக்குவதில் ஒரு சிறிய பங்கை நான் செய்யப் போகிறேனா என்று கேட்டான் நவீன். ஆம் என்றாள் விழியாள். எனக்கு அச்சமாக இருக்கிறது என்றான் நவீன். உனக்குச் சந்தேகம் வந்தால் என்னிடம் கேள் என்றாள் விழியாள். தவறைக் கண்டுபிடிக்காமலே இறுதி செய்துவிட்டார்கள் என்றால் என்னைப் போல் ஆட்டிசம் போன்ற குறைபாடு எந்திர மனிதனுக்கும் வந்துவிடும் அல்லவா அதை நினைத்துத்தான் அச்சப்படு கிறேன் என்றான் நவீன். அதைக் கற்பனை செய்யாதே வேலையைத் திறம்பட செய் என்று கூறி முடித்தாள் விழியாள்.

6

புகழ் தரு நிலை

பிரவீனின் கிரிக்கெட் ஆட்டத்தைக் கண்டு மிகவும் நிறைவடைந்த ஒரு விளம்பர நிறுவனம் அவனுடைய ஆட்டத்தை வளர்க்கவும் அவனை மிகப்பெரிய கிரிக்கெட் வீரனாக மாற்றவும் தேவைப்படும் அனைத்துச் செலவு களையும் ஏற்பதாகவும் அவன் அவர்களுடைய விளம்பரத் தூதராக இருக்கவேண்டும் என்றும் வந்து கேட்டது. அவன் பெற்றோர் அதற்குச் சம்மதித்தனர். அதனால் அவனுக்கு மாதா மாதம் ஒரு பெரிய தொகை கிடைத்தது. அவன் விளையாட்டுப் பயிற்சிக்காக மிகவும் நவீனமான இடங்கள் தேர்வு செய்யப்பட்டு அவனை அழைத்துச் சென்று பயிற்சி கொடுத்தனர்.

பெரிய விளையாட்டு வீரர்கள் பிரவீனைப் போன்ற சிறுவர்களுக்குப் பயிற்சி கொடுக்க அந்த விளம்பர நிறுவனத்தின் சார்பில் வந்தார்கள். பிரவீனின் பெயர் பிரபலமாகத் தொடங்கியது. அவன் ஒரு குறிப்பிடத்தக்க விளையாட்டு வீரனாக நாட்டுக்காக விளையாடுவான் என்று பல பெரிய கிரிக்கெட் வீரர்கள் ஆருடம் கூறி னார்கள். விழியாளுக்கு மிகவும் மகிழ்ச்சியாக இருந்தது. அவளுடைய திட்டம் சரியான திசையில் செல்வதாகத் தோன்றியது.

பிரவீனின் அந்த வளர்ச்சிக்கு நன்றி செலுத்த அவர்கள் பெற்றோர் அவர்களின் கிராமத்தில் இருந்த குல தெய்வம் கோயிலுக்கு அவர்களை அழைத்துச் சென்றனர். பிரவீனின் அப்பாவுடைய மூதாதையரில் ஒருவர் பெரிய கல் தூக்கும் விளையாட்டை விளையாடி அதில் வெற்றி பெற்றால் அவர்களுக்கு எதிராக இருந்த குழு வளைத்து வைத்திருந்த பெரிய கிணறு பரிசாகத் தருவதாகச் சொல்லியிருந்தனர். ஆனால் அப்படி அவர் கல்லைத் தூக்கும் போது அந்த எதிர் குழு அவர் கால்களுக்கு அடியில் வேண்டுமென்றே ஒரு பூனையை விட்டுவிட்டதால் அந்தப் பெரிய கல் அவர் மீது விழுந்து அவர் பலியாகி விட்டதாகவும் அவர் நினைவாக ஒரு குல தெய்வமாக அவரைக் குடும்பத்தினர் அனைவரும் வணங்குவதாகவும் பிரவீனின் தந்தை சொன்னார். விழியாளுக்குப் பூமியில் இருக்கும் இது போன்ற தொன்மக் கதைகளும் அவற்றுக் கான நம்பிக்கைகளும் பெரும் ஆச்சரியத்தைத் தந்தன. இந்த இனத்தை மேலும் வளர்ந்த இனமாக்க அவள் கொண்டிருக்கும் முயற்சியை நினைத்து மிரட்சியாக இருந்தது. பிரவீன் போன்ற குழந்தைகளை நம்பித்தான் அவள் தன்னுடைய திட்டத்தை நகர்த்த வேண்டும் என்று எண்ணிக் கொண்டாள்.

இரவு கண்ணாடிக் கோட்டைக்கு வந்தாள். பிரவீனின் பிம்பத்தை கணினியில் கொண்டு வந்தாள். அவனைப் போலவே பல பிம்பங்களை உருவாக்கினாள். அவர் களுக்குள் பல ஒற்றுமைகளும் சில வேற்றுமைகளும் இருப்பது போல் மாற்றி அமைத்தாள். அவர்களைப் போன்ற சிறுவர்கள் பூமியில் பல பகுதிகளில் இருக்க வேண்டும் என்பதற்காக அந்தப் பிம்பங்களைத் தன் கருவியில் சேமித்துக் கொண்டாள். பூமியின் பல்வேறு இடங்களில் பிரவீனைப் போல் இருக்கும் பல சிறுவர்களின் படங்கள் கணினியின் சேமிப்புக் கிடங்கிலிருந்து

எடுத்தாள். அவர்களுக்குள் பிரவீனின் நேர்மறை ஆற்றல்களைப் பதியச் செய்தாள். அவர்கள் இருக்கும் பகுதியில் அவளுடைய இனத்தைச் சேர்ந்தவர்கள் பிரவீனின் ஆற்றலைக் கொண்ட அலைகளை அந்தச் சிறுவர்களுக்குள் புகுத்த வேண்டும் என்ற திட்டத்தை கண்ணாடிக் கோட்டையில் பணிபுரிந்தவர்களிடம் சொன்னாள். அதனால் பூமியில் உள்ள இனத்தை பல ஆபத்துகளிலிருந்து மீட்கலாம் என்றும் கூறினாள். அதை அவர்கள் ஏற்றுக் கொண்டனர். அதற்கான முயற்சிகளை விரைவில் தொடங்கலாம் என்றும் கூறினர். விழியாள் ஓரளவு தன் பணி முன்னேறி இருப்பதாக எண்ணி வீடு திரும்பினாள்.

●●●

விழியாளைக் கண்ணாடிக் கோட்டையில் நடைபெற இருந்த ஒரு கூட்டத்திற்கு அழைத்திருந்தார்கள். அவள் இரவு அங்கு சென்று அமர்ந்தாள். கண்ணாடிக் கோட்டையில் பணி புரிந்தவர்கள் அனைவரும் அங்கு இருந்தனர். மேலும் அவர்களுடைய கிரகத்துடன் பெரிய திரை கணினி இணைக்கப்பட்டிருந்தது. அதில் அந்தக் கிரகத்தை வழி நடத்தும் தலைவர் பேசினார்.

கண்ணாடிக் கோட்டை அமைத்து பூமியில் பல்வேறு ஆய்வுகளை வெற்றிகரமாக நடத்தி வருவதற்கு முதலில் வாழ்த்துகளைச் சொன்னார். அதன் பின் அவர்கள் இனத்திற்கு எதிராகவே எப்போதும் இருக்கும் இனமான அனா இனம் அந்தக் கண்ணாடிக் கோட்டை பற்றி தெரிந்துகொண்டு அதை எப்படியாவது அழித்துவிடத் திட்டமிட்டிருப்பதாக ஒரு தகவல் வந்திருப்பதாகச் சொன்னார். கண்ணாடிக் கோட்டையில் இருந்தவர்கள் அனைவருக்கும் அது பெரும் அதிர்ச்சியாகவும் அச்சமாகவும் இருந்தது. அந்த இனத்தின் திட்டத்தைத் தகர்க்க உடனடியாக அவர்களுடன் சமாதானப் பேச்சு வார்த்தையை முதலில் தொடங்கலாம் எனவும் அதை

அவர்கள் ஏற்றுக் கொண்டால் கண்ணாடிக் கோட்டையின் பணிகள் தொடரலாம் எனவும் தலைவர் தெரிவித்தார். ஒரு வேளை அவர்கள் ஏற்றுக் கொள்ளவில்லை என்றால் என்ன செய்வது என்பதற்காகத்தான் அந்தக் கூட்டத்தை ஏற்பாடு செய்திருப்பதாகவும் அவர் சொன்னார். அவர்களிடம் ஆலோசனையைத் தெரிவிக்கவும் சொன்னார்.

கண்ணாடிக் கோட்டையில் இருந்தவர்கள் அமைதியாக இருந்தார்கள். விழியாள் பேசினாள். அவர்கள் நம்முடன் மோத வரும் பட்சத்தில் அவர்களின் ஆயுதங்களைப் பற்றி முன் கூட்டியே அறிவது, அவர்களின் திறனுக்கேற்ற திட்டங்களை வகுப்பது, பூமியின் இனத்தைத் தங்களுக்குச் சாதகமாக்குவது என்ற வகையில் எதிர்கொள்ள முடியுமா என்று கேட்டாள் அவள். அனா இனத்தவர்களின் ஆயுதங்கள் பற்றிய தகவலை ஆய்வு செய்தால் அவர்கள் நம்மை விட மேம்பட்ட ஆயுதங்களை வைத்திருக்கிறார்கள். அது தவிர அனா இனம் அண்டங்கள் அனைத்திலும் ஆட்சி செய்ய வேண்டும் என்ற பேராசை கொண்டிருக்கிறார்கள். பூமி போன்ற கிரகங்களில் இருப்பவர்களை அவர்கள் பூச்சிகளைப் போல் நினைக்கிறார்கள். நம்மைப் போன்ற இனங்களை அவர்கள் போட்டியாளர்களாகப் பார்க்கிறார்கள். அதனால் நம்மை அழித்துவிடவேண்டும் என்பதில் உறுதியாக இருக்கிறார்கள். பூமியின் மனித இனத்தை நமக்குச் சாதகமாக்கினாலும் அவர்களின் ஆயுதங்கள் பழமையானவை, பூமியையே அழித்து விடக் கூடிய அளவுக்கு நேர்த்தியற்றவை அதனால் பூமியின் இனத்தைச் சாதகமாக்குவது பயனற்றதாகிவிடும் என்று தலைவர் கூறினார்.

விழியாள் மீண்டும் பேசினாள். பூமியில் இருப்பவர்களின் திறனை வளர்த்து பூமியைப் பாதுகாக்கவும் அல்லது வேறு கிரகத்திற்குச் செல்லவும் நாம் துணை புரிந்தால் அவர்களின் திறன் மாறும். நமக்குச் சாதகமாகும்

என்றாள் அவள். அதைச் செய்யலாம். நல்ல திட்டம்தான். அதற்கு முன் அனா இனம் நம்முடன் போர் புரிய வந்து விட்டால் என்ன செய்வது என்பதுதான் இப்போதிருக்கும் அச்சம் என்றார் தலைவர்.

கண்ணாடிக் கோட்டையைப் பிரித்து இங்கிருக்கும் ஒவ்வொருவரும் தனித்தனியாக இருக்கும் படியான சிறிய அறைகளாக மாற்றி கடலுக்குள் மிதக்கலாம், அதன் மூலம் எதிரிகளுக்கு நாம் பெரிய பலம் வாய்ந்தவர்கள் இல்லை போல் காட்டிவிடலாம் என்றாள் விழியாள். அது ஒரு நல்ல யோசனை. நாம் இப்படி அவர்களை ஏமாற்றிவிட்டதாக அவர்கள் அறிந்து கொண்டால் நம் கிரகத்திற்கு அவர்கள் போருக்கு வந்துவிடுவார்கள் என்றார் தலைவர். உடனடியாக நம் கிரகத்தில் இருக்கும் அனைத்தையும் வேறு இடத்திற்கு மாற்ற முடியுமா என்று கேட்டாள் விழியாள். முடியும் ஆனால் இப்போதுதான் எந்திர மனிதன் திட்டம் பாதி அளவுக்கு வந்திருக்கிறது. அதனால் அதையும் கொண்டு போய் வேறு இடத்தில் வைப்பது சிக்கலாக இருக்கும் என்றார் தலைவர். வேறொரு கிரகத்தில் புதிதாக எந்திர மனிதனை வடிவமைக்கும் திட்டத்தைத் தொடங்கலாமே என்றாள் விழியாள். மேலும் நம் கிரகத்தில் இருக்கும் பாதி பேரை அங்கு அழைத்துச் சென்றுவிடலாம் என்றாள். அதுவும் ஏற்கத்தக்க யோசனைதான். மேலும் பல ஆலோசனைகள் வந்திருக்கின்றன. அதைப் பற்றி அடுத்த கூட்டத்தில் விவாதிக்கலாம்.

அனா இனத்தைச் சேர்ந்தவர்கள் பூமியில் இருக்கி றார்களா என்பதை முதலில் தேடிக் கண்டுபிடிக்கவேண்டும். பூமியில் இருப்பவர்களை நமக்குச் சாதகமாக மாற்ற வேண்டும். நம்முடைய ஆயுதங்களை அனா இனத்தின் ஆயுதங்கள் அளவுக்கு மேம்படுத்த ஆய்வு செய்யவேண்டும். இது விரைவில் நடந்தால்தான் ஒரு பெரிய போரை

எதிர்கொள்ள நம்மால் முடியும் என்று தலைவர் சொன்னார். அதற்கு உரிய திட்டங்களையும் விரைவில் அனுப்புவதாகச் சொல்லி கூட்டத்தை முடித்தார் தலைவர்.

கண்ணாடிக் கோட்டைக்குள் இரவு நேரத்தில் அபாய ஒலி எழுப்பும் கருவிகள் அனைத்தும் சேர்ந்து ஒலித்தன. எல்லோரும் ஓடி வந்து பெரிய திரை கொண்ட கணினி முன்பு நின்றனர். விழியாளும் இரவு கண்ணாடிக் கோட்டைக்கு வேகமாகச் சென்று சேர்ந்தாள். திரையில் அவர்களின் கிரகத்தின் தலைவர் தோன்றினார். நம் முடைய எதிரிகளான அனா இனத்தினர் பூமியின் காற்று வெளி மண்டலத்தில் வந்து சேரும் வகையில் விஷத்தைக் கலந்திருக்கிறார்கள். அது வந்து சேர இன்னும் சில காலம் ஆகலாம். அதற்குள் அண்ட வெளியிலேயே அதனைக் கரைத்து பூமியை வந்தடையாமல் பாதுகாக்க வேண்டும். பூமியில் இருப்பவர்களை முழுமையாக அழித்து விட அனா இனத்தவரின் சதியாக இது தெரிகிறது. உடனுக் குடன் என்ன செய்யவேண்டும் என்று சொல்லுங்கள்.

விழியாள் பேசினாள். நவீன் பல குட்டி விமானங்களை உருவாக்கி இருக்கிறான். அவன் செய்தது போன்ற குட்டி விமானங்கள் பலவற்றைத் தயாரித்து இந்த விஷத்தை அழிக்கும் ரசாயன கலவையை பூமியின் காற்று வெளியில் கலந்துவிடலாம் என்றாள். அது சரியான யோசனை. நீங்களும் சேர்ந்து அந்தக் குட்டி விமானங்களை உடனடி யாகத் தயாரிக்க வேண்டும். அந்த விஷத்தை முறியடிக்கும் ரசாயன கலவையை அந்த விமானங்களில் பொருத்தி அவை பூமியின் வளி மண்டலத்தில் நுழைந்தவுடன் வெடித்துக் கரைந்துவிடவேண்டும். அவற்றில் இருக்கும் ரசாயன கலவை பூமியின் வளி மண்டலத்தில் பரவி எதிரிகளின் விஷத்துடன் கலந்து அதனை முறியடித்துவிடும் அது பூமிக்கும் வந்து சேராது. உடனடியாக இந்த

வேலையைத் தொடங்குங்கள் என்று சொல்லிவிட்டு தலைவர் மறைந்தார்.

விழியாள் கணினித் திரையில் வந்து நவீனை எழுப்பினாள். எதற்காக வந்தாய் விழியாள் என்றான் நவீன். பூமிக்கு வந்திருக்கும் ஆபத்தைச் சொல்லி அந்தக் குட்டி விமானங்களை வேகமாக உற்பத்தி செய்யவேண்டும் என்று சொன்னாள். அவனும் உடனடியாக அதைச் செய்ய ஒப்புக்கொண்டான். நவீனின் பாதுகாப்பாளர் அவன் அறைக்கு வந்து அவனை அழைத்துச் சென்றார். அவன் அந்தக் குட்டி விமானங்களை செய்த அறைக்குச் சென்றான். அங்குப் பலரும் குழுமி இருந்தனர். அவன் அந்த விமானங்களை நுண்ணோக்கி மூலம் கண்டு அதன் பாகங்களை இணைத்துச் செய்ததை மீண்டும் ஒரு முறை செய்துகாட்டினான். அங்கிருந்தவர்கள் அதைத் திரும்பச் செய்தனர். அங்குப் பல நுண்ணோக்கிகள் இருந்தன. விமானங்களின் பாகங்களும் தரப்பட்டிருந்தன. அனை வரும் இணைந்து பல விமானங்களை உற்பத்தி செய்தனர். உற்பத்தி செய்யப்பட்ட விமானங்களில் எதிரிகளின் விஷத்தை முறிக்கும் ரசாயன கலவை நிரப்பப்பட்டது. உடனடியாக அவை பூமியை நோக்கி பறக்க விடப்பட்டன. பல்லாயிரக்கணக்கான விமானங்களை அவர்கள் உற் பத்தி செய்து பறக்கவிட்டனர். பூமியின் வளி மண்டலம் முழுக்க அந்த விமானங்கள் வந்து வெடித்துச் சிதறி ரசாயனக் கலவையைக் கலந்துவிட்டன.

சில நாட்களுக்குப் பின் அவர்கள் அந்த விஷம் முற்றி லும் முறிந்துவிட்டதா என்று சோதித்தனர். அது எங்கும் இல்லை என்பது துல்லியமாகத் தெரிந்த பின்தான் விமானங்களை உற்பத்தி செய்வதை நிறுத்தினார்கள். மீண்டும் கண்ணாடிக் கோட்டையில் இருந்து பெரிய திரையுள்ள கணினியில் தோன்றி அந்தக் கிரகத்தின் தலைவர் அனா இனத்தவரின் திட்டம் முறியடிக்கப்

பட்டதைச் சொன்னார். ஆனால் எதிரிகளின் திட்டம் முறியடிக்கப்பட்டதால் அவர்கள் இன்னும் தீவிரமான மோதலுக்குத் தயாராவார்கள். நாம் ஆயத்தமாக இருக்கவேண்டும் என்றார். கண்ணாடிக் கோட்டையில் இருப்பவர்களும் விழியாளும் பெரும் கவலையில் மூழ்கினார்கள்.

●●●

பிரவீனின் தந்தைக்கு அன்று பிறந்தநாள். அவர் எப்போதுமே தன் பிறந்தநாளை அநாதைக் குழந்தைகள் உள்ள ஆசிரமத்திற்குத் தன் குடும்பத்தினரை அழைத்துச் சென்று கொண்டாடுவார். அன்று எல்லோரும் ஓர் ஆசிரமத்திற்குச் சென்றார்கள். அங்கிருந்த சிறுவர்களும் சிறுமிகளும் விழியாளுக்கு மிகவும் நல்ல ஆற்றலைப் பெருக்க உதவுபவர்களாகத் தெரிந்தார்கள். அவர்களைப் பயன்படுத்தி மனித இனத்தின் அடுத்த நிலையை எட்டுவதற்கான பரிசோதனையைச் செய்ய விழியாள் முடிவு செய்தாள்.

அன்று இரவு கண்ணாடிக் கோட்டைக்குச் சென்று அந்த ஆசிரமத்தில் இருந்த குழந்தைகளைப் பற்றிக் கூறினாள். அவர்களை அங்கு அழைத்து வந்து அவர்கள் உடலில் மாற்றத்தை ஏற்படுத்தி மீண்டும் ஆசிரமத்தில் விட்டுவிட்டு கண்காணிக்கலாம் என்று கண்ணாடிக் கோட்டையில் எல்லோரும் முடிவு செய்தார்கள். ஒவ்வொரு நாளும் ஒரு சிறுமி அல்லது சிறுவனை எடுத்து வருவது என்றும் இதே போல் பல ஆசிரமங்களில் இருக்கும் சிறுவர், சிறுமியர்களையும் பயன்படுத்தலாம் என்றும் கண்ணாடிக் கோட்டையில் இருந்தவர்கள் சொன்னார்கள்.

அந்தத் திட்டம் உடனடியாகத் தொடங்கியது. விழியாள் காலையில் சென்ற ஆசிரமத்திலிருந்து ஒரு சிறுமியை

அழைத்து வந்தாள். அந்தச் சிறுமி தூக்கத்தில் இருந்தாள். அவளுக்குக் கனவில் ஏதோ நடப்பது போல் தோன்றியது. சிறுமியிடம் அவள் என்னவாக விரும்புகிறாள் என்று கேட்ட போது அவள் தன் அம்மாவையும் அப்பாவையும் தேடிக் கண்டுபிடிக்கக் காவல்துறை ஆய்வாளராக வேண்டும் என்று சொன்னாள். அவர்கள் வேறொரு கிரகத்தில் இருக்கிறார்கள். அவர்களைக் காண்பதற்குச் செல்லலாமா என்று விழியாள் கேட்க அவள் மகிழ்ச்சி யுடன் ஒப்புக் கொண்டாள். அதற்கு அவள் உடலில் சில மாற்றங்களைச் செய்யவேண்டும் என்று விழியாள் சொன்னதற்கு உடனடியாகச் செய்யச் சொன்னாள். அதன் பின் அவள் உறங்கிப் போனாள். அவளை மீண்டும் ஆசிரமத்தில் எடுத்துச் சென்று விழியாள் விட்டு வந்தாள்.

இதே போல் தினம் நள்ளிரவு கண்ணாடிக் கோட்டை யில் இருந்தவர்கள் ஒரு சிறுமி அல்லது சிறுவனை ஆசிரமங்களிலிருந்து எடுத்து வந்து அவர்களின் உடல் தன்மையை மாற்றி அமைத்து அவர்களை ஆசிரமத்தில் விடுவித்தார்கள். விழியாள் உடல் தன்மை மாற்றி அமைக்கப்பட்ட குழந்தைகளைத் தொடர்ந்து கவனித்துக் கொண்டிருந்தாள். அவர்களின் ஆய்வு சரியான திசையில் சென்று கொண்டிருப்பதை விழியாள் தினமும் உறுதி செய்தாள்.

உடல் தன்மை மாற்றி அமைக்கப்பட்ட சிறுவர்கள் மிகவும் கூர்மையான மூளை திறனைக் கொண்டவர் களானார்கள். ஒரு சிறுவன் லேசர் ஆயுதங்களை வடிவமைப்பது குறித்து படங்களை வரைந்து கண்காட்சி வைத்தான். ஒரு சிறுமி ஈர்ப்பு விசைக்கு எதிரான உடை களைத் தயாரித்து தன் சிறிய பொம்மைகளுக்கு அணி வித்துக் காட்டினாள். ஒரு சிறுவன் எல்லா நிகழ்வுகளையும் நினைவில் தேக்கி வைத்து மீண்டும் ஒலிபரப்புவது

போன்ற சிறிய கருவிகளைக் கண்டுபிடித்தான். ஒரு சிறுமி செயற்கை நுண்ணறிவு கொண்ட மிகச்சிறிய பொம்மை களைக் கண்டுபிடித்தாள். அதை அவள் எல்லோருக்கும் இலவசமாகக் கொடுத்தாள்.

கண்ணாடிக் கோட்டையில் இருந்தவர்கள் பூமியின் எல்லா இடங்களிலும் ஆசிரமங்களில் இருக்கும் அநாதை சிறுவர்களைக் கண்டுபிடித்து அவர்களுக்கு இது போன்ற திறனை வளர்க்கும் மாற்றங்களைச் செய்து விட்டார்கள். அந்தச் சிறுவர்களின் நடவடிக்கையைக் கண்காணிக்க ஒரு தனி கட்டமைப்பையும் கண்ணாடிக் கோட்டைக்குள் உருவாக்கினார்கள். அந்தச் சிறுவர்களில் சிலரை மற்ற கிரகங்களுக்குக் கொண்டு செல்லக்கூடிய நிலையை உருவாக்க முனைந்தார்கள்.

பூமி போன்ற பல கிரகங்கள் அண்டத்தில் இருந்தன. அவற்றில் சிலவற்றை விழியாளின் இனத்தவர்கள் தங்கள் கட்டுப்பாட்டில் வைத்திருந்தார்கள். அந்தக் கிரகங்களுக்கு அந்தச் சிறுவர்கள் கொண்டு செல்லப்பட்டார்கள். அங்குப் பூமியை விட வளர்ச்சி அடைந்த மனிதர்கள் கொண்ட சமூகம் பெருகியது.

7

முறியும் விஷம்

நவீன் அவன் அறைக்கு முன் இருந்த அழகிய சிறு குளத்தின் கரையில் அமர்ந்திருந்தான். அங்கிருந்த ஒளி அவன் மனதிற்கு இதமாக இருந்தது. அங்கு அவன் காணாத பறவைகள் அழகான ஒலி எழுப்பிக் கொண்டு பறந்து மறைந்தன. மிக உயரமான மரங்கள் அந்தக் குளத்தின் நீரில் பிரதிபலித்து அந்தக் குளத்தின் அழகை மேலும் கூட்டின.

சட்டென்று குளத்தில் ஏதோ ஒரு கல் வந்து விழுந்தது போல் ஒரு சலனம் ஏற்பட்டது. நவீன் குளத்தைக் கவனித்துக் கொண்டே அமர்ந்திருந்தான். குளத்தில் ஒரு மீன் போன்ற தலை மட்டும் தெரிந்தது. அது அப்படியே நீந்திக் கொண்டு அவன் அருகே வந்தது. அவன் அதை உற்றுக் கவனித்தான். மெதுவாக அது தண்ணீரிலிருந்து வெளியே வந்தது. தண்ணீரின் பரப்பில் நின்றது. அது ஒரு குட்டி மனிதன் போல் உருவம் கொண்டிருந்தது. அது அவனைப் பார்த்து கை அசைத்தது. நவீன் அதை விநோதமாகப் பார்த்தான். அவன் சற்று எச்சரிக்கையாக இருந்தான். தண்ணீர்ப் பரப்பின் மீது அது நடந்து வருவது போல் வந்தது. அப்படிப்பட்ட ஓர் உருவத்தை அவன் அங்கு அதுவரைக் கண்டதே இல்லை. அவனிடம்

தரப்பட்ட பல்வேறு பொருள்களைப் பற்றிய கிடங்குகளின் படங்களிலும் அந்த உருவம் இல்லை. அது என்னவாக இருக்கும் என்று ஆச்சரியமாக நவீன் பார்த்துக் கொண்டிருந்தான்.

அப்போது விழியாள் கணினித் திரையில் தோன்றினாள். நவீன் அவளுக்கு அந்த உருவத்தைக் காட்டினான். அதைத் தொடாதே எதிரிகளின் ஏதோ ஒரு சதியாக இருக்க வாய்ப்பிருக்கிறது. உன் அறைக்குச் சென்று விடு என்றாள் விழியாள். அவனும் வேகமாக எழுந்து அறைக் கதவைச் சாத்தினான். விழியாள் வெளியில் நடப்பதை அவனுக்குக் கணினித் திரையில் காட்டினாள். அந்த உருவம் தண்ணீரிலிருந்து வெளியேறியவுடன் சற்று பெரிதாகிவிட்டது. அருகில் இருந்த ஒரு செடியை அப்படியே பறித்து அது உண்டது. உடனே மேலும் பெரிதாகிவிட்டது. இது நிச்சயம் எதிரிகளின் ஊடுருவல்தான் என்று விழியாள் சொன்னாள். உடனடியாக நீல பொத்தானை அழுத்து என்றாள். அவனும் அழுத்தினான்.

கணினித் திரையில் அவன் பாதுகாப்பாளர் வந்தார். அறைக்கு வெளியே அந்த உருவம் பெரிதாகிக் கொண்டிருந்ததை அவன் சொன்னான். உடனடியாகப் பாதுகாப்பாளர்கள் பலர் அங்கு வந்தனர். அது இன்னும் பெரிதாகி விட்டது. நவீனுடைய அறையை உடைக்க அது முயற்சித்துக் கொண்டிருந்தது. பாதுகாப்பாளர்கள் அதன் மீது லேசர் பாய்ச்சினர். லேசர் அதன் மீது எந்த வினையையும் செய்யவில்லை.

ஒரு பெரிய மண் தோண்டும் கருவி போன்ற ஒன்றை எடுத்து வந்து அதனை அப்படியே தூக்கிக் கொண்டு போய் விமானத்தில் ஏற்றினர். விமானம் தடுமாறியது. அது ஆளற்ற விமானம் என்பதால் தடுமாறி மேலெழும்பியது. அண்டவெளி நோக்கிப் பறந்தது. அதன் இயக்கத்தைத் திரையில் கவனித்துக் கொண்டிருந்தனர்.

அது எப்போதும் போகும் பாதையில் செல்லாமல் தாறு மாறாகச் சுற்றிக் கொண்டிருந்தது. அவர்களின் கிரகத்தி லிருந்து வெகு தொலைவு அதனைச் செலுத்துவதற்காக மற்றொரு விமானம் அனுப்பி வைக்கப்பட்டது. ஆனால் அந்த விமானம் அதை நெருங்க முடியாமல் திணறியது. அந்த உருவம் இருந்த விமானத்துடன் அடுத்த விமானத்தை மோத வைத்தனர். இரண்டும் சுக்கு நூறாக வெடித்துச் சிதறின.

அந்த உருவம் வேறு எங்காவது இருக்கிறதா என்று அவர்களின் கிரகத்தைச் சுற்றி வந்து மற்றொரு விமானம் தேடியது. அது எங்கும் இல்லை என்பது தெரிந்தவுடன்தான் அவர்களுக்கு நிம்மதியானது. இனி எதிரிகளின் தொல்லை அதிகரிக்கும் என்று அவர்களுக்குத் தெரிந்தது. உடனடியாக எந்திர மனிதனை உருவாக்கும் வேலையை அநாதைக் குழந்தைகள் இருந்த பூமிக்கு மாற்ற முடிவு செய்யப்பட்டது. அதற்கான கருவிகளை விமானத்தில் ஏற்றி அங்குக் கொண்டு செல்ல முடிவானது.

அதே நேரத்தில் அவர்களின் கிரகத்தில் சிறிய எந்திர மனிதர்களைக் கொண்டு பாதுகாப்பை ஏற்படுத்தவும் அவர்கள் எண்ணினார்கள். அதற்காக எந்திர மனிதன் போல் மாதிரி வடிவங்களாகச் செய்யப்பட்ட பல எந்திர மனிதர்களை அந்தக் கிரகம் முழுக்கப் பல்வேறு இடங் களில் கண்காணிப்புக்கு வைத்தார்கள்.

நவீன் விழியாளிடம் பேசினான். இனி அங்குப் பாது காப்பு இல்லை என்பது தெரிகிறது என்றான். ஆமாம் ஆனால் உனக்கு எதுவும் ஆகாது கவலைப்படாதே என்றாள். நீயும் கவனமாக இரு என்றான் நவீன். எதிரி களைப் பற்றி முழுமையான விவரங்களை நான் திரட்டிக் கொண்டிருக்கிறேன். அதைப் பற்றி பிறகு சொல்கிறேன் என்று சொல்லி முடித்தாள் விழியாள்.

●●●

விழியாள் கண்ணாடிக் கோட்டைக்கு வந்தாள். அங்குப் பிரவீன் போன்ற பிம்பங்களைக் கணினியில் உருவாக்கினாள். அதில் பதினொரு பேரைக் கொண்ட ஓர் அணியைக் கட்டமைத்தாள். அதே போல் நவீன் போன்ற பதினொரு பிம்பங்களைக் கொண்ட அணியையும் கட்டமைத்தாள். நவீனை அழைத்தாள். நவீனிடம் அவனுக்கு உற்சாகமூட்ட ஒரு விளையாட்டை விளையாடலாம் என்றாள்.

நவீனுக்குத் திரையில் தன்னைப் போன்ற பதினொரு பிம்பங்களைப் பார்க்க ஆச்சரியமாக இருந்தது. பிரவீனைப் போன்ற பதினொரு பேரைக் கொண்ட அணியையும் அவன் முதல் முறையாகப் பார்க்கிறான். இந்த இரு அணிகளும் இப்போது கிரிக்கெட் விளையாட வேண்டும். ஒரு மணி நேரத்திற்குள் இரு அணிகளும் விளையாடி முடித்துவிடவேண்டும் என்றாள் அவள். பிரவீன் அணியைத் தான் கட்டுப்படுத்தப் போவதாகவும் நவீன் அணியை அவனே கட்டுப்படுத்தலாம் என்றும் சொன்னாள். நவீன் ஏற்றுக் கொண்டான்.

முதலில் நவீன் அணி பேட்டிங் செய்தது. பிரவீன் அணி பந்து வீசியது. விழியாள் மிகவும் திறம்பட பிரவீன் அணியை இயக்கினாள். நவீனும் முதலில் கொஞ்சம் தடுமாறினாலும் பின் சுதாரித்துக் கொண்டான். பிரவீன் போடும் பந்துகளை விளாசித் தள்ளினான். நவீன் அணியை ஆட்டமிழக்கச் செய்ய முடியாமல் விழியாள் திணறினாள். நவீன் அணி பத்து ஓவர்களில் நூறு ஓட்டங்களைக் குவித்துவிட்டது.

அடுத்து பிரவீன் அணி பேட்டிங் செய்தது. விழியாளும் திறமையாக பிரவீன் அணியை இயக்கினாலும் நவீன் விரைவாக விளையாடி விக்கெட்டுகளை வீழ்த்திவிட்டான். இறுதி ஓவரில் ஒரு பந்து இருக்கும் போது பிரவீன் அணி

எல்லா விக்கெட்டுகளையும் இழந்து முப்பது ஓட்டங்கள் வித்தியாசத்தில் தோல்வி அடைந்துவிட்டது. விழியா ளுக்குப் பெரும் ஆச்சரியமாக இருந்தது. நவீன் தன்னை இந்த ஆட்டத்தில் மிகச் சுலபமாக வீழ்த்திவிட்டான் என்று நினைத்தாள். அது மட்டும் இல்லாமல் தனக்கு இந்த ஆட்டம் இன்னும் பழகவில்லை என்பதையும் புரிந்துகொண்டாள். நவீனுக்கு மிகவும் மகிழ்ச்சி. அந்தக் கிரகத்தில் ஏற்பட்ட நெருக்கடியிலிருந்து இந்த ஆட்டத்தை விளையாடி விழியாள் தன்னை மீட்டிருக்கிறாள் என்று எண்ணினான்.

பூமியில் இருந்த போது கிரிக்கெட் விளையாட அவனை ஒரு போதும் சேர்த்துக் கொள்ள மாட்டார்கள். ஆனால் அதில் அவனுக்கு மிகவும் திறமை உள்ளது என்பதை நிரூபிக்கவே வழியில்லாமல் இருந்தது. விழியாளுடன் கணினியில் விளையாடியது அவனுடைய அந்த ஆசையை நிறைவு செய்தது போல் இருந்தது. நீ அந்தக் கிரகத்திலும் பூமியிலும் நடக்கப் போவதை எண்ணி கவலை அடைந்திருப்பாய் என்று நினைத்து உன்னை உற்சாகமூட்ட இந்த விளையாட்டை விளையாட முடிவு செய்தேன் என்றாள். விழியாளுக்கு அவன் நன்றியைத் தெரிவித்தான்.

நவீன் விழியாளுக்கு ஒரு பரிசைத் தரவேண்டும் என்று நினைத்தான். காதலர் தினத்தில் அவன் பெற்றோர் அவனுக்கும் பிரவீனுக்கும் அழகான உடைகள், காலணிகள், கேக்குள் போன்றவற்றை வாங்கித் தருவார்கள். அதே பழக்கத்தில் அவனுக்கு அன்று விழியாளுக்கு ஏதாவது ஒரு பரிசைத் தரவேண்டும் என எண்ணினான்.

அவன் எப்போதும் உருவாக்கும் ஒரு விமானத்தை உருவாக்கி அதில் சிறிய அழகிய பூ ஒன்றை வைத்து அவளுக்கு அனுப்பவேண்டும் என உத்தேசித்தான். அங்கிருந்த பூக்களில் எப்போதும் வாடாத பூ ஒன்று இருந்தது. அந்த மிகச்சிறிய பூவை எடுத்து அந்த மிகச்சிறிய

விமானத்தில் வைத்து அனுப்புவதற்கு அவனுடைய பாதுகாப்பாளரிடம் அனுமதி கேட்டான். அவர் தலைவரிடம் விவரத்தைக் கூறி அதற்கான அனுமதி பெற்றுத் தந்தார். அந்த விமானம் பறந்து கண்ணாடிக் கோட்டைக்குச் சென்று இறங்கியது. அங்கிருந்தவர்கள் அந்தச் சிறிய விமானம் வந்திருப்பதைப் பார்த்து அதைப் பற்றி அறிய ஆர்வம் கொண்டார்கள்.

விழியாளிடம் நவீன் கண்ணாடிக் கோட்டைக்குப் போகச் சொன்னான். அவளும் அங்குச் சென்ற போது அந்த விமானம் பற்றித் தெரிய வந்தது. அந்த விமானத்தை அவள் திறந்து பார்த்தாள். அதில் அவளுக்குப் பிடித்த அந்த அழகிய சிறிய பூ இருந்தது. நவீனை அழைத்தாள். எதற்காக அவன் அந்த விமானத்தில் பூவை அனுப்பினான் என்று கேட்டாள். அன்று காதலர் தினம் என்பதால் தன் வீட்டில் தனக்குப் பல பரிசுப் பொருட்கள் கிடைக்கும் அதே போல் தானும் ஏதாவது ஒரு பரிசுப் பொருளை அவளுக்குத் தரவேண்டும் என்பதற்காக அந்த விமானத்தில் அந்தப் பூவை அனுப்பியதாகச் சொன்னான். விழியாளுக்கு மகிழ்ச்சியாக இருந்தது.

என் பெற்றோருக்கு அடுத்து அவள்தான் தன்னை இந்த அளவுக்கான உயரத்தை எட்டுவதற்கு உதவியிருக்கிறாள். எப்போதும் அவள் தன்னுடன் இருக்கவேண்டும் என நவீன் கேட்டான். விழியாளுக்கு அது பெரு மகிழ்ச்சியைத் தந்தது. எப்போதும் அவனுடன் தான் இருப்பதில் எந்த ஆட்சேபனையும் இல்லை என்றாள் விழியாள். நவீனுக்கு விழியாளின் சொற்கள் மிகவும் ஆறுதலாக இருந்தன.

எங்கள் கிரகத்தில் இது போன்ற தினங்களைக் கொண்டாடுவதில்லை. ஏனெனில் இரவு, பகல் என்ற வேறுபாடு எங்கள் கிரகத்தில் இல்லை. எல்லாமே ஒரே நாள் போல் எங்களுக்கு உள்ளது. ஆனால் பூமியில் இரவு, பகல் என்று

மாறி மாறி வருவதால் ஒவ்வொரு நாளும் ஒரு முக்கியத்துவத்தைப் பெறுவது போல் தெரிகிறது. உன் வீட்டிலும் இங்குப் பெரும் கொண்டாட்டம் இருந்தது. பிரவீனுக்கும் எனக்கும் நீ சொன்னது போல் நிறைய பரிசுப் பொருட்கள் கிடைத்தன. எனக்கு இன்றைய தினத்தின் முக்கியத்துவம் புரியவில்லை. நீ எனக்குப் பரிசு அனுப்பிய பின்தான் உனக்கும் இது எந்த அளவுக்கு முக்கியத்துவம் வாய்ந்த நாள் என்று புரிந்தது. நீ தந்த பரிசு எல்லாவற்றையும் விட மிகவும் உற்சாகத்தையும் மகிழ்ச்சியையும் கொடுத்தது என்று விழியாள் சொன்னாள். விழியாளுடன் இல்லாமல் போனாலும் அவளுடைய நட்பு கிடைத்ததே தனக்குக் கிடைத்த மிகப்பெரும் பரிசு என்பது போல் நவீனுக்குத் தோன்றியது.

8
கிளை பரப்பும் விஷம்

நவீனையும் அந்தக் கிரகத்தில் உள்ள பலரையும் கண்ணாடிக் கோட்டையில் உள்ளவர்களையும் ஒரு கூட்டத்திற்கு அந்தக் கிரகத்தின் தலைவர் அழைத்திருந்தார். விழியாளும் அதற்கு வந்திருந்தாள். பூமியையும் அந்தக் கிரகத்தையும் அவர்கள் கட்டுப்பாட்டில் இருக்கும் மற்ற கிரகங்களையும் அழித்தொழிக்க அவர்களின் எதிரிகளான அனா இனம் திட்டம் தீட்டி இருக்கிறார்கள் என்ற செய்தியை முதலில் தலைவர் சொன்னார். அதிலிருந்து காப்பாற்றிக் கொள்வது எப்படி என்பது பற்றி ஆலோசிப்பதற்கான கூட்டம் அது என்றும் அவர் சொன்னார்.

நவீன் உருவாக்கியிருக்கும் சிறிய நுண் விமானங்களைப் போலச் செய்து அவற்றில் கண்காணிப்புக் கருவிகளைப் பொருத்தி எல்லா கிரகங்களையும் நெருக்கமாகச் சுற்றி வரச் செய்வது முதல் திட்டம் என்று கூறினார் தலைவர். அதனால் நவீன் அந்தக் கிரகத்தில் முதலில் விமானங்களை உற்பத்தி செய்து முடித்துவிட்டு பூமிக்குத் தேவையானதை உற்பத்தி செய்யவேண்டும் என்றும் அவர் சொன்னார். அதன் பின் அவன் பூமி போல் இருக்கும் மற்ற இரு கிரகங்களுக்குச் சென்று அங்கிருப்பவர்களை வைத்து அதே போன்ற விமானங்களை உற்பத்தி செய்யவேண்டும் என்றார். நவீன் அதை ஏற்றுக் கொண்டான்.

பூமியில் எதிரிகள் பூச்சிகளை, தாவரங்களை வைத்து மனிதர்களைக் கொல்லும் முயற்சியில் ஈடுபட்டிருப்பதாகத் தெரிகிறது. அவற்றை அழிக்க விழியாள் முயற்சி செய்ய வேண்டும். கணினித் திரையில் பூச்சிகள், தாவரங்களின் படங்கள் வந்தன. இந்தப் பூச்சிகள், தாவரங்களைக் கண்டால் உடனடியாக அழிக்கவேண்டும் என விழியாளுக்கு அறிவுரைத் தந்தார் தலைவர். அதை விழியாள் ஏற்றுக் கொண்டாள்.

பூமியில் வானிலை மாற்றங்களை ஏற்படுத்தி அழிவை உருவாக்க எதிரிகள் முயற்சிக்கிறார்கள் என்றார் தலைவர். கண்ணாடிக் கோட்டையில் இருப்பவர்கள் வானிலை சீரழிவைத் தடுத்து பூமியின் இயல்பு நிலையை மீட்க வேண்டும் என்று சொன்னார். அவர்களும் அதை ஏற்றார்கள்.

அடுத்து அனா இனத்தவரிடம் இருக்கும் ஆயுதங்களைப் போல் உற்பத்தி செய்ய எதிரிகள் அளவுக்கான திறன் பெற்ற மூர் இனம் தங்களுடன் இணைய ஒப்புதல் கூறியிருப்பதாக அவர் சொன்னார். அது மட்டுமே அனைவருக்கும் உற்சாகத்தை அளித்தது. ஆனால் அவர்களுக்கு அந்தக் கிரகம் தன் கட்டுப்பாட்டில் வைத்திருக்கும் சில கிரகங்களை விட்டுக் கொடுக்க வேண்டியிருக்கும் என்றும் கூறினார். அது உடனடியாகப் பெரிய இழப்பாகத் தெரியாவிட்டாலும் வருங்காலத்தில் இழப்பைத் தரும் என்றும் அவர் சொன்னார். எல்லோரும் அமைதியாக இருந்தார்கள்.

எந்திர மனிதனின் தயாரிப்புப் பணி ஒரு புதிய கிரகத்தில் நடைபெறுவதாகச் சொன்னார் தலைவர். அங்கும் நவீன் போகவேண்டியிருக்கும் என்றும் சொன்னார். அது தவிர விழியாளும் எந்திர மனிதனின் சோதனையின் போது அதனைக் கண்காணிக்க வேண்டும் என்றும் சொன்னார். அனா இனத்தின் கண்காணிப்பைத்

தடுக்கும் ஒரு புதிய கருவி கண்டுபிடிக்கப்பட்டுள்ளதாகவும் அதன் நுண்ணிய வடிவத்திலிருந்து பெரிய வடிவம் வரை உற்பத்தி செய்யும் வேலைத் தொடங்கிவிட்டதாகவும் தலைவர் கூறினார்.

போரைத் தவிர்ப்பதற்கான எல்லா ஆயத்தங்களையும் செய்யலாம். ஆனால் போர் வந்தால் அதை எதிர்கொள்ள எல்லோரும் ஒருங்கிணைந்து முன்வருவதைத் தவிர வேறு வழியில்லை என்றும் தலைவர் குறிப்பிட்டார். கூட்டம் முடிந்தது.

நவீனும் விழியாளும் ஒருவரை ஒருவர் பார்த்துக் கொண்டனர். நவீனுக்குக் கவலையாக இருப்பதை விழியாள் புரிந்துகொண்டாள். விழியாள் நவீனிடம் பேசினாள். பூமியில் இருந்தாலும் இது போன்ற அபாயங்கள் வந்திருக்கும் நவீன் என்றாள். ஆம் ஆனால் அது பற்றித் தெரியாமல் இருக்கும் போது கவலை இருக்காது. தெரிந்துவிட்டதால் கவலையாக இருக்கிறது என்றான் நவீன். அதை எல்லாம் தடுப்பதற்காகத் தானே முயற்சிக்கிறோம் என்றாள் விழியாள். எதிரிகள் நம்மைவிட அறிவுக் கூர்மை மிக்கவர்கள் என்று தெரிகிறது என்றான் நவீன். அதைப் பற்றி நான் உனக்கு விரிவாகச் சொல்கிறேன். எந்திர மனிதனை உருவாக்கும் போது அது பயன்படும் என்றாள் விழியாள். முதலில் பூமியில் இருக்கும் பூச்சிகளையும் தாவரங்களையும் கண்டுபிடி பிறகு அது பற்றிப் பேசலாம் என்றான் நவீன். நீயும் விமானங்களை உற்பத்தி செய்வதில் வேகம் காட்டு என்று சொல்லி முடித்தாள் விழியாள்.

நவீனால் தூங்க முடியவில்லை. தலைவர் சொன்ன எதிரிகளைப் பற்றிய அபாயமே அவன் நினைவுகளில் சுற்றிச் சுற்றி வந்தது. விழியாளிடம் பேசலாம் என நினைத்தான். விழியாள் கணினித் திரையில் வந்தாள். எதிரிகளைப் பற்றி சில தகவல்களைச் சொல்கிறேன் கேள்

என்றாள். அனா இனத்தின் தலைமையில் இருப்பது ஒரு பெண் போல் இருக்கும் உயிரி என்றாள். அவள் என்ன செய்வாள் என்று கேட்டான் நவீன். உன் வயதுக்கு நான் சொல்வது புரியுமா என்று தெரியவில்லை. ஆனால் எங்கள் கிரகத்தில் பூமியில் இருப்பது போன்ற உறவுகள் இருப்பதில்லை. எல்லாமே எந்திரங்களால் ஆன உறவுகள் தான். நாங்கள் பிறப்பதும் எந்திரங்களின் மூலம்தான். அதனால் பூமியில் இருப்பது போன்ற பாசப் பிணைப்புகள் எங்களுக்கு இல்லை. ஆனால் அனா இனத்தின் தலைமையில் இருக்கும் அந்தப் பெண் பூமியில் இருக்கும் இந்தப் பாசப்பிணைப்பை ஓர் ஆயுதமாகப் பயன்படுத்த முடிவெடுத்து பெரிய சிக்கலை ஏற்படுத்திக் கொண்டிருக் கிறாள் என்றாள் விழியாள். என்ன செய்கிறாள் என்று கேட்டான் நவீன்.

அவள் ஒரே நேரத்தில் பல ஆண்களின் இணை போல் மாறி அவர்களுடன் நெருக்கமாகிவிடுகிறாள். அவள் பூமியில் இருக்கும் ஒரு பெண்ணாக ஆண்கள் அவளைக் கருதிக் கொள்கிறாள். அவள் அந்த நெருக்கமான உறவைத் தனக்குச் சாதகமாகப் பயன்படுத்தி அவர்களைப் பல வேலைகளுக்குப் பயன்படுத்திக் கொள்கிறாள். அவளின் உறவில் மிகவும் ஆழமாகப் போக எண்ணும் போது அவர்களை விட்டு விலகிவிடுகிறாள். அதனால் அவர்கள் தற்கொலை செய்யும் அளவுக்குப் போய்விடு கிறார்கள். பலரும் தற்கொலையும் செய்து கொள்கிறார்கள் என்றாள் அவள். இதே போல் பெண்களிடம் ஆண் போல மாறி அவர்களை மயக்குகிறாள் அவள் என்றும் விழியாள் சொன்னாள்.

அதைத் தடுக்க முடியாதா என்று கேட்டான் நவீன். அதைத்தான் என் கிரகத்தில் இருப்பவர்களிடம் சொன் னேன். அவர்கள் முதலில் ஒரு புதிய பழத்தைத் தரும் செடிகளை பூமியில் நட்டு வைக்கவும் அதை உண்பவர்

களுக்கு அந்தப் பெண் மீது இருக்கும் மயக்கம் போய்விடும் என்றும் சொன்னார்கள் என்றாள் விழியாள். அப்படி நடந்ததா என்று கேட்டான் நவீன். முதலில் சில பேர் இப்படி தெளிவடைந்தார்கள். ஆனால் அந்தச் செடியை அழிக்கும் நுண்ணுயிரியை அவள் ஏவிவிட்டாள் அதனால் அந்தச் செடி வளர முடியாமல் போய்விட்டது என்று கூறினாள் விழியாள். இப்போது என்ன திட்டம் உங்கள் கிரகத்தைச் சேர்ந்தவர்கள் செய்திருக்கிறார்கள் என்று கேட்டான் நவீன்.

இதுவரை அவர்கள் ஆய்வு செய்துகொண்டே இருக்கிறார்கள். அந்தப் பெண்ணிடம் மயங்கியவர்களுடைய உள்ளுணர்வை விழிப்படையச் செய்ய என்னால் முடிந்த அளவு முயற்சிக்கிறேன். அதனால் அவளிடமிருந்து அவர்கள் தானாகவே விலகிவிடுவார்கள் என்று நினைக்கிறேன் என்று சொன்னாள். உன்னால் அத்தனை பேரையும் விழிப்பாக்க முடியுமா என்று கேட்டான். முடியாது என்றாள் அவள். இதைத் தடுக்க உடனடியாக ஏதாவது செய்ய வேண்டும் என்று அவன் சொன்னான்.

விழியாள் பூமியில் இருக்கும் இளைஞர்களும் இளம் பெண்களும் அந்தப் பலம் வாய்ந்த அனா இனத்தின் தலைமைப் பெண் போன்ற உயிரியின் தோற்ற மாறுபாட்டில் மயங்கி மரணம் வரை சென்றுவிடுவது பற்றி தொடர்ந்து தன் கிரகத்தில் உள்ள தலைவரிடம் விவாதித்துக் கொண்டே இருந்தாள். அப்போது தலைவரிடம் ஆயுதங்களைச் செய்து தருவதற்கு ஒப்புக் கொண்டிருக்கும் மூர் இனத்திடம் இந்தப் பிரச்னையைத் தீர்க்கப் பேசலாம் என்று ஆலோசனை கூறினாள். என்ன செய்யச் சொல்வது என்று கேட்டார் தலைவர். மூர் இனத்தின் தலைவருக்கு அனா இனத்தின் தலைமைப் பெண் மீது ஓர் ஈர்ப்பு இருக்க வாய்ப்பிருக்கிறது. அவளைச் சந்தித்து அவளுடைய நோக்கத்தைத் திசை மாற்றலாம். அது தவிர அவளுடைய மரபணுவின் கட்டமைப்பை அறியலாம் என்றும்

சொன்னாள் விழியாள். அது பற்றி அவரிடம் பேசுவதாக தலைவர் சொன்னார்.

மூர் இனத்தின் தலைவர் அனா இனத்தின் தலைமைப் பெண் பூமியில் செய்யும் அட்டூழியங்களைக் குறித்து அறிந்து கவலைப்பட்டார். அவளைச் சந்திப்பதாகவும் உறுதி கூறினார். அவர் அவளைச் சந்திக்கச் செல்லும் போது அவளுடைய மரபணுவின் கட்டமைப்பைத் தெரிந்துகொண்டு வரவேண்டும் என்று வேண்டுகோள் வைக்கப்பட்டது. அதையும் அவர் ஏற்றுக் கொண்டார். அத்துடன் அவர் அங்குச் சென்று அவளைச் சந்திக்கையில் அந்தப் பேச்சை விழியாள் காணவேண்டும் என்று அவளுடைய கிரகத்தின் தலைவரிடம் கோரிக்கை வைத்தாள். அதையும் காண ஏற்பாடு செய்வதாக அவர் கூறினார்.

மூர் இனத்தலைவர் அந்தப் பெண்ணைக் காணச் சென்றதை விழியாள் கணினியில் பார்த்துக் கொண்டிருந்தாள். அனா இனத்துப் பெண் மூர் இனத்தின் தலைவரை நன்றாக வரவேற்றாள். என்னைக் காண வந்ததில் மகிழ்ச்சி. நான் என்ன செய்ய வேண்டும் என்று கேட்டாள். மூர் இனத்தின் தலைவர் அவள் மீது தனக்கு ஓர் ஈர்ப்பு இருப்பதாகச் சொன்னார். அதைக் கேட்டு சிரித்த அந்தப் பெண் அதற்கு நான் என்ன செய்ய முடியும் என்று கேட்டாள். நாம் இருவரும் இணைந்து இருக்கலாம் என்றார் அவர். அதனால் எனக்கு என்ன பயன் என்றாள் அவள். நாம் புதிய உயிரிகளை உருவாக்கலாம் என்றார் அவர். அது என்னுடைய மரபணுக்களில் பாதியும் உங்களின் மரபணுக்களில் பாதியும் கொண்டிருக்கும். அது பயனற்றது என்றாள் அவள். ஏன் என்றார் மூர் இனத் தலைவர்.

நான்தான் இந்த அண்டங்களிலேயே அதி வளர்ச்சி அடைந்த உயிரி. என் இனத்திலும் கூட அதி வளர்ச்சி

அடைந்திருக்கும் உயிரி நான். நீங்கள் எங்களுக்கு அடுத்து வளர்ச்சி அடைந்துவரும் இனம். அதனால்தான் நீங்கள் என்னைக் காண வந்ததில் மகிழ்ச்சி அடைந்தேன். மற்ற இனங்கள் எல்லாம் இந்த அண்டங்களுக்குத் தேவை யற்றவை என்றாள் அவள். அது எப்படிச் சொல்ல முடியும்? ஒவ்வோர் இனத்திலும் ஓர் அதிசய உயிரி தோன்றக்கூடிய வாய்ப்பிருக்கிறதல்லவா என்றார் அவர். இருக்கிறது அது எப்போதாவது நடப்பது. தானாகவே நடக்கும் வரை என்னால் பொறுத்திருக்க முடியாது. நாமே உருவாக்க முயலவேண்டும். அது மட்டும் அல்லாமல் இந்த அளவு வளர்ச்சி அடைந்த பின் அடுத்தது என்ன என்று தேடிக் கொண்டிருக்கிறேன். அதற்கு முட்டுக்கட்டைப் போடும் இனங்களை அழித்து விடுகிறேன் என்றாள் அவள். மற்ற இனங்களை அழித்து என்ன பயன் என்று கேட்டார் அவர். ஆம் அண்டங்களின் ஆற்றலைத் தேவையில்லாமல் செலவழிக்கிறார்கள் அவர்கள் என்றாள் அவள். இல்லை அப்படி எண்ண முடியாது என்றார் அவர்.

எந்திர மனிதனை உருவாக்கிக் கொண்டிருக்கும் இனத்துடன் நீங்கள் இணக்கமாக இருக்கிறீர்கள். அது பயனற்றது என்றாள் அவள். ஏன் என்றார் அவர். அந்த இனம் எல்லா இனங்களையும் பாதுகாத்து வளர்க்க வேண்டும் என்று எண்ணிக் கொண்டிருக்கிறது என்றாள் அவள். அது சரியான நோக்கம்தானே என்றார் அவர். அது தேவையற்றது என்றாள் அவள்.

நாங்கள் அவர்களின் வளர்ச்சிக்கு உதவ நினைக்கிறோம் என்றார் தலைவர். அது நடக்காது என்றாள் அவள். எப்படி என்றார் தலைவர். அதை நான் நடக்கவிடமாட்டேன் என்றாள் அவள். இல்லை இப்படி பிடிவாதமாக ஒரு கருத்தில் இருப்பது தவறு என்றார் அவர். பிடிவாதம் இல்லை. என் கருத்துப்படி சென்றால்தான் அடுத்தடுத்த

உயிரிகளை உருவாக்க முடியும். அதுவும் விரைவாக. பழைய உயிர்களை வைத்துக் கொண்டு போற்றிப் பாதுகாத்து எல்லாவற்றையும் விரயம் செய்வதை நான் அனுமதிக்கமாட்டேன் என்றாள் அவள். அப்படி நீங்கள் செய்யாமல் இருக்க என்ன செய்யவேண்டும் என்று கேட்டார் தலைவர். இதை அவள் எதிர்பார்க்கவில்லை.

நாங்கள் எந்திர மனிதன் திட்டத்திற்கு உதவுவோம். அந்த இனத்திற்கு உதவுவோம். உங்களைப் பூமியையும் பிற கிரகங்களையும் அண்ட விடமாட்டோம். நீங்கள் உங்கள் வழியில் செல்லுங்கள். போர் வேண்டாம். போரைத் தடுக்க என்ன வேண்டும் சொல்லுங்கள் என்றார் தலைவர். அவள் சிரித்தாள். நீங்கள் என்னுடன் இருந்துவிடவேண்டும். உங்கள் இனம் எது செய்தாலும் பொருட்படுத்தமாட்டேன். ஆனால் பூமியில் இருப்பவர்களைவிடமாடேன். அவர்களை மயக்குகிறேன். வசியம் செய்கிறேன். கொல்கிறேன். பூமியில் மறைந்தவர்கள் இங்கு அருகில்தான் இருக்கிறார்கள். பூமியில் அவர்களின் வாழ்வு எத்தகைய அவமானகரமான கீழ்த்தரமான இழிவான செயல் என்பதை அவர்களுக்குக் காட்டிக் கொடுக்கிறேன். அதைத் தொடர்ந்து செய்வேன் என்றாள் அவள்.

பூமியில் இருப்பவர்கள் மீது என்ன பழி என்றார் தலைவர். பழி எதுவும் இல்லை. உயிரினங்களிலேயே எந்த அறிவையும் வளர்க்கத் தெரியாத அவதி கொடுக்கும் இனம். அதனால்தான் அவர்களை ஒழிக்க நினைக்கிறேன் என்றாள் அவள். அதற்கு ஏன் இந்தத் தோற்ற மாறுபாடு என்று கேட்டார் தலைவர். அது என் பொழுதுபோக்கு. பூமியில் உள்ளவர்கள் உணர்ச்சி சார்ந்துபடும்பாடு எனக்கு நகைச்சுவையாக இருக்கிறது. அதனால் அவர் களை வாட்டுகிறேன் என்றாள் அவள். வளர்ந்த உயிரி செய்யும் காரியமல்ல இது என்றார் தலைவர். சரி நீங்கள் என்னுடனேயே இருந்துவிடுங்கள் என்றாள் அவள்.

இருக்கிறேன். என்னைப் போன்ற ஒரு தலைமையை உரு வாக்கிவிட்டு வருகிறேன் என்றார் அவர். அது முடியாது என்றாள் அவள். ஏன் என்றார்.

நாம் பேசுவதை எந்திர மனிதன் உருவாக்கும் குழுவில் இருக்கும் ஒருத்தி பார்த்துக் கொண்டிருக்கிறாள். எனக்கு அது தெரியாது என்று நினைத்துக் கொண்டிருக்கிறாள். அவளுக்கு என் மரபணு கட்டமைப்புத் தேவைப்படுகிறது. அதையும் உங்களுக்கும் அவளுக்கும் காட்டுகிறேன். ஆனால் அதனால் எந்தப் பயனும் விளையாது என்று சொல்லிவிட்டு பெரிய திரையில் அவள் மரபணுக் கட்டமைப்பைக் காட்டினாள். அவர் அவளுடன் இருக்க முடியாது என்றும் அவள் செய்யப் போவதைத் தடுக்கப் போவதாகவும் சொல்லிவிட்டு தன் கிரகத்திற்கு வந்து சேர்ந்தார்.

9

போரின் விஷம்

நவீன் எந்திர மனிதனை வடிவமைக்கும் கிரகத்திற்குப் புறப்பட்டான். விமானம் மேலெழுவதும் இறங்குவதும் கூடத் தெரியாத அளவுக்கான பயணமாக இருந்தது அது. விழியாளைப் பார்க்கும் ஆர்வத்தில்தான் அவன் அங்கு வந்திருந்தான். விழியாள் இன்னும் சற்று நேரத்தில் வந்துவிடுவாள் என்று பாதுகாப்பாளர் சொன்னார். நவீனை எந்திர மனிதனை வடிவமைக்கும் ஒரு பெரிய அரங்கத்திற்கு அழைத்துச் சென்றார்.

பெரிய அரங்கத்தின் நடுவில் எந்திர மனிதன் நின்றிருந்தான். இப்போது வேலைகள் மிக வேகமாக நடைபெற்றிருக்கின்றன என்று தெரிந்தது. மூர் இனம் பல அறிவுரைகளைக் கொடுத்து எந்திர மனிதனைக் கட்டமைப்பதில் உதவியிருப்பது போல் புரிந்துகொண்டான். எந்திர மனிதன் ஒரு பெரிய கண்ணாடி அறைக்குள் நின்றிருந்தான். நவீன் வெளியிலிருந்து பார்த்ததால் மிகவும் உயரமான எந்திர மனிதனின் கால்கள் மட்டுமே அவனுக்குத் தெரிந்தன. அங்கிருந்து எந்திர மனிதனைக் கணினியில் காட்டும் திரை அரங்கத்திற்குச் சென்றான். அங்குதான் விழியாள் வருவாள் என்று பாதுகாப்பாளர் சொன்னதால் உடனடியாக அங்கு விரைந்தான்.

திரை அரங்கத்தில் எந்திர மனிதனின் அங்கங்களையும் அதற்குப் பயன்படுத்தி இருக்கும் வேதியியல் பொருள்களின் கலவையையும் குறித்து விளக்கப்பட்டது. அது தொடர்ந்து ஓடிக் கொண்டே இருந்தது. சிறிது நேரம் அதைப் பார்த்தான் நவீன். சட்டென்று அவனுக்கு விழியாள் வந்துவிட்டாள் என்று தோன்றியது. கதவை நோக்கினான். விழியாள் கதவைத் திறந்து வந்து கொண்டிருந்தாள். இவன் ஓடிச் சென்று அவளை வரவேற்றான். விழியாளும் இவனைக் கண்டதும் உற்சாகம் அடைந்தாள்.

இருவரும் திரை அரங்கத்தின் ஓரத்தில் இருந்த நாற்காலிகளில் அமர்ந்தார்கள். விழியாள் எந்திர மனிதனின் அங்கங்களை உருவாக்கிய விதம் பற்றிய விளக்கங்களைக் கண்டாள். அவளுக்கு அது போதுமானதாக இருந்தது. ஆனால் அவள் அங்கு வந்திருந்தது அந்த எதிரி கிரகத்தின் பெண் உயிரியின் மரபணுவை எந்திர மனிதனுக்குப் பொருத்த வேண்டும் என்று சொல்லத்தான். அதை எப்படிச் சொல்வது என்று நேரம் பார்த்துக் கொண்டிருந்தாள்.

நவீன் அவளிடம் பேசும் ஆவலைக் கொண்டிருந்தான். விழியாள் சொன்னாள். நவீன் நீ மிகவும் வித்தியாசமாகத் தோற்றம் தருகிறாய். பூமியில் இருந்த போது நீ மிகவும் உற்சாகமின்றி இருந்தாய். இங்கு மிகவும் ஆற்றல் வாய்ந்த மனிதனைப் போல் இருக்கிறாய் என்றாள். அவன் சிரித்தான். உன்னைக் கண்டதும் எனக்கு ஆற்றல் வந்திருக்கும் என்றான். விழியாள் சிரித்தாள். நீ அதே போல்தான் இருக்கிறாய். உன்னிடம் எந்த மாற்றமும் இல்லை என்றான். ஆம் உன் வீட்டில் என்னை நீ என்றே நம்பிவிட்டனர். பிரவீனுக்குத் தொடக்கத்தில் இருந்த சந்தேகமும் இப்போது போய்விட்டது என்றாள். அவர்கள் உன்னை நன்றாகக் கவனித்துக் கொள்கிறார்களா என்று கேட்டான் நவீன். ஆம் மிகவும் நன்றாகப் பார்த்துக்

கொள்கிறார்கள். என் வேலையில் எந்தத் தடையும் ஏற்படா வண்ணம் நானும் அவர்களைக் கவனித்துக் கொள்கிறேன் என்றாள் விழியாள்.

சரி நீ எனக்காக என்ன கொண்டு வந்திருக்கிறாய் என்று கேட்டான் நவீன். உனக்கு கிரிக்கெட் மட்டை, பந்து உள்ளிட்டவற்றைக் கொண்டு வந்திருக்கிறேன் என்றாள். நவீனுக்கு மிகவும் மகிழ்ச்சியாக இருந்தது. நீ எனக்காக என்ன எடுத்து வந்திருக்கிறாய் என்று கேட்டாள். விழியாள் போலவே இருக்கும் சிறிய எந்திர மனித பொம்மையை எடுத்துக் காட்டினான். மிகவும் அழகாக இருக்கிறது என்றாள். ஆம் உன்னைப் போல் இருப்பதால் அழகாக இருக்கிறது என்றான். அவளுக்கு அவனுடைய பேச்சு மிகவும் பிடித்திருந்தது.

தலைவர் வரப் போவதாக பாதுகாப்பாளர் அவர் களிடம் வந்து தெரிவித்தார். விழியாள் உடனடியாக தன்னுடைய எண்ணத்தை அவரிடம் எப்படிச் சொல்வது என்று யோசிக்கத் தொடங்கினாள். நவீன் அவளையே பார்த்துக் கொண்டு அமர்ந்திருந்தான். உன்னைப் பார்க்கும் போது பூமியே இங்கு வந்துவிட்டது போல் இருக்கிறது என்றான். பூமிக்கு வர விருப்பமா என்று கேட்டாள். இல்லை. அங்கு வந்தால் மீண்டும் எனக்கு ஆட்டிசம் வந்துவிடும், அதனால் நான் அங்கு வர விரும்ப வில்லை என்றான்.

தலைவர் அங்கு வந்தார். விழியாள் அவரிடம் சென்று எந்திர மனிதன் குறித்து விவாதித்தாள். மெதுவாக அவளுடைய கருத்தான மரபணு பொருத்துவது குறித்துச் சொன்னாள். தலைவர் அவளை ஊன்றிப் பார்த்தார். அதை உருவாக்கும் முறைமையைச் செய்யும் குழுவுடன் இணைந்து பணியாற்றுமாறு கூறினார். அவளுக்கு மகிழ்ச்சியாக இருந்தது. நவீனை அழைத்து எந்திர மனிதனைப் பார்த்து என்ன தோன்றியது என்று

கேட்டார். சரியான பாதையில் திட்டம் செல்வது போலத் தோன்றியது என்றான். தலைவர் சிரித்தார்.

விழியாளும் நவீனும் எந்திர மனிதனை மேலிருந்து பார்க்கும் அரங்கத்திற்குச் சென்றனர். அங்கு ஒரு கண்ணாடி அறையில் நுழைந்து நின்றால் அது எந்திர மனிதனை மேலிருந்து கீழே வரைச் சென்று எல்லா கோணத்திலும் காட்டியது. அவர்களுக்கு அது மிகவும் பிடித்திருந்தது.

மீண்டும் அவர்கள் விமான நிறுத்தம் இருந்த இடத்திற்கு வந்தார்கள். நவீனும் விழியாளும் கிளம்ப வேண்டிய நேரம் வந்தது. நவீனுக்கு மிகவும் துக்கமாக இருந்தது. விழியாளைப் பிரிய முடியாமல் அழுகை வந்தது. நவீனை அவள் தேற்றினாள். அவன் விமானத்தில் ஏறி அமர்ந்தான். விழியாளும் விமானத்தில் ஏறி கண்ணாடிக் கோட்டைக்கு வந்து சேர்ந்தாள்.

விழியாளின் யோசனைப்படி அனா இனப் பெண் உயிரியின் மரபணுவைக் கொண்டு மனித இன மரபணுவில் மாற்றம் செய்து அந்தப் பெண் உயிரி போன்றே ஓர் உயிரியை உருவாக்க விழியாளின் கிரகத்தினர் முயற்சி செய்தனர். அதில் உருவானது பெண்ணும் ஆணும் அற்ற ஏதோ ஓர் உயிராக இருந்தது. அது மட்டும் அல்லாமல் அது மனித இனத்தையோ அல்லது விழியாளின் கிரகத்தையோ சேர்ந்த ஒன்றும் அல்ல. அது வேறு ஏதோ ஒரு புதிய இனமாக மாறி இருந்தது.

அதைத் தொடர்ந்து சோதனைக் கூடத்தில் கண் காணித்து வந்தார்கள். அது தோற்றம் எடுத்ததிலிருந்து பெரும் வளர்ச்சியைக் கண்டது. அதன் அசுர வளர்ச்சி எல்லோருக்கும் அச்சத்தை ஏற்படுத்தியது. சோதனைக் கூடத்தை உடைத்துக் கொண்டு அது பெருத்துவிடும் என்று எல்லோருக்கும் புரிந்தது. அதை அண்டவெளியில் விட்டுவிடலாம் என்று எல்லோரும் முடிவு செய்தனர்.

அதை ஒரு கூண்டில் வைத்து அண்டவெளியில் விடும் வரை அது வளராமல் எப்படிப் பார்த்துக்கொள்வது என்று பலவிதமான ஆய்வுகளைச் செய்து முடிவுகளைக் கண்டுபிடித்து அதனை ஒரு பெரிய கூண்டில் அடைத்தனர். அது கட்டுப்பாடற்ற வகையில் திரிந்து கொண்டிருந்தது. அதற்கு உணவு எதுவும் கொடுக்கமாலேயே எப்படி வளர்கிறது என்பது புரியாமல் எல்லோரும் குழப்ப மடைந்தனர்.

அதை அண்டவெளியில் விட்டுவிட்டு வந்த பின் ஒரு வழியாக அனைவரும் நிம்மதி அடைந்தனர். விழியாளின் யோசனை தோல்வியில் முடிந்ததால் அவள் பெரும் அழுத்தத்திற்கு ஆளானாள். அந்த மரபணுக் கூறில் ஏதோ ஒன்று மறைந்திருக்கிறது என்பதும் அதைப் பிரித்தறிய வேண்டும் என்பதும் அவளுக்குப் புரிந்தது.

அனா இனப் பெண் உயிரியின் மரபணுவைக் கொண்டு மனித மரபணுவில் பொருத்தி செய்த முயற்சி தோல்வியில் முடிந்ததை அறிந்து அனா இனப் பெண் பெரும் வெற்றிக் களிப்பில் மிதந்தாள். விழியாள் கிரகத்திற்கு உதவும் மூர் இனத்திற்கு ஒரு நீண்ட செய்தி அனுப்பினாள். தன் மரபணுவைக் கொண்டு எதுவும் செய்ய முடியாது என்று புரியாமல் வீணாக ஒரு சோதனையில் இறங்கி தோல்வியடைந்துவிட்டீர்கள். இனியாவது என் ஆளுகைக்குக் கட்டுப்பட்டு இருக்க முடிவு செய்யுங்கள். இப்போது ஏதோ ஓர் இனம் புரியாத உயிரை உருவாக்கி அண்டவெளியில் விட்டிருக்கிறீர்கள். அது எப்படி வளர்ந்து என்ன அழிவுகளை மேற்கொள்ளப் போகிறது என்று யோசித்தீர்களா? என் மரபணுவைக் கொண்டு உருவாக்கி இருப்பதால் அதை நான் அழித்துவிடுவேன். இனிமேல் இது போன்ற தேவையற்ற சோதனைகளில் இறங்கி அவசியமற்ற உயிர்களை உருவாக்கிக் கொண்டிருந்தால் அந்த உயிர்களைக் கொண்டே உங்கள் அனைவரையும்

அழித்துவிடுவேன். இது எச்சரிக்கை அல்ல. இது போல் தான் நடக்கும் என்பதை முன்கூட்டியே உங்களுக்குத் தெளிவுபடுத்துகிறேன் என்று அந்தத் தகவலில் அவள் சொல்லியிருந்தாள்.

விழியாள் கிரகத்தினர் பெரிதும் சோர்வுற்று உற்சாகம் இழந்து செய்வதறியாது தவித்தனர். மூர் இனத்தவர்கள் அனா இனப் பெண் உயிரியின் மரபணுவைக் கொண்டு இனிமேல் எந்தச் சோதனையும் செய்யவேண்டாம் என்று அவர்களுக்கு அறிவுரைத் தந்தனர்.

விழியாள் அனா இனப் பெண் உயிரியின் மரபணுவை மேலும் தீவிரமாக அலசி ஆராய முடிவு செய்தாள். நடந்ததை எல்லாம் பார்த்து நவீன் விழியாளிடம் அந்த ஆய்வை விட்டுவிடுமாறு கெஞ்சினான். ஆனால் விழியாளுக்கு அந்த ஆய்வைச் செய்து எப்படியாவது அனா இனத்தின் மரபணுவில் உள்ள ரகசியத்தை அறியும் ஆவல் தீவிரமானது.

விழியாள் அந்த மரபணுவின் கூறிலிருந்த வேதிப் பொருள்களின் செயல்வினையையும் அதனால் விளையும் ஆற்றலையும் குறித்துத் தீவிரமாக அறிந்து கொள்ள முயற்சித்தாள். தனது கிரகத்தில் இருந்தவர்களுடனும் தன் இனத்திற்கு உதவி செய்யும் இனத்தைச் சார்ந்தவர்களுடனும் பேசினாள். அதில் சில முக்கியமான தகவல்கள் அவளுக்குக் கிடைத்தன.

அந்த மரபணு பெரு மடங்கு வளரும் என்பதை மனித மரபணுவுடன் பொருத்திய போதே தெரிந்துவிட்டது. அதை எந்திரத்திற்காகப் பயன்படுத்தும் போதும் அதே போல் வளரும் என்று தெரிந்தது. அதே போல் ஒரு குறிப்பிட்ட வளர்ச்சிக்குப் பின் அதை நிறுத்தவேண்டிய வேதிப் பொருள் என்ன என்று தெரிந்தால் அதன் அசுர வளர்ச்சிக்கு எல்லை வகுக்கலாம் என்று புரிந்துகொண்டாள் விழியாள்.

அடுத்து அந்த மரபணு பொருத்தப்பட்ட உயிரி தானாகவே பல ஆயுதங்களை உருவாக்கிக் கொள்கிறது என்பது அடுத்த அறிதலாக விழியாளுக்கு இருந்தது. இதனைச் சோதிக்க விண்வெளியில் இருந்த சோதனைக் கூடத்தில் ஓர் மிகச்சிறிய எந்திர மனிதனை உருவாக்கி அதற்கு இந்த மரபணுவைப் பொருத்திப் பரிசோதிக்கலாம் என்று எப்படியோ பேசி விழியாள் சம்மதம் வாங்கி விட்டாள்.

விண்வெளி ஆய்வு நிறுவனத்தில் மிகச்சிறிய எந்திர மனிதன் அந்த எதிரி பெண் உயிரியின் மரபணுக் கூறுகளைக் கொண்டு உருவாக்கப்பட்டான். அது முன்பு மனிதனுக்குப் பொருத்திய போது வளர்ந்தது போல மிகவும் வேகமாக வளர்ந்தது. அதனைக் கட்டுப்படுத்தும் வேதிப்பொருள்களை அந்த எந்திரத்திற்குள் செலுத்தி னார்கள். அதன் வளர்ச்சி வேகம் கட்டுப்பட்டது. அடுத்து அது புதிய ஆயுதங்களைத் தானாகவே உருவாக்கிக் கொள்கிறது என்று விழியாள் அறிந்து கொண்டாள்.

அதையும் அந்தச் சிறிய எந்திர மனிதனிடம் அவர்கள் சோதித்தார்கள். ஓர் அறையில் அதனை விட்டுவிட்டு இருளாக்கிவிட்டு அதை வெளியே வரச் செய்தார்கள். அது அந்த அறையில் எங்கும் வெளியே போக வழியில்லை என்று தெரிந்தவுடன் தன்னுடைய கையில் ஓர் லேசர் கருவியை உருவாக்கி சுவரைத் துளைக்கச் செய்து வெளியே வந்துவிட்டது. எந்திர மனிதனுக்கு இந்தத் திறன் இருக்கவேண்டும் என்று எல்லோரும் பெரு மகிழ்ச்சி அடைந்தார்கள்.

அடுத்து அது எத்தனை தொலைவு வேண்டுமானாலும் பயணம் செய்யும் என்பதும் அதற்கு உள்ளார்ந்த ஆற்றல் உற்பத்தி மரபணுவிலேயே இருப்பதையும் கண்டுபிடித்தாள் விழியாள். அதனால் எந்திர மனிதனுக்கு எந்த ஆற்றலையும் உருவாக்கவேண்டாம் என்பது அவர்களுக்கு அடுத்த

பெரிய கண்டுபிடிப்பாக இருந்தது. ஆனால் அவள் கண்டு பிடிப்புகளை எந்திர மனிதனிடம் பயன்படுத்த அவளுடைய இனம் தொடர்ந்து தயங்கிக் கொண்டே இருந்தது. அதனால் விழியாள் அந்த ஆய்வை நிறுத்தி வைத்தாள்.

அவள் மனிதர்களை உருமாற்ற உதவும் மரபணுவைக் குறித்து ஆய்வு செய்து கொண்டிருந்தாள். மனித உருமாற்றம் அவளுடைய ஆய்வின் படி மிகவும் மெதுவாக நடப்பது போல் காட்டியது. அதை வேகப்படுத்த என்ன செய்யவேண்டும் என்று அவள் பல வேதிப் பொருள்களின் பண்பைக் குறித்து அறிந்து அவற்றை மனித மரபணுவில் பொருத்துவதற்குச் செய்யவேண்டிய ஆய்வைக் குறித்து தீவிரமாகப் பரிசீலித்துக் கொண்டிருந்தாள்.

அநாதை ஆசிரமங்களிலிருந்து குழந்தைகளை ஆற்றலுடையவர்களாக மாற்றி விழியாள் பூமி போல் இருக்கும் கிரகங்களுக்கு அனுப்பிக் கொண்டிருப்பதையும் அதனால் அவர்கள் மனித இனத்தை விட அடுத்த கட்ட வளர்ச்சி அடைந்த இனமாக மாறுவதற்கான நிலைமையை அடைந்துகொண்டிருப்பதையும் கண்டு அனா இனத்தின் தலைமைப் பெண் மிகவும் கோபம் கொண்டாள்.

அதைக் குலைக்க வேண்டும் என்ற நோக்கத்தில் அந்த ஆசிரமக் குழந்தைகளை வெறிநாய்களாக மாற்றிவிட்டாள். ஒரே சமயத்தில் இத்தனை பெரிய வெறி நாய்க் கூட்டம் உருவாகிவிட்டதைக் கண்டு எல்லோரும் அஞ்சினார்கள். அவற்றைக் கொல்ல முடிவெடுத்தார்கள். விழியாள் இதைக் கண்டு பெரும் வேதனை அடைந்தாள். தன் இனத் தலைவரிடம் சொல்லி அவைகள் வெறிநாய்கள் அல்ல என்றும் அந்தப் பெண் எதிரி இப்படி குழந்தைகளை மாற்றிவிட்டதாகவும் உடனடியாக அவைகளைக் கொல்வதைத் தடுக்க உதவுமாறும் கோரிக்கை வைத்தாள்.

அவளுடைய இனத்தின் தலைவர் பூமியில் இது போன்ற வெறி நாய்களாக மாறிவிட்ட குழந்தைகளை

மீண்டும் குழந்தைகளாக மாற்ற வேண்டும் என்ற கருத்தைப் பலரும் கொண்டிருப்பது போல் ஒரு வதந்தியைக் கிளம்ப வைத்தார். அதனால் வெறிநாய்களைக் கொல்லும் முடிவு தற்காலிகமாக நிறுத்தப்பட்டது. அது மட்டும் இல்லாமல் வெறி நாய்களாக மாறிவிட்ட குழந்தைகளை மீண்டும் குழந்தைகளாக மாற்ற அவர்களின் மரபணுவில் சில மாற்றங்களைச் செய்ய வேண்டியிருக்கலாம் என்றும் பூமியில் இருப்பவர்கள் பலர் நினைக்கிறார்கள் என்ற எண்ணத்தையும் விழியாள் இனத்தின் தலைவர் பரவச் செய்தார்.

அதற்குள் அவை எல்லோரையும் கடித்துவிடும் என்ற அச்சமும் இருந்தது. அதனால் அவைகளை அந்தந்த ஆசிரமங்களுக்குள்ளேயே பூட்டி வைக்கலாம் என்றும் அவற்றின் மரபணுக்களை எடுத்து மாற்றம் செய்து மீண்டும் அவற்றுக்குச் செலுத்தலாம் என்றும் பூமியில் முடிவெடுக்கப்பட்டது.

விழியாளும் அவள் குழுவினரும் வேகமாக அந்த வேலையைச் செய்து முடித்தார்கள். அவள் இனத்தின் தலைமை தங்களின் இனம் இது போல் பூமியில் ஆய்வு செய்வதை யாருக்கும் தெரியாமல் செய்து அந்தக் குழந்தைகளை மீட்க வேண்டும் என்றும் சொல்லிவிட்டார். அந்த வெறிநாய்கள் இருக்கும் ஆசிரமத்திற்குச் சென்று விழியாள் குழுவினர் அவைகளின் மரபணுவில் மாற்றம் செய்தார்கள். அதனால் அவை மீண்டும் குழந்தைகளாக மாறின.

பூமியில் எல்லோருக்கும் இது ஆச்சரியத்தையும் அதிசயத்தையும் தந்தது. அந்தக் குழந்தைகளை வெறி நாய்கள் கடித்துவிட்டதால் இப்படி ஆகியிருக்கும் என்றும் அவர்களுக்கு நாய்க்கடி மருந்தைச் செலுத்தியதால் அவர்கள் மீண்டுவிட்டார்கள் என்றும் நம்பப்பட்டது.

இந்த ஆய்வில் விழியாளுக்குப் புரிந்த ஒரு செய்தி அவளுக்கு மிகவும் பயனுள்ளதாக இருந்தது. அனா இனப் பெண் மனித இனத்தின் மரபணுவைப் பொத்தான் அழுத்தியவுடன் மாற்றி அமைத்தது எப்படி என்ற ரகசியத்தை விழியாள் புரிந்துகொண்டாள். காற்றிலும் அண்டவெளியிலும் இருக்கும் துகள்கள், நுண்ணுயிரிகள் போன்றவற்றை அனா இனப் பெண் தனக்குச் சாதகமாகப் பயன்படுத்தி அவற்றை மனித மரபணு மாற்றத்திற்குப் பயன்படுத்தியிருக்கிறாள் என்று விழியாள் தெரிந்து கொண்டாள். அந்தத் துகள்களை, நுண்ணுயிரிகளைக் கொண்டு மனித இனத்தின் மரபணுவை உடனடியாக மாற்ற முடியும் என்பதைச் சோதித்தறியலாம் என்பதைத் தன் கிரகத்திலுள்ள ஆய்வுக் குழுவினரிடம் பகிர்ந்து கொண்டாள்.

எந்திர மனிதனை அனா இனப் பெண்ணாக மாற்ற முடியுமா என்று மீண்டும் சோதனை செய்தாள் விழியாள். ஆனால் அதில் அவளால் வெற்றி அடைய முடியவில்லை. அனா இனப் பெண் மிகவும் வளர்ந்த உயிரி என்பதால் அவளைப் போல் மாற்ற வெறும் துகள்களும் நுண்ணுயிரி களும் போதாது என்பதையும் அதற்கென வேறு சில அம்சங்கள் இருப்பதையும் அறிந்து கொண்டாள் விழியாள்.

நவீனிடம் இது பற்றிச் சொன்னாள். அவனும் பருப் பொருள்களிலேயே பல வகைகள் இருப்பதையும் அவற்றில் ஒரு சூழலில் இருப்பவை மற்ற சூழலில் இருப்பதில்லை என்பதையும் தனக்கு அங்குக் கற்றுக் கொடுத்திருப்பதாகச் சொன்னான். அதனால் விண்வெளி நிலையத்தில் இருந்த எந்திர மனிதனை அண்ட வெளிக்குக் கொண்டுச் சென்று இந்தச் சோதனையைச் செய்யலாம் எனவும் அதற்கு வெறும் துகள்கள், நுண்ணுயிரிகள் மட்டுமல்லாமல் அண்டவெளியில்

உள்ள மற்ற அம்சங்களையும் பயன்படுத்தாலம் எனவும் அவன் சொன்னான்.

விழியாளுக்கும் அது உகந்ததாக இருந்ததால் பருப் பொருளில் அவள் அறிந்த வகைமைகள் தவிர வேறு வகைமைகள் குறித்து ஆய்வு செய்யத் தொடங்கினாள். அதில் அவர்களுக்கு உதவும் மூர் இனம் இன்னும் பல வகையான பருப்பொருள் வகைமைகள் குறித்தும் கூறினார்கள். அவற்றில் இயங்கும் துகள்கள், நுண்ணுயிரி களைக் குறித்தும் அவர்கள் கூறினார்கள். அவற்றைக் கொண்டும் எந்திர மனிதனை அனா இனப் பெண்ணாக மாற்ற விழியாள் முயற்சித்தாள். ஆனால் அதில் அவளால் வெற்றி அடைய முடியவில்லை. அவள் மிகவும் சோர்ந்து போனாள். அவளுடைய முயற்சி பல்வேறு இனங்களை உடனடியாக மரபணுமாற்றம் செய்து உருமாற்றம் செய்ய உதவியது. அதனால் அவளுடைய ஆய்வை மூர் இனமும் உற்று நோக்கவும் அதற்காக உதவவும் முன்வந்தது.

விழியாளின் இனத்திற்கு உதவும் மூர் இனத்தைச் சேர்ந்தவர்கள் அனா இனத்தைச் சேர்ந்த பெண்ணைப் போல் உருமாற்ற மற்றொர் அண்டத்திலுள்ள ஒரு கிரகத்திற்குச் செல்லவேண்டும் எனவும் அந்தக் கிரகத்தின் அருகில் ஒரு வால்நட்சத்திரம் இருப்பதால் அந்தக் கிரகத்தின் பருப்பொருள்களில் புதிய வகைமையைச் சேர்ந்தவை உருவாகிக் கொண்டிருப்பதாகவும் அந்த வகைமையில் ஒன்றைப் பயன்படுத்தி எந்திர மனிதனை அந்தப் பெண்ணைப் போல் உருமாற்றிவிடலாம் எனவும் ஆனால் அப்படி உருமாறிய எந்திர மனிதன் மீண்டும் எந்திர மனிதனாக மாற முடியாது எனவும் ஆய்வு செய்து முடிவுகளைக் கொடுத்தனர். அந்தப் பெண்ணைப் போல் மாறிய எந்திர மனிதன் வேறு எந்த அண்டவெளிக்கு வந்தாலும் அந்தப் பெண்ணைப் போன்ற குணாம்சங்களை இழந்து வெறும் பொம்மையைப் போல் ஆகிவிடும் என்றும் அவர்கள் கூறினர்.

விழியாளும் அவள் இனத்தின் தலைவரும் அவர்களுக்கு உதவும் மூர் இனத்தின் தலைவரும் இன்னும் பலரும் இணைந்து அடுத்து என்ன செய்வது என்று ஆலோசித்தனர். எந்திர மனிதனை அந்த அனா பெண் இனம் போல் உருமாற்ற மற்றொரு கிரகத்திற்குக் கொண்டு செல்லலாம் எனவும் அந்த அனா பெண் உயிரியை அங்கு எப்படி யாவது அழைத்துச் சென்றுவிடவேண்டும் எனவும் அவர் களுக்கு உதவும் மூர் இனத்தைச் சேர்ந்த தலைவர் அந்த வேலையைச் செய்யவேண்டும் எனவும் முடிவெடுக்கப் பட்டது.

அனா இனத்தின் பெண் உயிரி தன்னைப் போல் மாறியிருக்கும் எந்திர மனிதனைக் கண்டால் மிகவும் கோபப்படும். பெரிய போர் வெடிக்கும் எனவும் அவர்கள் இருவருக்குமான போராக மட்டும் அது இருக்கும் எனவும் அதில் எப்படியாவது எந்திர மனிதனை வெற்றிக் கொள்ளச் செய்துவிட்டால் பெரிய அபாயம் முடிந்துவிடும் எனவும் அவர்கள் எண்ணினார்கள். அவளால் அவர் களுக்குத் தொடர்ந்து தொல்லைகளும் அச்சுறுத்தலும் இருந்து வரும் நிலையில் இத்தகைய ஒரு முயற்சியை எடுத்துப் பார்க்கலாம் என்று அவர்களுக்குத் தோன்றியது.

எந்திர மனிதனை மற்றொரு கிரகத்திற்கு எடுத்துச் சென்றார்கள் விழியாள் இனத்தைச் சேர்ந்தவர்கள். அங்கு அதனை வைத்துவிட்டு அனா இனத்தின் பெண் உயிரியைப் போல் உருமாறச் செய்தாள் விழியாள். அது அந்தப் பெண் போலவே நடந்து கொண்டது. மேலும் அந்தப் பெண் உயிரியை விட அதிக ஆக்ரோஷமாக இருந்தது. அங்கு அதனை விட்டுவிட்டு வந்துவிட்டார்கள்.

அனா பெண் இனத்தலைமையுடன் விழியாள் இனத்திற்கு உதவும் மூர் இனத்தின் தலைவர் மீண்டும் ஒரு சந்திப்பை மேற்கொண்டார். அவளிடம் அவளுடனே இருந்துவிடுவதற்காகத் தான் வந்திருப்பதாகச் சொன்னார். அவளும் அதில் பெரும் மகிழ்ச்சி கொண்டாள். அவளை

அழைத்துக் கொண்டு வேறு ஓர் கிரகத்திற்குச் செல்லலாம் என்று எண்ணுவதாகச் சொன்னார். அவளும் உடனே அவருடன் கிளம்பினாள். அவளை எந்திர மனிதன் இருந்த கிரகத்திற்கு அழைத்து வந்தார். அங்கு தன்னைப் போலவே இருந்த எந்திர மனிதனைப் பார்த்தவுடன் அனா இன பெண் தலைமைக்கு மிகவும் கோபமாக வந்தது. இருவரும் உடனடியாக ஆயுதங்களை உருவாக்கி ஒருவர் மீது ஒருவர் ஏவினர். அவளை அங்கு விட்டுவிட்டு மூர் இனத்தின் தலைவர் தன் கிரகத்திற்கு வந்துவிட்டார்.

அனா இனத் தலைமையும் எந்திர மனிதனும் அந்தக் கிரகத்தையே அழிப்பது போன்ற ஆயுதங்களை ஏவி போரிட்டுக் கொண்டிருந்தனர். தொலை நோக்கி மூலம் விழியாள் இதைக் கவனித்துக் கொண்டிருந்தாள். இதில் எந்திர மனிதன் தோற்றுவிடுவான் என்றே அவள் எண்ணிக் கொண்டிருந்தாள்.

இந்தச் சமயத்தில் அனா இனத்தின் கிரகத்தைத் தங்கள் வசப்படுத்துவதாக விழியாள் இனத்தின் மூர் இனம் அறிவித்துவிட்டது. அங்கிருந்தவர்கள் இதை ஏற்க முடியாமல் போரைத் தொடங்கினர். அவர்களை விழியாள் இனமும் மூர் இனமும் இணைந்து அடக்க முற்பட்டனர்.

எந்திர மனிதனும் அனா பெண் தலைமையும் போரிட்டுக் கொண்டே அருகில் இருந்த மற்றொர் கிரகத்திற்குத் தாவினர். அனா பெண் உயிரி சிறிது நேரம் மறைந்திருந்து அந்த எந்திர மனிதனை எப்படி அடக்குவது என்று திட்டமிடத் தொடங்கினாள். தன் கிரகத்திலிருக்கும் சில ஆயுதங்களை எடுத்துவந்தால் அதை அடக்கிவிடலாம் என நினைத்தாள். அங்கிருந்து தன் கிரகத்துடன் தொடர்பு கொள்ள முயன்றாள். அங்குப் போர் தொடங்கியிருப்பதை அறிந்து தன் கிரகத்திற்கு உடனே வரவேண்டும் என்று நினைத்தாள். அவள் அங்கிருந்து புறப்பட்டாள். ஆனால் எந்திர மனிதன் எந்த அசைவும் இன்றி அந்தக் கிரகத்திலேயே இருந்துவிட்டது. அதனை இயக்கி மீண்டும் முன்பிருந்த

கிரகத்திற்குக் கொண்டுவந்துவிட்டாள் விழியாள். அனா பெண் உயிரி தன் கிரகத்திற்கு வந்து கொண்டிருக்கும் தகவலைத் தன் இனத்திற்கும் மூர் இனத்திற்கும் சொன்னாள். அவள் மிகவும் பெரிய போரைத் தங்களுடன் நிகழ்த்துவாள் என்ற அச்சம் அவர்களுக்கு ஏற்பட்டது. ஆனால் முதலில் அவள் எந்திர மனிதனை அழித்த பின்தான் அதைச் செய்வாள் என்பதால் பல எந்திர மனிதர்களை உருவாக்கி அந்தக் கிரகத்திற்கு எடுத்துச் சென்று அவளைப் போல் உருமாற்றம் செய்துவிடுவது என்ற திட்டத்தைச் செயல்படுத்த அவர்கள் முடிவு செய்தார்கள்.

அனா பெண் தலைமைக்கு முதலில் தன்னைப் போல் இருக்கும் எந்திர மனிதர்களை அழிப்பதா அல்லது தன் கிரகத்தைப் பிடித்துக் கொண்டிருக்கும் இனத்தை அழிப்பதா அல்லது இரண்டையும் ஒரு சேர செய்வதா என்ற குழப்பம் ஏற்பட்டது. தன் கிரகத்தை மீட்கும் முயற்சியில் அவள் ஏவிய ஓர் ஆயுதத்தைத் திசை திருப்பிய விழியாள் இனத்தின் நட்பு இனமான மூர் இனம் அதை அனா இனத்தின் கிரகத்தை நோக்கி பயணிக்க வைத்தது. அந்த ஆயுதம் தன் கிரகத்தின் மீது விழுந்தால் அவள் கிரகம் அழிந்துவிடும் என்பதால் அந்தக் கிரகத்தில் இருந்த தன் இனத்தவர்களைத் திரட்டிக் கொண்டு தன்னைப் போல் இருக்கும் எந்திர மனிதனுடன் போரிட அந்தக் கிரகத்திற்கே அனா பெண் தலைமைப் போய்ச் சேர்ந்தது. அங்கிருந்து கொண்டு விழியாள் இனத்தையும் மூர் இனத்தையும் அழிக்கும் எண்ணத்தை நிறைவேற்ற முடிவு செய்தது.

இதைச் செய்வதற்கு அனா பெண் தலைமைக்கு அதிக ஆற்றல் தேவை என்பதால் அதைத் திரட்டும் வரையில் மேலும் பல ஆயுதங்களும் புதிய இனங்களின் நட்பும் கிட்டும் என்ற நம்பிக்கையும் அத்துடன் அனா பெண் உயிரியுடனான போர் தற்காலிகமாக முடிவுக்கு வந்தது என்ற ஆசுவாசமும் விழியாள் இனத்திற்கும் மூர் இனத்திற்கும் தோன்றின.

10

போரின் எச்சம்

விழியாள் இனத்தினரும் மூர் இனத்தினரும் விழியாளின் திட்டமிடலும் அதை நிறைவேற்றிய பாங்கும் அனா பெண் தலைமையையும் அந்த இனத்தையும் விரட்ட மிகவும் உதவியது என்பதால் விழியாளை அனைவரும் கொண்டாடினார்கள். விழியாள் இனத்தின் தலைவர் தலைமைப் பொறுப்பை விழியாளுக்கு அளித்தார். அவள் பூமியிலிருந்து கொண்டு அதை நிறைவேற்றலாம் எனவும் முடிவெடுக்கப்பட்டது.

விழியாள் தன் கிரகத்திற்கு வந்தாள். நவீனைப் பார்த்து பேசுவதுதான் அவளுக்கு இருந்த ஒரே இன்பமாக இருந்தது. நவீனுக்கு அவள் தலைமைப் பொறுப்பைப் பெற்றது பெரும் மகிழ்ச்சியாக இருந்தது. இருவரும் கிரிக்கெட் விளையாடினார்கள். நவீன் மிகவும் திறமையாக ஆடுவதைக் கண்டு விழியாளுக்கு மகிழ்ச்சியாக இருந்தது. இருவரும் சோலைகளிலும் காடுகளிலும் திரிந்தனர். அங்கும் பல விளையாட்டுகளை விளையாடினர்.

இனி போர் வராதா என்று நவீன் கேட்டான். அப்படிச் சொல்ல முடியாது. தற்காலிகமாகப் போர் நிறுத்தப்பட்டிருக்கிறது என்றாள் விழியாள். அதற்குள் நாம் ஆயத்தமாக வேண்டுமா என்று கேட்டான் நவீன்.

ஆம். நம் நட்பு வட்டத்தைப் பெரிதாக்க வேண்டும் என்றாள் விழியாள். நாம் பார்த்ததில் பெண் உயிரிகள் போன்றிருப்பவர்கள்தான் எல்லா வகையான புதிய கண்டுபிடிப்புகளையும் செய்கிறார்கள். ஆக்கத்திற்கும் அழிவுக்கும் அவர்களே காரணமாக இருக்கிறார்கள். ஏன் இப்படி நடக்கிறது என்று கேட்டான் நவீன். பெண் உயிரிகள் ஈர்க்கும் ஆற்றல் ஆண் உயிரிகள் போன்றிருப்பவர் களைவிட அதிகம். அதனால் எல்லா வகையான செயல்களையும் பெண் உயிரிகள்தான் செய்தாகவேண்டும் என்றாள் விழியாள். பாடினி போன்றவர்களை மீண்டும் ஏன் போருக்கான ஆயத்தங்களைச் செய்ய அழைக்கக் கூடாது என்று கேட்டான் நவீன். அதைத்தான் நானும் யோசித்துக் கொண்டிருக்கிறேன் என்றாள் விழியாள்.

பாடினிக்கு என் தலைமை ஏற்கத் தக்கதாக இருக்குமா என்று தெரியவில்லை. முதலில் அவளிடம் பேசவேண்டும். அடுத்து அவளுடைய புதிய திட்டங்கள் பற்றிக் கேட்க வேண்டும். அவள் இப்போது தன் தவறுகளைப் புரிந்து கொண்டிருப்பாள் என நினைக்கிறேன் என்றாள் விழி யாள். நான் மீண்டும் அவளுடன் இணைந்து பணியாற்ற விரும்புவதாகவும் சொல் என்றான் நவீன். சரி பார்க்கலாம். அவளுக்கு நெருக்கமான நட்பு இனங்கள் ஏதாவது இருக்கின்றனவா என்று கேட்டுப் பார்க்கவேண்டும் என்றாள் விழியாள்.

இருவரும் அந்தக் கிரகத்தின் முக்கிய கட்டடத்திற்கு வந்தனர். விழியாள் அனைவரையும் அழைத்தாள். பாடினியும் வந்தாள். அவள் நிலைமதியுடன் சேர்ந்து அமர்ந்திருந்தாள். விழியாள் அனைவரையும் அடுத்தடுத்து செய்ய வேண்டிய செயல்களுக்கான கட்டளைகளைக் கொடுத்தாள்.

பாடினியைத் தனியாக அழைத்தாள். இன்னும் உன் கோபம் தீரவில்லையா என்று கேட்டாள் விழியாள்.

இல்லை நான் சுயநலமாக நடந்துகொண்டேன். அந்தச் சிறுவனை அதிகம் அச்சுறுத்திவிட்டேன் என்றாள் அவள். உனக்கு நெருக்கமான இனங்களுடன் பரிச்சயப்படுத்த முடியுமா என்று கேட்டாள் விழியாள். அவர்கள் மிகவும் தொலைவில் இருக்கிறார்கள் என்றாள் அவள். அதனால் பிரச்னை இல்லை. நீ சென்று நம் போர் ஆயத்தங்களைப் பற்றியும் அவர்களின் ஆயுதங்கள் பற்றியும் அறிந்து வா என்றாள் விழியாள். அவளும் அதை ஏற்றுக் கொண்டாள்.

விழியாள் புறப்படும் நேரம் வந்தது. அவள் அடிக்கடி தன் கிரகத்திற்கு வரவேண்டியிருக்கும் என்பதால் நவீன் உற்சாகமாக இருந்தான். அடுத்த முறை விழியாள் வரும் போது புதிய சில ஆயுதங்களை உருவாக்கி அவளுக்குக் காட்டவேண்டும் என நவீன் நினைத்துக் கொண்டான். விழியாளுக்கு அது புரிந்தது. பூமியில் இருக்கும் பழைய ஆயுதங்களை மாற்றிவிட்டு புதிய ஆயுதங்களை அறிமுகப்படுத்தி அவர்களைத் தற்காப்பு செய்துகொள்ள ஆயத்தப்படுத்தவேண்டும் என விழியாள் நினைத்துக் கொண்டாள்.

●●●

நவீன் அவனுக்குப் பிடித்த குளத்தின் அருகில் அமைதியாக அமர்ந்திருந்தான். சட்டென்று விழியாள் அவன் அருகில் வந்தமர்ந்தாள். என்ன விழியாள் இங்கு வருவதாக நீ சொல்லவே இல்லையே என்றான். அவள் அவனையே பார்த்தாள். விழியாள் எப்போதும் தன் னுடன் நன்றாகப் பேசுவாள். பழகுவாள். ஆனால் ஏன் இன்று அமைதி காக்கிறாள் என்று நினைத்தான். அவளுக்கு ஏதாவது சிக்கல் இருக்கலாம் என்று சமாதானப்படுத்திக் கொண்டான். விழியாள் என்ன திட்டத்தைச் செயல்படுத்த இப்போது வந்திருக்கிறாய் என்று கேட்டான். அவள் அமைதியாக அவனையே பார்த்தாள். ஏன் பேச மறுக்கிறாய் விழியாள் என்று கேட்டான். அவள்

மெதுவாகச் சிரித்தாள். கையில் கொண்டு வந்திருந்த தின்பண்டத்தைக் கொடுத்தாள். அவன் ஆசையாக வாங்கிச் சாப்பிட்டான். அப்படியே மயங்கிச் சரிந்தான்.

விழியாள் நவீனிடம் பேச கணினியைத் திறந்தாள். அங்கு தன்னைப் போலவே இருக்கும் சிறுமியிடம் நவீன் பேசிக் கொண்டிருப்பதும் அவள் கொடுத்த உணவுப் பண்டத்தை உண்டவுடன் அவன் மயங்கிச் சரிவதும் காட்சியாக விரிந்தன. விழியாளுக்கு உடனடியாகப் புரிந்துவிட்டது. அனா இனத்தின் பெண் தலைமை தன்னைப் போலவே உருமாறி நவீனிடம் சென்றிருக்கிறாள். தனக்கு மிகவும் பிடித்த நவீனைக் கொன்றுவிட்டால் அவளைப் பழி வாங்கியது போலாகும் என்று எண்ணி யிருக்கிறாள் என்று புரிந்து விழியாள் பெரும் பதற்றத்திற்கு உள்ளானாள். உடனடியாக பாடினியைத் தொடர்பு கொண்டு நவீனைக் காப்பாற்றச் சொன்னாள்.

பாடினி ஓடி வந்து நவீனைத் தூக்கிக் கொண்டு மருத்துவமனைக்குப் போனாள். அங்கிருந்த மருத்துவர் அவனை உடனடியாகச் சிகிச்சைக்கு உட்படுத்தி அவன் உடலில் ஏறியிருந்த விஷத்தை அகற்றினார். நவீனுக்கு நினைவு திரும்ப வெகுநேரம் ஆகிவிட்டது. விழியாள் அங்கு வந்து சேர்ந்தாள். நவீன் கண் விழிக்கும் போது அவள் அருகில் நின்றிருந்தாள்.

ஏன் எனக்கு அந்த உணவைக் கொடுத்தாய் விழியாள் என்று கேட்டான் நவீன். நான் அங்கு வரவும் இல்லை, உனக்கு உணவும் தரவில்லை. வந்தது அனா இனத்தின் பெண். என் வடிவில் வந்து உன்னைக் கொல்லப் பார்த் திருக்கிறாள் என்றாள் விழியாள். நவீனுக்குக் கண்ணீர் பெருக்கெடுத்தது. அழாதே நவீன். உன்னை பாடினி இங்கு அழைத்து வந்து காப்பாற்றி இருக்கிறார். இந்த மருத்துவர் உடனடியாக உன் உடலிலிருந்த விஷத்தை நீக்கிவிட்டார் என்று அவனிடம் சொன்னாள் விழியாள்.

நவீன் மருத்துவரைப் பார்த்தான். அவர் ஒரு பெண் மருத்துவர். மிகவும் மென்மையாகப் புன்னகைத்தார். அவருக்கு இளமாலை என்று பெயரிட்டான் நவீன். அவருக்கு நன்றி தெரிவித்தான். அவனைக் கவனமாகப் பார்த்துக் கொள்ளும்படி சொல்லிவிட்டு விழியாள் புறப்பட்டாள். பாடினியை அழைத்து அவள் சென்று வந்த கிரகங்கள் குறித்து தனக்கு ஓர் ஆவணத்தை அனுப்பும் படி சொல்லிவிட்டுச் சென்றாள்.

பாடினி அவர்கள் இனத்திற்கு உதவக்கூடிய இனங்களை வரிசைப்படுத்தினாள். அவர்களிடம் இருக்கும் ஆயுதங் களைக் குறித்தும் தெளிவாகக் குறிப்பிட்டாள். அவர்கள் அனைவருமே தங்கள் இனத்தை எதிர்க்கும் அனா பெண் இனத்தை அழிக்கும் எண்ணம் கொண்டிருப்பதாக அவள் அறிந்துகொண்டிருப்பதைக் குறிப்பிட்டாள். மீண்டும் ஒரு போர் தொடங்குவதைத் தவிர வேறு வழியில்லை என்பதையும் சொன்னாள்.

விழியாள் அந்தத் தகவலைப் படித்துவிட்டு பாடினி யிடம் பேசினாள். அந்த இனங்களுடன் அவர்கள் இனம் நட்பை ஏற்படுத்திக் கொண்டதை அனா இனப் பெண் புரிந்துகொண்டிருப்பாள். அதனால் போருக்கு ஆயத்தமாக இருக்கமாட்டாள். மேலும் நவீனிடம் நடந்துகொண்டதைப் போல் சிறிய சிறிய அபாயங்களைத்தான் அவள் ஏற் படுத்துவாள். அவளுடன் போர் புரிந்து ஆற்றலை வீணாக்கவேண்டாம் என்றும் அந்த இனங்களை வேறு புதிய வளர்ச்சிக்குப் பயன்படுத்திக் கொள்ளலாம் என்றும் விழியாள் சொல்லிவிட்டாள். பாடினிக்கு அதில் அதிருப்தி இருந்தது. என்றாலும் விழியாள் சொல்வதைக் கேட்பது நல்லது என்று எண்ணினாள். அடுத்த முறை அனா பெண் இனம் ஏதாவது பிரச்னையை ஏற்படுத்தி னால் விழியாள் மீது அழுத்தம் தரலாம் என பாடினி நினைத்தாள்.

கண்ணாடிக் கோட்டை ❖ 127

பாடினி தனக்குத் தெரிந்த எல்லா இனங்களுடனும் முதலில் தொடர்பு கொண்டாள். தன் இனத்தைவிட மேம்பட்ட இனங்களிடம் இருந்த ஆயுதத் தொழில் நுட்பத்தைத் தருவதற்கு அவர்களிடம் பேசி ஒப்பந்தம் செய்து கொண்டாள். அத்துடன் தங்கள் இனத்திற்கு எதிராக இருப்பவர்களின் பட்டியலை உருவாக்கினாள். அவள் இனத்திற்கு நட்பாக இருப்பவர்களிடம் அவர்களுடைய எதிரிகளைக் குறித்துக் கேட்டறிந்தாள். நட்பாக இருப்பவர்கள் அனைவரும் பாடினிக்கு மிகவும் உதவிகரமாக இருந்தார்கள். பாடினியுடன் இணைந்து பணியாற்ற பெரும் ஆர்வம் கொண்டவர்களாக அவர்கள் இருந்தார்கள்.

பாடினி தன் கிரகத்திற்குத் திரும்பி அவளுடைய நட்பு இனங்களுடன் சேர்ந்து புதிய புதிய ஆயுதங்களை உருவாக்கினாள். அவர்கள் அதற்கு எல்லா உதவிகளையும் செய்தார்கள். அனா பெண் இனத்தை விட வளர்ந்த இனம் இருக்குமா என்று பாடினி தொடர்ந்து தேடிக் கொண்டிருந்தாள். அது போல் ஓர் இனமாக இல்லாமல் ஏதோ ஓர் உயிரினம் இருக்க வாய்ப்புள்ளது என்ற தகவலை அவளுக்கு நெருக்கமான இனத்தின் தலைவர் சொன்னார். அவளுக்கு அத்தகைய ஓர் உயிரினத்தைப் பார்த்துவிட வேண்டும் என்ற தீவிரம் இருந்தது. அவள் பல அண்டங்களுக்கும் பயணம் மேற்கொண்டாள். அவளுக்கு உதவுபவர்களும் அவளுடைய தேடல் அவர்களுக்கும் நன்மை பயக்கும் என்பதால் அவளுக்குப் பக்கபலமாக இருந்தனர்.

இறுதியில் அவர்கள் யாருமே பார்த்திராத ஓர் அண்டத்திற்கு அருகே அவர்கள் யாராலும் செல்ல முடியவில்லை. அங்கு ஏதோ ஓர் உயிரினம் இருப்பதை எல்லோரும் புரிந்துகொண்டார்கள். பாடினி துணிவாக அந்த அண்டத்தில் இருப்பவர்களுடன் தொடர்பு

கொள்ளவேண்டும் என்று செய்தி அனுப்பினாள். அவர்கள் உள்ளே அவளை அனுமதிக்க முடியாது எனவும் அவள் அந்த அண்டத்தைச் சுற்றி வருகையில் சுற்றுப் பாதையில் சந்திக்கலாம் என்றும் சொல்லி விட்டார்கள். அவளும் அவ்வாறே அந்த அண்டப் பாதையைச் சுற்றிக் கொண்டிருந்தாள். பல சுற்றல்கள் முடிந்த பின் அதுவரை அவள் கண்டிராத விமானம் போன்ற ஒரு கருவி பறந்து வந்தது. அதன் அருகில் பாடினி சென்றாள். சட்டென்று அவளை அந்தக் கருவி உள்ளே ஈர்த்துக் கொண்டது. அவளுக்கு தன் நினைவே இல்லாதது போல் ஆகிவிட்டது.

அந்தக் கருவியில் ஓர் உயிரினம் இருந்தது. ஆனால் அதை முழுமையாக அவளால் பார்க்க முடியவில்லை. அவள் கண்களில் திரை மூடியிருப்பது போல் தோன்றியது. அந்த உயிரினம் அவளுக்குப் புரியும் வகையில் சில தகவல்களை அவளிடம் கேட்டது. அவள் எப்போதும் பேசுவது போலன்றி தன் எண்ணத்தில் அந்தத் தகவல் களுக்கான பதில்களை நினைத்தாள். அந்த உயிரினம் புரிந்துகொண்டது. தங்கள் இனம் இருக்கும் அண்டம், தங்களுக்கு உதவுபவர்கள், தங்களுக்கு எதிரானவர்கள், தங்களுக்குத் தேவையான உதவி இவற்றை பாடினி எண்ணினாள். அந்த உயிரினம் அவளுக்கு உதவுவதாகச் சொல்லி அந்தக் கருவியிலிருந்து அவளது விமானத்திற்கு அனுப்பி வைத்தது.

பாடினி திரும்பி தன் அண்டத்திற்கு வந்துவிட்டாள். அனா பெண் இனம் தாக்கினால் சரியான பதிலடி கொடுக்கும் படையைத் திரட்டி இருப்பதாகவும் ஆயுதங் களை உருவாக்கி இருப்பதாகவும் தங்கள் இனம் அடுத் தடுத்த கட்டத்திற்குச் செல்லும் வழிவகைகளை ஏற்படுத்தியிருப்பதாகவும் விழியாளுக்குத் தகவல் அனுப்பினாள். விழியாள் உடனடியாக அவள் கிரகத்திற்கு

வந்தாள். பாடினியின் செயல்பாடுகளைப் பெரிதும் பாராட்டினாள். பாடினிதான் தன் இனத்திற்குத் தலைமை ஏற்கவேண்டும் என்றும் விழியாள் சொன்னாள். பாடினி அதற்கு இசைவு தெரிவிக்கவில்லை. விழியாள் போன்ற தலைமையின் கீழ் பணியாற்றுவது மிகவும் நன்மை பயக்கும் என்று சொல்லிவிட்டாள்.

மிகவும் வளர்ச்சி அடைந்த ஒகா இனம் தங்களுக்கு உதவ முன் வந்திருப்பதால் எந்திர மனிதனைப் புதிதாக மாற்றி உருவாக்கலாம் என்று பாடினி யோசனை தந்தாள். விழியாளும் அதை ஏற்றுக் கொண்டாள். அதற்கான பணிகளை உடனடியாகத் தொடங்கச் சொல்லிவிட்டாள் விழியாள்.

●●●

நவீன் உடல்நிலை தேறிவிட்டான். அவன் சோலையில் அமர்ந்திருந்தான். அவனருகே சென்று விழியாள் அமர்ந் தாள். அவன் அவளை உற்றுப்பார்த்தான். அஞ்சாதே அந்த பெண் இனி வரமாட்டாள் என்றாள். அவன் சிரித்தான். பாடினி மிகவும் முனைந்து பணியாற்றுவது அவர்கள் இனத்தை மிகவும் சிறந்த நிலைக்குக் கொண்டு செல்லும் என்றாள். பாடினியைத் தொடர்ந்து நம்பலாமா என்று நவீன் கேட்டான். ஆம் நிச்சயமாக என்றாள் விழியாள். எதற்கும் பாடினி மீது ஒரு கண் வைத்துக் கொள் விழியாள் என்றான் நவீன். அவனை உற்றுப் பார்த்துவிட்டு சரி என்றாள் விழியாள். இருவரும் அங்கேயே விளையாடி விட்டு தங்கள் இடத்திற்குத் திரும்பினார்கள்.

11

அமைதியின் சிரிப்பு

கண்ணாடிக் கோட்டைக்கு வந்தாள் விழியாள். ஆசிரமத்தில் இருந்த குழந்தைகளை எடுத்துப் போய் பூமி போன்ற கிரகங்களில் விட்டு வந்த பின் அவர்கள் எப்படி இருக்கிறார்கள் என்று பார்க்கவே இல்லையே என்று ஆதங்கமாக அவளுக்கு இருந்தது. அவர்களின் நிலையை உடனடியாகத் தன் கணினியில் தேடி கண்டறிந்தாள். அந்தக் கிரகங்களுக்கு என்று தனித்தனியாகத் தலைமையை நியமித்து கவனித்துக் கொண்டால் நல்லது என நினைத் தாள். நவீனுடன் இது பற்றிப் பேசலாம் என நினைத்தாள்.

நவீன் அறையில் படுத்துக் கொண்டிருந்தான். விழி யாள் கணினித் திரையில் வந்தவுடன் எழுந்து அமர்ந்தான். பூமியில் இருந்த சிறந்த அரசர், அரசிகளை மீண்டும் உயிர்ப்பித்து ஆசிரமத்தில் இருந்து கொண்டு சென்று பூமி போன்ற கிரகங்களில் விட்டு வந்திருக்கும் குழந்தைகள் இருக்கும் கிரகங்களுக்குத் தலைமை ஏற்க வைத்தால் எப்படி இருக்கும் என்றாள். அருமையாக இருக்கும் என்றான் நவீன். அது மட்டுமல்லாமல் அந்த எல்லா கிரகங்களிலும் நடப்பதைக் குறித்து அறிய உன் பொறுப்பின் கீழ் அவற்றைக் கொண்டு வந்துவிட்டால் என்ன என்று கேட்டாள். நான் கவனித்துக் கொள்வேன். பாடினிக்கும்

பிறருக்கும் அது ஏற்புடையதாக இருக்குமா என்று அறிந்துகொள் என்றான் அவன். சரி இதைப் பற்றிக் கேட்டுவிட்டு வருகிறேன் என்று அவள் முடித்தாள்.

பூமியில் இருந்த அரசர், அரசிகளின் வரலாற்றை எடுத்துப் படித்தாள் விழியாள். அவளுக்கு அதில் பலரும் மிகவும் வியக்கவைத்த ஆளுமைகளாக இருந்தனர். பாடினியை அழைத்தாள். தன் திட்டத்தைக் கூறி பூமியில் இருந்த அரசர், அரசிகளில் சிலரைத் தேர்ந்தெடுத்து மீண்டும் உயிர்ப்பிக்கும் சூத்திரத்தைப் பயன்படுத்தி உயிர்ப்பிக்கக் கேட்டுக் கொண்டாள். பாடினியும் அதைச் செய்து முடித்தாள். அந்த அரசர், அரசிகளை தங்கள் ஆளுகையில் உள்ள பூமி போன்ற கிரகங்களுக்கு அழைத்துச் சென்றுவிட ஏற்பாடு செய்தாள் பாடினி. நவீனிடம் அந்தக் கிரகங்களைக் கவனித்துக் கொள்ளுமாறு சொல்லிவிட்டாள் விழியாள்.

நவீன் ஒவ்வொரு கிரகமாகத் தன் கணினித் திரையில் வரச் செய்து அங்கு நடப்பதைப் பார்த்தான். அந்தக் கிரகங்களில் இருந்த குழந்தைகள் மகிழ்ச்சியாக இருந்தன. அவர்களுக்கு உணவு, உடை, இருப்பிடம் போன்றவற்றில் எந்தக் குறையும் இல்லை. அவர்களுக்கான கல்வி, பிற வசதிகள் செய்து தரப்பட்டிருந்தன. புதிய அரசர்களும் அரசிகளும் மிகவும் நல்ல முறையில் அந்தக் கோள்களைப் பாதுகாத்துக் கொண்டிருந்தனர். அந்தக் குழந்தைகளில் பல அதீத திறமைகளைக் கொண்டிருந்தனர். அவர்களுடன் விளையாட வேண்டும் என்று நவீனுக்குத் தோன்றியது. அவர்களில் கிரிக்கெட் விளையாட்டில் தேர்ச்சி பெற்றிருந்த சிலரை அழைத்து ஒரு போட்டியை நடத்தலாம் என நவீன் நினைத்தான். விழியாளிடம் சொன்னான். அவள் ஏற்றுக் கொண்டாள். அந்தக் கோள்களில் இந்தப் போட்டிக்கான அறிவிப்பு செய்யப்பட்டு அவர்களுக்குச் சிறந்த முறையில் பயிற்சியும் அளிக்கப்பட்டது. அந்தக்

கிரகங்களில் சிறப்பாக விளையாடிய அணியில் நவீனும் இணைந்து கொண்டான்.

நவீன் விருப்பப்படி போட்டியும் நடந்தது. நவீன் இருந்த அணி இறுதிச் சுற்றுக்குத் தகுதிபெற்றது. விழியாள் இறுதிப் போட்டியைக் காண வந்திருந்தாள். அவள் கிரகத்தில் இருந்தவர்களுக்கு அந்த விளையாட்டு புதிதாக இருந்தது. ஆனால் ஆர்வத்தைத் தராமல் போனது. அதனால் அவர்கள் யாரும் வரவில்லை.

இறுதிப் போட்டியில் நவீன் இருந்த அணி வென்றது. நவீனுக்கு மிகவும் மகிழ்ச்சியாக இருந்தது. தன்னால் ஒரு கிரிக்கெட் அணியில் விளையாட முடியும், அது போட்டியில் வெல்லும் என்பதெல்லாம் அவனுக்கு இருந்த கனவுகள். அவை எல்லாம் உண்மையாகிவிட்டது என நினைத்து குதூகலித்தான். விழியாளுக்கு அது பெரும் மகிழ்ச்சியைத் தந்தது. நவீனுக்கு விழியாள் பூமியிலிருந்து கொண்டு வந்திருந்த தின்பண்டங்களையும் அவன் குடும்பத்தின் அப்போதைய புகைப்படங்களையும் காணொலிகளையும் பரிசளித்தாள். அவனுக்கு மிகவும் மகிழ்ச்சியாக இருந்தது. இருவரும் இணைந்து விழியாளின் கிரகத்திற்கு வந்து சேர்ந்தனர்.

நவீன் அடுத்து அந்தக் குழந்தைகளில் சிலரை எந்திர மனிதன் உருவாக்கும் திட்டத்தில் இணைக்க முடியுமா என்று தேடிப் பார்த்து தேர்ந்தெடு என்று சொன்னாள் விழியாள். நவீன் அதை ஏற்றுக் கொண்டான். எந்திர மனிதன் அடுத்துப் புதிய முறையில் உருவாக்கும் திட்டம் உருவாகிக் கொண்டிருப்பதாக விழியாள் கூறினாள்.

நான் விளையாட்டில் அதிகம் கவனம் செலுத்துகிறேன் என்று உனக்குக் கோபமா என்று விழியாளிடம் கேட்டான் நவீன். இல்லை உனக்கு இருக்கும் ஒரே ஆர்வம் அதுதான். அதை நீ வளர்த்துக் கொள்வது நல்லது. எந்திர

கண்ணாடிக் கோட்டை ❖ 133

மனிதன் மூலமாக நம் இனங்கள் அனைத்தையும் பாதுகாப்பாக வைத்துக் கொள்ளலாம். அதனால் அதிலும் உன் கவனத்தைச் செலுத்துவது நல்லது என்றாள் விழியாள். நவீனுக்கு அவள் பதில் திருப்தியைத் தந்தது. அமைதியாக ஆமோதித்தான். அவள் பூமிக்குப் புறப்பட்டாள்.

●●●

கண்ணாடிக் கோட்டைக்கு வந்தாள் விழியாள். அங்கு அவளுக்கு ஓர் இடி போன்ற செய்தி காத்திருந்தது. அனா பெண் தலைமை விழியாளின் கிரகத்தின் மீதும் பூமியின் மீதும் மோதும்படியாக மிகப்பெரிய எரியும் பாறைகளை நகர்த்திக் கொண்டு வரவிருக்கிறாள் என்று பாடினி செய்தி அனுப்பியிருந்தாள். உடனடியாக பாடினியைத் தொடர்பு கொண்டாள் விழியாள். பாடினிக்கு மிகவும் கவலையாகவும் விழியாள் மீது கோபமாகவும் இருந்தது. விழியாள் அவளைச் சமாதானப்படுத்தினாள். அனா பெண் இனத்தை முன்பே அழித்திருந்தால் இந்தச் சிக்கல் வந்திருக்காது என்றாள் பாடினி. இல்லை அவளை அழிக்க முடியாது. அவள் தப்பித்து வேறு ஏதாவது அண்டத்தில் இருந்து கொண்டு நம்மை அழிக்க முற்படுவாள். இப்போது அவள் இருக்கும் இடமாவது நமக்குத் தெரிகிறது. அவளைத் துரத்தியிருந்தால் அவள் எங்கிருக்கிறாள் என்பதைக் கூட நம்மால் அறிய முடியாது. மேலும் இப்போது அவள் செய்து கொண்டிருக்கும் முயற்சியை எப்படி எதிர்கொள்வது என்று பேசலாம் என்றாள் விழியாள். பாடினி அமைதியாக விழியாளைப் பார்த்தாள். பாடினிக்கு நெருக்கமான இனங்களிடம் தொழில் நுட்பத்தைப் பெற்று அந்த எரிபாறைகள் மீது மோதி உடைத்தல் அல்லது திசைமாற்றுதல் சாத்தியமா என்று கேட்டு வரச் சொன்னாள் விழியாள். பாடினி அதை ஏற்றுக் கொண்டு விடை பெற்றாள்.

தலைமைப் பொறுப்பு வந்தவுடன் தனக்கிருந்த படைப் பாக்கமே இல்லாமல் போய்விட்டது போல் விழியாளுக்குத் தோன்றியது. தன் இனத்திற்காகவும் தன்னைச் சார்ந்திருப் பவர்களுக்காகவும் உழைப்பதும் படைப்பாக்கம்தான் என்று சமாதானப்படுத்திக் கொண்டாள். பிரவீன் மாநில அளவிலான கிரிக்கெட் அணிக்குத் தேர்ந்தெடுக்கப்பட்ட விழா நடக்கப் போவதும் அதில் பங்கெடுக்கவேண்டும் என்பதும் அவள் நினைவுக்கு வந்தன. இரவு எல்லோரும் உறங்கிக் கொண்டிருக்கையில் பூனை போல் வந்து தன் அறையில் படுத்துவிட்டாள் விழியாள்.

விழாவுக்கு அனைவரும் புறப்பட்டனர். நவீனின் பெற்றோர் இருவருக்கும் புதிய உடைகள் எடுத்து வந்திருந் தனர். அதை அணிந்து கொண்டு அந்த விழாவுக்குச் சென் றனர். அங்கு பிரவீனைக் கௌரவிக்க பலரும் வந்திருந்தனர். விழியாளுக்கு அதை எல்லாம் காண மகிழ்ச்சியாக இருந்தது. பிரவீன் போன்ற சிறுவன் இத்தகைய திறமையுடன் இருப்பது அனைவருக்கும் ஆச்சரியத்தைத் தந்தது. விழியாள் சிரித்துக் கொண்டாள். பிரவீனிடம் சிறு குழந்தைகள் பரிசுப் பொருட்களைக் கொடுத்தனர். அவனிடம் கையெழுத்துப் பெற்றுக் கொண்டனர். பிரவீனின் பெற்றோருக்கு மிகவும் பெருமையாக இருந்தது.

அங்கு வந்த ஒருவர் பிரவீனின் பெற்றோரிடம் விழியாளைக் காட்டி நவீனுக்கு நல்ல சிகிச்சை தர தங்கள் மருத்துவமனை ஆயத்தமாக இருப்பதாகவும் ஆட்டிசத்திற் கான தனி மருத்துவமனை அது என்றும் தெரிவித்தார். நவீனை அங்கு அழைத்து வரும்படி வலியுறுத்தினார். நவீனின் பெற்றோர் அதை ஏற்றுக்கொண்டனர். அவர்கள் வர வேண்டிய நாள், நேரம் எல்லாம் முன்பதிவு செய்து அவர் கொடுத்தார். விழியாளுக்குச் சிரிப்பாக வந்தது. விழா முடிந்து திரும்புகையில் நவீனின் அப்பா அந்த மருத்துவமனைக்குப் போவது பற்றிப் பேசிக் கொண்டு

வந்தார். நவீனின் அம்மா அமைதியாக அதைக் கேட்டுக் கொண்டிருந்தார்.

நவீனின் பெற்றோர் அந்த மருத்துவமனைக்கு விழியாளை அழைத்து வந்திருந்தனர். விழியாளை மட்டும் அழைத்துக் கொண்டு ஒரு செவிலியர், மருத்துவர் இருந்த அறைக்குச் சென்றார். மருத்துவர் விழியாளை அன்பாக அழைத்து அமர வைத்து அவளிடம் பேச்சுக் கொடுத்தார். விழியாள் அவர் கேட்டதற்கெல்லாம் டெலிபதி மூலம் அவருக்குப் புரியவைத்தாள். அவருக்கு அவள் பேசியது போலவே இருந்தது. மேலும் சில புதிர்களைக் கொடுத்து அதன் விடையைக் கண்டுபிடிக்கச் சொன்னார். அவற்றை மிக எளிதாக அவள் போட்டு முடித்தாள்.

மருத்துவருக்கு ஆட்டிச நோயாளியைப் பார்ப்பது போலவே இல்லை. செவிலியரிடம் நவீனின் பெற்றோரை அழைத்து வரச் சொன்னார். அவர்களிடம் நவீனுக்கு எந்தக் குறைபாடும் இல்லை என்றும் மற்ற குழந்தைகளை விட அதிக அறிவாற்றல் கொண்டிருப்பதாகவும் சொல்லி அவர்களை அனுப்பிவைத்தார். நவீனின் பெற்றோருக்கு ஒன்றும் புரியவில்லை. மருத்துவர் ஏன் நவீனுக்குத் தேவையான சிகிச்சைகள் குறித்துச் சொல்லவில்லை என்று நினைத்தனர். நவீன் முன்பை விட திறமைசாலி ஆகி விட்டத்தை அவர் அப்படிக் குறிப்பிட்டிருப்பார் என சமாதானப்படுத்திக் கொண்டனர்.

விழியாள் இரவு நவீனிடம் தொடர்பு கொண்டு நடந்ததைச் சொன்னாள். எனக்கான சிகிச்சை என்னவாக இருந்திருக்கும் என்று தெரிந்திருந்தால் நன்றாக இருந்திருக்கும் என்றான் நவீன். எதற்கு என்றாள் விழியாள். புதிய சிகிச்சை முறையை பூமியில் கற்றிருக்கிறார்களா என அறிந்துகொள்ள என்றான் நவீன். உனக்கு இனி சிகிச்சை தேவை இல்லை என்றாள் விழியாள். நவீன் சிரித்தான்.

12

போர் விளையும் காலம்

கண்ணாடிக் கோட்டையில் விழியாள் அமர்ந்து தன் கணினித் திரையில் அனா இனத்தைச் சேர்ந்த பெண் நகர்த்தவிருக்கும் எரியும் பாறைகள் எந்தத் திசையில் நகர்ந்து வரும் என்ற படத்தை வரைந்து கொண்டிருந்தாள். அவற்றின் பாதையில் எந்த வகையான கறகள் உள்ளன, அவற்றைக் கொண்டு திசை திருப்பும் சாத்தியம் உள்ளதா என்பதையும் ஆராய்ந்து கொண்டிருந்தாள். அப்போது அவள் இருந்த அறைக்கு வெளியே ஏதோ அசைவது போல் தெரிந்தது. அவள் கண்ணாடிக்கு வெளியே இருளாக இருந்த கடலின் அடியில் என்ன அசைவு தெரிகிறது என்று உற்று கவனித்தாள். வயதான ஒருவர் போன்ற தோற்றம் கொண்டிருப்பவர் அறைக்கு வெளியே நின்று அவளைப் பார்ப்பது அவளுக்குத் தெரிந்தது. அந்த அறையின் கண்ணாடிக்கு அருகில் அவள் சென்றாள். அப்போது அந்த உருவத்தை அவளால் நன்றாகப் பார்க்க முடிந்தது. வயதான ஒருவர் அவளைப் பார்த்துச் சிரித்தார். அவள் அமைதியாக அவரைப் பார்த்தாள். அவர் அவளிடம் பேசுவதற்காக நிற்கிறார் என்று புரிந்தது.

அவள் கண்ணாடிக் கோட்டைக்கு மேலே சென்று கடலில் உற்றுப் பார்த்தாள். அந்த உருவம் மேலே வந்தது.

கண்ணாடிக் கோட்டைக்கு மேலே வரும்படி அவள் சைகை காட்டினாள். அந்த உருவம் அவள் முன் வந்து நின்றது. நீங்கள் யார்? எதற்காக என்னைக் காண வந்தீர் கள் என்று கேட்டாள். நான் பூமியின் அடியில் மையப் பகுதியில் இருக்கிறேன். என்னைப் போன்ற பலர் அங்கு உள்ளார்கள். நாங்கள் பூமியைப் பாதுகாக்கவும் அதன் சமநிலையைப் பாதுக்காகவும் அங்கு இருக்கிறோம் என்று வந்தவர் சொன்னார். எதற்காக என்னைச் சந்திக்க வந்தீர்கள் என்று கேட்டாள். நீங்கள் வேற்று இனத்தைச் சேர்ந்தவர்கள். ஆனால் பூமியைப் பாதுகாக்கும் நோக்கம் கொண்டு இது போன்ற கண்ணாடிக் கோட்டை அமைத்து கண்காணித்து வருகிறீர்கள் என்று தெரிந்தது. அனா இனத்தைச் சேர்ந்த பெண் பூமியின் மீது எரி பாறைகளை மோத ஒரு திட்டம் தீட்டி வருகிறாள் என்று கேள்விப்பட்டோம். அதைத் தடுக்க நீங்கள் முயற்சிக் கிறீர்கள் என்பதால் உங்களுக்கு உதவ நினைத்தோம். அதனால் உங்களைச் சந்திக்க எங்கள் குழு என்னை உங்களிடம் அனுப்பியிருக்கிறது என்றார் வந்தவர்.

அவரை அவளுடைய அறைக்கு விழியாள் அழைத்து வந்தாள். தன் கணினித் திரையில் அந்தப் பாறைகள் வரக்கூடிய பாதைகளை அவள் காட்டினாள். அவர் அந்தப் பாதையில் தங்களுக்குத் தெரிந்த இனத்தைச் சேர்ந்தவர்கள் அதைவிடப் பெரிய பாறைகளை வைத்து வழி மறிக்கவும் திசை மாற்றவும் செய்ய முடியும் என்றும் அதனால் அவர்கள் இனம் அதைக் குறித்து எந்த நடவடிக்கையும் மேற்கொள்ள வேண்டாம் என்றும் அவர் சொன்னார். அவள் எங்கள் கிரகத்தின் மீதும் அந்தப் பாறைகளை அவள் மோதவிருக்கிறாள் என்று விழியாள் சொன்னாள். அதையும் தங்களால் தடுக்க முடியும் என்றும் அவர் சொன்னார். இது போன்ற பாறைகளின் ஈர்ப்பு விசையைக் குறைத்து, தடுத்து, திசை மாற்றும் உத்திகளை அவர்கள் குழு நீண்ட நாட்களாகப்

பயிற்சி செய்து வருவதாகவும் அதை இப்போது பயன் படுத்த முடியும் என்றும் அவர் சொன்னார். அதனால் அவள் வேறு யாரிடமும் உதவி கேட்க வேண்டாம் என்றும் அவர் கூறினார். அவருக்கு மிகுந்த நன்றியை அவள் சொன்னாள். தான் வந்ததை, பேசியதைக் குறித்து அவளுடைய இனத்தைச் சேர்ந்தவர்களிடம் தெரிவிக் காமல் இருப்பது நல்லது என்றும் அவர் சொன்னார்.

அவளிடம் மேற்கொண்டு ஏதாவது அபாயம் வந்தால் வந்து சந்திப்பதாகவும் தங்களைப் பற்றிய தேடலில் பின் தொடரக் கூடாது என்றும் அவர் தெரிவித்தார். அவர் களுக்கு ஏதாவது தேவை ஏற்பட்டால் சந்திக்க வருவ தாகவும் சொல்லிவிட்டு அவர் கண்ணாடிக் கோட்டைக்கு மேலே சென்று கடலில் குதித்து காணாமல் போனார். விழியாளால் அவர் வந்ததை, பேசியதை நம்பவே முடியவில்லை. மேலும் பாடினியிடம் அந்தப் பாறை களைத் திசைமாற்றவும் அவற்றைத் தடுக்கவும் திட்டமிடச் சொல்லியிருந்ததை உடனடியாக நிறுத்தச் சொன்னாள். அவள் காரணம் கேட்டபோது அதற்குத் தான் ஏற்பாடு செய்துவிட்டதாக மட்டும் சொல்லி முடித்துக்கொண்டாள்.

நவீனிடம் கூட வயதான பெரியவர் தன்னைச் சந்தித்ததைச் சொல்லக் கூடாது என்று எண்ணிக் கொண்டாள். இருந்தாலும் அவர் யார், எப்படித் தன்னைச் சந்திக்க வந்தார், எப்படித் தங்கள் இனம் பற்றி அறிந்திருக்கிறார் என்ற கேள்விகள் அவளுக்குள் பூதாகர மாக ஆகிவிட்டன. அவரைத் தேடக்கூடாது என்று அவர் சொல்லிவிட்டுப் போயிருந்தாலும் அவளால் அமைதியாக இருக்க முடியவில்லை.

அவளுடைய கட்டுப்பாட்டில் இருந்த பல்வேறு செயற்கைக் கோள்களைப் பயன்படுத்தி பூமியின் அடியில் மையப் பகுதியில் என்ன நடக்கிறது என்று தேடித் தேடிப் பார்த்தாள். எதுவுமே தெரியவில்லை. அவர்கள் மிகச் சிறிய

குழுவாக இருக்கவேண்டும். மேலும் அவர்கள் பூமியின் மிகவும் அடிப்பகுதியில் இருக்கவேண்டும். அதனால் செயற்கைக் கோள்களுடைய தேடலுக்குப் புலப்படவில்லை என்று எண்ணிக் கொண்டாள்.

இருந்தாலும் எப்படியும் மீண்டும் ஒரு முறை அவர்களைச் சந்திக்க வேண்டும் என்ற விருப்பம் அவளுக்குப் பெருக்கெடுத்தது. ஆனால் அவர்கள் தன்னைச் சந்திக்க வருவதில் முக்கியத்துவம் தரவில்லை. பூமிக்கு எந்த அபாயமும் வராமல் பாதுகாக்க அவர்கள் இருக்கிறார்கள் என்று காட்டுவதற்காக வந்திருக்கிறார்கள் என்று விழியாளுக்குப் புரிந்தது. அவர்களிடம் தங்கள் இனத்திடம் இருக்கும் மேம்பட்ட கருவிகளை விட உயர்ந்த கருவிகள் இருக்கலாம். மேலும் அவர் மனிதர் போன்ற உருவத்தில் வந்த வேறொரு வேற்றுக்கிரகவாசியாகவும் இருக்கலாம் என்றும் விழியாள் நினைத்தாள்.

அவர்கள் ஏன் பூமியின் அடியில் மையப் பகுதியில் இருக்கிறார்கள் என்ற எண்ணம் அவளுக்குள் ஆர்வத்தைத் தூண்டிக் கொண்டே இருந்தது. சில இனங்கள் அவர்களின் கிரகத்தில் மையப்பகுதியில் இருப்பதை அவள் கவனித்திருக்கிறாள். அதற்குக் காரணம் கோளின் மேற் பகுதியில் வாழ்வதற்கான ஆதாரங்கள் இல்லாமல் போகும். அதனால் அதன் அடிப்பகுதியில் வாழ்வது அவர்களுக்கு ஏதுவாக இருக்கும். ஆனால் பூமியில் மேற்பரப்பில் வாழ்வதற்கான ஆதாரங்கள் இருந்தும் அடிப்பகுதியில் இருக்கிறார்கள் என்றால் அவர்கள் மனித இனத்தைச் சார்ந்தவர்கள் இல்லை என்பது மட்டும் விழியாளுக்குப் புரிந்தது. மேலும் வேறு எந்த இனங்கள் எல்லாம் பூமியில் இருக்கிறார்கள் என்று தேடி ஒரு பட்டியலைத் தயாரித்தாள்.

அதில் சில மேற்பரப்பில் மனிதர்களைப் போலவே வாழும் இனங்களாக இருந்தன. மேலும் சில மலை முகடுகளில் வாழ்ந்திருந்தன. சில மலைக் குகைகளில்

வாழ்ந்திருந்தன. சில வட, தென் துருவங்களில் பனியில் மறைந்து வாழ்ந்தன. ஆனால் யாரும் பூமிக்கடியில் இல்லை என்று அந்தப் பட்டியலிலிருந்து தெரியவந்தது. பூமியில் இருக்கும் இனங்கள் குறித்த முழுத் தகவல்களை பாடினியிடம் விழியாள் கேட்டாள். அவளும் விழியாள் சேகரித்த அதே தகவல்களைத்தான் தந்தாள். பூமிக்கடியில் மையப் பகுதியில் யாரும் இருப்பதாக அவள் அதுவரை எந்தத் தகவலையும் படிக்கவில்லை. அவர்கள் தங்கள் இனத்தை விட மேம்பட்ட இனம் என்பதும் விழியாளுக்குப் புரிந்தது.

தன்னை அவர்கள் கண்காணித்து வந்திருக்கிறார்கள் என்பதும் அவளுக்குத் தெரிய வந்த போது ஒரு வித அச்சம் அவளுக்கு வந்தது. பூமிக்கும் எல்லா இனங்களுக்கும் எந்த ஒரு தீங்கையும் தங்கள் இனம் செய்யாதவரை எந்தச் சிக்கலும் இல்லை. ஆனால் அவர்களுக்கு நட்பான இனத்துடன் ஏதாவது பகைமை ஏற்பட்டுவிட்டால் அதன் பின் தங்கள் இனத்திற்கும் ஆபத்து வந்துவிடும் என்று விழியாளுக்குத் தோன்றியது.

விழியாளுக்குக் குழப்பமாக இருந்தது. அவர்களைப் பற்றி முழுமையாகத் தெரியவேண்டும் என்று முடிவு செய்தாள். தான் அவர்களைத் தேடிப் போனால் எந்த ஒரு சிக்கலும் இல்லாமல் பார்த்துக் கொள்ளலாம். வேறு யாரையாவது அனுப்பினால் சிக்கல் தோன்றும் என்று நினைத்தாள். அதனால் அவர்களைத் தானே தேடுவது என்று முடிவு செய்தாள்.

தன் கிரகத்திலிருந்து மிகச்சிறிய லேசர் ஒளிக்கற்றை களைப் பாய்ச்சும் கருவிகள், மிகச்சிறிய தற்காப்பு ஆயுதங்கள், சிறிய தொலைநோக்கிகள், நீருக்குள் மிதந்து சென்று கண்காணிக்கும் புகைப்படக் கருவிகள் போன்ற வற்றை வரவழைத்தாள் விழியாள். அவற்றை எடுத்துக்

கொண்டு கடலில் பாய்ந்தாள். அவள் எங்கு போகிறாள் என்று யாருக்கும் சந்தேகம் வராத வகையில் கிளம்பினாள். கண்ணாடிக் கோட்டையிலிருந்து அவள் வெகு தூரம் வந்துவிட்டாள். ஆனால் கடலில் எந்த மாறுபட்ட அமைப்பையும் அவளால் காண முடியவில்லை. தான் தேடிய தூரம் வரை ஓர் அடையாளத்தை இட்டுவிட்டுத் திரும்பினாள். தன் கணினியில் அந்த அடையாளம் இருக்கும் இடத்தைப் பார்த்தாள். கால் பங்கு பூமியின் அளவில் இருக்கும் பகுதியில் அவள் தேடிவிட்டாள். அவர்கள் கடலுக்கடியில் இருக்கும் வாய்ப்பில்லை என்பது போல் தோன்றியது.

அடுத்த முறை பூமியின் ஏதாவது ஒரு துருவத்திலிருந்து உள்ளே செல்லலாம் என முடிவு செய்தாள். அடுத்த நாள் இரவு பூமியின் வடதுருவத்திற்கு வந்தாள். அங் கிருந்து நேராகப் பயணித்தாள். வெறும் பனியாக மட்டுமே இருந்தது. வெகு தூரம் பயணித்து வந்துவிட்டாள். அவளால் எதையும் காண முடியவில்லை. பூமியின் வட துருவத்திலிருந்து உள் பகுதிக்குப் பயணிப்பதை அவள் தன்னிடம் இருந்த கருவிகள் மூலம் சரி பார்த்துக் கொண் டாள். இருந்தாலும் அவளால் எதையும் கண்டுபிடிக்க முடியவில்லை.

அடுத்த நாள் தென் துருவத்திலிருந்து உள்ளே பயணிக் கலாம் என முடிவு செய்து திரும்பி வந்தாள். அவள் தென் துருவத்தில் உள்ளே நுழைந்தவுடனேயே அவளுடைய கருவிகள் பல வேலை செய்யவில்லை. அவளுக்கு அது பெரும் ஆச்சரியத்தைத் தந்தது. இருந்தாலும் தொடர்ந்து பயணிக்கலாம் என்று துணிவு கொண்டாள். நுண்ணிய லேசர் ஒளியைப் பாய்ச்சிப் பார்த்தாள். ஏதோ ஒரு குகை போலத் தெரிந்தது. அதற்குள் நுழைந்தாள். மிகவும் இருள் சூழ்ந்திருந்தது. வெகு தூரம் அதில் பயணித்தாள். சிறிது தூரம் நீந்தியும் சிறிது தூரம் நடந்தும் சிறிது தூரம் பனியில்

செல்லும் படகிலும் பயணித்தாள். அந்தக் குகை முடியும் இடத்தில் ஒரு வாசல் போல இருந்த இடத்தை அடைந்தாள். அங்கிருந்து பார்த்தாள். ஒரு பெரிய பாதாளம் தெரிந்தது. உள்ளே வெளிச்சமாக இருந்தது. அங்கே மெதுவாகச் சென்று பார்த்தாள். மிகவும் தூரத்தில் குடில்கள் போன்ற அமைப்புகள் இருந்தன. அவற்றிலிருந்து ஒளி வந்து கொண்டிருந்தது. யாரும் அந்தப் பகுதியில் நடமாடவில்லை. தன்னிடமிருந்த தொலை நோக்கி கொண்டு அந்தக் குடில்களில் என்ன நடக்கிறது என்று பார்த்தாள். ஒவ்வொரு குடிலிலும் ஒருவர் அமர்ந்து தியானிப்பது போல் தெரிந்தது. அவர்களில் ஒருவர்தான் தன்னைச் சந்திக்க வந்திருக்கலாம் என்பது போல் அவளுக்குத் தோன்றியது.

அந்தப் பகுதிக்குள் நுழைவதற்கு அவளுக்கு அச்சமாக இருந்தது. முழுக்கப் பனி சூழ்ந்திருந்த அந்தப் பகுதியில் எப்படிக் குடில்கள் அமைத்தார்கள் என்று அவளுக்குச் சந்தேகமாக இருந்தது. நெடுநேரம் அங்கேயே நின்று அங்கு நடப்பதைக் கவனித்தாள். அந்தக் குடிலில் இருப்பவர்கள் யாரும் அசையவே இல்லை. அவர்கள் மனிதர்களா என்று அவளுக்குச் சந்தேகமாக இருந்தது. துணிவை வரவழைத்துக் கொண்டு அந்தப் பகுதிக்குள் நுழையலாம் எனத் தீர்மானித்தாள்.

அதற்கு முன் தன்னிடமிருந்த கருவியைக் கொண்டு அங்குக் கால் வைத்தால் ஏதாவது சிக்கல் இருக்குமா என்று சோதனை செய்தாள். எதுவும் சிக்கல் இல்லை என்பது போல் அவளுக்குத் தோன்றியது. அந்தப் பகுதியில் நுழைந்தாள். முதலில் இருந்த குடில் அருகே சென்றாள். அதில் இருந்தவர் கண்ணை மூடி அமர்ந்திருந்தார். அவரைத் தொல்லைப்படுத்தாமல் அடுத்த குடிலுக்குச் சென்றாள். எல்லோரும் அமைதியாக அமர்ந்து தியானித்துக் கொண்டிருந்தார்கள். தன்னைச்

சந்திக்க வந்தவர்களில் ஒருவர் போலவே அவர்கள் இருந்தார்கள்.

அப்போது அங்கிருந்த ஒளி முழுக்க மறைந்து போனது. இருளில் அவளுக்கு எதுவுமே தெரியவில்லை. மெதுவாக தன்னிடமிருந்த லேசர் கருவியை எடுத்துப் பாதையில் ஒளியைப் பாய்ச்சினாள். அங்கு அவளைக் காண வந்தவர் நின்று கொண்டிருந்தார். அவள் அதிர்ச்சி அடைந்து அமைதியாக நின்றுவிட்டாள். எங்களைத் தேடி வரக்கூடாது என்று சொல்லியிருந்தேனே ஏன் வந்தாய் என்று அவர் கேட்டார். என் ஆர்வம் என்னை இங்குக் கொண்டுவந்துவிட்டது என்றாள். நீ இங்கு வந்தது எங்கள் குழுவுக்கு ஏற்புடையதாக இல்லை. நீ போய்விடு என்றார் அவர். நான் போகிறேன். என்னையும் உங்கள் குழுவில் இணைத்துக் கொள்ளுங்கள் என்றாள். இல்லை நாங்கள் வேறு இனத்தைச் சேர்ந்தவர்களை இணைப்ப தில்லை என்றார் அவர். அதற்கு மேல் அவள் பேசக் கூடாது என்பது போல் அவர் பார்த்தார். அவள் மெதுவாகக் கிளம்பி வந்த வழியே திரும்பினாள்.

கண்ணாடிக் கோட்டைக்கு வந்தவுடன் அவளுக்கு அங்கு நடந்ததை எல்லாம் தன் புகைப்படக்கருவி பதிவு செய்திருக்கும் என்று நினைத்து அதை எடுத்து கணினியுடன் பொருத்தினாள். அந்தக் காட்சிகள் அவளை மிகவும் பரவசப்படுத்தின. அவள் திரும்பத் திரும்ப அந்தக் காட்சி களைக் கண்டு கொண்டிருந்தாள். அந்தக் குழுவுடன் எப்படியாவது தொடர்பை ஏற்படுத்திக் கொள்ளவேண்டும் என்ற தீராத ஆவல் அவளுள் எழுந்தது. அதை எப்படிச் செயல்படுத்துவது என்று திட்டமிடத் தொடங்கினாள்.

விழியாளுக்குப் பூமிக்கடியில் இருக்கும் பாதாள குகையில் வாழும் குழுவுடன் தொடர்புகொள்ளும் வழியே தெரியாமல் பெரும் அலுப்பாக இருந்தது. அதைத் தவிர அவளால் வேறு எதையும் சிந்திக்க முடியவில்லை.

அவளுக்குத் தெரிந்த டெலிபதி தொடர்பை அவளைச் சந்தித்த அந்தக் குழுவின் உறுப்பினருடன் மேற்கொள்ள முனைந்தாள். அவரை ஆழமாக நினைத்து அவர் மீது தன் கவனத்தைக் குவித்தாள். அவருடன் பேசத் தொடங்கினாள். நீங்கள் யார்? எங்கிருந்து வருகிறீர்கள்? எதற்காக இந்தக் கிரகத்தின் அடிப்பகுதியில் இருக்கிறீர்கள் என்று தொடர்ந்து கேட்டாள். அவளுடைய அலைவரிசையில் அவளைச் சந்தித்த அந்த வயதான உறுப்பினர் வந்தார். அவளிடம் எதுவும் கூறாமல் அமைதியாக இருந்தார். அவள் அவர்களைப் பற்றி அறியும் ஆவலில் மட்டுமே கேட்பதாகவும் தன்னால் எந்தத் தீங்கும் விளையாமல் பார்த்துக் கொள்வதாகவும் அவரிடம் டெலிபதி பேச்சில் உறுதி கூறினாள்.

அவர் பேசினார். பூமியின் ஆதி இனம் தாங்கள்தான் என்றார். அவர்களுடைய இனத்தைப் பார்த்துத்தான் விழியாளின் இனம் தற்போதிருக்கும் மனித இனத்தை உருவாக்கியது என்றும் கூறினார். ஆனால் அப்படி உருவாக்கப்பட்ட மனித இனத்திற்கு அறிவுத் திறம் இல்லாமல் போய்விட்டது என்றார். புல், பூண்டை மதிக்கத் தெரியாத இனமாக உள்ளது என்றும் அவர் தெரிவித்தார். இந்த மனித இனம் அழிவுக்கான எல்லாச் செயல்பாடுகளிலும் ஈடுபடுகிறது என்றும் அவர்களின் தேவையற்ற ஆயுதங்களும் பிற உற்பத்திகளும் பூமியைச் சிதைப்பதில் மட்டுமே பயன்படுகிறது என்றும் அவர் மிகவும் வேதனையுடன் கூறினார். விழியாள் அமைதியாகக் கேட்டுக் கொண்டிருந்தாள்.

பூமியை அதன் இயற்கை வளத்துடன் பாதுகாப்பதே தங்கள் இலக்கு என்றும் அதை அழிக்க வந்திருக்கும் இனமாகத்தான் பூமியின் மேற்பரப்பில் இருக்கும் மனித இனத்தைத் தாங்கள் பார்ப்பதாகவும் அவர் கோபத்துடன் கூறினார். இந்த இனம் பெருகிக் கொண்டே போவதும்

சகிக்க முடியாததாக உள்ளது என்றும் அவர் குறைபட்டுக் கொண்டார். அதனால் பூமியைக் காப்பாற்ற இந்த இனம் அழிவதாக இருந்தாலும் தாங்கள் பொருட்படுத்தப் போவதில்லை என்றும் அவர் கூறினார். இந்த இனத்தை உருவாக்கியதோடு பொறுப்பைத் துறந்து விட்டுப் போன விழியாளின் இனத்தின் மீதும் அவருக்குக் கோபம் இருந்தது. விழியாள் அதை உணர்ந்திருந்ததால் அவளுடன் பேச முடிவெடுத்ததாக அவர் சொன்னார்.

விழியாள் அவரிடம் பல முறை மன்னிப்புக் கேட்டு விட்டுத் தனக்கு அவர்களின் நீண்ட வரலாறு தெரிய வில்லை என்றும் அவர்கள் இனம்தான் மனித இனத்தை உருவாக்கியது என்பது வரை மட்டுமே தெரியும் என்றும் கூறினாள். அந்த இனத்தின் வளர்ச்சியற்ற நிலைதான் பூமியைப் பாதிக்கிறது என்றும் இந்த இனத்தை மேம் படுத்துவதற்கான முயற்சியிலேயே தான் பூமிக்கு வந்திருப்ப தாகவும் அவள் கூறினாள். அது தங்கள் குழுவுக்குத் தெரியும் என்றும் அதனால்தான் அவளின் செயல் பாடுகளைக் கண்காணிப்பதாகவும் அவர் கூறினார்.

அநாதைக் குழந்தைகளை வேறு கிரகங்களுக்கு அவள் அழைத்துச் சென்றது மிகவும் சிறப்பான காரியம் என்று அவர் பாராட்டினார். இங்கிருப்பவர்களின் திறனை மேம்படுத்த அவள் செய்யும் முயற்சிகளும் மெச்சத்தக்கவை என்றார். ஆனால் இந்த மனித இனத்தின் பெருக்கத்தை நிறுத்த செய்யும் அவளது முயற்சிகள் போதாது என்றும் அவர் கூறினார்.

தன்னுடன் அடிக்கடி இப்படித் தொடர்பு கொண்டால் மேலும் சிறப்பாகத் தன்னால் பணியாற்ற முடியும் என்று அவரிடம் கூறினாள். அது தவிர அவர்கள் பூமிக்கடியில் மட்டுமே இருக்கப் போவதாக ஏன் முடிவெடுத்தார்கள் என்று கேட்டாள். பூமியின் மேற்பரப்பு விரைவில் பாலை

வனம் ஆக வாய்ப்பிருப்பதால் பூமியின் அடிப்பகுதிக்குச் சென்றுவிட்டதாகவும் அங்கே யாருடைய தொல்லையும் இல்லை என்றும் தங்கள் குழுவின் எண்ணிக்கையும் குறைவு என்றும் பூமி அடுத்து ஒரு சுழற்சியைச் சந்தித்த பின் அவர்கள் மேற்பரப்பிற்கு வருவார்கள் என்றும் அவர் சொன்னார். விழியாள் அவருக்கு நன்றி தெரிவித்தாள். அவர் தனக்கு உதவவேண்டும் என்று கேட்டுக் கொண்டாள். தன் செயல்பாடுகளில் இன்னும் வேகமும் திறனும் கூடும்படி பார்த்துக் கொள்வதாக உறுதி கூறினாள்.

13

மற்றொரு பூமி

விழியாளுக்குப் பாதாள லோகத்தில் இருந்தவர் சொன்ன சொற்களே காதில் ஒலித்துக் கொண்டிருந்தன. பூமியில் இருக்கும் மனிதர்களின் திறனை மேம்பட வைக்க என்ன செய்யவேண்டும் என்று யோசித்துக் கொண்டிருந் தாள். மனித இனத்தின் பல்வேறு சிக்கல்களைக் குறித்தும் அவற்றைக் களைய வேண்டிய வழிமுறைகளையும் ஆராய்ந்து கொண்டிருந்தாள். நவீனின் குடும்பம் அன்று கடற்கரைக்குச் செல்லவேண்டும் என்று திட்டமிட்டிருந்தது. விழியாள் வழக்கம் போல் கடற்கரை மணலில் சென்று அமர்ந்துவிட்டாள். அவர்கள் கடலில் விளையாடிக் கொண்டிருந்தனர்.

விழியாள் அருகில் ஒரு சிறு பெண் வந்தாள். அவளிடம் பிச்சை கேட்டாள். அவளை அழைத்து அருகே அமர வைத்துக் கொண்டு விழியாள் பேசினாள். நீ எங்கிருந்து வருகிறாய் என்று கேட்டாள். அருகில் இருக்கும் ஒரு குடிசைப் பகுதியில் வருகிறேன் என்றாள் அவள். உன் பெயர் என்ன என்று கேட்டாள். என் பெயர் மினு என்றாள். நீ பள்ளியில் படிக்கிறாயா என்று கேட்டாள். இல்லை என்றாள். ஏன் என்றாள். தன் தாய் உடல் நலமின்றி வீட்டில் கிடப்பதால் அவளைக் காப்பாற்றவும்

தானும் சாப்பிடுவதற்குத் தேவையான பொருள் தேடவும் பள்ளிக்குச் செல்வதில்லை என்றாள். அப்பா எங்கே என்று கேட்டாள். அவர் இறந்துவிட்டதாகச் சொன்னாள். நான் உன்னை ஓர் இடத்திற்கு அழைத்துச் செல்கிறேன். நீ புதிய அம்சங்களைக் கற்றுக் கொள்ளலாம் வருவாயா என்று கேட்டாள் விழியாள். அவளைக் கூர்ந்து பார்த்து விட்டு எங்கே அழைத்துச் செல்வாய் என்று கேட்டாள் மினு. இரவு இதே இடத்திற்கு வா உன்னை அழைத்துச் செல்கிறேன் என்றாள் விழியாள். சரி என்று சொல்லிவிட்டு அவள் போனாள்.

இரவு கடற்கரையில் விழியாள் காத்திருந்தாள் தூரத்தில் மினு ஓடி வருவது தெரிந்தது. விழியாள் அவளை அழைத்துக் கொண்டு கண்ணாடிக் கோட்டைக்கு வந்தாள். மினுவுக்கு அந்த இடம் மிகவும் பிடித்துவிட்டது. அவளுக்குத் தூய்மையான உடைகள், உணவு ஆகியவற்றை விழியாள் வழங்கினாள். மினுவுக்கு ஏக மகிழ்ச்சி. உன்னை அருகில் இருக்கும் ஒரு தீவுக்கு அழைத்துச் செல்கிறேன். அங்கு உன்னைப் போன்ற சிறுவர், சிறுமியர்களை நீ அழைத்து வருவாயா என்று கேட்டாள் விழியாள். அவளும் சரி என்றாள்.

அடுத்த முறை விழியாள் மினுவை அருகில் இருந்த யாரும் செல்லாத ஒரு தீவுக்கு அழைத்துச் சென்றாள். மினுவுடன் பிச்சை எடுக்கும் மேலும் பல சிறுவர் சிறுமியர் வந்திருந்தனர். அனைவருக்கும் புதிய உடைகள், உணவு ஆகியவற்றைக் கொடுத்தாள். அந்தத் தீவில் அவர்கள் விளையாட பல பொருள்களை விழியாள் கொடுத்தாள். அவர்கள் மிகவும் மகிழ்ச்சி அடைந்தார்கள். இங்கு வந்திருப்பது பற்றி யாருக்கும் தகவல் சொல்லக் கூடாது என்று விழியாள் கேட்டுக் கொண்டாள். அத்துடன் அவர்களால் செய்யக்கூடிய சிறிய கருவிகளைச் செய்யும் முறையைக் கற்றுக் கொடுத்தாள். அவை சிறிய விமானங்கள்,

சிறிய நுண்ணோக்கிகள், சிறிய தொலை நோக்கிகள், சிறிய ராக்கெட்டுகள், சிறிய செயற்கைக் கோள்கள், சிறிய புகைப்படக் கருவிகள், சிறிய கணினிகள், சிறிய அலை பேசிகள், சிறிய பேனாக்கள், சிறிய எந்திர மனிதர்கள், சிறிய எந்திர விலங்குகள், சிறிய பேட்டரிகள், சிறிய இசைக் கருவிகள் உள்ளிட்ட பலவற்றைச் செய்ய அவள் கற்றுக் கொடுத்தாள். அவர்களுக்கு மிகவும் உற்சாகமாக இருந்தது. அவர்கள் அனைவரும் வேறு ஒரு கிரகத்திற்குப் போய்வர விரும்பினால் இன்னும் அவர்களைப் போன்ற குழந்தைகளை அழைத்து வரும்படி அவள் கூறினாள்.

அடுத்த முறை அவர்களும் பலரை அழைத்து வந்தார்கள். அவர்களுக்கு அந்தக் குழந்தைகளே அந்தச் சிறிய பொருட்களை உருவாக்கக் கற்றுக் கொடுத்தார்கள். அவர்கள் உருவாக்கிய பொருட்களுக்காக விழியாள் அவர்களுக்குத் தேவையானதைக் கொடுத்தாள். பிச்சை எடுக்கும் பல குழந்தைகளுக்கு விழியாள் பற்றியும் அவள் கற்றுக் கொடுக்கும் புதிய வகையான கல்வியையும் குறித்துத் தெரிந்திருந்தது. அவர்கள் யாரிடமும் சொல்லாமல் இரவில் தனியாக இருந்த தீவுக்கு வந்து அந்தப் பொருட்களை உருவாக்கிக் கொடுத்துவிட்டுப் போனார்கள். ஏராளமான பிச்சை எடுக்கும் குழந்தைகள் சேர்ந்த பின் அவர்களுக்குத் தலைமையாக மினு இருப்பாள் என்று விழியாள் அறிவித்தாள். அவர்களும் அதை ஏற்றுக் கொண்டார்கள். ஆனால் மினு அழுது கொண்டிருந்தாள். விழியாள் அவளை அழைத்து காரணத்தைக் கேட்ட போது தன் தாய் இறந்துவிட்டதாகவும் இனி தனக்கு யாரும் இல்லை என்றும் அவள் சொன்னாள். விழியாள் அவளைத் தேற்றி தான் அவர்கள் அனைவரையும் ஒரு புதிய கிரகத்திற்கு அழைத்துச் செல்லவிருப்பதாகவும் அங்கு மினுதான் தலைமை பொறுப்பில் இருந்து அவர்களைப் பாது காப்பாள் என்றும் சொன்னாள். மினுவுக்கு அதை நம்பவே முடியாமல் இருந்தது. அவர்கள் அனைவரும்

அடுத்த முறை வேறு கிரகத்திற்குச் செல்லும் ஆயத்தத்துடன் வரவேண்டும் என்று சொல்லிவிட்டாள் விழியாள். அவர்களும் வேற்றுக் கிரகத்திற்குச் செல்லப் போவதை யாரிடமும் சொல்லாமல் அந்தத் தீவுக்கு வந்து சேர்ந் தார்கள். அவர்கள் அனைவரையும் கண்ணாடிக் கோட்டைக்கு அழைத்துச் சென்று அங்கிருந்த பெரிய விமானத்தில் ஏற்றி வேற்று கிரகத்திற்கு அனுப்பி வைத்தாள் விழியாள்.

பூமி போன்ற கிரகத்திற்கு மினுவையும் அவளுடன் மற்ற சிறுவர்களையும் அனுப்பிவிட்டு நவீனிடம் விழி யாள் பேசினாள். நவீன் அந்தக் கிரகத்திற்கும் பொறுப்பாக இருந்தான். அங்குப் பூமியில் முன்பு இருந்த ஓர் அரசர் மீண்டும் உருவாக்கப்பட்டு தலைமை ஏற்றிருந்தார். அந்தக் குழந்தைகள் பூமியில் மிகவும் பரிதாபமான நிலையில் இருந்தவர்கள். இப்போது புதிய கிரகத்திற்கு வரப் போகிறார்கள். அவர்களை நன்றாகப் பாதுகாக்கவேண்டும் என்று விழியாள் சொன்னாள். நவீன் அதை ஏற்றுக் கொண்டான்.

அவர்கள் அங்குப் போய் இறங்கியதிலிருந்து நவீன் கண்காணிக்கத் தொடங்கினான். அதில் தலைமை ஏற்று வந்திருந்த சிறுமி மினுவை அவனுக்கு மிகவும் பிடித்தது. அவள் மிகவும் திறமையானவளாகத் தெரிந்தாள். விழியாள் அவளுக்குக் கற்றுக் கொடுத்த பல வேலைகளை அவள் செவ்வனே செய்து கொண்டிருந்தாள். மற்ற குழந்தைகளையும் அவற்றைச் செய்ய வைத்தாள். மேலும் எந்திர மனிதன் உருவாக்கத்திற்குத் தேவையான கருவிகள் சிலவற்றையும் அவர்களிடம் கொடுத்து உற்பத்தி செய்ய நவீன் விரும்பினான். மேலும் அவர்களை நேரில் பார்க்கவும் நினைத்து அங்குப் போக எண்ணினான்.

தன் பாதுகாப்பாளரிடமும் விழியாளிடமும் கூறிவிட்டு அங்கே போனான். மினுவுக்கு நவீனைப் பார்த்தவுடன்

மிகவும் மகிழ்ச்சியாக இருந்தது. அதுவரை வேற்றுக்கிரக வாசிகளிடம் தான் வைத்திருந்த தொடர்பு சரியா தவறா என்ற குழப்பத்தில் இருந்தவள் நவீன் அங்கு வந்து சேர்ந்தவுடன் தன் முடிவு சரியானது என்று புரிந்தது. அது மட்டும் இல்லாமல் நவீன் அந்தக் கிரகத்தின் எல்லாச் செயல்பாடுகளையும் மேற்பார்வை பார்க்கும் அளவுக்கு முன்னேறிவிட்டான் என்பதும் பூமியிலிருந்து வந்த ஒரு சிறுவன் இந்த அளவுக்கு இருக்கிறான் என்றால் தன்னாலும் முடியும் என்றும் மினுவுக்கு நம்பிக்கை பிறந்தது.

மினுவிடம் நவீன் பேசினான். இந்தக் கிரகம் உனக்குப் பிடித்திருக்கிறதா என்றான். ஆமாம் என்றாள். நீ பூமியில் மிகவும் பாடுபட்டதாக விழியாள் சொன்னாள். அதனால் நீ இங்கு உன் விருப்பப்படி சுதந்திரமாக உனக்குத் தேவையானதை வாங்கிக் கொண்டு நல்ல பணியைச் செய்து கொண்டிரு என்றான். அவள் தலையாட்டினாள். மற்ற குழந்தைகளும் அவனிடம் பேச ஓடி வந்தன. அவர்களுடன் சேர்ந்து பூமியில் அவர்களுக்குப் பிடித்த விளையாட்டுகளை எல்லாம் விளையாடினான் நவீன்.

மினுவுக்கு அங்கு எப்போதும் தான் இருக்கப் போவது குறித்த சந்தேகம் மட்டும் இருந்தது. நவீனிடம் அதைப் பற்றி விசாரித்தாள். இந்தக் கிரகம் இப்போதைக்குப் பாதுகாப்பானதாக உள்ளது. இனிமேல் என்ன நடக்கும் என்று பொறுத்திருந்து பார்க்கவேண்டும் என்றான் நவீன். அது தவிர பூமியிலும் சில இயற்கை பேரழிவுகள் வருவதைப் போல் இங்கும் வரலாம். அது தவிர சில வேற்றுக்கிரகவாசி இனங்கள் பகை கொண்டு தாக்கவும் கூடும். ஆனால் அதைக் கண்டு அஞ்சக் கூடாது என்று நவீன் மினுவுக்கும் மற்ற குழந்தைகளுக்கும் சொன்னான்.

நவீன் பூமி போன்றிருக்கும் வேறு சில கிரகங்களுக்கும் போய்வந்ததைப் பற்றிச் சொன்னான். மினுவுக்கும் மற்ற

குழந்தைகளுக்கும் அங்கெல்லாம் போகவேண்டும் என்று ஆசையாக இருந்தது. ஒரு முறை அழைத்துச் செல்வதாகக் கூறினான் நவீன். மேலும் அவர்களில் அவனுக்குப் பிடித்த கிரிக்கெட் விளையாடுபவர்களைத் தனியாகப் பிரித்து அவர்களுக்குத் தனி பயிற்சி தரவும் ஏற்பாடு செய்தான். அதற்கான போட்டி நடக்கும் போது பங்கெடுத்து பரிசுகளை வெல்லலாம் என்றும் கூறினான். அதெல்லாம் அவர்களுக்குப் பூமியில் கிடைக்காதது என்று அவர்கள் பெரும் ஆறுதல் அடைந்தார்கள். ஒரு குழந்தை நவீனிடம் வந்து எல்லாமே இங்கு நன்றாக இருக்கிறது, ஆனால் பூமியில் நாம் காணும் பெரியவர்கள் இங்கு இல்லை என்றாள். அவர்களைப் போன்று வளர்ந்துவிட்டால் அவர்களும் இங்கு வந்துவிட்டது போலாகிவிடும். அதற்காக ஏங்க வேண்டாம் என்று அந்தக் குழந்தையிடம் நவீன் கூறினான். விழியாளும் கணினித் திரையின் மூலம் அப்போது தொடர்பு கொண்டாள். நவீன் எல்லோருடனும் மிகவும் நட்பாகப் பழகுவதையும் அங்கிருந்த குழந்தைகள் விழியாளைக் கண்டவுடன் ஆரவாரித்ததையும் கண்டு விழியாளுக்குப் பெரு மகிழ்ச்சியானது.

14

நாகர் புரியில் ஒரு பயணம்

கண்ணாடிக் கோட்டைக்கு வருமாறு விழியாளுக்குச் செய்தி வந்தது.

இரவு வரும் வரை காத்திருந்து அவள் கிளம்பினாள். அனா இனத்தின் பெண் தலைமை பெரிய எரி பாறைகளை பூமியை நோக்கியும் விழியாளின் கிரகத்தை நோக்கியும் நகர்த்திவிட்டிருக்கிறாள் என்று செய்தி வந்திருந்தது. அது பூமியை நோக்கி வருவதற்கு முன் அவைத் தூளாக்கப்படும் என்று பூமிக்கடியில் வாழும் குழு சொல்லியிருந்தது. அப்படி நடக்கிறதா என்று பார்ப்பதற்கு அவள் கணினித் திரையில் அந்தப் பாறைகளைக் கண்காணித்துக் கொண்டிருந்தாள். இந்த எரி பாறைகளைப் பூமியை வந்து தாக்கப் போகின்றன என்று பூமியில் இருக்கும் யாருக்கும் தெரியாது என்பதால் அவள் அதை மிகவும் கூர்ந்து நோக்கிக் கொண்டிருந்தாள்.

அந்த எரி பாறைகள் பூமிக்கு அருகே நெருங்கி வந்து கொண்டிருந்தன. அவள் கணினித் திரையில் சிவப்பு விளக்கு எரிந்து அபாயம் என்றது. அவள் அமைதியாக அமர்ந்து டெலிபதி மூலம் பூமியின் அடியில் இருக்கும் குழுவைச் சேர்ந்த அந்த வயதான நபரிடம் தொடர்பு கொள்ள முயற்சித்தாள். அவர் உடனடியாக அவள்

அலைவரிசையில் வந்தார். பூமியை நோக்கி எரி பாறைகள் வந்து கொண்டிருக்கின்றன என்பது எங்களுக்குத் தெரியும். அவைத் தூளாகும் அஞ்சவேண்டாம் என்று சொல்லிவிட்டுத் தனது டெலிபதி தொடர்பைத் துண்டித்துக் கொண்டார்.

விழியாள் தன் கிரகத்தை நோக்கியும் அவை நகர்ந்து கொண்டிருப்பதைப் பார்த்துக் கொண்டிருந்தாள். பாடினி அவளுடன் பேசினாள். இந்தப் பாறைகள் நிச்சயம் இங்கு வந்து தாக்கும் என்றாள். இல்லை தாக்காது நீ அமைதியாக இரு என்று சொல்லிவிட்டாள் விழியாள்.

பூமியின் வளிமண்டலத்திற்குள் நுழையும் முன்பே அந்த எரிபாறைகளை நோக்கி வந்த பெரிய விண்கற்கள் அவற்றைத் தூள் தூளாக்கின. அதே போல் விழியாள் கிரகத்தை நெருங்கிக் கொண்டிருந்த பாறைகளும் தூள் தூளாகிவிட்டன. விழியாளுக்கு நம்பவே முடியவில்லை. பாடினி உடனே தொடர்பு கொண்டாள். இது எப்படி நடந்தது என்று கேட்டாள். அது எனக்கு முன்பே தெரியும் அதனால்தான் உன்னே எந்த முயற்சியும் செய்யவேண்டாம் என்று கூறினேன் என்றாள் விழியாள். வேறு இனத்துடன் உனக்குத் தொடர்பு உள்ளதா என்று கேட்டாள் அவள். இல்லை அது பற்றி இப்போது எதுவும் சொல்ல முடியாது என்று சொல்லிவிட்டாள் விழியாள்.

நவீனுடன் பேசினாள் விழியாள். பூமியை நோக்கியும் தங்கள் கிரகத்தை நோக்கியும் வந்த எரிபாறைகள் நொறுக்கப்பட்டன என்று சொன்னாள். அனா இனப் பெண் அடுத்து என்ன செய்வாள் என்று எதிர்பார்க்க வேண்டும் என்றும் கூறினாள். நவீன் அமைதியாகக் கேட்டான். அனா பெண் இனத்துடன் இங்கிருப்பவர்கள் யாராவது தொடர்பில் உள்ளார்களா என்று பார்த்துக் கொள் என்றான் நவீன். சரி அதை நான் பார்த்துக்

கண்ணாடிக் கோட்டை ❖ 155

கொள்கிறேன். நாளை நாம் சந்திப்போம் என்று சொல்லி முடித்தாள் விழியாள்.

நவீனைச் சந்திக்கக் கிளம்புவதற்கு முன் கண்ணாடிக் கோட்டையில் இருந்த அவள் கணினியில் பூமியின் நிலையை ஆராய்ந்து கொண்டிருந்தாள். அவளுடைய கணினி சில இடங்களில் சிவப்பு விளக்குகளைக் காட்டியது. அந்த இடங்களில் அவர்கள் இனத்தின் கண்காணிப்பு ஊடுருவ முடியவில்லை என்று அதற்குப் பொருள். அந்த இடத்தில் பூமியின் அடிப்பகுதியில் இருக்கும் குழுவினரின் தளங்கள் இருக்கலாம் என முதலில் நினைத்தாள் விழியாள். ஆனால் அவர்கள் ஒரே ஓர் இடத்தில் மட்டுமே இருக்கிறார்கள் என்பதை அவள் நேரில் சென்றே பார்த்துவிட்டு வந்துவிட்டாள். அதனால் இந்தச் சிவப்பு விளக்குகள் எதைக் காட்டுகின்றன என்று சந்தேகமாக இருந்தது. பாடினியை அழைத்து அதற்கான காரணத்தைக் கண்டுபிடிக்குமாறு கூறினாள். நவீனைப் பார்க்கக் கிளம்பினாள்.

நவீன் அனா பெண் நம் கிரகத்தின் மீதும் பூமியின் மீதும் எரி பாறைகளை ஏவிவிட்டாள். அவைத் தூளாக்கப்பட்டுவிட்டன. அது எப்படி நடந்து என்பதை உனக்குப் பிறகு எப்போதாவது சொல்கிறேன். ஆனால் இப்போது புதிய பிரச்னை ஒன்று வந்திருக்கிறது என்றாள். என்ன ஆயிற்று என்றான் நவீன். பூமியில் சில இடங்களில் நம் கண்காணிப்பு ஊடுருவ முடியவில்லை. அதற்கான காரணத்தை இன்னும் கண்டுபிடிக்க முடியவில்லை என்றாள்.

பாடினி அங்கு வந்தாள். பூமியில் சிவப்பு விளக்கைக் காட்டும் பகுதிகளில் என்ன முயற்சி செய்தும் கண்காணிப்பு ஊடுருவ முடியவில்லை. யாராவது நேராகச் சென்றுதான் பார்க்கவேண்டும் என்றாள். சரி நான் சென்று பார்க்கிறேன் என்றாள் விழியாள். அது

அபாயகரமான இடமாக இருக்க வாய்ப்பிருக்கிறது என்றாள் பாடினி. அங்கு நீ செல்லாதே விழியாள் என்றான் நவீன். இல்லை பயப்படாதே நவீன். எதுவும் ஆகாது. நான் பார்த்துக் கொள்கிறேன் என்று விழியாள் சொல்லிவிட்டாள். உடனடியாக பூமிக்குத் திரும்பினாள்.

பூமியில் சிவப்பு விளக்கு எரியும் பகுதிக்குச் சென்றாள். அதை நெருங்கும் போதே அவளிடமிருந்த லேசர் கருவி ஒலித்தது. அங்கு ஏதோ ஒரு சக்தி வாய்ந்த எந்திரம் இருப்பதை அது காட்டியது. அந்தப் பகுதியை முதலில் விழியாள் சுற்றி வந்தாள். அந்த இடத்தை ஊடுருவும் அலைகளைக் கொண்ட ஈர்ப்பு விசை கருவியைப் பயன்படுத்தி அதன் விளைவுகளைக் கணித்தாள். அது உள்ளே ஒரு பெரிய எந்திரமும் அதைச் சுற்றி மிகவும் கனமான சுவர் போன்ற அமைப்பும் இருப்பதைக் காட்டியது. அங்கு அருகில் போனால் கதிரியக்கம் இருக்க வாய்ப்பிருப்பதாகவும் அவளிடமிருந்த எந்திரம் காட்டியது.

அவள் அந்தப் பகுதியைச் சுற்றி வந்து அந்த இடங்களில் எல்லாம் சோதித்தாள். எல்லா இடங்களிலும் அதே போன்ற அமைப்பு இருப்பது காட்டியது. அணு உலை இருக்க வாய்ப்பில்லை. பாதுகாப்புக்காகக் கதிரியக்கம் வைக்கப்பட்டிருக்கிறது என்பதைப் புரிந்து கொண்டாள். நுண்ணிய பறவை போன்ற கருவியை அந்த அமைப்பின் மேல் செலுத்தி அதில் இருக்கும் தொலை நோக்கி மூலம் அது என்ன அமைப்பு என்று பார்த்து வரச் செய்தாள்.

அவளுக்கு ஒரு பெரிய அதிர்ச்சி காத்திருந்தது. அங்கு ஒரு புதிய இனம் இருந்தது. அது மிகவும் வளர்ச்சி அடைந்த எந்திரங்களைக் கொண்டு இயங்கிக் கொண்டிருந்தது. அவர்களுடைய விமானங்களும் மிகவும் வளர்ச்சி அடைந்தவையாக இருந்தன. அவர்கள் யார்

என்று மீண்டும் மீண்டும் தேடினாள். அவர்கள் வேறு கிரகங்களிலிருந்து வரவில்லை என்பதும் பூமியில் முன் பிருந்தே இருப்பவர்கள்தான் என்றும்தான் அவளுடைய வரலாற்றைத் தேடும் பொறி எந்திரம் காட்டியது.

அத்தகைய இனங்கள் எவை என்பதை அவள் தேடினாள். அதில் நாகர் இனமாக இருக்க வாய்ப்பிருக்கிறது என்பதுபோல் அவளுக்குப் புரிந்தது. அவள் தூரத்தில் இருந்து அங்கு நடப்பதைப் பார்க்க முடியுமா என்று ஓர் இடத்தைத் தேடிக் கொண்டிருந்த போது ஒரு விமானம் எந்த ஒலியும் எழுப்பாமல் அவர்கள் இருந்தப் பகுதியில் வந்திறங்கியது. அவளிடம் இருந்த மேலே பறக்கும் நுண்ணோக்கி மூலம் பார்த்தபோது வேறு ஏதோ கிரகத்திற்கு அவர்கள் சென்று வந்திருக்கிறார்கள் என்பது போல் தெரிந்தது. அவர்கள் அனைவரும் சட்டென்று பூமியின் அடியில் மறைந்து போனார்கள். அந்த இடம் எப்போதும் இருக்கும் சாதாரண இடம் போல் ஆகி விட்டது. இப்போது அவளால் அந்த இடத்தை நெருங்க முடிந்தது. அங்கு எதுவுமே அசாதாரணமாக இல்லை.

அவர்கள் யாரென்று அறிந்து அவர்களை நெருங்க வேண்டும் என விழியாள் முடிவு செய்தாள். உடனடியாகப் பூமிக்கடியில் இருந்து எரி பாறைகளை உடைத்த அந்தக் குழுவைச் சந்திக்கச் சென்றாள். அவர்களில் வயதான உறுப்பினர் அவளைச் சந்தித்தார். நடந்ததை அவள் விளக்கினாள். அவர்கள் நாகர்கள்தான் என்றும் அவர்கள் பல கிரகங்களைத் தங்கள் கட்டுப்பாட்டுக்குள் கொண்டு வந்துவிட்டதாகவும் அவர்களுடன் நட்பாக இருக்குமாறும் கூறினார். அவர்களுடன் தொடர்பை ஏற்படுத்தவேண்டும் என்று விழியாள் சொன்னாள். அதற்கு ஏற்பாடு செய்வதாகச் சொல்லி அவளை அனுப்பிவைத்தார்.

விழியாள் நாகர் இனத்தைச் சந்திப்பதற்கு முன் தற்போது அவர்களின் வளர்ச்சி குறித்துத் துல்லியமான

தகவல்களை பாடினியிடம் கேட்டறிந்தாள். அவர்கள் பல்வேறு அண்டங்களுக்குச் சென்றுவிட்டதாகவும் பூமியைத் தங்கள் மூல கிரகமாக இன்னும் கருதுவதாகவும் பூமியைக் காப்பதில் பெரும் பங்கு வகிப்பதாகவும் பாடினி கூறினாள். விழியாளின் இனம் பற்றி அவர்கள் பொருட்படுத்துவதில்லை என்றும் அவள் தெரிவித்தாள். அவர்களிடம் மிகவும் வளர்ச்சி அடைந்த ஆயுதங்கள் இருப்பதாகவும் அவள் சொன்னாள். தங்களிடம் உள்ள ஆயுதங்களை விட வளர்ச்சி அடைந்தவையாக அவை உள்ளன என்றும் அவள் கண்டறிந்திருப்பதாகக் கூறினாள்.

விழியாள் அவர்களிடம் என்ன பேசுவது என்ன கேட்பது என்பது குறித்து முன் தீர்மானங்களை உருவாக்கினாள். அது மட்டும் அல்லாமல் பூமியில் இருக்கும் இனங்கள் மேலும் எத்தனை என்பதையும் அவர்கள் எந்த நிலையில் வளர்ந்திருக்கிறார்கள் என்பதையும் அவர்களிடமிருந்து அறியவேண்டும் என்று நினைத்தாள். தன் இனத்தால் பூமிக்கு ஆபத்து ஏற்படுத்தும் இனங்கள் பற்றியும் அவர்களிடம் கேட்க வேண்டும் என எண்ணினாள்.

பூமிக்கு அடியில் இருக்கும் குழுவின் உறுப்பினர் நாகர் இனத்தைச் சேர்ந்தவர் அவளைக் காண வந்திருப்பதாக அவளுக்குத் தகவல் அனுப்பினார். கண்ணாடிக் கோட்டைக்கு வெளியே வந்து அவள் பார்த்தாள். கடல் மீது ஒரு பெண் நின்று கொண்டிருப்பது தெரிந்தது. அவளை மேலே வருமாறு சைகை காட்டினாள். அவள் விழியாளின் முன்பு வந்து நின்றாள். அவளைப் பார்த்தாலே பெரும் ஈர்ப்பு ஏற்பட்டது. அவள் மிகவும் நேர்த்தியாக இருந்தாள். அவளை அழைத்துக் கொண்டு தன் இடத்திற்கு வந்தாள்.

நீங்கள் வந்ததற்கு மிக்க நன்றி என்றாள் விழியாள். சொல் நீ எதற்காக எங்களைப் பார்க்க விரும்பினாய் என்று அவள் கேட்டாள். அவள் குரல் மிகவும்

இனிமையாக ஒலித்தது. விழியாளின் இனம் பற்றி அவர் களுக்குத் தெரியுமா என்று கேட்டாள். தெரியும் என்றாள் அவள். என்னை வசு என்றழைக்கலாம் என்றாள் அவள். விழியாள் சிரித்தாள். எதற்குச் சிரிக்கிறாய் என்று கேட்டாள். உங்கள் பெயர் பூமியில் உள்ள மனிதர்களின் பெயர் போல் இருக்கிறது என்றாள். இல்லை அவர்கள் எங்கள் பெயர்களை வைத்துக் கொண்டிருக்கிறார்கள் என்றாள் வசு. உங்களுக்குப் பூமியில் பெரும் பாரம்பரியம் உள்ளது. இப்போது நீங்கள் பல அண்டங்களுக்குச் சென்று வருகிறீர்கள். பூமியின் பாதுகாப்பைப் பேணு கிறீர்கள். பூமிக்கு ஆபத்து வரும் பட்சத்தில் மனிதர்களையும் காக்க முன்வருவீர்களா என்று கேட்டாள் விழியாள். இல்லை. மனிதர்களை நாங்கள் காப்பாற்ற முனைய மாட்டோம் என்றாள் வசு. எங்கள் இனம் இங்கு வந்ததால் ஒரு வளர்ந்த இனம் பூமியில் சிக்கல்களை விளைவித்து அபாயத்தை ஏற்படுத்த முனைந்திருப்பது உங்களுக்குத் தெரியுமா என்றாள் விழியாள். தெரியும் என்றாள் வசு. எங்களின் எதிரி இனத்தை உங்களால் அழிக்க முடியுமா என்று கேட்டாள் விழியாள். அது எங்கள் வேலை அல்ல என்றாள் வசு. பூமியில் இன்னும் எத்தனை வளர்ந்த இனங்கள் உள்ளன என்று உங்களால் சொல்ல முடியுமா என்று கேட்டாள் விழியாள். ஐம்பதுக்கும் மேற்பட்ட இனங்கள் உள்ளன என்றாள் வசு. அவர்கள் அனைவரும் ஒன்றிணைய முடியுமா என்று கேட்டாள் விழியாள். அதைப் பற்றி இதுவரை நாங்கள் முயற்சிக்கவில்லை என்றாள் வசு.

பூமியில் நீங்கள் என்ன அடுத்து செய்ய முயற்சிக்கிறீர்கள் என்று தெரிந்துகொள்ளலாமா என்று கேட்டாள் விழி யாள். அதை வெளிப்படுத்த எங்கள் இனம் தடைவிதித்திருக் கிறது என்றாள் வசு. எங்கள் இனத்திற்கு உதவ முடியுமா என்றாள் விழியாள். ஆபத்தைப் பொறுத்து அதை நாங்கள் முடிவு செய்வோம் என்றாள் வசு. எங்களிடம்

என்ன உதவி எதிர்பார்க்கிறீர்கள் என்று கேட்டாள் விழி யாள். நீங்கள் உருவாக்கும் மிகச்சிறிய கருவிகள் எங்க ளுக்கு வேண்டும் என்றாள் வசு. அதற்கு ஈடாக நான் என்ன எதிர்பார்க்கலாம் என்றாள் விழியாள். எங்களிடம் உள்ள வளர்ச்சி பெற்ற ஆயுதங்களையும் அவற்றின் உற்பத்தி முறையையும் தருகிறோம் என்றாள் வசு.

அவள் விடைபெற்றுக் கிளம்பினாள். விழியாளுக்கு மிகவும் நிறைவு தந்த பேச்சாக அது அமைந்தது. நவீனிடம் நடந்ததைச் சொன்னாள். நாகர்கள் பல தோற்றங்களை எடுப்பார்கள் என்பது உண்மையா என்று கேட்டான் நவீன். ஆம். என்னைப் பார்க்க வந்த வசு உண்மையில் அத்தகைய தோற்றத்தைக் கொண்டிருக்கமாட்டார் என்றாள் விழியாள். வசுவின் தோற்றத்தை நவீனுக்கு அவள் கணினியில் காட்டினாள். அவர் மிகவும் வித்தியாசமாக இருக்கிறார் என்றான் நவீன். ஆம் என்றாள் விழியாள். அடுத்து அவர்களுடன் நாம் என்ன செய்யவேண்டும் என்றான் நவீன். ஆயுதங்கள், கருவிகள் பரிமாற்றம் என்றாள் விழியாள். அவர்களை நம்பலாமா என்றான் நவீன். நம்பலாம். ஆனால் அவர்கள் மிகவும் ரகசியமான இனமாக உள்ளார்கள் என்றாள் விழியாள். ஆனாலும் எனக்கு அவர்களைப் பார்ப்பதற்கு அச்சமாக உள்ளது என்றான் அவன். எனக்கு அச்சமாக இல்லை. ஆனால் ஏதோ ஒரு வேறுபாடு அவர்களிடம் இருப்பதை அறிய முடிகிறது என்றாள் விழியாள். சரி அவர்களிடம் எச்சரிக்கையாக இரு என்றான் நவீன். அதை ஏற்றுக் கொண்டு பேச்சை முடித்தாள் விழியாள்.

நவீன் உறங்கிக் கொண்டிருந்தான். அவன் கனவில் விழியாள் வந்தாள். ஆனால் அவள் எப்போதும் இருப்பது போல் இல்லை. அவள் மிகவும் வளர்ந்திருந்தாள். ஓர் இளவரசி போல் அவள் இருந்தாள். அவள்தான் பல அண்டங்களுக்குச் சென்று வருகிறாள். அவள் பூமிக்குச்

செல்கிறாள். அங்கு அவர்கள் இனத்தையும் அழைத்துச் செல்கிறாள். அங்குப் புதிய இனங்களை உருவாக்குகிறாள். அதற்காக அவள் புதிய மரபணு மாற்றங்களைச் செய்து சோதனை செய்கிறாள். பல தோல்விகளுக்குப் பின் அவள் வெற்றிகரமாக மனித இனத்தை உருவாக்குகிறாள். அப்படி உருவான முதல் மனிதன்தான் நவீன். அதனால் நவீன் மீது விழியாளுக்கு மிகவும் பற்று ஏற்படுகிறது. அவனை நன்றாக வளர்க்கிறாள். மனித இனத்தின் எல்லா வகையான குணாம்சங்களையும் முறையாகப் பெற்ற மனிதனாக நவீன் வளர்கிறான். அவனை விழியாள் தன் கிரகத்திற்கு அழைத்து வருகிறாள். அங்கு அவளுடைய புதிய கண்டுபிடிப்பான மனித இனத்தால் அவர்கள் இனத்திற்கே பிரச்னை வரும் என்று சொல்லி விழியாளை எல்லோரும் வெறுக்கிறார்கள். அதனால் விழியாள் மிகவும் துக்கமுற்று மீண்டும் பூமிக்கே நவீனை அழைத்து வந்துவிடுகிறாள். ஆனால் நவீனுக்கு விழியாள் தன்னை இந்த வகையில் வளர்த்தெடுத்தது தன்னைப் பாதுகாப்பது எல்லாம் மிகவும் பிடித்துப் போகிறது. விழியாளை விட்டு தான் எப்போதும் விலகப் போவதில்லை என்று எண்ணி பெரு மகிழ்ச்சி அடைகிறான். அப்படியே கண்களைத் திறக்கிறான். அவன் கண்டதெல்லாம் கனவு என்று எண்ணி ஏமாற்றம் அடைகிறான்.

விழியாளுடன் பேசவேண்டும் என நினைக்கிறான். உடனே விழியாள் கணினியில் தொடர்பு கொள்கிறாள். எதற்காக என்னுடன் பேச நினைத்தாய் என்று கேட்டாள் விழியாள். நான் கனவு கண்டேன் அதனால் பேச நினைத்தேன் என்றான். என்ன கனவு நீ வளர்ந்த இளவரசியாக இருந்து என்னை முதல் மனிதனாக உருவாக்கினாய் என்று கனவு கண்டேன் என்றான். அது ஓரளவு உண்மை தான் என்றாள் விழியாள். மனித இனத்தை உருவாக்கியதில் என் இனத்தைச் சேர்ந்த பெண்ணுக்குதான் அதிகப் பங்கு இருந்தது. அவள்தான் என்னை உருவாக்கினாள். அவள்

எனக்குப் பூமி பற்றியும் மனித இனம் பற்றியும் பலவற்றைச் சொல்லியிருக்கிறாள். அதனால்தான் நானும் பூமிக்கு வந்தேன் என்றாள் விழியாள்.

நான் முதல் மனிதனாகப் பிறந்திருப்பேனா என்று கேட்டான் நவீன். அதற்கான வாய்ப்பில்லை. என்னை உருவாக்கிய பெண் முதல் மனிதனை எங்கள் கிரகத்திற்கு அழைத்து வந்ததும் அதனால் எதிர்ப்பு தோன்றியதும் உண்மை. இது உனக்கு என் கிரகத்தில் இருந்ததால் எப்படியோ தெரியவந்திருக்கிறது. அதுதான் கனவாக வந்திருக்கிறது என்றாள் விழியாள். இப்போது எப்படி என்னை இங்கு ஏற்றுக் கொண்டிருக்கிறார்கள் என்று கேட்டான் நவீன். உன் உடலில் மாற்றம் செய்து அங்கு அழைத்துச் சென்றிருக்கிறார்கள். அது மட்டுமல்லாமல் நீ திறனை வளர்த்துக் கொண்டாய் அதனால் அவர்கள் உன்னை ஏற்றுக் கொண்டார்கள் என்றாள் விழியாள்.

அடுத்து என்ன திட்டம் வைத்திருக்கிறாய் விழியாள் என்று கேட்டான் நவீன். நாகர் இனத்துடன் இணைந்து அவர்களின் அண்டங்களுக்குச் சென்றுவரும் திட்டம் இருக்கிறது என்றாள் விழியாள். நீ போனால் நானும் உன்னோடு வரவா என்று கேட்டான் நவீன். அவர்களிடம் விவாதித்துவிட்டுப் பிறகு சொல்கிறேன் என்றாள் விழியாள்.

நாகர் இனத்துடன் தொடர்பு கொண்டாள் விழியாள். அவளுடன் பேசிய வசு கணினி இணைப்பில் வந்தாள். நானும் எங்கள் இனமும் உங்களுடன் இணைந்து பணியாற்ற விரும்புகிறோம். ஏற்பீர்களா என்று கேட்டாள் விழியாள். எந்த வகையிலான இணைப்பு உங்களுக்குத் தேவை என்று கேட்டாள் வசு. உங்களுடன் நீங்கள் செல்லும் அண்டங்களுக்கு நானும் வர விரும்புகிறேன் என்றாள் விழியாள். அதில் எந்தச் சிக்கலும் இல்லை என்றாள் வசு.

அடுத்து நீங்கள் ஓர் அண்டத்திற்குச் செல்லும் போது என்னை அழைத்துச் செல்ல முடியுமா என்று கேட்டாள் விழியாள். நிச்சயமாக அழைத்துச் செல்கிறோம் என்றாள் வசு. நான் மட்டும்தான் வரவேண்டுமா என்னுடன் மனித இனத்தைச் சேர்ந்த சற்று மேம்படுத்தப்பட்ட உயிரான நவீன் என்ற சிறுவன் இப்போது எங்கள் கிரகத்தில் இருக்கிறான். அவனும் உடன் வரலாமா என்று கேட்டாள் விழியாள். வரலாம் என்றாள் வசு.

நீங்கள் சொல்லும் போது நாங்கள் ஆயத்தமாக இருக்கிறோம் என்றாள் விழியாள். அடுத்த பயணம் விரைவிலேயே நடக்க உள்ளது. உடனடியாக ஆயத்தப்படுத்திக் கொள்ளுங்கள் என்றாள் வசு. நாங்கள் எங்கு வரவேண்டும் என்று கேட்டாள் விழியாள். உங்கள் கிரகத்திலிருந்து நாங்கள் அழைத்துச் செல்கிறோம் என்றாள் வசு. அதற்கு விழியாள் ஒத்துக்கொண்டாள். உடனே கிளம்பி தன் கிரகத்தை அடைந்தாள். நவீனையும் ஆயத்தப்படுத்தினாள்.

நாகர் இனத்தைச் சேர்ந்த மிகவும் வளர்ச்சி அடைந்தத் தொழில்நுட்பத்தில் இயங்கும் விமானம் அவள் கிரகத்திற்கு வந்திறங்கியது. அதைக் கண்டு அவள் கிரகத்தினருக்குப் பரவசமாக இருந்தது. உடனே அதில் விழியாளும் நவீனும் ஏறினார்கள். அவர்களுக்குத் தேவையான அனைத்தும் உடனடியாக அந்த விமானத்தில் ஏற்றப் பட்டன. அவர்கள் அந்த விமானத்தில் ஏறியதும் மிகவும் இனிமையான ஓர் உலகத்திற்கு வந்துவிட்டது போல் இருவருமே எண்ணினார்கள். விமானம் கிளம்பியதும் வேறொரு கிரகத்தில் சென்று இறங்கியதும் இருவருக்குமே தெரியவில்லை.

அவர்கள் இறங்கிய கிரகம் மிகவும் நவீனமாக இருந்தது. அங்கு மிகப்பெரிய கட்டடங்கள் இருந்தன. அங்கு நகரும் வண்டிகள் இதுவரை இருவருமே காணாதவையாக

இருந்தன. அங்கிருந்த நாகர் இனத்தவர்கள் மிகவும் உயரமாக இருந்தனர். விழியாளையும் நவீனையும் அங்கிருந்த நாகர் இனத்தைச் சேர்ந்த ஒருவர் வரவேற்றார். அவர்களை ஒரு பெரிய கட்டடத்தில் தங்க வைத்தனர்.

அவர்கள் இருந்த அறையில் மிகப்பெரிய கணினித் திரை இருந்தது. அதில் நாகர் இனம் வாழும் அந்த அண்டம் எப்படி இருக்கிறது என்பது பற்றிய ஒரு காணொலி ஓடியது. அங்கிருந்த வசதிகள் எவை என்பது பற்றியும் மற்றொரு காணொலி ஓடியது. அதெல்லாம் அவர்கள் எளிமையாகப் புரிந்துகொள்ளும் வண்ணம் இருந்தது. அவர்களின் கை வெப்பத்தைக் கொண்டே பல கருவிகள் இயங்கின. நவீனுக்கு உற்சாகம் தாங்கவில்லை.

எதற்காக இங்கு நாம் வந்திருக்கிறோம் என்று நவீன் கேட்டான். நாகர் இனத்திடம் நாம் நெருங்கிப் பழகவிருக் கிறோம். நமக்குத் தேவையானதை அவர்கள் செய்வார்கள் என்ற நம்பிக்கை எனக்கு இருக்கிறது. அவர்களின் அண்டங்களில் சிலவற்றைச் சுற்றிப் பார்த்தால் நமக்கு என்ன தேவை என்பது புரியும் என்பதால் இங்கு வந்திருக்கிறோம் என்று விழியாள் சொன்னாள்.

எனக்கு ஒரு கிரிக்கெட் பந்தும் மட்டையும் இருந்தால் நான் வெளியில் விளையாடப் போவேன் என்றான். உடனடியாக ஒரு சுவற்றிலிருந்து கிரிக்கெட் பந்தும் மட்டையும் வெளியே வந்தன. நவீனுக்கு ஆச்சரியம் தாங்கவில்லை. நவீன் இங்கு எல்லாப் பொருள்களுக்கும் காதுகள் உள்ளன. நாம் கேட்பதை அவைப் புரிந்துகொள் கின்றன என்றாள் விழியாள். நாகர்கள் மிகவும் வளர்ந்த இனமாக இருக்கிறார்கள், விழியாள் என்றான் நவீன். ஆம் என்றாள் அவள். ஆனால் அவர்களுக்கு கிரிக்கெட் விளையாட வருமா என்றுதான் தெரியவில்லை என்றான் நவீன். அதைப் பற்றி எல்லாம் விசாரிக்காதே என்றாள் விழியாள்.

நாகர்களின் கிரகத்திற்கு வந்தபின் விழியாளுக்கு மிகவும் ஆறுதலாக இருந்தது. அவர்கள் நன்றாகக் கவனித்துக் கொண்டார்கள். அவளை அவர்களின் ஆயுதக் கிடங்கைச் சுற்றிக் காட்டினார்கள். அவற்றில் இருந்த ஆயுதங்கள் அவள் கற்பனைக்கு எட்டாதவையாக இருந்தன. அவர்கள் அந்தத் தொழில்நுட்பத்தை விழியாளின் இனத்துடன் பகிர்ந்து கொள்வதாகச் சொல்லியிருந்தார்கள்.

நாகர்களின் தலைமையைச் சந்திப்பதற்காக அவள் காத்திருந்தாள். வசு அவளை அழைத்து வந்திருந்தாள். நவீன் வெளியே கிரிக்கெட் விளையாடச் சென்றிருந்தான். நாகர்களின் தலைமையில் இருந்தவர் அழைத்தார். விழியாள் வசுவுடன் அவரைப் பார்க்கப் போனாள். விழியாளைக் கண்டதும் அவர் மிகவும் உற்சாகம் அடைந்தார். அவளைப் போன்ற ஒரு சிறுமி அவர்களின் இனத்திற்கே தலைமையில் இருப்பது அருமையான அம்சம் என்றார். உடன் வந்திருக்கும் சிறுவன் நவீன் குறித்தும் விசாரித்தார்.

விழியாள் தங்கள் கிரகத்திற்கு வந்திருக்கும் சோதனைகள், அவர்கள் எந்திர மனிதனைக் கட்டமைத்துக் கொண்டிருப்பது, பூமி போன்ற பல கிரகங்களில் அநாதைக் குழந்தைகளைக் குடியமர்த்தி இருப்பது உள்ளிட்டவற்றைச் சொன்னாள். அவர் பொறுமையாகக் கேட்டார். விழியாளுக்குத் தேவைப்படும் தொழில்நுட்பம், ஆயுதங்கள் குறித்து பேசினாள். அவர் அதற்குத் தேவைப்படும் எல்லாவற்றையும் தர சம்மதித்தார்.

விழியாளுக்கு மிகவும் நிம்மதியாகவும் மகிழ்ச்சியாகவும் இருந்தது. அடுத்து நாகர்களுக்கு நெருக்கமாக இருந்த சில இனங்களைச் சந்திக்கலாம் என வசு கூறியிருந்தாள். விழியாள் தன் அறைக்கு வந்தாள். நவீனைக் காண முயன்றாள். அங்கிருந்த ஒரு கணினியை இயக்கினாள். அதில் நவீன் வெளியே நாகர் இன சிறுவர்களுடன்

விளையாடிக் கொண்டிருந்தான். அவனை அவள் அழைத்தாள். அவன் விளையாட்டை நிறுத்திவிட்டு அவளிடம் வந்தான்.

அடுத்து வேறொரு கிரகத்திற்கு நாம் புறப்பட வேண்டும் என்றாள் விழியாள். என் விளையாட்டு முடியப் போகிறது. முடித்துவிட்டு வந்திருப்பேன் என்றான் நவீன். இங்கிருப்பவர்கள் நம்மை விட சிறப்பான முறையில் விளையாடுகிறார்கள். என்னால் இங்கு விளையாடவே முடியவில்லை என்றான். மகிழ்ச்சி என்றாள் விழியாள். உன் வேலைகள் எல்லாம் முடிந்தனவா என்றான். ஆம் என்று மகிழ்ச்சியுடன் சொன்னாள் விழியாள்.

வசு அவர்களை அழைத்துச் செல்வதற்காக வந்து நின்றாள். அவர்கள் இருவரும் புறப்பட்டார்கள். அவர்களின் விமானம் மிகவும் அருமையாக பயணித்தது. அடுத்து அவர்களின் துணையாக இருந்த பீலி இனத்தைச் சேர்ந்தவர்களின் கிரகத்திற்கு விழியாளும் நவீனும் வந்தடைந்தார்கள். அந்தக் கிரகத்தினர் அவர்களை மிகவும் நட்பான முறையில் வரவேற்றார்கள். அங்கும் மிகவும் பெரிய கட்டடங்கள், வளர்ச்சி அடைந்த தொழில்நுட்பம் இருந்தது. விழியாள் அங்கு என்ன பேசவேண்டும் என்பது பற்றி சிந்தித்துக் கொண்டுவந்தாள். நவீனுக்கு அங்கு எல்லாமே புதிதாக இருந்தன. அவர்கள் தங்கும் இடமும் மிகப்பெரிய கட்டடமாக இருந்தது. அதன் உச்சியில் இருந்த அறையில் இருவரும் தங்கினார்கள்.

பாடினி விழியாளிடம் பேசினாள். அனா இனத்தின் பெண் பெரிய விலங்குகளை உருவாக்கி அவற்றை பூமி மீதும் அவர்கள் கிரகத்தின் மீதும் ஏவி விடப்போவதற்கான ஏற்பாடுகளைச் செய்து கொண்டிருப்பதாகச் சொன்னாள். எப்படி இதிலிருந்து தப்பிப்பது என்று சொல்கிறேன். இப்போது மற்றொரு கிரகத்திற்கு வந்திருக்கிறோம் என்று விழியாள் அவள் தொடர்பைத் துண்டித்தாள்.

அமைதியாக அமர்ந்திருந்தாள் விழியாள். நவீன் அவள் அருகே வந்தமர்ந்தான். மீண்டும் அந்தப் பெண் பிரச்னையைத் தொடங்கிவிட்டாளா என்று கேட்டான். ஆம் என்ன செய்வது என்று யோசிக்கிறேன். நாகர்களிடம் உதவி கேட்கலாமா என்றான் நவீன். ஆம் அவர்களிடம் கேட்கலாம் என்றாள் விழியாள்.

வசு விழியாளை அழைத்துச் சென்றாள். நவீன் அறையில் இருந்துகொண்டு அங்கிருந்த கணினி விளையாட்டுகளை விளையாடத் தொடங்கினான். ஒரு விளையாட்டில் ஒரு பெரிய விலங்கு ஒரு கிரகத்தின் மீது பறந்து வந்து நிற்கிறது. அந்த அதிர்ச்சியில் அந்த கிரகம் உடைந்து போகிறது. உடனடியாக அது பறந்து வேறு ஒரு கிரகத்திற்குச் செல்கிறது. அதனை எப்படியாவது கட்டுப்படுத்த வேண்டும் என்பதுதான் விளையாட்டு. அவன் அந்த விலங்கு செல்லும் பாதையிலிருந்து கிரகங்களை அகற்றப் பார்த்தான். அது முடியவில்லை. அந்த விலங்குகளை திசை மாற்ற முடியுமா என்று பார்த்தான். அதற்குச் சில கருவிகள் இருந்தன. அவற்றைப் பயன்படுத்தி அதே போன்ற விலங்குகள் போன்ற பிம்பங்களை உருவாக்கினான். அதைக் கண்டு அந்த விலங்குகள் தயங்கின. அவைகளின் பாதை மாறியது. அவற்றை அவன் உருவாக்கிய விலங்கு பிம்பங்கள் பின் தொடர்ந்தன. அவை அண்டவெளியில் சுற்றித் திரிந்தன. எந்தக் கிரகத்தின் மீதும் சென்று அவை இறங்க முனையவில்லை. அவன் எந்த அளவுக்கு விலங்கு பிம்பங்களை உருவாக்குகிறனோ அந்த அளவுக்கு அவனுக்கு மதிப்பெண்கள் சேர்ந்தன. அதே போல் அந்த விலங்குகளைத் திசை மாற்றுவதற்கும் மதிப்பெண்கள் சேர்ந்தன. அந்த விளையாட்டு முடிவில்லாமல் போய்க் கொண்டிருந்ததால் அவன் களைப்படைந்து படுத்துவிட்டான்.

நாகர் இனத்தின் நட்பு இனமான பீலி இனம் விழியாள் இனத்திற்கு பெரும் உதவிகளைச் செய்வதற்கு விருப்ப

மில்லாமல் இருந்தது. மேலும் நாகர் இனமும் உதவக்கூடாது என்றே அந்த இனத்தைச் சேர்ந்தவர்கள் கூறினார்கள். விழியாளுக்கு என்ன செய்வதென்று புரியவில்லை. நாகர் இனம் பீலி இனத்தைச் சமாதானப்படுத்த முயன்றன.

விழியாளை அழைத்துக் கொண்டு வசு அவள் அறைக்கு வந்தாள். அவளைக் கவலைப்படவேண்டாம் என்று சொல்லிவிட்டு அவர்கள் கிளம்புவதற்கான ஏற்பாடுகளைச் செய்தாள். விழியாளும் நவீனும் அவர்கள் கிரகத்திற்கு வந்து சேர்ந்தனர். விழியாள் உடனடியாகப் புறப்பட்டு கண்ணாடிக் கோட்டைக்கு வந்தாள். பூமிக்கு அடியில் இருக்கும் அந்தக் குழுவுடன் தொடர்பு கொண்டாள். பெரிய விலங்குகளை அனா பெண் இனம் ஏவி விட்டிருப்பதாகச் சொன்னாள். அதை அவர்கள் பார்த்துக் கொள்வதாகச் சொல்லிவிட்டார்கள். விழியாளுக்கு ஓரளவு அமைதியாக இருந்தது. நாகர் இனம் உதவுமா என்ற கவலை மட்டும் அவளுக்குள் பெரிதாக வளர்ந்திருந்தது.

நவீனிடம் பேசினாள் விழியாள். நாகர் இனத்தின் நட்பானவர்களுடைய பீலி இனத்தின் கிரகத்திற்குச் சென்றிருந்த போது அவன் கணினியில் விளையாடிய விளையாட்டைப் பற்றிச் சொன்னான். அதில் பெரிய மிருகங்கள் கிரகங்களின் மீது பாய்ந்து உடைப்பதையும் அவற்றைத் தடுப்பதற்காக அவற்றைப் போன்ற மிருகங்களின் பிம்பங்களை உருவாக்கி திசைமாற்றியதையும் குறிப்பிட்டான். அதைக் கேட்ட விழியாளுக்கு நம் கிரகங்கள் மீது அந்த விலங்குகளை அனா பெண் இனம் ஏவி விடப் போவது போல் அந்த விளையாட்டு உரு வாக்கப்பட்டிருக்கிறது. அவர்களுக்கு இது முன்பே தெரிந்திருக்கவேண்டும். அல்லது அவர்கள்தான் இப்படிச் செய்ய அந்தப் பெண்ணைத் தூண்டியிருக்கவேண்டும். அனா பெண் இனத்துடன் அவர்கள் ரகசியமான உறவை

வைத்திருப்பது போல் தெரிகிறது. அதனால் நாகர்களிடம் மீண்டும் அவர்களைப் பற்றிப் பேசுகிறேன் என்று கூறிவிட்டு நவீனுடன் தொடர்பைத் துண்டித்தாள்.

வசுவைத் தொடர்பு கொண்டாள். விழியாள் நாகர் இனத்தின் நட்பு இனமான பீலி இனம் தங்களின் எதிரியான அனா பெண் இனத்துடன் தொடர்பில் இருக்கலாம் என்று கூறினாள். அதை அவர்கள் கண்காணித்து வருவதாகவும் விரைவில் அது பற்றித் தெரிய வரும் என்றும் வசு கூறினாள். தங்களின் கிரகத்தின் மீது பெரிய விலங்குகளை ஏவி விட அவர்கள் முயற்சிப்பதாகவும் பீலி இனம்தான் அந்தக் கருத்தை உருவாக்கியிருக்கலாம் எனதான் சந்தேகப்படுவதாகவும் விழியாள் சொன்னாள். நாகர் இனம் அவர்களுக்குப் பக்கபலமாக இருக்கும் என வசு கூறினாள். விழியாளுக்கு ஓரளவு அது ஆசுவாசமாக இருந்தது.

15

பகையின் வகை

பாடினியிடம் பேசினாள் விழியாள். அனா பெண் இனத்தைச் சமாளிக்க வழி தேடியாகிவிட்டது என்றாள் விழியாள். பாடினி தங்கள் இனத்தைத் தாங்களே காத்துக் கொள்ள முயலவேண்டும். மற்றவர்களின் கையை எதிர் பார்த்து இருக்கக்கூடாது என்று சொன்னாள். அதற்கு அவர்களின் இனத்தை அடுத்த கட்டத்திற்குப் போக வைக்கும் ஆய்வு உடனடியாகத் தேவை என்றாள். எந்திர மனிதனைவிட முதலில் இந்த ஆய்வைச் செய்யவேண்டும் என பாடினி வலியுறுத்தினாள். அதைச் செய்யலாம் என விழியாள் அனுமதி கொடுத்தாள்.

நமக்குத் தெரிந்த இனங்களின் மரபணுக்களை முதலில் சேகரித்து அவற்றை இணைத்து புதிய மரபணு உருவாக் கத்தைச் செய்யலாம். அதன் பின் அது எப்படிப்பட்ட வளர்ச்சி காணுகிறது என்று பார்த்துவிட்டு அடுத்த ஆய்வைத் தொடரலாம் என பாடினி கூறினாள். அப்படியே செய்யலாம் என்றாள் விழியாள். அதற்கு மரபணுக்களைச் சேகரித்து வர நம் மருத்துவரை அனுப்பலாம் என்றாள் பாடினி. விழியாள் அதற்கு ஒத்துக்கொண்டாள்.

நவீனிடம் பேசினாள். மரபணு மாற்றி புதிய இனத்தை உருவாக்கும் முயற்சி நடக்கப் போவதாகச் சொன்னாள்.

அதற்காக மரபணுவைச் சேகரிக்க மருத்துவரை அனுப்பி யிருப்பதாகச் சொன்னாள். இளமாலை என அவருக்குப் பெயரிட்டிருக்கிறேன் என்றான் அவன். நல்ல பெயர் என்றாள் விழியாள். உனக்கும் நான்தான் பெயரிட்டேன் என்றான் அவன். ஆம் எனக்கு மிகவும் பிடித்த பெயர் என்றாள் அவள். பாடினி கூட அழகான பெயர்தானே என்றான். ஆம் என்றாள் விழியாள். உனக்கு அழகான பெயர்களை வைக்கத் தெரிகிறது நவீன் என்றாள் அவள். நீ எப்போது இங்கு வருவாய் என்று கேட்டான் நவீன். அந்த மரபணு ஆய்வுக்காக இளமாலை போய் வந்தவுடன் வருகிறேன் என்றாள் அவள். அதுவரை நீ பூமி போன்றிருக்கும் மற்ற கிரகங்களுக்குச் சென்று அந்தக் குழந்தைகளின் வளர்ச்சி பற்றி அறிந்துவா என்றாள் விழியாள். சரி மினுவைப் பார்த்து வருகிறேன் என்றான் அவன்.

மினு இருக்கும் கிரகத்திற்குச் சென்றான் நவீன். நவீனைக் கண்டதும் எல்லா குழந்தைகளும் ஓடி வந்தன. அவர்களில் பலர் கிரிக்கெட் விளையாட்டில் மிகவும் கைதேர்ந்தவர்களாகிவிட்டிருந்தனர். நவீன் ஒரு சிறிய போட்டியை அதில் நடத்திப் பார்த்தான். ஒருவருக் கொருவர் சளைக்காமல் ஆடினார்கள். நவீனுக்கு மிகவும் மகிழ்ச்சி பொங்கியது.

மினுவிடம் பேசினான். உனக்கு இங்கு எப்படி இருக் கிறது என்று கேட்டான். எல்லாமே நன்றாக இருக்கிறது. ஆனால் ஏதோ எங்களுக்குக் கிடைக்கவில்லை என்பது போன்ற எண்ணம் அவ்வப்போது வந்துவிடுகிறது என் றாள். பூமியிலிருந்து வந்துவிட்டதால் உங்களுக்கெல்லாம் அப்படி இருக்கிறது என்று சொல்லி தான் போய் வந்த கிரகங்களையும் அங்கு இருந்த அம்சங்களையும் பற்றி நவீன் சொன்னான். அவர்களுக்கு அது மிகவும் உற்சாகம் அளித்தது.

அவர்கள் சிறிய நிலங்களில் விவசாயம் செய்தார்கள். அவர்களுக்குத் தேவையான உணவை உற்பத்தி செய்து கொண்டார்கள். அவற்றை உணவாக்க அவர்களுக்கு மிகவும் நவீன கருவிகள் கொடுக்கப்பட்டிருந்தன. அவர்களே எல்லா வேலைகளையும் செய்து கொண்டார்கள். அவர்களுக்கு இப்போது எல்லாத் துறைகளிலும் பூமியில் இருக்கும் குழந்தைகளைவிட பன்மடங்கு அறிவுத்திறன் கூடியிருந்தது.

விழியாளைப் பற்றி எல்லோரும் விசாரித்தார்கள். அவளும் அங்கு விரைவில் வருவாள் என்று நவீன் கூறினான். அவர்கள் அனைவரும் பல்வேறு கிரகங்களுக்கு ஒரு முறை சுற்றுலா செல்வதற்கான ஏற்பாடுகளைச் செய்வதாக உறுதி கூறினான். அனைவரும் உற்சாகத்தில் மிதந்தனர்.

மினு வந்து பேசினாள். அந்தச் சுற்றுலாவில் எங்கள் அனைவருடனும் விழியாளும் நவீனும் வரவேண்டும் என்றாள். நவீன் அதை ஏற்றான். அவர்கள் கணினியில் செய்திருக்கும் புதிய அம்சங்களைக் காட்டினார்கள். புதிய விளையாட்டுகளைக் கண்டுபிடித்திருந்தார்கள். சிறிய எந்திர மனிதர்களை உருவாக்கியிருந்தார்கள். அதை எல்லாம் விழியாளின் கிரகத்திலிருந்து வந்து ஓர் ஆசிரியர் கற்றுக் கொடுத்ததாகச் சொன்னார்கள். அது மட்டுமல்லாமல் விழியாள் இனம் தயாரிக்கும் எந்திர மனிதனுக்குத் தேவையான சிறிய கருவிகளையும் அவர்கள் செய்து கொடுத்திருப்பதாகக் கூறினார்கள். நவீன் மிகவும் நிறைவடைந்து அங்கிருந்து கிளம்பினான்.

மீண்டும் விழியாளும் நவீனும் மினுவைப் பார்க்க அவர்கள் இருந்த பூமிக்குப் போனார்கள். மினுவும் அங்கிருந்த மற்ற குழந்தைகளும் அவர்களைப் பார்த்து பெரு மகிழ்ச்சி அடைந்தார்கள். மினு அவர்களுக்கு வியப்பு தரும் ஒன்றைக் காட்டப் போவதாகச் சொன்னாள்.

மற்ற குழந்தைகளும் அந்த வியப்பை விழியாளும் நவீனும் எப்படி எதிர் கொள்ளப் போகிறார்கள் என்று நினைத்து குறுகுறுப்பாகப் பார்த்தார்கள்.

மினு சிறிய பெட்டிகளை எடுத்து வந்தாள். அவற்றை விழியாளையும் நவீனையும் திறக்கச் சொன்னாள். அவர்கள் திறந்து பார்த்த போது அவற்றில் குட்டி சிங்கம், புலி, யானை, ஒட்டகச் சிவிங்கி, மான், மயில் போன்ற விலங்குகளும் பறவைகளும் மிகச் சிறியவையாக அந்தப் பெட்டி அளவே இருந்த காட்டிற்குள் திரிந்து கொண்டிருந்தன. விழியாளுக்கும் நவீனுக்கும் அதிர்ச்சி தாங்க முடியவில்லை. அவை எல்லாம் உண்மையான விலங்குகளா என்று கேட்டார்கள். மினு சிரித்துக் கொண்டே ஆம் என்றாள். எப்படி அவற்றை உருவாக்கினாள் என்று கேட்டார்கள் இவர்கள். விழியாளின் இனத்தில் மரபணுக்களைக் கொண்டு புதிய உயிரியை உருவாக்கும் திட்டத்தில் பல மரபணுக்களும் சேகரிக்கப்பட்டு பெருக்கப்பட்டு வருகின்றன. அவற்றில் சிலவற்றை அவர்கள் இருக்கும் பூமியின் அடிப்பகுதியில் வைக்கப்பட்டிருந்தன. அவற்றில் இந்த விலங்குகளின் மரபணுக்களும் இருந்தன. அவற்றைக் கேட்டுப் பெற்ற மினுவின் குழுவினர் அவற்றை இது போல் சிறியதாக உருவாக்க முயற்சி செய்து வெற்றி பெற்றிருக்கின்றனர் என மினு சொன்னாள்.

விழியாளுக்கும் நவீனுக்கும் மிகவும் மகிழ்ச்சியாக இருந்தது. அவற்றுக்கு என காடுகளை வளர்த்து அவற்றை அங்கு மேய விட்டிருப்பதாக மினு கூறினாள். இது போல் எந்த உயிரிகளையும் மிகச் சிறியதாக்க வளர்க்க முடியும் என்று நிரூபிக்க விழியாளின் இனத்தைச் சேர்ந்த ஆசிரியர் தங்களுக்குக் கற்றுக் கொடுப்பதாக மினு கூறினாள். விழியாளும் நவீனும் விமானத்தில் புறப்பட்டார்கள்.

அப்போது வெளியே ஏதோ ஒரு வகையான ஓசை கேட்டது. மினு அவளறியாமல் அந்தச் சோதனைக்

கூடத்தை விட்டு வெளியே வந்தாள். ஒரு வித்தியாசமான விமானம் ஒன்று தூரத்தில் நின்று கொண்டிருந்தது. அதை அருகில் சென்று காணவேண்டும் என்று அவளுக்குள் இனம் புரியாத உத்வேகம் ஏற்பட்டது. அவள் அதன் அருகே ஓடிச் சென்றாள்.

அதன் அருகே செல்லச் செல்ல ஏனோ தயக்கமாக இருந்தது. பின்னால் திரும்பி ஓடிவிடலாம் என மினு ஒரு கணம் நினைத்தாள். இருந்தாலும் அவளறியாமல் அவள் கால்கள் அந்த விமானத்தை நோக்கி ஓடின. அவள் அதன் அருகே சென்று நின்றாள். அப்போது பின்னால் வேறு சில குழந்தைகளும் ஓடி வந்தன. தூரத்தில் நின்று அங்கு நடப்பதைப் பார்த்தன. அவர்களுக்கு அந்த விமானத்தை நெருங்க அச்சமாக இருந்தது.

அந்த விமானத்திலிருந்து கறுப்பு உடை அணிந்த ஓர் உருவம் இறங்கியது. மினுவை அழைத்தது. மினு அதன் அருகில் சென்றாள். அது மினுவைத் தூக்கிக் கொண்டு விமானத்தில் ஏறியது. சிறிது நேரத்தில் விமானம் பறந்துவிட்டது. அவளைத் துரத்திச் சென்ற குழந்தைகள் மினுவுக்கு ஏதோ ஆபத்து வந்துவிட்டது என்று புரிந்து கொண்டன. மீண்டும் சோதனை கூடத்திற்கு ஓடிச் சென்று அங்கிருந்த பாதுகாப்பாளரிடம் நடந்ததை அந்தக் குழந்தைகள் சொன்னார்கள். உடனடியாக அந்தக் கிரகத்தை ஆளும் அரசருக்குத் தகவல் கூறப்பட்டது.

அவர் விழியாளின் கிரகத்தில் இருப்பவர்களுடன் பேசினார். பாடினிக்கு உடனடியாக அனா இனத்தின் வேலை இது என்று புரிந்து போனது. மினுவை அவள் கடத்திச் சென்றுவிட்டாள் என்று பாடினி விழியாளுக்குத் தகவல் அனுப்பினாள். விழியாள் உடனடியாக பாடினியுடன் பேசினாள். எப்படி நடந்தது என்று கேட்டாள். ஒரு விமானத்தில் ஏதோ ஒரு கறுப்பு உருவம் வந்து மினுவைத் தூக்கிச் சென்றதாக மற்ற குழந்தைகள் சொன்னதை அரசர் கூறினார் என்றாள் அவள்.

விழியாள் உடனடியாகச் செயல்பட்டாள். பூமிக்கடியில் இருக்கும் குழுவுக்குத் தகவல் அனுப்பினாள். நாகர்களிடமும் கூறினாள். தங்கள் இனத்திற்கு நட்பு இனமான மூர் இனத்திற்கும் சொன்னாள். மினுவை எப்படியாவது மீட்க வேண்டும் என்று விழியாளுக்கு மிகவும் கவலையாக இருந்தது. மினுவை அனா இனம் மாற்றி அமைத்துக் கொண்டு வந்து விட்டுவிட்டால் அவள் அவர்களின் ஊடுருவல் இனமாக ஆகிவிடுவாள். அவர்களுக்கு இங்கு நடப்பதை எல்லாம் அவள் அறியாமல் அவர்களுக்கு அவள் சொல்லிவிடுவாள். அதனால் மினுவை அவள் மீண்டு வந்தாலும் அந்தக் கிரகத்தில் வைக்க முடியாதபடி ஆகிவிட்டது என விழியாள் கலங்கிப் போனாள்.

நவீனிடம் மினு காணாமல் போனது பற்றி கூறினாள் விழியாள். மினு மிகவும் கூர்மையான அறிவுத் திறன் உள்ள பெண் எப்படிக் காணாமல் போனாள் என்றான் அவன். அது தெரிந்துதான் அனா பெண் இனம் அவளைக் கொண்டு சென்றிருக்கிறது என்றாள் விழியாள். அவள் மீண்டு வந்தாலும் அந்தக் கிரகத்தில் அவளை வைக்க முடியாது என்றாள் விழியாள். அவள் எதிரிகளுக்கு உரியவளாக மாற்றப்பட்டுவிடுவாள் என்றாள் விழியாள். நவீனுக்கு அழுகையாக வந்தது.

மினுவுக்காக ஒரு போரைத் தொடங்குவது சரியா என்றாள் பாடினி. அப்படிச் செய்யாவிட்டால் அவர்கள் இனம் மீதிருக்கும் நம்பகத்தன்மை போய்விடும் என விழியாள் சொன்னாள். அவளை மீட்டாலும் பயனில்லை என்றாள் பாடினி. இருந்தாலும் அவளை மீட்டு வேறு கிரகத்திலாவது வைக்கலாம் என்றாள் விழியாள். பாடினிக்கு அனா இனத்தின் மீது அந்தக் காரணத்தை வைத்து போர்த் தொடுப்பதில் விருப்பமில்லாமல் இருந்தாலும் தனக்குத் தெரிந்த இனங்களுடன் பேச்சுவார்த்தை நடத்தினாள்.

விழியாள் பூமிக்கடியில் இருப்பவர்களைப் பார்ப்பதற்குப் போனாள். அவர்கள் கடத்திச் செல்லப்பட்ட பெண்ணை மீட்டுவிடலாம் ஆனால் அது பெரிய போராட்டமாகிவிடும் என்றார்கள். நாகர்களும் அதையே சொன்னார்கள். மினுவை மீட்க வேண்டும் என விழியாள் துணிந்து நின்றாள். பாடினி அதற்கான ஏற்பாடுகளைச் செய்தாள்.

பாடினி முதல் வேலையாக தன் நட்பு இனங்களை ஒருங்கிணைத்தாள். அவர்களிடம் போரைத் தொடங்க முடியுமா என்று கேட்டறிந்தாள். அவர்களுக்கு அனா இனத்தை வீழ்த்தினால் அண்டங்களுக்கு எல்லாம் பெரிய இனமாக தாங்கள் ஆகிவிடலாம் என்ற எண்ணமும் இருந்தது. அனா இனத்தின் தலைமையில் இருக்கும் அந்தப் பெண்ணைக் கண்டுதான் எல்லோரும் அஞ்சினார்கள். அவள் எப்போது என்ன செய்வாள் என்று தெரியாது உடனுக்குடனே நடவடிக்கை எடுப்பது பற்றி அவர்கள் தயங்கினார்கள். ஆனால் பாடினி அவளைச் சமாளித்துவிடலாம் என்று எல்லோருக்கும் உறுதி கொடுத்துக் கொண்டிருந்தாள்.

விழியாளுக்கு மினுவை மீட்கும் திட்டத்தை எப்படிச் செயல்படுத்துவது என்ற எண்ணமே மேலோங்கி இருந்தது. யாராவது ஒருவர் அனா இனத்திடம் பேசி வழிக்குக் கொண்டு வர முடியுமா என்று யோசித்தாள். மூர் இனத்தின் தலைமையிடம் பேசினாள். அவர்கள் அனா இனத்திடம் பேச ஆயத்தமாக இருந்தனர். ஆனால் அவள் எதிர்பாராத கோரிக்கைகளை வைப்பாள் என்பதால் தயங்கினார்கள். விழியாள் மிகவும் வலியுறுத்திக் கேட்டதால் அவளிடம் பேசி வருவதாகச் சொன்னார்கள்.

அனா இனத்தலைமை மூர் இனத்தலைமையை வரவேற்றது. மினுவை விடக்கோரி வந்திருக்கிறீர்கள் என்றால் இங்கிருந்து இப்போதே போய்விடலாம்

என்றாள் அவள். அவளை நாங்கள் எங்கள் இனத்திற்கு உரிய பெண்ணாக மாற்றிக் கொள்வோம் என்றாள். அவளை விட வேண்டும் என்றால் என்னச் செய்ய வேண்டும் என்று மூர் தலைமை கேட்க நீங்கள் இங்கு இருந்துவிடவேண்டும். உங்கள் ஆளுகையில் இருக்கும் அண்டங்களை, கிரகங்களை ஒப்படைக்கவேண்டும். அத்துடன் விழியாள் இனத்தை எங்களுக்குச் சேவகம் புரியவைக்கவேண்டும். முடியுமா என்று கேட்டாள் அவள்.

உங்கள் இனத்துடன் போர் புரிய எல்லா இனங்களும் இப்போது ஆயத்தமாக உள்ளன என்றார் மூர் இனத்தின் தலைமையில் இருந்தவர். அதற்குப் பெரிதாகச் சிரித்து விட்டு, மினு திரும்பி வரவே மாட்டாள் என்றாள். மினுவுக்காக இத்தனை பெரிய கோரிக்கைகளை வைக்கலாமா என்று மூர் இனத்தினர் கேட்டார்கள். அவளோ மினுவை மீட்க விழியாள் என்னவேண்டுமானாலும் செய்வாள். அவளை என்னிடம் பேசச் சொல்லுங்கள். நீங்கள் போய் வாருங்கள் என்று அவரை அனுப்பிவிட்டாள்.

விழியாள் அனா இனத்தின் தலைமையில் இருக்கும் பெண்ணிடம் பேச முடிவெடுத்தாள். அவள் கிரகத்திற்குச் சென்றாள். விழியாளைக் கண்டவுடன் அந்தப் பெண் எதிரிக்கு ஆக்ரோஷமான கோபம் வந்தது. ஆனால் அதை அடக்கிக் கொண்டு மினுவை விட்டுவிடவேண்டும். அதுதானே உன் கோரிக்கை என்றாள். ஆம் என்றாள் விழியாள். எதற்காக நான் விடவேண்டும் என்றாள் அவள். மினு பூமியிலிருந்து வந்திருக்கும் மிகச்சிறிய பெண். அவளை வைத்துக் கொண்டு என்ன செய்யமுடியும்? என்று கேட்டாள் விழியாள். அதற்கென்ன நாங்கள் அவளை மாற்றிவிடுவோம் என்றாள் அவள். என்னைப் பழிவாங்க ஓர் அப்பாவி சிறுமியைத் துன்புறுத்துவது சரியா? அது உங்கள் வீரத்திற்கு அழகா? என்று கேட்டாள் விழியாள்.

எனக்கு வீரத்தைக் கற்றுக் கொடுக்க நீ வரவேண்டாம். மினுவை அழைத்துச் செல்லும் வழி ஏதாவது இருந்தால் பார். இல்லை என்றால் இந்தப் பேச்சை நிறுத்து என்றாள் அவள். மினுவை நீங்கள் விட்டுவிட்டால் மிகவும் மகிழ்ச்சியாக இருக்கும் என்றாள் அவள். உன் மகிழ்ச்சி பற்றி எனக்கு அக்கறை இல்லை. அவளை விட முடியாது நீ கிளம்பலாம் என்றாள் அவள். ஒரேயடியாக மினுவை விட முடியாது என்று சொல்லக்கூடாது என்றாள் விழியாள். வேறு என்ன சொல்வது என்றாள் அவள். ஏன் எப்போதும் பகைமை பாராட்டுகிறீர்கள்? எங்களால் உங்களுக்கும் ஏதாவது நன்மை இருக்கும் என்பதை ஏற்க மறுக்கிறீர்கள் என்றாள் விழியாள். அவள் கேலியாகச் சிரித்தாள்.

எங்களால் உங்களுக்கு நன்மை விளையும் உங்களால் எங்களுக்கும் எங்கள் அண்டங்களுக்கும் எங்கள் கிரகங் களுக்கும் தீமை விளைகிறது. அதற்காக உங்களுக்குப் பாடம் புகட்டத்தான் இப்படி நடந்துகொள்ள வேண்டி யிருக்கிறது என்றாள் அவள். உங்களைப் போல் நாங்களும் வளர விரும்புகிறோம். உங்களுக்குத் தொல்லையில்லாமல் இருக்க நினைக்கிறோம். எங்களை ஒட்டு மொத்தமாக அழித்தாலும் எங்களைப் போன்ற இனங்களை நீங்கள் சந்தித்துக் கொண்டுதான் இருப்பீர்கள். அதனால் எங் களை நீங்கள் உங்களைப் போல் வளர்த்தால் உங்களுக்கு நன்மை விளையும் என்றாள் விழியாள். நீ நன்றாகப் பேசுகிறாய். உன் திறமை என்னைக் கவர்ந்தது. மினுவை அழைத்துச் செல்ல நீ என்னை சமாதானப்படுத்துகிறாய். மினுவை விடாவிட்டால் உனக்கென்ன நஷ்டம் என்று கேட்டாள். எங்கள் இனத்தின் மீதான நம்பகத்தன்மை போய்விடும் அதனால்தான் அவளை மீட்க வந்திருக்கிறேன் என்றாள் விழியாள்.

போனால் போகிறது என்றாள் அவள். நீங்கள் மினுவைப் பிடித்து வைத்திருப்பது உங்கள் இனத்தின்

மீது அவப்பெயரை ஏற்படுத்தியிருக்கிறது என்றாள் விழியாள். அதனால் என்ன என்றாள் அவள். நீங்கள்தான் எல்லாம் அறிந்த ஒரே உயிரினம். ஆனால் நீங்கள் இப்படி வளரும் இனம் போல் நடந்து கொள்வது உங்களுக்கு அவப்பெயரைத்தானே ஏற்படுத்தும் என்றாள் அவள். இப்போது மினுவை விட்டுவிட்டால் எங்களுக்கு நற் பெயர் ஏற்பட்டுவிடுமா என்று கேட்டாள் அவள். ஆம் அது மட்டுமல்ல எல்லா இனங்களையும் அவர்கள் இப்போதிருக்கும் நிலையை விட அடுத்த நிலைக்குச் செல்ல நீங்கள் உதவினால் அதுவும் உங்களுக்கு மிகவும் நல்ல பெயரைக் கொடுக்கும். வரலாற்றில் நீங்கள் அழியாத இடம்பெற்ற இனம் ஆவீர்கள் என்றாள் விழியாள்.

நீ நன்றாகப் பேசுகிறாய். மினுவுக்குப் பதிலாக உன்னை இங்குச் சிறைப்படுத்தியிருக்கவேண்டும் என்றாள் அவள். மிகவும் நல்லது என்னை இங்கு வைத்துக் கொள்ளுங்கள். நான் பல அம்சங்களை உங்களிடமிருந்து கற்றுக் கொள் வேன் என்றாள். எங்களுக்கும் பல நெருக்கடிகள் போட்டிகள் எதிர்ப்புகள் உள்ளன. அவற்றை நாங்கள் எதிர்கொள்ளத் திட்டமிடுகையில் உங்களைப் போன்ற வர்கள் தேவையற்ற சிக்கல்களை உருவாக்கிவிடுகிறீர்கள். அதனால் உங்களைப் போன்றவர்கள் இருப்பதை நான் விரும்பவில்லை என்றாள் அவள். நாங்கள் சிக்கல் ஏற் படுத்தாமல் இருக்க எங்களுக்கு உங்களுடைய ஆற்றல் களை, உத்திகளை, தொழில்நுட்பங்களைக் கற்றுக் கொடுங்கள் என்றாள் விழியாள்.

எங்கள் எதிரிகளுக்கு அவை எல்லாம் போய்ச் சேர்ந்து விடும் என்பதால்தான் உங்களுக்குக் கற்றுக் கொடுக்கவும் உங்களை அடுத்த நிலைக்குக் கொண்டு செல்லவும் தயங்குகிறேன் என்றாள் அவள். உங்கள் எதிரிகள் யாரென்று கூறுங்கள். நாங்கள் அவர்களுடன் எந்தத்

தொடர்பையும் வைக்காமல் இருக்கிறோம் என்றாள் விழியாள். அவர்களை உங்களால் அறிய முடியாது. அவர்கள் பல உருவெடுப்பார்கள். உங்களைப் போலவே கூட சில சமயங்களில் இருப்பார்கள் என்றாள் அவள். நாங்கள் என்ன செய்யவேண்டும் என்று நீங்கள் நினைக்கிறீர்கள் என்று கேட்டாள் விழியாள்.

அவளைக் கூர்ந்து பார்த்தாள் அவள். நாங்கள் உங்கள் கிரகத்தைச் சுற்றி ஒரு வேலி அமைப்போம் அதைக் கடக்கக் கூடாது. அப்படி கடக்கவேண்டும் என்றால் என்னிடம் அனுமதி பெறவேண்டும். அது மட்டும் அல்லாமல் நீங்கள் போகும் கிரகங்கள், அண்டங்கள் குறித்துத் தெளிவாக எங்களிடம் பகிர வேண்டும். அதைத் தவிர உங்கள் கிரகத்திலும் உங்கள் கட்டுப்பாட்டிலுள்ள பூமி போன்ற கிரகங்களிலிருந்தும் எங்களுக்குத் தேவைப் படும்போது சிலரை அழைத்துவருவோம். அவர்களை அடுத்த நிலைக்கு மாற்றக்கூடிய சோதனைகளைச் செய்து பார்ப்போம். எல்லாச் சோதனைகளும் வெற்றி பெறும் என்று சொல்ல முடியாது. அதனால் தோல்வி அடைந்த வற்றுக்காக எங்கள் மீது கோபம் கொள்ளக் கூடாது. இப்படித்தான் நாங்கள் அடுத்த நிலைக்கு உங்களையும் உங்களை விடக் கீழிருக்கும் உயிர்களை மாற்றி அமைப் போம். இதற்கெல்லாம் நீ ஆமோதித்தால் மினுவை அழைத்துச் செல்லலாம். மினுவின் மீது நாங்கள் இன்னும் சோதனையைத் தொடங்கவில்லை. அதனால் அவளைத் தனியாக வைக்க வேண்டிய அவசியமில்லை என்றாள் அவள். விழியாள் அதற்கு ஆமோதித்தாள்.

சிறிது நேரத்தில் மினு ஒரு மின்தூக்கியில் எங்கிருந்தோ அவர்கள் நின்றிருந்த இடத்திற்கு அருகில் வந்திறங்கினாள். விழியாளிடம் அவள் ஓடிவந்து நின்றாள். விழியாள் அனா இனத் தலைமைக்கு நன்றி தெரிவித்துவிட்டு மினுவை அழைத்துக் கொண்டு அங்கிருந்து கிளம்பினாள்.

தன் கிரகத்திற்கு வந்து நடந்தவற்றை பாடினியிடமும் நவீனிடமும் சொன்னாள். பாடினிக்கு விழியாள் எதிரியிடம் மண்டியிட்டுவிட்டதாக ஆத்திரம் மூண்டது. நவீனுக்குக் குழப்பமாக இருந்தது. விழியாள் அவர்களை ஆசுவாசப்படுத்திவிட்டு அந்த இனத்திடமிருந்து கற்றுக் கொள்ளப் பலவும் இருப்பதால் நாம் அமைதியாக இருக்கவேண்டியது அவசியம் என்று சொன்னாள் விழியாள்.

16

பகை வளையம்

விழியாளின் கிரகத்தைச் சுற்றி அனா இனம் ஓர் அரணை அமைத்தது. அதைத் தாண்டி அவர்களால் வெளியே போக முடியவில்லை. அது மட்டுமல்லாமல் எல்லாச் செயல்களையும் அந்த இனத்தைக் கேட்டே செய்ய வேண்டியிருந்தது. விழியாளுக்கும் அவளுடைய கிரகத்தினருக்கும் இது மிகவும் தொல்லையைக் கொடுத்தது. அந்த இனத்திடம் பேசிப் பார்க்கலாம் என்று நினைத்தார்கள்.

விழியாள் அந்த இனத்தின் தலைமையில் இருந்த பெண்ணைச் சந்தித்தாள். ஏற்கனவே ஒத்துக் கொண்டபடி தான் அந்த அரண் அமைக்கப்பட்டிருப்பதாக அவள் கூறினாள். ஆனால் அதற்காக எல்லாச் செயல்களையும் அவர்களைக் கேட்டுக் கொண்டு செய்வது பெரும் கட்டுப்பாடு கொண்டதாக இருக்கிறது என்பதால் அதனைத் தளர்த்துமாறு விழியாள் கோரினாள். அதற்குப் பதிலாக எப்போதும் அவளுடைய இனம் விழியாளின் இனத்தைக் கண்காணிக்கும் வகையில் ஒரு கருவியை அவள் கிரகத்திற்கு அருகே பொருத்தி வைத்துவிடுவதாக அவள் சொன்னாள். விழியாள் அதை ஏற்றுக் கொண்டு திரும்பி வந்தாள்.

அவள் இனம் அதற்குப் பின் வெளியே போவதும் வருவதும் எளிதாகிவிட்டது. ஆனால் அவள் கண்காணித்துக் கொண்டிருப்பாள் என்ற அச்சம் மட்டும் அவர்களுக்குத் தொடர்ந்து இருந்து வந்தது. விழியாள் அவளுடைய பகைவர்களைக் குறித்து கூறியிருக்கிறாள். அதனால் அவர்களிடம் கவனமாக இருக்க விழியாள் இனம் முயன்றது. அது மட்டுமல்லாமல் அவளுடைய பகைவர்கள் இனத்தின் பட்டியலை அவள் கொடுத்திருந்தாள். அதை வைத்துக் கொண்டு அவர்கள் கிரகத்திற்கோ, அண்டத் திற்கோ செல்வதை விழியாளின் இனம் தவிர்த்து வந்தது.

பாடினிக்கு விழியாள் இப்படி அந்தப் பெண் இனத்தின் பேச்சைக் கேட்டு ஆடுவதைக் கண்டு கடும் கோபமும் ஆத்திரமும் வந்தது. ஆனால் அவள் தங்கள் இனத்தை அடுத்த நிலைக்குக் கொண்டு செல்வதாக உறுதி கூறி யிருப்பதால் அமைதியாக சகித்துக் கொண்டிருந்தாள். விழியாள் அந்த இனத்தின் தலைமையை அடிக்கடி சந்தித்து வந்தாள். இதற்கிடையில் அவள் கிரகத்திலும் பூமி போன்ற மற்ற கிரகங்களிலிருந்தும் சிலரை அவள் அழைத்துச் சென்றாள். அவர்கள் மீது பரிசோதனை நடத்தப் போவதாகச் சொல்லி அழைத்துச் சென்றாள். அதற்குச் சிலர் ஒத்துக் கொண்டனர். ஒத்துக் கொள்ளாதவர் களை அவள் விட்டுவிட்டாள்.

விழியாளுக்கு அந்தப் பரிசோதனையைத் தன்னை வைத்து அவள் செய்யவேண்டும் என்ற ஆர்வம் இருந்தது. ஆனால் அதை அவளிடம் கேட்க அஞ்சி அமைதியாக இருந்தாள். பரிசோதனை முடிந்து வந்தவர்கள் அதுவரை இருந்ததைவிட மிகவும் தேர்ச்சி பெற்ற அறிவுத்திறனையும் உடல் ஆற்றலையும் கொண்டிருந்தனர். அது விழியாளுக்கும் பாடினிக்கும் நம்பிக்கை அளித்தது.

மினு எதிரி இனத்திடம் சென்று வந்ததைப் பற்றித் தன் நண்பர்களிடம் கூறிக் கொண்டிருந்தாள். அந்தக்

கிரகத்தில் அவள் இருந்த இடம் மிகவும் பெரிதாக இருந்ததாகவும் அதில் எங்கிருந்து வெளிச்சம் வருகிறது என்றே தெரியாத வண்ணம் ஒளி மிக்கதாக இருந்ததாகவும் அவள் கூறினாள். அவள் கேட்டதெல்லாம் கிடைத்ததாகவும் அங்கிருந்து சில நேரங்களில் இந்தக் கிரகத்தையும் அவள் பார்த்ததாகவும் அவளுக்குப் பல விளையாட்டுகளை அவர்கள் கற்றுத் தந்ததாகவும் சொன்னாள்.

அந்த விளையாட்டுகளுக்கான கருவிகள் அங்கு மிகவும் தேர்ந்தவையாக இருந்தன என்றும் கூறினாள். அவைக் கிடைத்தால் அவர்கள் அங்கு விளையாடலாம் என்றும் விளக்கினாள். அவளுடைய பேச்சு, செயல், அறிவு எல்லாமே பல மடங்கு வளர்ந்திருந்தன. அவள் மீது எந்தப் பரிசோதனையையும் அவர்கள் செய்யவில்லை என்று சொன்னாலும் விழியாள் அதை நம்பவில்லை. ஆனால் மினு அங்குப் பார்த்தவற்றையும் அனுபவித்தவற்றையும் கொண்டே இந்த அளவுக்கு முன்னேறி இருக்கிறாள் என்றுதான் கொள்ளவேண்டும் என்று விழியாளுக்குப் புரிந்தது.

நவீன் மினுவைப் பார்க்கச் சென்றான். அவள் கடத்தப்பட்ட பின் முதல் முறையாக அவளைச் சந்தித்தான். அவள் மீண்டு வந்தது அவனுக்கு ஆறுதலாக இருந்தது. அவர்கள் முன்பு எதிரிகளாக இருந்தார்கள் என்றும் மினுவின் கடத்தலுக்குப் பின் ஓரளவு நெருக்கம் கொண்டவர்களாக மாறியிருக்கிறார்கள் என்றும் அவன் சொன்னான்.

ஆனாலும் தங்களில் யாரையும் எந்த இனமும் கடத்தாமல் இருக்கும்படி கவனமாக இருக்கவேண்டும் என்று அந்தக் குழந்தைகள் சொல்லிக் கொண்டன. இனிமேல் அப்படி எதுவும் நடக்காத வகையில் தங்களுடைய எல்லா நடவடிக்கைகளும் கண்காணிக்கப்படுவதாக நவீன் கூறினான். மினுவைக் கொண்டு சென்ற

இனம் அவர்களைத் தொடர்ந்து கண்காணிப்பதாகவும் அவர்கள் ஏதாவது மீறல் செய்தால் அவர்கள் என்ன வேண்டுமானாலும் செய்வார்கள் என்றும் மினுவை மீட்க விழியாள் அவர்களின் இந்த விதியை ஏற்றுக் கொண்ட தாகவும் நவீன் கூறினான். மினுவுக்கு அது ஏற்புடையதாக இல்லை. என்னை விடுவிப்பதற்காக ஏன் விழியாள் இதைச் செய்யவேண்டும். என்னை விடுவிக்காமலேயே இருந்திருக்கலாம் என்றாள் மினு. அப்படிச் சொல்லாதே என்று நவீன் கூறினான். விழியாள் ஏதாவது ஒரு திட்டத்திற்காத்தான் அப்படிச் செய்திருப்பாள் என்றான் நவீன்.

விழியாள் தன்னை மீட்கவேண்டும் என்பதற்காகத் தன் கிரகத்தின் பாதுகாப்பையே பணயம் வைத்தது பற்றி மினுவுக்குப் பெரும் வருத்தமாக இருந்தது. விழியாள் ஏன் இத்தகைய ஒரு முடிவை எடுத்தாள் என்று சிந்தித்துக் கொண்டே இருந்தாள். அவளுக்கு வேறு எதிலும் நாட்டம் உருவாகவில்லை. தனியாகச் சென்று அமர்ந்து கொண்டாள். அவள் செல்லாத இடங்களில் தனியாக நடந்து சென்றாள். அவளைக் கடத்திக் போய் மீண்டு வந்ததால் அவள் மனநிலை அமைதியில்லாமல் இருக்கிறாள் என்று மற்றவர்கள் நினைத்தார்கள்.

மினு ஒரு பெரிய காட்டுக்குள் நுழைந்தாள். அங்கு இருந்த அமைதி அவளுக்கு மிகவும் பிடித்தது. மெதுவாக நடந்தாள். அடர்ந்த காடாக இருந்ததால் வெளிச்சமே இல்லாமல் இருள் சூழ்ந்து காணப்பட்டது. ஆனால் அங்கு நிலவிய அமைதி அவளை வேறு ஏதோ உலகத் திற்குள் நுழைந்தது போன்ற உணர்வை ஏற்படுத்தியது. அது மட்டுமல்லாமல் அங்கே ஒரு வகையான புத்துணர்ச்சி தரக்கூடிய ஒரு வாசம் வந்து கொண்டிருந்தது. அதுவும் அவளுக்கு இதமாக இருந்தது. அங்கிருந்த செடிகளும் மலர்களும் அவளை வருடும் போது அவளுக்குச் சுகமாக

இருந்தது. அவள் அதுவரை அங்கு வராமல் இருந்தது தவறு என்று நினைத்துக் கொண்டாள். அந்தக் காட்டின் உள்ளே வந்த பின்தான் அங்கு ஒரு குகை இருப்பதைப் பார்த்தாள். அதன் அருகே சென்று அதற்குள் எப்படி நுழைவது என்று கவனித்தாள்.

அதில் நுழைவதற்கு மிகச்சிறிய வாசல் இருந்தது. அதுவும் இல்லாமல் அது செங்குத்தான வழியாக உள்ளே ஆழமாக இறங்கியது. அவள் மெதுவாக அதனுள் இறங்கினாள். சரியாக அமைக்கப்படாத படிகள் போல் இருந்த கட்டமைப்பில் அவள் கால்களை மெதுவாக வைத்து இறங்கினாள். வெகுதூரம் அந்த அமைப்புச் சென்றது. அதில் இறங்கி தரை வந்த போது நின்று திரும்பிப் பார்த்தாள். அங்கிருந்த வெளிச்சம் அவள் கண்களைக் கூசச் செய்தது.

அதை நோக்கி நடந்தாள். அங்கிருந்த மரங்கள் தங்க நிறத்தில் இருந்தன. அங்குத் தங்க நிற சிறிய விலங்குகள் மிகவும் அழகாகச் சுற்றி வந்தன. வெளிச்சமாக இருந்த பகுதி இன்னும் தொலைவாக இருந்தது. தங்கநிற மரங்கள், விலங்குகளைக் கடந்தவுடன் ஓர் அழகிய சோலை வந்தது. அதில் பல பழங்கள் தொங்கிக் கொண்டிருந்தன. அவற்றைப் பார்த்தவுடன் பறித்து உண்ணவேண்டும் என்று மினுவுக்குத் தோன்றியது. ஒன்றைப் பறித்து உண்டாள். உடனே அவளுக்கு உறக்கம் வந்தது. அப்படியே தரையில் படுத்து உறங்கிவிட்டாள்.

வெகுநேரம் உறங்கிய பின் எழுந்து அமர்ந்தாள். அவளுக்கு உற்சாகமாக இருந்தது. அங்கு சிறிய ஓடை ஒன்று ஓடிக்கொண்டிருந்தது. அதில் போய் நீந்தினாள். அப்படியே மேலே பார்த்தாள். அங்கு அவள் அதுவரைக் கண்டிராத பல நிறத்திலான விண்மீன்கள் தெரிந்தன. அவை குகைக்குள் எப்படி தெரிகின்றன என்று புரியாமல் அவற்றைப் பார்த்துக்கொண்டே இருந்தாள்.

ஒரு மரத்தின் அடியில் வந்தமர்ந்தாள். மேலே இருந்து ஏதோ ஒரு வித்தியாசமான ஒலி வந்தது. நிமிர்ந்து பார்த்தாள். ஒரு சிறிய விலங்கு அமர்ந்திருந்தது. அதைத் தன் அருகே அழைத்தாள். உடனடியாக அது கீழே குதித்து வந்து அவள் அருகே நின்றது. என் பெயர் மினு. நீ யார் என்று கேட்டாள். என் பெயர் புவி. நான் இந்தக் காட்டில் இப்படி விலங்காக இருக்க இங்கிருக்கும் பெரிய வர்கள் விதித்துவிட்டார்கள் என்றான். ஓ அப்படியா நீயும் ஒரு மனிதனா என்று கேட்டாள். ஆமாம் என்றான். நீ என்ன செய்தாய் என்று கேட்டாள். அவர்கள் மட்டுமே இருக்கக்கூடிய குடிலில் படுத்து உறங்கிவிட்டேன் என்றான் புவி. அது பெரிய தவறா என்றாள் மினு. ஆமாம். அவர்கள் இருக்கும் குடிலில் யாரும் நுழையக்கூடாது என்றான் புவி. சரி அவர்கள் எங்கிருக்கிறார்கள் என்றாள் மினு. இன்னும் நெடுந்தொலைவு செல்ல வேண்டும் என்றான் அவன். நான் போய் அவர்களைப் பார்த்து வருகிறேன் என்றாள் மினு. நீ அவர்களிடம் மிகவும் எச்சரிக்கையாக நடந்துகொள் இல்லாவிட்டால் உன்னையும் என்னைப் போல் ஏதாவது ஒரு விலங்காக மாற்றிவிடுவார்கள் என்றான் புவி. சரி நான் போகிறேன். நீயும் என்னைப் பின் தொடர்ந்து வருவாயா என்று கேட்டாள் மினு. சரி வருகிறேன். எச்சரிக்கையாகப் போ என்றான் புவி. அவள் அந்தச் சோலையிலிருந்து நேராகச் செல்லும் பாதையில் நடந்தாள்.

மினு இருந்த பூமி போன்ற கிரகத்திற்கு நவீன் வந்து சேர்ந்தான். மினுவைத் தேடினான். அவள் எங்கும் இல்லை என்று தெரிந்து உடனடியாக அந்தக் கிரகத்தின் அரசருக்கும் விழியாளுக்கும் பாடினிக்கும் தகவல் சொன்னான். அவர்கள் மூவரும் தங்கள் செயற்கைக் கோள் உதவியுடன் அந்தக் கிரகம் முழுமையும் தேடிப் பார்த்தார்கள். அவள் காணவில்லை என்பது உறுதியானது. விழியாளுக்கு அச்சமாகிவிட்டது. மீண்டும் வேறு எந்த இனமாவது அவளை அழைத்துச் சென்றிருக்குமா என்று

யோசித்தாள். அனா இனத்தின் கண்காணிப்பில் இருக்கையில் அதற்கான சாத்தியம் இல்லை. வேறு எங்கு மினு போயிருப்பாள் என்று புரியாமல் விழியாள் தவித்தாள்.

நவீன் அங்கிருந்த குழந்தைகளிடம் விசாரித்தான். அவள் சில நாட்களாக யாருடனும் பேசவில்லை என்றும் தனியே அமர்ந்திருந்தாள் என்றும் சில வேளைகளில் எங்கேயோ நடந்து சென்று கொண்டே இருந்தாள் என்றும் சொன்னார்கள். அவளுக்கு ஏதோ மனக்கலக்கம் ஏற்பட்டிருக்கிறது என்பதை நவீன் உறுதி செய்தான். அவள் எங்கே போயிருப்பாள் என்று அந்தக் கிரகத்தை ஒரு முறை சுற்றி வந்து பார்க்கலாம் என்று கிளம்பினான். அவன் வந்த விமானத்தில் தாழப்பறந்து ஒரு முறை அந்தக் கிரகத்தைச் சுற்றி வந்தான். அவள் எங்கும் இல்லை. அந்தப் பூமியின் மேற்பரப்பில் அவள் இல்லை என்று தெரிந்தது. அப்படி என்றால் அவள் அங்கிருந்து எங்கோ மாயமாயிருக்கிறாள் என்று எண்ணினான். விழியாளிடம் தகவலைச் சொன்னான்.

பாடினியும் தங்கள் இனத்தின் நட்பு இனங்களிடம் விசாரித்தாள். அவள் எங்கேயும் வரவில்லை என்று தெரிந்தது. மீண்டும் ஒரு முறை அனா இனத்திடம் விசாரிக்கலாம் என்று விழியாளிடம் அவள் சொன்னாள். இல்லை அவர்கள் எடுத்துப் போக வாய்ப்பில்லை. ஏற்கனவே ஒரு முறை கொண்டு சென்றிருக்கிறார்கள். அது மட்டுமல்லாமல் கொண்டு போகும் முன் இப்போது நம்மிடம் அவர்கள் தெரிவிக்கிறார்கள். அதனால் மினுவை அவர்கள் அழைத்துப் போயிருக்க மாட்டார்கள் என்று விழியாள் உறுதியாகச் சொன்னாள்.

மினு அந்தக் காட்டில் ஒரு பாதையில் நடந்து கொண் டிருந்தாள். அவள் நடந்து போன பாதையின் முடிவில் ஒரு மலை தெரிந்தது. அந்த மலை அருகே போன போது

அதன் அடிவாரத்தில் சில குடில்கள் தெரிந்தன. மலையைச் சுற்றி குடில்கள் இருப்பது தெரிந்தது. அவள் அமைதியாக அந்தப் பகுதியில் நின்றாள். அப்போது சட்டென்று பெரு மழை கொட்டத் தொடங்கியது. அவள் ஒரு மரத்தின் அடியில் ஒதுங்கி நின்றாள். அந்தக் குடில்களுக்குள் போகக் கூடாது என்று புவி சொல்லி யிருந்தது அவள் நினைவில் இருந்ததால் அவள் அந்தக் குடில்களைப் பார்த்துக் கொண்டே நின்றிருந்தாள். வெகு நேரம் மழை கொட்டித் தீர்த்தது. அவள் அசையாமல் அந்த மரத்தின் அடியிலேயே நின்றிருந்தாள்.

அந்தக் காடு முழுக்க காட்டாற்று வெள்ளம் ஓடியது. அவள் அச்சத்துடன் அந்த மரத்தைக் கட்டிப் பிடித்தபடி நின்றிருந்தாள். வெள்ளம் அடித்துச் சென்றுவிடுமோ என்று அவளுக்குப் பயமாக இருந்தது. குடில்களிலிருந்து லேசான வெளிச்சம் வந்து கொண்டிருந்தது. வெள்ளம் வடியும் வரை நகரக்கூடாது என்று அமைதியாக மினு நின்றிருந்தாள். மலையின் மீதிருந்து ஏதோ ஒரு வெளிச்சம் வந்து மறைந்தது. அவளால் அது என்னவென்று தெரிந்து கொள்ள முடியவில்லை. சிறிது நேரத்தில் மலையிலிருந்து சாமியார்கள் போல் பலர் இறங்கி வந்து கொண்டிருந் தார்கள். வெள்ளம் முழுக்க வடிந்துவிட்டிருந்தது. அவர் களை ஒளிந்து நின்று மினு பார்த்துக் கொண்டிருந்தாள்.

அவர்கள் குடில்கள் அருகில் வந்தவுடன் ஒவ்வொரு வரும் ஒரு குடிலுக்குள் சென்றுவிட்டார்கள். ஒருவர் மட்டும் வெளியே நின்றிருந்தார். மினுவை அவர் பார்த் திருப்பாரோ என்று அவளுக்கு அச்சமாக இருந்தது. அவர் மினு என்று அழைத்தார். அவள் நடுங்கியபடி அவர் பார்வைக்கு வந்தாள். இங்கு எதற்காக வந்தாய் என்று அவர் கேட்டார். ஒரு குகைக்கு வந்தேன் அது இங்கு வரை அழைத்து வந்துவிட்டது என்றாள். சரி இங்கே வரக்கூடாது. நீ திரும்பிச் செல் என்றார் அவர். நீங்கள் யார் என்றாள் மினு. அது உனக்குத் தேவை

இல்லை. நீ போய்வா என்றார் அவர். அவள் அச்சத்துடன் திரும்பிப் பார்த்துக் கொண்டே வந்த வழி திரும்பி நடந்தாள்.

மினு வெகு தூரம் நடந்து வந்து அந்தப் பாதையில் தான் கண்ட புவியைத் தேடினாள். ஓர் ஓடை அருகில் புவி இருந்தது நினைவுக்கு வர முன்னேறி நடந்தாள். தூரத்தில் ஓடை தெரிந்தது. அங்குச் சென்று மரத்தடியில் அமர்ந்தாள். யாரோ சிரிப்பது போல கேட்டது. மேலே பார்த்தாள். புவிதான். அவனைக் கீழே வரச் சொல்லி கை காட்டினாள். எதற்குச் சிரித்தாய் என்று கேட்டாள். அங்கே போனதில் ஏதாவது பயன் இருந்ததா என்று கேட்டு மீண்டும் சிரித்தான் புவி. நான் எந்தப் பயன் கருதியும் அங்குச் செல்லவில்லை. அங்கு என்ன இருக்கிறது என்பதைப் பார்க்கும் ஆர்வத்துடன் சென்றேன் என்றாள் மினு. சரி அந்தக் குடிலில் இருப்பவர்களைப் பார்த்தாயா என்று கேட்டான் புவி. ஆமாம். அவர்கள் நான் அங்கு வந்தது ஏதோ பெரிய தவறு போல் பாவித்து உடனடியாக என்னை அங்கிருந்து வெளியேறுமாறு சொன்னார்கள் என்றாள் மினு. அப்படித்தான் அவர்கள் சொல்வார்கள் என்றான் புவி. அவர்கள் யாரென்று உனக்குத் தெரியுமா என்று கேட்டாள் மினு. இல்லை எனக்குத் தெரியாது. நான் இந்தக் காட்டில் விளையாட வந்தேன். அங்கு ஒரு குகை இருப்பது பார்த்து உன்னைப் போல இப்படியே நடந்து வந்துவிட்டேன். இறுதியில் மலை அடிவாரத்தில் குடில்கள் இருப்பது பார்த்து அங்கே சென்று ஒரு குடிலுக்குள் நுழைந்து மிகவும் களைப்பாக இருந்ததால் தூங்கிவிட்டேன். அப்போது அந்தக் குடிலில் இருப்பவர் வந்திருக்கிறார். நான் தூங்கியதைப் பார்த்து கடும் கோபம் அடைந்து என்னை இப்படி பெயர் அறியாத விலங்காக மாற்றிவிட்டார். நான் எப்படி இதிலிருந்து விடுதலை அடைவது என்று தெரியாமல் தவிக்கிறேன் என்றான் புவி.

சரி மீண்டும் ஒரு முறை அவர்களிடம் சென்று முறையிடலாமா? உன்னை மீண்டும் மனிதனாக மாற்றக் கோரலாமா? என்று கேட்டாள் மினு. வேண்டாம். என்னால் நீயும் ஆபத்துக்கு ஆளாகாதே என்றான் புவி. பரவாயில்லை. கொஞ்சம் நேரம் பொறுத்து அங்கே போகலாம் என்று சொல்லிவிட்டு உணவு ஏதாவது கிடைக்குமா என்று தேடினாள். என்ன தேடுகிறாய் என்றான் புவி. பசி எடுக்கிறது. ஏதாவது சாப்பிடக் கிடைக்குமா என்று அவனிடம் கேட்டாள். நீ அமர்ந்திருக்கும் இடத்தில் மண்ணை அகற்றிப் பார் கிழங்குகள் கிடைக்கும். அவற்றை எடுத்துச் சாப்பிடு என்றான் புவி. அவளும் அந்த மண்ணைக் கிளறினாள். உள்ளிருந்து நிறைய கிழங்குகள் கிடைத்தன. ஓடை நீரில் அவற்றைக் கழுவிவிட்டு அவற்றைச் சாப்பிட்டாள். அவளுக்குப் பசி தீர்ந்து போனது. தண்ணீர் தாகம் எடுக்கிறது புவி என்றாள். அந்த ஓடையைக் கடந்து போ அங்கே நீர் வீழ்ச்சி விழுகிறது. அந்த நீரை எடுத்துக் குடி என்றான். அவளும் அப்படியே செய்தாள். அந்த நீர் வீழ்ச்சி மிகவும் அழகாக இருந்தது. அதில் வந்த தண்ணீரைக் குடித்துவிட்டு, கீழே பாயும் நீரில் குளித்துவிட்டு அருகில் இருந்த மரத்தடியில் படுத்து உறங்கிப் போனாள்.

புவி மரத்திற்கு மரம் தாவி விளையாடிக் கொண்டிருந் தான். வெகு நேரம் உறங்கிவிட்டு மினு விழித்தாள். புவி அவளருகில் வந்தமர்ந்தான். நீ உறங்குவதில்லையா என்று கேட்டாள். இல்லை எனக்கு உறக்கம் வருவதில்லை என்றான் புவி. நீ எங்கிருந்து வருகிறாய் என்று அவனைக் கேட்டாள். நான் பூமியில் பிச்சை எடுத்துக் கொண்டிருந் தேன். இந்தப் பூமிக்குப் போனால் எல்லாமே கிடைக்கும் என்று ஒரு பெரிய விமானத்தில் அழைத்து வந்தார்கள் என்றான் புவி. ஓ அப்படியா நானும் அப்படித்தான் வந்தேன். எனக்குப் பிறகு உன்னை அழைத்து வந்திருக்க

வேண்டும். நாங்கள் இருக்கும் இடத்தில் உன்னை நான் பார்த்ததில்லை என்றாள் மினு. ஆமாம் எங்களை வேறொர் இடத்தில் வைத்திருக்கிறார்கள். அங்கே சில தொழில்முறைகளைக் கற்றுத் தருகிறார்கள். நல்ல உணவு, உடை தருகிறார்கள். எந்தப் பிரச்னையும் இல்லை. நான் விளையாடவேண்டும் என்று ஆசை கொண்டவன் என்பதால் இப்படி காட்டுக்குள் வந்தேன் என்றான் புவி. நீ இங்கு வந்தது விழியாளுக்குத் தெரியுமா என்று கேட்டாள் மினு. அது எனக்குத் தெரியாது என்றான் புவி. நான் விழியாளிடம் உன்னைப் பற்றிக் கூறுகிறேன். அவள் உனக்கு முழு பாதுகாப்புத் தருவாள் என்றாள் மினு. சரி அவளிடம் சொல்லிவிடு என்றான் புவி.

மினு எழுந்தாள். எங்கே போகிறாய் என்றான் புவி. அந்தக் குடில்கள் இருக்கும் இடத்திற்குத்தான் என்றாள் மினு. வேண்டாம் என்றான் புவி. ஏன் என்றாள். ஏதாவது சிக்கல் வரலாம் என்றான் புவி. எது வந்தாலும் வரட்டும் வா போகலாம். அஞ்சாதே என்று அவனை அழைத்துக் கொண்டு மீண்டும் அந்தக் குடில்கள் உள்ள இடத்திற்கு இருவரும் சென்றார்கள். நேரடியாக அந்தக் குடில்கள் உள்ள பகுதிக்குச் செல்ல வேண்டாம். அவற்றுக்கு எதிரே நிறைய மரங்கள் உள்ளன. வா அங்கே மறைந்து மறைந்து செல்வோம் என்று அவனை அழைத்துக் கொண்டு சென்றாள் மினு. இருவரும் குடில்களைப் பார்த்துக் கொண்டு ஒரு மரத்தின் பின்னால் நின்றிருந்தார்கள். எல்லா குடில்களும் மூடி இருந்தன. யாரோ நடந்து வரும் ஓசை கேட்டது.

தூரத்தில் அவளை அங்கிருந்து அனுப்பிய பெரியவர் நடந்து வந்துகொண்டிருந்தார். நீ இன்னும் இங்கிருந்து போகவில்லையா என்று அருகில் வந்து கேட்டார். அவள் அமைதியாக அவரைப் பார்த்துவிட்டு புவியை நோக்கிக் கை காட்டினாள். அவர் புவியைப் பார்த்துவிட்டு என்ன

என்பது போல் கேட்டார். இவனை மீண்டும் மனிதனாக்கி விடுங்கள் இவன் செய்த குற்றத்தை மன்னித்துவிடுங்கள் என்று அவரிடம் மண்டியிட்டு மினு கேட்டாள். அவளின் செய்கை அவருக்குச் சிரிப்பைத் தந்தது. புவியைக் கூர்ந்து அவர் பார்த்தார். தன்னிடமிருந்த ஏதோ ஒரு பொடியை அவன் மீது தூவினார். அவன் மீண்டும் சிறுவனாக மாறினான். மினுவுக்கு மிகவும் மகிழ்ச்சியாகிவிட்டது. புவியும் மினுவும் அங்கிருந்து கிளம்பினார்கள்.

நவீன் விழியாளிடம் பேசினான். மினு எங்கே போயிருப்பாள் என்று கேட்டான். அதைத்தான் தேடிக் கொண்டிருக்கிறோம் என்றாள் விழியாள். அவளைக் கடைசியாகப் பார்த்தவர்கள் அவள் மனக்கலக்கத்தில் இருந்ததாகச் சொல்லியிருக்கிறார்கள். அதை நினைத்துத் தான் கவலையாக இருக்கிறது என்றாள் விழியாள். இல்லை அவள் திரும்பி வந்துவிடுவாள் கவலைப்படாதே விழியாள் என்றான் நவீன். அந்தக் குகை பாதை வழியே வெளியே வந்தார்கள் மினுவும் புவியும். புவி வேறு இடத்தில் இருந்தாலும் அவன் மினுவின் நண்பர்களைப் பார்க்க விரும்பினான். அதனால் மினு அவனை அழைத்து வந்தாள். மினு வந்துவிட்டாள் என்று அவர்களைப் பார்த்துக் கொள்ளும் பாதுகாப்பாளர் உடனடி யாக அந்தக் கிரகத்தின் அரசருக்கும் விழியாளுக்கும் பாடினிக்கும் நவீனுக்கும் செய்தி அனுப்பினார்.

விழியாள் உடனடியாக கணினி மூலம் மினுவிடம் பேசினாள். எங்குப் போனாய் என்றாள். நான் காட்டுக் குள் போய்விட்டேன். அங்கு ஒரு குகை இருந்தது. அதில் உள்ளே போனால் ஒரு மலை வந்தது. அந்த மலை அடிவாரத்தில் குடில்கள் இருந்தன. அவற்றில் இருந்த ஒருவர் என்னை அங்கிருந்து போய்விடும்படி சொன்னார். வழியில் புவியைப் பார்த்தேன். இங்கு அழைத்து வந்தேன் என்றாள். இனிமேல் சொல்லாமல் கொள்ளாமல் நீ

எங்கும் போகக்கூடாது என்றாள் விழியாள். இனிமேல் போகவில்லை. புவி அந்த இடத்திற்குச் சென்று அந்தக் குடிலில் உள்ளவர்களால் விலங்காக மாற்றப்பட்டிருக் கிறான். அது உங்களுக்குத் தெரியுமா என்று மினு கேட்டாள். இல்லை எனக்குத் தெரியாது என்றாள் விழியாள்.

அந்தக் குடிலில் இருப்பவர்கள் யார் என்றாள் விழி யாள். எனக்குத் தெரியாது என்றாள் மினு. சரி அவர் களைத் தேடி இனிமேல் எங்கேயும் நீ போகக் கூடாது என்றாள் விழியாள். சரி போகவில்லை என்று சொன்னாள் மினு. புவியிடமும் விழியாள் பேசினாள். நீ எப்படி அங்கே போனாய் என்றாள். நான் காட்டில் விளையாடச் சென்றேன். அப்போது குகைப் பாதையில் சென்று அந்தக் குடில்கள் வரைச் சென்று விட்டேன். அந்தக் குடிலில் உறங்கியதால் விலங்கானேன். மினுதான் என்னை அழைத்துச் சென்று என்னை மீண்டும் மனிதனாக மாற்றி இங்கு அழைத்து வந்தாள் என்றான் புவி. இனிமேல் நீயும் எங்கும் போகக் கூடாது என்றாள் விழியாள். அவனும் அதை ஏற்றுக் கொண்டான்.

எல்லாக் குழந்தைகளும் மினுவையும் புவியையும் பார்த்து மகிழ்ந்திருந்தன. இருந்தாலும் அவர்களுக்கு ஏற்பட்ட அனுபவங்கள் அவர்களை அச்சமுற வைத் திருந்தது. அந்தப் பூமி அவர்களுக்குப் பாதுகாப்பற்றதோ என்ற எண்ணமும் அவர்களுக்கு ஏற்பட்டது. விழியாள் அங்கு வருவதாகச் சொன்னாள்.

உடனடியாக விமானம் ஏறி அந்த பூமிக்குச் சென்றாள். அங்கிருந்த அனைவரையும் அழைத்து விழியாள் பேசி னாள். அவர்கள் அனைவரையும் பாதுகாப்பது மட்டுமே தங்களுடைய வேலை. யாரும் எந்தத் தொல்லையும் தரக்கூடாது. யாராவது எங்காவது போகவேண்டியிருந்தால் பாதுகாப்பாளரிடம் அனுமதி கேட்காமல் போகக்

கூடாது. அறியாத யாரிடமும் பழகக்கூடாது. அறியாத யார் தருவதையும் வாங்கி உண்ணக் கூடாது போன்ற பல அறிவுரைகளைத் தந்தாள். அவர்கள் அனைவரும் அமைதியாகக் கேட்டுக் கொண்டார்கள்.

நவீனும் அங்கு வந்தான். மினுவின் அருகில் வந்து அமர்ந்தான். நீ காணாமல் போனதால் நாங்கள் மிகவும் பயந்து போய்விட்டோம். மீண்டும் உன்னை வேறு யாராவது வேற்றுக்கிரக இனம் கொண்டுசென்றிருக்குமோ என்று நினைத்தோம். நல்லவேளை நீ வந்தது மகிழ்ச்சி என்றான் நவீன். எல்லா குழந்தைகளும் புதிய பல விளையாட்டுகளை விளையாட விழியாள் கற்றுத் தந்தாள். புவி திரும்பி வந்தது வேறு பகுதயில் இருந்த குழந்தைகளுக்கும் மகிழ்ச்சியாக இருந்தது. அவர்களும் அந்த விளையாட்டில் பங்கேற்றார்கள்.

பாடினி விழியாளிடம் பேசினாள். யாரந்த குடிலில் இருப்பவர்கள் என்று கேட்டாள். எனக்குத் தெரியாது என்றாள் விழியாள். தெரியாதா சொல்லக் கூடாது என நினைக்கிறாயா என்றாள் பாடினி. உண்மையில் எனக்குத் தெரியாது என்றாள் விழியாள். அவர்கள் யாரென்று நாம் தெரிந்து கொள்ளலாமா என்று பாடினி கேட்டாள். அது நமக்கு வேறு வகையான சிக்கல்களைக் கொடுக்கலாம். அவர்களை நெருங்காமல் இருப்பது நமக்கு நல்லது என்று விழியாள் சொன்னாள். இல்லை எனக்கு அவர்கள் யாரென்று அறிந்து கொள்ளவேண்டும் என்று தோன்று கிறது என்றாள் பாடினி. சரி நான் போய் தெரிந்து கொண்டு வருகிறன் என்றாள் விழியாள். சரி அதை உடனடியாகச் செய் என்றாள் பாடினி. சரி விரைவில் அதைச் செய்கிறேன் என்றாள் விழியாள்.

விழியாள் பூமியின் அடியில் இருக்கும் குழுவைக் காணச் சென்றாள். அவர்கள் குடில்கள் அமைதியாக இருந்தன. அவள் எப்போதும் பார்க்கும் முதியவர் வெகு

நேரம் கழித்து வந்தார். எதற்காக அவள் சந்திக்க வந்தாள் என்று கேட்டார். பூமி போன்ற கிரகத்தில் அவர்கள் வைத்திருந்த சிறுவர், சிறுமிகள் இருவர் அந்தக் கிரகத்தின் அடிப்பகுதியில் இருந்த குகைக்குள் சென்று சில குடில் களைக் கண்டு வந்திருக்கிறார்கள். அவர்களும் உங்கள் குழுவைச் சார்ந்தவர்களா என்று கேட்டாள் விழி யாள். அவர்களுக்கும் எங்களுக்கும் தொடர்பு உண்டு. எங்களைப் போன்ற திறன்களைப் பெற அவர்களும் முயற்சிக்கிறார்கள். ஆனால் நாங்கள் அவர்களுடைய திறனைப் பெரிதாக மதிக்கவில்லை. அவர்கள் யாரென்று என் இனத்தில் இருப்பவர்கள் கேட்கிறார்கள். அதைச் சொல்லலாமா என்று கேட்டாள் விழியாள். ஆம் நீங்கள் சொல்லிக் கொள்ளுங்கள். ஆனால் எங்களைத் தெரிந் திருப்பதாகக் காட்டிக் கொள்ளாதீர்கள். அது உங்களுக்குப் பிறகு சிக்கலை ஏற்படுத்தும் என்றார் அவர். அவள் அதை ஏற்றுக் கொண்டு திரும்பிவந்தாள்.

பாடினியிடம் பேசினாள். பூமியில் இருந்த ஒரு குழு அது. இப்போது வேறு ஒரு பூமியைத் தேடிச் சென்றிருக் கிறது. நாம் சிறுவர்களைக் குடியமர்த்திய கிரகத்தில் அவர்களும் இருந்திருக்கிறார்கள். ஆனால் அவர்களால் நமக்கு எந்தச் சிக்கலும் இல்லை என்றாள் விழியாள். பாடினிக்கு அவளது பதில் ஓரளவு ஆறுதல் தந்தாலும் ஏன் அவர்கள் மினுவை விரட்டினார்கள், புவியை உருமாற்றம் செய்தார்கள் என்று கேட்டாள். அவர்கள் இங்கிருப்பதைப் பற்றி யாரும் அறியக்கூடாது என அவர்கள் நினைக்கிறார்கள் இவர்கள் இருவரும் அவர்களைப் பார்த்துவிட்டதால் சிறிது பயமுறுத்தி இருக்கிறார்கள். மற்றபடி வேறெதுவும் இல்லை என்றாள் விழியாள். இனி அந்தச் சிறுவர்களை அதிகம் கண்காணிக்க வேண்டியிருக்கும் என்றாள் பாடினி. ஆம். அது உண்மை தான். நம்முடைய ஒரு செயற்கைக் கோளை அவர்களுக்கு என்றே தனிப்பட்டு இயங்கும்படி செய்துவிடு என்றாள்

விழியாள். அதை அவர்கள் இருவரும் காணாமல் போனபோதே செய்துவிட்டேன் என்றாள் பாடினி. விழியாள் அவளுடன் தொடர்பைத் துண்டித்தாள்.

நவீனிடம் பேசினாள் விழியாள். நீ இனிமேல் அந்தப் பூமிக்கு அடிக்கடி சென்று வா என்றாள் அவள். அங்கிருக்கும் குழந்தைகள் ஒரு வகையான தனிமை உணர்வில் இருக்கிறார்கள். அவர்களுக்கு ஆதரவு தரும் வகையில் ஓர் ஆசிரியர் அங்கு எப்போதும் இருக்கவேண்டும் என்று விழியாள் கூறிவிட்டாள். அவருக்கு வாழியன் என்று பெயரிட்டான் நவீன். அவரோடு சென்று அந்தப் பூமியில் இறங்கினான். அவர் அங்கேயே தங்கி இருப்பார் என்றும் நவீன் கூறினான். அவர் கற்றுக் கொடுத்த பாடங்களை அவனும் அமர்ந்து கேட்டான். அவை மிகவும் ஆர்வமூட்டும் வகையில் இருந்தன. அந்தச் சிறுவர்களும் அந்தப் பாடங்களைக் கேட்டு மிகவும் மகிழ்ந்திருந்தார்கள். வாழியன் அந்தக் குழந்தைகளிடம் மிகவும் அன்பாகப் பழகினார். அதைப் பார்த்து நவீன் திருப்தி அடைந்தான்.

17

புதிய உயிர்

மினுவும் புவியும் பிற குழந்தைகளுடன் ஒரு பெரிய தோட்டத்தில் விளையாடிக் கொண்டிருந்தார்கள். அப்போது ஒரு சிறிய உருவம் ஒன்று ஒரு செடியின் அருகில் மறைந்து நின்றது. மினுவும் புவியும் அந்த உருவத்தைப் பார்த்துவிட்டனர். மெதுவாக மினு அந்தச் செடியின் பின்னால் சென்று பார்த்தாள். மிகச்சிறிய சிறுவன் ஒருவன் அங்கு நின்றிருந்தான். அவனைக் கையில் தூக்கி வைத்துக் கொண்டாள். அவன் அழகாகப் பேசினான். நீ எங்கிருந்து வந்திருக்கிறாய் என்றாள். நான் வேறு ஓர் அண்டத்திலிருந்து வந்திருக்கிறேன். நீ ஏன் இங்கு வந்தாய் என்றாள். இங்கு உங்களைப் போல் சிறுவர்கள் இருந்ததால் இங்கு வந்தேன் என்றான். நீ எப்படி வந்தாய் என்றாள். அவனுடைய சிறிய விமானத்தைக் காட்டினான். அந்த விமானத்தைத் திறந்து காட்டினான். அதில் இருக்கும் தொழில்நுட்பம் மிகவும் வளர்ச்சி அடைந்ததாக இருந்தது. மினுவுக்கு அந்தத் தொழில்நுட்பம் புரியவே இல்லை. அவனிடம் மற்ற குழந்தைகளை அறிமுகப்படுத்தினாள்.

புவிக்கு அவனை மிகவும் பிடித்தது. இங்கு எதற்காக வந்திருக்கிறாய் என்று புவி கேட்டான். என்னைப் பல

கிரகங்களுக்குச் சென்று வரும்படி என் இனம் பணித்திருக் கிறது. இங்கிருக்கும் உயிரினங்கள் குறித்து நான் என் இனத்திடம் சொல்லவேண்டும். அதனால் இங்கிருப்பவர் களைப் பற்றித் தெரிந்து கொள்ள வந்தேன் என்றான் அவன். மினுவுக்கு அவனைப் பற்றி நவீனிடமும் விழி யாளிடமும் சொல்லவேண்டும் என்று தோன்றியது. அவள் நவீனுடன் பேசினாள். நவீனிடம் அந்தக் குட்டிச் சிறுவனைக் காட்டினாள். நவீனுக்கு அவனைப் பார்த்ததுமே குதூகலமாகிவிட்டது. உடனடியாக அவன் கிளம்பி அங்கு வந்துவிட்டான்.

விழியாளிடம் பேசினான். அந்தக் குட்டிச் சிறுவனைக் கண்டு அவள் வியந்து போனாள். அவளும் அங்கு வந்தாள். அந்தச் சிறுவனை அவர்கள் அனைவரும் அவன் கிரகத்தில் இருப்பவற்றைப் பற்றிச் சொல்லச் சொன்னார்கள். அவர்கள் நினைப்பது போல் அவன் குட்டியான சிறுவன் அல்ல என்றும் அவர்கள் இனத்தில் அனைவருமே அவன் உயரத்தில்தான் இருப்பார்கள் என்றும் சொன்னான். அவர்கள் பல கிரகங்களுக்கும் போய் வருகிறார்கள் என்றும் அவர்களை யாரும் பார்த்து இப்படி வரவேற்பு தருவதில்லை என்றும் அவன் கூறினான். அவர்கள் அவனைப் பார்த்து வியந்து அவனுடைய அனுபவங்களைப் பற்றி எல்லாம் கேட்பது அவனுக்கு உற்சாகம் அளிப்பதாகச் சொன்னான்.

அவன் பெயர் என்ன என்று நவீன் கேட்டான். அவன் கூறிய பெயர் யாருக்கும் விளங்கவில்லை. அதனால் அவனுக்கு நவீன் ஒரு புதிய பெயரை வைத்தான். மிளிரன் என்று அவனுக்குப் பெயர் சூட்டினான் நவீன். அவனுக்கு அந்தப் பெயர் மிகவும் பிடித்தது. எல்லோரும் அவனை மிளிரன் என்றே அழைத்தார்கள்.

மினு அவனை அங்கேயே தங்கிவிடும்படி சொன்னாள். அவனுடைய விமானத்தைக் கொண்டு வந்து அவர்களுக்கு

அதில் இருக்கும் தொழில்நுட்பத்தைப் பற்றி விளக்கினான் மிளிரன். அது அவனுடைய எண்ணப்படி பயணிக்கும் என்றும் அது அவனுடைய உருவம் போலவே சிறியதாக உருமாறக்கூடியதாக இருக்கும் என்றும் அவன் ஓரிடத்தில் இறங்கி அதனை மடித்து வைத்துக் கொள்ளலாம் என்றும் கூறினான். இதே போல் பெரிய விமானத்தை உருவாக்க முடியுமா என்று மினு கேட்டாள். அவர்கள் இனத்தில் எல்லோரும் அவன் உருவத்தைப் போல் இருப்பதால் அதை அவர்கள் முயற்சிக்கவில்லை என மிளிரன் கூறினான். மிளிரனுக்கு உண்பதற்குத் தின்பண்டங்கள் கொடுத்தார்கள். அனைவரும் அவனுடன் சேர்ந்து விளையாடினார்கள். அவன் கிரகத்தில் இருக்கும் பிற அம்சங்களை அடுத்த முறை சொல்லச் சொல்லிவிட்டு அவனை ஓய்வெடுக்கவிட்டார்கள்.

மிளிரனை அழைத்துக் கொண்டு அந்தப் பூமியின் பல இடங்களுக்கு அந்தச் சிறுவர்கள் சென்றார்கள். அவர்களுக்கு அவன் பேசும் ஒலி, அவன் நடப்பது, அவனுடைய உடைகள், அவன் சொல்லும் அவனுடைய கிரகம் பற்றிய தகவல்கள் எல்லாமே குதூகலத்தைக் கொடுத்தன. அவர்களுடன் விளையாடுவது அவனுக்குப் பெரு மகிழ்ச்சியைக் கொடுத்தது.

அவனைக் கொண்டு வந்து ஒரு பெரிய அரங்கில் உள்ள மேடையில் ஒரு மேஜை போட்டு அதன் மீது அவனை நிற்கவைத்துவிட்டு அதில் ஒலிவாங்கி வைத்து அவனைப் பேசச் சொன்னார்கள். அவன் அதைப் பார்த்துச் சிரித்தான். அவன் கிரகத்தில் அது போன்ற அமைப்பெல்லாம் இல்லை என்றான். எல்லோரிடமும் வாயால் பேசாமலே டெலிபதி மூலம் பேசிக் கொள்வான் என்றான். அந்தச் சிறுவர்களுக்கு அது அதிசயமாக இருந்தது.

மிளிரனிடம் அவன் கிரகத்தில் யாரெல்லாம் இருக் கிறார்கள் என்று சிறுவர்கள் கேட்டார்கள். அவனைப்

போன்ற பலரும் அங்கு இருக்கிறார்கள் என்றான். அந்தக் கிரகம் எவ்வளவு பெரியது என்று கேட்டார்கள். இந்தக் கிரகத்தின் மிகச்சிறிய அளவுதான் இருக்கும் என்றான் மிளிரன். அதில் எல்லா வளங்களும் இருப்பதாகச் சொன்னான். அங்கிருந்த ஒரு சிறுமி தன் கையை விரித்துக் காட்டி இவ்வளவு பெரிதா இருக்குமா உன் கிரகம் என்று கேட்டாள். இல்லை இந்த அறை அளவுக்குச் சற்றுப் பெரிதாக இருக்கும் என்றான் மிளிரன்.

அவர்கள் இனத்தில் மொத்தம் எத்தனை பேர் இருப்பார்கள் என்று ஒரு சிறுவன் கேட்டான். எப்போதும் ஆயிரம் பேர்தான் இருப்பார்கள் என்றான் மிளிரன். அது ஏன் அப்படி என்றான் அந்தச் சிறுவன். அந்தக் கிரகத்தில் அதற்கு மேல் இருக்க இடம் இல்லை என்றான் மிளிரன். அதிகமான நபர்கள் வரவேமாட்டார்களா என்று கேட்டான் ஒரு சிறுவன். இல்லை வரமாட்டார்கள் என்றான் அவன். அது எப்படி கட்டுப்படுத்தி வைத்திருக்கிறீர்கள் என்று கேட்டான் அவன். நாங்கள் எண்ணிக்கையைப் பெருக்கவும் இல்லை. நாங்கள் மரணமடைவதும் இல்லை என்றான் மிளிரன். எப்படி நீங்கள் தொடர்ந்து வாழ முடிகிறது என்று கேட்டாள் ஒரு சிறுமி. எங்களுக்கு எந்த நோயும் வராது. எங்களால் எந்தச் சூழ்நிலையிலும் வாழ முடியும் என்றான் மிளிரன்.

நீ மட்டும் ஏன் தனியாக வந்திருக்கிறாய் என்று கேட்டாள் ஒரு சிறுமி. என் இனத்தில் உள்ள சிலர் வெவ்வேறு அண்டங்களுக்குச் சென்றிருக்கிறார்கள். அது போல் நானும் இந்த அண்டத்தில் வந்து உங்கள் கிரகத்திற்கு வந்திருக்கிறேன் என்றான் மிளிரன். நீங்கள் வேறு இனத்திடம் சண்டை போடுவீர்களா என்று கேட்டான் ஒரு சிறுவன். இல்லை. நாங்கள் போர் புரிவதில்லை. எங்கள் கிரகம் யாருக்கும் தேவையில்லை. நாங்களும் யாருக்கும் பயன்படுவதில்லை என்று பலரும்

கருதுகிறார்கள். அதனால் எங்களுடன் யாரும் போருக்கு வருவதில்லை என்றான் மிளிரன்.

மிளிரனிடம் முதலில் எல்லா குழந்தைகளும் அவன் விமானத்தைப் போலவே தங்களுக்குத் தேவையான அளவுக்குள்ள விமானங்களைத் தயாரிக்கக் கற்றுக் கொண்டனர். அவன் மெதுவாக ஒவ்வொரு பகுதியாகக் கற்றுக் கொடுத்தான்.

முதலில் அதற்குத் தேவையான பொருட்களை அவன் சொல்லியவாறு விழியாளின் கிரகத்திலிருந்து வந்த ஆசிரியர் வாழியன் கொண்டு வந்து கொடுத்தார். எல்லோருக்கும் அந்தப் பொருட்களை அவர் விநியோகித்தார். அதன் பின் அந்தப் பொருட்களை இணைக்கும் சிறு கருவிகளை மிளிரன் சொன்ன படி அந்தக் குழந்தைகள் செய்தார்கள்.

மிளிரன் ஒவ்வொரு பாகத்தையும் சிறிய படங்களாக வரைந்தான். ஆசிரியர் வாழியன் அவற்றைப் பெரிதாக்கி கணினி திரையில் காட்டினார். அதைப் பார்த்து குழந்தைகள் அனைவரும் அந்த விமானத்தின் உறுப்புகளை உருவாக்குவதும் இணைப்பதுமாக பல செயல்களில் ஈடுபட்டனர்.

மிளிரன் ஒவ்வொரு குழந்தையின் அருகே வந்து அவர்கள் செய்வதில் என்ன சிரமத்தை எதிர்கொள்கிறார்கள் என்று கேட்டு அவர்களுக்கு எளிமையான தீர்வைச் சொல்லிவிட்டுச் சென்றான். குழந்தைகளுக்கு எப்படி யாவது மிளிரனின் விமானத்தைப் போன்ற ஒன்றைச் செய்தே ஆகவேண்டும் என்ற வெறியே ஏற்பட்டுவிட்டது. அவன் விமானம் அழகாக உருண்டையாக இருந்தது. வெள்ளை நிறத்தில் இருந்தது. அதைக் குவித்து குடை போல் வைக்க முடிந்தது. பறக்கும் போது மட்டும் விரித்துக் கொள்ள முடிந்தது. அது மென்மையான

பொருளால் செய்யப்பட்டாலும் உறுதியான தன்மை கொண்டிருந்தது. காற்றால் அது பறக்கவில்லை. அதன் உள்ளே வைக்கக்கூடிய எந்திரங்கள் மிகச்சிறிய அளவி லானவையாக இருந்தன. அவை ஈர்ப்பு சக்திக்கு எதிராக இயங்கின. மிகச்சிறிய எந்திரங்கள் அந்த விமானத்தை மேலே எழுப்பவும் பறக்கவும் செய்தன. அவற்றைச் செய் வதற்குக் குழந்தைகளின் கைகள் வாகாக அமைந்திருந்தன.

பல குழந்தைகள் சேர்ந்து அந்த எந்திரங்களை உரு வாக்கினர். மிளிரனுக்குப் பெரும் குதூகலமாக இருந்தது. ஒரு கிரகத்தில் தன் பேச்சைக் கேட்டு அந்த இனமே இயங்குகிறது என்பது போல் அவனுக்குத் தோன்றியது. அவனுடன் இருப்பதை அந்தக் கிரகத்தின் எல்லா குழந்தைகளும் விரும்பியதும் அவனுக்குப் பெருமையாக இருந்தது. இதுவரை அவனை யாருமே இப்படி விரும்பி யதும் இல்லை. அவனுடைய பேச்சைக் கேட்டு நடந்ததும் இல்லை.

மிளிரனுக்கு அங்கேயே இருந்துவிடலாமா என்று யோசனையாக இருந்தது. அந்தக் குழந்தைகளும் அவனை அங்கேயே இருந்துவிடச் சொன்னார்கள். அவன் பல கதைகளைத் தினம் சொன்னதால் அவர்களுக்கு அவனை மிகவும் பிடித்தது. அவன் ஒரு பொக்கிஷம் போல அவர்கள் நினைத்தார்கள்.

எப்படியோ மிகவும் பாடுபட்டு மிளிரனின் விமானத்தைப் போலவே ஒன்றை உருவாக்கினார்கள். அதில் யார் முதலில் அமர்வது என்று அவர்களுக்குள் போட்டி இருந்தது. ஆசிரியர் வாழியன் முதலில் அமரப் போகிறவர்களை மிளிரன் தேர்ந்தெடுக்கட்டும் என்று சொல்லிவிட்டார். அதற்குக் குழந்தைகளும் இசைந்தார்கள்.

மிளிரன் எல்லாக் குழந்தைகளும் வரிசையாக நிற்க வைத்தான். அதில் மிகவும் சிறிய குழந்தை ஒன்று

இருந்தது. அந்தச் சிறுமிக்கு எல்லாமே விளையாட்டாக இருந்தது. முதலில் அவளை அழைத்தான் மிளிரன். அவளை அந்த விமானத்தில் அமர வைத்தான். அதற்கு ஒன்றுமே புரியவில்லை. மற்றொரு குழந்தையும் அதில் அமர முடியும் என்பதால் அடுத்து புவியை அமர வைக்கலாம் என்று மிளிரன் முடிவு செய்தான். புவியும் அந்த விமானத்தில் அமர்ந்தான். மிளிரன் சொன்னது போலவே அந்த எந்திரங்களை புவி இயக்கினான். மெதுவாக மேலேழுந்து அந்த விமானம் பறந்தது. அந்த விமானத்துடன் மிளிரன் தொடர்பில் இருந்தான். புவிக்குத் தொடர்ந்து அவன் கட்டளைகளைக் கொடுத்து அந்த விமானத்தை ஓட்டி மீண்டும் அது நின்றிருந்த இடத்தில் இறக்கச் செய்தான். விமானத்தில் பறந்து இறங்கி வந்த புவியையும் அந்தச் சிறிய குழந்தையையும் அந்தக் குழந்தைகள் அனைவரும் வரவேற்றார்கள். மிளிரனை அனைவரும் தூக்கிக் கொஞ்சினார்கள். ஆசிரியர் வாழியனுக்கு மிகவும் மகிழ்ச்சியாக இருந்தது.

மிளிரன் அடுத்து அவர்கள் கிரகத்தில் இருக்கக்கூடிய பல கருவிகளைக் குறித்துச் சொன்னான். அவற்றையும் குழந்தைகள் செய்ய விரும்பின. மேலும் மிளிரனின் கிரகத்தில் இருக்கும் அனைவரும் தங்கள் கிரகத்திற்கு வரவேண்டும் எனவும் அவை ஆசை கொண்டன. மிளிரன் சென்று அழைத்து வரலாம் என அவை யோசனை கூறின. மிளிரன் எல்லாவற்றையும் கேட்டுச் சிரித்துக் கொண்டான்.

மிளிரன் விழியாளின் கிரகத்தைச் சுற்றிப் பார்த்தான். நவீன் அவனுடன் எல்லா இடங்களுக்கும் சென்றான். நவீன் பூமியிலிருந்து வந்திருப்பதும் அவனிடம் சில சிறப்பான திறன்கள் இருப்பதையும் மிளிரன் கண்டுகொண்டான். நவீனை மிளிரனுக்கு மிகவும் பிடித்தது. அவனையும் குழந்தைகள் இருக்கும் பூமிக்கு

அடிக்கடி வரச் சொன்னான் மிளிரன். நவீன் அங்கிருந்து கொண்டே அவர்கள் செய்வதைப் பார்ப்பதாகவும் இன்னும் இரண்டு பூமி போன்ற கிரகங்களில் நடப்பவற்றைத் தான் கண்காணிப்பதாகவும் மிளிரனிடம் சொன்னான்.

மிளிரன் அந்தக் கிரகத்தில் பொழுது போக்கு அம்சங்களைக் குறித்து அறிந்தான். அங்கிருந்த வித்தியாசமான விளையாட்டுகள் மிளிரனை மிகவும் ஆட்படுத்தின. மிளிரனும் நவீனும் அங்குப் பல விளையாட்டுகளை விளையாடினார்கள். நவீன் மிளிரனுடன் விளையாடுவதை குழந்தைகள் கணினித் திரையில் கண்டு ரசித்தார்கள். ஆசிரியர் வாழியன் அவர்களுக்கு அதைப் போட்டுக் காண்பித்தார்.

மிளிரன் குழந்தைகள் இருக்கும் பூமிக்குத் திரும்ப விரும்பினான். நவீனும் அவனும் விமானத்தில் ஏறி அங்குச் சென்றார்கள். குழந்தைகள் அனைவரும் மிளிரனைக் கண்டதும் மிகவும் உற்சாகம் அடைந்தன. அவன் கற்றுக் கொடுத்த கருவிகளைச் செய்து அவனுக்குக் காட்டினர். மிகச்சிறிய கருவிகளாக அவை இருந்தன. நவீனுக்கு அவற்றைப் பார்த்து குதூகலமாகிவிட்டது.

சிறிய பேசும் பொம்மைகள், சிறிய நகரும் கட்டடங்கள், சிறிய நீர்வீழ்ச்சிகள், சிறிய மலைகள், சிறிய கணினிகள், சிறிய உடை தைக்கும் எந்திரங்கள், சிறிய பானை செய்யும் எந்திரங்கள், ஓவியங்கள் வரையும் சிறிய எந்திரங்கள், சிறிய சிலந்திகள் போன்ற எந்திரங்கள், தலைமுடியைக் காய வைக்கும் சிறிய எந்திரங்கள், சிறிய செடிகள், சிறிய செடிகளில் விளையும் பழங்களைப் பறிக்கும் எந்திரங்கள் என்று பலவற்றையும் அவன் கற்றுக் கொடுத்திருந்தான். அவர்கள் எல்லாவற்றையும் மிகவும் ஆர்வமாகச் செய்தார்கள்.

ஆசிரியர் வாழியன் அவற்றைச் செய்யும் முறையைக் காணொலியாக எடுத்துக் கொண்டார். அவற்றைப் பெரிய எந்திரங்களாக உருவாக்கப் பயன்படும் என்று அவர் நம்பினார். மேலும் மிளிரனுக்குத் தெரிந்திருந்த விண்வெளி குறித்த தகவல்களும் ஏராளமாக இருந்தன. அவற்றையும் அந்தக் குழந்தைகள் கதை போல் சொல்லச் சொல்லி கேட்டனர். அதில் அவன் சென்ற இடங்களைப் பற்றி எல்லாம் சொன்னான்.

அந்த இடங்களில் ஒரு கிரகம் இரண்டு ஊதா நிற சூரியன்களோடு இருந்ததையும் அங்கு அமிலம் போன்ற நீர் இருந்ததையும் அங்கிருந்த உயிரினங்கள் எல்லாமே ஆரஞ்சு நிறமாக இருந்ததையும் அவன் சொன்ன போது அவர்களுக்குப் பெரும் ஆச்சரியமாக இருந்தது. அவர்களும் அந்தக் கிரகங்களுக்குச் செல்லவேண்டும் என்று ஆசை கொண்டன. அந்த இடங்களுக்குச் செல்ல மேலும் அதிக சக்தி வாய்ந்த விமானம் தேவை என்றும் அதைச் செய்வதற்குரிய தொழில்நுட்பத்தை உருவாக்க வேண்டும் என்றும் அவன் சொன்னான்.

மிளிரனிடம் கற்றுக்கொள்ள இன்னும் ஏராளமான அம்சங்கள் இருந்தன. அவற்றைக் குறித்து ஆசிரியர் வாழியனும் அறிந்து கொள்ளவேண்டும் என்று விரும்பினார். குழந்தைகளுடன் அமர்ந்து மிளிரன் பேசுவதை எல்லாம் பதிவு செய்து கொண்டார். விழியாளிடமும் பாடினி யிடமும் அவர் அந்தத் தகவல்களைப் பகிர்ந்துகொண்டார். அவர்களுக்கும் அந்தத் தகவல்கள் எல்லாம் பெரும் முக்கியத்துவம் வாய்ந்தவையாக இருந்தன.

18

பயணங்களில் பரவசம்

மிளிரனின் உதவியால் அந்தப் பூமியின் குழந்தைகள் அனைவருமே தங்களுக்கென்று தனித்தனியான விமானங் களை உருவாக்கினார்கள். அவர்கள் அனைவரும் சேர்ந்து மிளரனின் கிரகத்தைப் பார்த்துவரவேண்டும் என்று பிடிவாதம் பிடித்தார்கள். ஆசிரியர் வாழியன் விழி யாளிடம் அதற்கான அனுதியை வாங்கினார். நவீனும் அந்தப் பயணத்தில் உடன் செல்லலாம் என விழியாள் சொல்லிவிட்டாள்.

எல்லோரும் சேர்ந்து தனித்தனி விமானங்களில் மிளிரனின் கிரகத்திற்குக் கிளம்பினார்கள். மிளிரனின் விமானம் முதலில் தலைமை வகித்துச் சென்றது. அடுத்து எல்லா குழந்தைகளின் விமானங்களும் அணிவகுத்தன. இறுதியில் நவீனும் ஆசிரியர் வாழியனும் ஒரே விமானத்தில் பயணித்தனர்.

வெகு நேரம் பயணம் செய்து மிளிரனின் கிரகத்தைப் பார்க்க முடிந்தது. அது மிகச்சிறிய கிரகம் என்பதால் இவர்கள் அனைவரும் அந்தக் கிரகத்தைச் சுற்றி வந்தனர். மிளிரனின் இனம் அவர்களைப் பார்த்து கையசைத்தது. மிளிரன் அவர்கள் கிரகத்தில் இறங்கி குழந்தைகள் இருக்கும் பூமியில் நடந்ததை எல்லாம் சொன்னான்.

அவன் இனம் இதனால் பெருமகிழ்ச்சி அடைந்தது. அவர்கள் அனைவரும் சேர்ந்து மிளிரனின் இனத்தைப் பார்க்க வந்திருப்பதாகவும் மிளிரன் சொன்னான்.

மிளிரன் இனம் அவர்களின் பூமியைப் பார்க்க ஆசைப்பட்டது. அவர்கள் அனைவரும் அடுத்து மிளிரன் சென்ற கிரகங்களுக்கு எல்லாம் செல்ல இருப்பதாகவும் திரும்பி வரும் வழியில் அவர்கள் அனைவரையும் அழைத்துச் செல்வதாகவும் மிளிரன் கூறினான். அவனுடைய கிரகம் மிகச்சிறியதாக இருந்தாலும் மிகவும் அழகாக இருந்தது. அங்குச் சிறிய செடிகள், மரங்கள், விலங்குகள் போன்றவை இருந்தன. அந்தக் கிரகத்தின் நிலம் பளிங்கு போல் தெரிந்தது. ஆனாலும் செடிகள் எல்லாம் முளைத்திருந்தன. நதிகளும் இருந்தன. மிளிரன் தன்னுடைய கிரகத்திலிருந்து சில விதைகள், சில மரபணுக்கள், சில கருவிகள், சில உடைகள் போன்ற வற்றை எடுத்துக் கொண்டு கிளம்பினான்.

மிளிரன் அடுத்து அவர்கள் அனைவரையும் வேறொரு கிரகத்திற்கு அழைத்துச் சென்றான். அங்கு இரண்டு சூரியன்கள் இருந்தன. அவை ஊதா நிறத்தில் இருந்தன. அந்தப் பூமியின் செடிகள், கொடிகள், விலங்குகள் எல்லாமே இளஞ்சிவப்பு நிறத்தில் இருந்தன. அவர்கள் அனைவரும் அந்தக் கிரகத்தில் இறங்கினார்கள். அங்கு இருக்கும் கற்களைத் தொட்டால் அவை தொட்டவர்கள் போன்ற உருவத்தைப் பெற்றன. இது குழந்தைகளுக்கு வேடிக்கையாக இருந்தது. அவர்கள் அனைவரும் அந்தக் கற்களைத் தொட்டு தங்களைப் போன்ற உருவங்களை உருவாக்கி அந்தக் கிரகத்தில் வைத்தனர். இரண்டு சூரியன்கள் ஊதா நிறத்தில் வருவதைக் கண்டு அந்தக் குழந்தைகளுக்குக் குதூகலமாக இருந்தது. ஆசிரியன் வாழியன் அவற்றை எல்லாம் படம் பிடித்தார். நவீனுக்கும் அது மிகவும் உற்சாகம் தந்தது.

அந்தக் கிரகத்தில் இருக்கும் கனிகளை, கிழங்குகளைப் போன்ற எதையும் உண்ணக் கூடாது என மிளிரன் சொன்னான். அவை அவர்களுக்கு விஷமாகிவிடும் என்றான். குழந்தைகளுக்கு அது அச்சத்தை ஊட்டியது. அங்கிருந்த பெரிய பறவை ஒன்று அவர்களை வட்ட மிட்டது. ஆசிரியர் வாழியன் அதை விரட்டப் பார்த்தார். அது போகவே இல்லை. அதற்கு அவர்களிடம் இருந்த நீரைப் பருகக் கொடுத்தால் போய்விடும் என மிளிரன் கூறினான். உடனே விமானத்தில் இருந்த நீரை எடுத்து ஒரு டப்பாவில் ஊற்றி வைத்தனர். அது பறந்துவந்தது. நீரைப் பருகியது. அவர்களை நன்றியுடன் பார்த்துவிட்டுப் பறந்து சென்றது.

அங்கு ஒரு வாசமிக்க மலர் பூத்திருப்பதைப் பார்த்து அந்தக் குழந்தைகள் ஆர்வமாக அதைப் பறிக்கச் சென்றனர். மிளிரன் அவர்களைத் தடுத்தான். அதைப் பறித்தால் அங்கு நிலநடுக்கம் ஏற்படும் என்றும் அது பெரிய அபாயத்தை உருவாக்கிவிடும் என்றும் அவன் சொன்னான். அவனுடைய தகவல்கள் அவர்களுக்கு ஆச்சரியத்தையும் அதிர்ச்சியையும் கொடுத்தன. அந்தக் கிரகத்திலிருந்து வேறொரு கிரகத்திற்கு அவர்கள் கிளம்பினார்கள்.

மிளிரன் அவர்களை அடுத்து அவன் பார்த்ததிலேயே மிகவும் அழகான கிரகத்திற்கு அழைத்துச் சென்றான். அது ஒரு பெரிய கிரகம். அங்கு யாருமே இல்லை. அதில் அனைவரும் தங்கள் விமானங்களுடன் இறங்கினார்கள். விமானங்களைப் பத்திரமாக நிறுத்திவிட்டு அவர்கள் வெளியே வந்தார்கள். அங்குப் பூஞ்சோலைகளும், நதி களும், அருவிகளும் மலிந்திருந்தன. மேலும் பல்வேறு வகையான சுவையான கனிகள் இருந்தன. அவற்றை எல்லாம் பறித்து அவர்கள் உண்டார்கள். அவற்றின் சுவை மயக்கத்தைத் தரும் வகையில் இருந்தது. உண்டக்

களைப்பில் அவர்கள் அங்கிருந்த மரத்தடிகளில் படுத்து உறங்கிவிட்டார்கள்.

மிளிரன் தான் கொண்டு வந்த விதைகளை ஊன்றினான். அங்கே இருந்த மண்ணில் அந்த விதைகள் விரைவில் விளைந்தன. அங்கே இருந்த நீர் மிகவும் சுவையாகவும் தூய்மையாகவும் இருந்தது. அதைக் குடித்தாலே பெரும் சக்தி கிடைத்தது போல் இருந்தது. மிளிரனுக்கு அவன் கொண்டு வந்த செடிகளில் விளைந்த காய்கள், கனிகள் போதுமானதாக இருந்தன. குழந்தைகளுக்கு இன்னும் சில காலம் அங்கேயே தங்கி இருக்கவேண்டும் என்று ஆசையாக இருந்தது. அவர்கள் அனைவரும் அங்கே பிடித்தமான விளையாட்டுகளை விளையாடினார்கள்.

அப்போது அவர்கள் பயன்படுத்திய அலைபேசிகள், சங்கிலிகள், குண்டுகள் போன்றவைப் பறந்து சென்று அருகில் இருந்த மலைகளில் ஒட்டிக் கொண்டன. குழந்தைகள் மிகவும் ஆச்சரியமடைந்தனர். ஒவ்வொரு முறையும் அவைப் பறந்து சென்று மலையில் ஒட்டிக் கொள்ளும் போதும் ஓடிச் சென்று அவற்றைப் பிரித்தெடுத்து வந்தனர். இதற்கான காரணத்தைத் தெரியாமல் வியந்து நின்றனர்.

மிளிரன் அந்த மலைகள் மீது ஏறி உச்சி வரை சென்றான். அங்கிருந்து பார்த்தால் குழந்தைகள் எறும்புகள் போலத் தெரிந்தனர். அவன் அங்கிருந்து கையாட்டினான். மிளிரனுக்கு அந்த மலைகளில் காந்த சக்தி இருந்தது தெரியவந்தது. அந்தச் சக்தி மலைகளில் ஏன் அதிகம் இருக்கிறது என்று முதலில் மிளிரனுக்குப் புரியவில்லை. அந்தக் கிரகத்தில் காந்த சக்தியை அதிகரிக்கும் தனிமம் மலைகளில் அதிகம் இருப்பதால்தான் அந்த மலைகளில் குழந்தைகள் பயன்படுத்திய பொருட்கள் பறந்து சென்று ஒட்டிக் கொண்டன என்று புரிந்துகொண்டான் மிளிரன்.

மலையில் இருந்த அந்தத் தனிமத்தைப் பிரித்து எடுத்தால் தேவையான இடங்களில் காந்த சக்தியைப் பயன்படுத்தலாம் என மிளிரன் நினைத்தான். அதை எப்படிப் பிரித்தெடுப்பது என்று மிளிரன் யோசனையில் மூழ்கினான். நவீன் அவனிடம் சென்றான். மலையில் காந்த சக்தி இருப்பதைப் பற்றி மிளிரன் சொன்னான். மிளிரன் காந்த சக்திக்கான அவசியத்தைக் குறித்து நவீனிடம் கூறினான். இதற்கான தனி கருவியைப் பயன்படுத்தி அந்தத் தனிமத்தைப் பிரித்தெடுக்க முடியுமா என்று நவீன் கேட்டான். அது போன்ற கருவி தங்கள் இனத்திடம் இருக்கிறது. ஆனால் மிளிரனின் இனத்தில் வைத்திருப்பது மிகச்சிறிய கருவி என்றும் இத்தனை பெரிய மலையிலிருந்து அதை எடுக்க முடியாது என்றும் கூறினான். ஆசிரியர் வாழியனும் அங்கு வந்தார். தங்கள் இனம் அதற்கான கருவியை உருவாக்க வழி செய்வதாக அவர் சொன்னார்.

மிளிரன் அடுத்து ஒரு புதிய கிரகத்திற்கு அவர்களை அழைத்துச் சென்றான். அந்தக் கிரகத்தில் அனைவரும் இறங்கினார்கள். அங்கு என்ன புதிதாக இருக்கிறது என்று குழந்தைகள் கேட்டார்கள். அதற்கு மிளிரன் அவர்களையே கண்டுபிடிக்கச் சொன்னான். அவர்களுக்கு அது ஒரு பெரிய புதிர் போல் ஆகிவிட்டது. அந்தக் கிரகத்தில் அவர்கள் இறங்கிய இடத்தில் சுற்றிச் சுற்றி வந்தார்கள். அங்கும் அழகான சோலைகள், பெரிய வனங்கள், மலைகள், நதிகள், ஏரிகள், குளங்கள் என்று மிகவும் குளுமையான இடங்கள் இருந்தன. ஆனால் என்ன புதிரான பகுதி உள்ளது என்று புரியாமல் மரத்தடிகளில் சென்று அவர்கள் இளைப்பாறினார்கள்.

மினு மரத்தின் நிழலில் படுத்துக் கொண்டு மிளிரன் சொன்னது என்னவாக இருக்கும் என்று வாய்விட்டுக் கேட்டாள். அப்போது அது நீ என்னிடம் கேட்கிறாயா

என்று ஒரு குரல் வந்தது. மினு சட்டென்று எழுந்து அமர்ந்தாள். எங்கிருந்து அந்தக் குரல் வந்தது என்று தெரியாமல் விழித்தாள். யார் பேசியது என்றாள். நான்தான் என்று மீண்டும் அதே குரல் ஒலித்தது. மரத்தை உற்றுப் பார்த்தாள். மரம் ஒரு மனிதனின் முகம் போல் மாறி இருந்தது. அதனுடன் பேசினாள் மினு.

நீதான் பேசினாயா என்று கேட்டாள். ஆம் என்றது மரம். நீ எப்படிப் பேச முடியும் என்றாள். நீ பேசும் போது நான் பேசக்கூடாதா என்றது மரம். பேசலாம். ஆனால் இதுவரை மரம் பேசி நான் பார்த்ததில்லை என்றாள் மினு. சரி இப்போது பார் என்றது மரம். அவள் சிரித்தாள். அதுவும் புன்னகைத்தது. உன் முகம் எவ்வளவு பெரிதாக உள்ளது என்றாள். அப்படியா உனக்குப் பிடித்திருக்கிறதா என்றது மரம். ஆமாம் என்றாள் மினு. என்னிடம் என்ன கேட்க வேண்டும் என்றது மரம். நான் வெறும் மனித இனமா அல்லது என் முன்னோர்கள் வேறு ஏதாவது இனத்தைச் சேர்ந்தவர்களா என்று கேட்டாள் மினு.

உன் முன்னோர்கள் வேறு ஓர் இனத்தைச் சார்ந்தவர்கள். அவர்களைப் போன்ற படிகளை அவர்கள் உருவாக்க நினைத்தார்கள். அதில் பல படிகள் தாண்டி நீ பிறந்திருக் கிறாய் என்றது மரம். மீண்டும் எங்களைப் படிகளாக உருவாக்கிய இனத்துடன் சேர முடியாதா என்றாள் மினு. சேர முடியும். ஆனால் அதற்கு அவர்கள் இணங்கவேண்டும் என்றது மரம். அவர்களை எப்படிச் சந்திப்பது என்றாள் மினு. நீ இப்போது மேற்கொண்டிருக்கும் பயணத்தில் அவர்களைச் சந்திப்பாய் என்றது மரம். மினுவுக்கு அது உற்சாகத்தையும் துக்கத்தையும் ஒரு சேரத் தந்தது. ஏன் துயரமடைகிறாய் என்றது மரம். என்னை அனாதையாக என்னைச் சார்ந்தவர்களும் என்னை உருவாக்கிய இனமும் விட்டுச் சென்றுவிட்டது போல் நினைக்கிறேன்

என்றாள் அவள். எல்லோருமே அப்படித்தான் என்றது மரம். உன்னை மீண்டும் பார்ப்பேனா என்றாள் அவள். உனக்கு விருப்பமிருந்தால் நீ எப்போது வேண்டுமானாலும் வரலாம் என்றது மரம்.

மினு எல்லாக் குழந்தைகளிடமும் தான் மரத்திடம் பேசியதைச் சொல்ல எழுந்து சென்றாள். அங்கே மற்ற குழந்தைகளும் அதே போல் மரங்களுடன் பேசிக் கொண்டிருந்ததைக் கண்டு தான் இருந்த மரத்தடிக்கே வந்தாள். அப்போது அந்த மரத்திலிருந்து இரு கனிகள் விழுந்திருந்தன. அவற்றை எடுத்து உண்ணப் போனாள். என்னை நீ உண்டால் உனக்குள் இருக்கும் அந்த இனம் யாரென்று உன் மனக்கண்ணில் காட்டுவேன் என்றது அந்தப் பழம். அவளுக்கு ஆச்சரியம் தாங்க முடியவில்லை. உடனடியாக அந்தப் பழத்தை உண்டாள். அவள் கண் களுக்குள் அவள் இது வரைக் கண்டிராத ஓர் இனமும் அவர்கள் இருக்கும் இடமும் தெரிந்தன. மினு மிகவும் மகிழ்ந்து போனாள்.

மற்ற குழந்தைகளிடம் அதைச் சொல்ல எழுந்து ஓடினாள். எல்லோருமே அதே போல் சொல்ல வந்திருந்தார்கள். அவர்கள் எல்லோருமே வெவ்வேறு இனத்தைச் சார்ந்தவர்களாக இருக்கிறார்கள் என்று அவர்கள் கலந்து பேசியதிலிருந்து புரிந்து கொண்டார்கள். மிளிரனிடம் அதைச் சொல்லப் போனார்கள். மிளிரன் அவர்களைப் பார்த்து அவர்கள் அடைந்திருக்கும் பரபரப்பைப் பார்த்துச் சிரித்தான். என்ன உங்கள் ஆதி இனத்தைக் காணவேண்டும். அதுதானே என்றான். எல்லோரும் ஆம் என்று கத்தினார்கள். போகலாம். ஒவ்வொரு இடமாகப் போவோம் என்றான் அவர்கள் அனைவரும் பெரு மகிழ்ச்சியும் ஆர்வமும் அடைந்தார்கள்.

அவர்கள் அனைவருக்கும் ஏற்பட்ட அந்த அனுபவம் ஒரு புதிர் போல் இருந்தது. அது மட்டுமல்லாமல் நவீன

மேலும் சில தகவல்களையும் சொன்னான். பூமியில் இருந்த விலங்குகளில் பூனை இனத்தைச் சேர்ந்தவையும் வேறு ஓர் இனத்தின் படிகள் என்றும் இப்படி பல விலங்குகளும் பல்வேறு இனங்களின் படிகள் என்றும் சொன்னான்.

அவர்கள் அனைவருக்கும் அதுவும் பெரிய ஆச்சரியத்தைத் தந்தன. அவர்களால் அந்த இனங்களை மீண்டும் பார்க்க முடிகிறது. அந்த விலங்குகளால் அவர்களின் ஆதி இனங்களைப் பார்க்க முடியாதே என்று மினு கூறினாள். இல்லை அப்படி இருக்காது. அவர்களால் அங்கே செல்லாமலேயே அந்த இனங்களுடன் தொடர்பு ஏற்படுத்திக் கொள்ளும்படியாக அவைகளின் அறிவு அமைந்திருக்கும் என மிளிரன் சொன்னான். அதுவும் அவர்களால் நம்பவே முடியாத வகையில் இருந்தது. எல்லோரும் மிளிரனைக் கொஞ்சினார்கள். எப்படி அவன் அவர்களுக்கு அவர்களுடைய வாழ்வின் பொக்கிஷமான செய்தியைக் கொடுத்திருக்கிறான் என்று எண்ணி புளங்காகிதம் அடைந்தார்கள். அடுத்த கிரகத்தை நோக்கிப் பயணிக்கலாமா என்று மிளிரன் கேட்டான். அவர்களில் பலரும் அவர்களின் ஆதி இனங்கள் உள்ள கிரகங்களைப் பார்ப்பதில்தான் ஆர்வமாக உள்ளதாகச் சொன்னார்கள். அதுவும் அவர்கள் செல்லும் வழியில் நடக்கும் என்றான் மிளிரன்.

அங்கிருந்து அவர்கள் கிளம்பி முதலில் மினுவின் ஆதி இனம் இருந்த கிரகத்தைச் சென்று சேர்ந்தார்கள். அங்கிருந்தவர்கள் சிறிய விமானங்கள் கூட்டமாக வந்திறங்குவதைக் கண்டு அவர்கள் அருகில் வந்தார்கள். அவர்கள் மிகவும் உயரமாக இருந்தார்கள். ஆரஞ்சுப் பழ நிறத்தில் அவர்களில் சிலருக்குத் தோல் இருந்தது. சிலர் நவப்பழ நிறத்தில் இருந்தார்கள். ஆனால் அவர்களின் முகங்கள் பெரிய அணில் போலவும், மான் போலவும்

மயில் போலவும் இருந்தன. குழந்தைகளுக்கு அவர்கள் வேறு ஏதோ இனம் போல் தோன்றியது. மினுவுக்கு முதலில் அவர்களை நெருங்க பயமாக இருந்தது. இருந்தாலும் துணிவை வரவழைத்துக் கொண்டு மிளிரனோடு அவர்கள் அருகில் சென்றாள்.

பூமியிலிருந்து வந்திருக்கும் பெண் என்பதையும் அங்கிருந்து மற்றொரு பூமி போன்ற கிரகத்திற்கு வந்திருப்பதையும் புதிய இனமாக மிளிரன் அறிமுகம் ஆனதையும் கூறினாள். அது மட்டுமல்லாமல் அவர்கள்தான் அவளின் ஆதி இனம் என்று ஒரு கிரகத்தில் இருந்த மரம் கூறியதைக் கேட்டு அங்கு வந்திருப்பதாகவும் அவள் சொன்னாள். அவர்களில் தலைமையில் இருந்தவர் ஒன்றுமே பேசாமல் மற்றவர்களை நோக்கினார். மிளிரன் அந்தக் குழந்தைகள் எந்த அபாயமும் அவர்களுக்குக் கொண்டு வர மாட்டார்கள் என்று உறுதி கூறினான். மினுவை அடையாளம் காண முடியுமா என்று அவர் இனத்தின் மற்ற உறுப்பினர்களை அவர் தேடச் சொன்னார்.

அவர்களில் ஒருவர் ஒரு கட்டடம் போன்ற அமைப்பில் இருந்த ஒன்றிற்குள் சென்று சிறிது நேரத்தில் வந்து மினு அவர்களின் வழித் தோன்றல்தான் என்ற செய்தியை உறுதிப்படுத்தினார். மினுவுக்கு மிகவும் மகிழ்ச்சியாகி விட்டது. அவளுடன் பேசிய மரம் உண்மையில் மரமாக இருக்க வாய்ப்பே இல்லை என்பது போல் அவளுக்குத் தோன்றியது. அது எப்படி தன் ஆதி இனத்தை அறிந்தது என்ற ஆச்சரியத்தில் மூழ்கிப் போனாள்.

மினுவை அவர்கள் வரவேற்றார்கள். அவர்கள் இனத்தில் இருந்தவர்களின் வழித் தோன்றல்கள் எந்தெந்த கிரகங்களில் இருக்கிறார்கள் என்பதைக் குறித்து ஒரு காணொலியைப் போட்டுக் காட்டினார்கள். மிளிரனும் அதைப் பார்த்தான். மற்ற குழந்தைகளையும் அவனே அழைத்து வந்து அதைக் காட்டினான். எல்லோருக்கும்

ஆச்சரியத்தில் கண்கள் விரிந்தன. மினுவால் அவர்களை மீண்டும் வந்து சந்திக்க முடிந்தது இயற்கையின் உபாயம் என்று அவர்கள் கூறினார்கள். மினுவுக்கு அவர்களின் இனத்தின் மிக உயர்ந்த கண்டுபிடிப்புகளை அவர்கள் பரிசாக வழங்கினார்கள். அதில் மிகச்சிறிய தொலைநோக்கி, நுண்ணிய காந்தமானி, மிகச்சிறிய விமானத்தின் பாதையைக் காட்டும் கருவி உள்ளிடவற்றை அவர்கள் வழங்கினார்கள். அவற்றைப் பெற்றுக் கொண்டு எல்லோரும் கிளம்பினார்கள்.

அங்கிருந்த உணவு, காய், கனி உள்ளிட்டவற்றை அவர்களால் உண்ண முடியாது என்று மிளிரன் சொன்னான். ஏனெனில் அவர்கள் உண்ணாமலேயே பல காலம் வாழ்பவர்கள் என்றும் அதனால் உணவுப் பொருட்களை உற்பத்தி செய்வதில்லை என்றும் அந்தக் கிரகத்தை ஆதி நிலையிலேயே வைத்திருக்க இப்படி வாழ்கிறார்கள் என்றும் அவன் கூறினான்.

மிளிரன் அடுத்து யாருடைய ஆதி இனம் உள்ள கிரகத்திற்குச் செல்லவேண்டும் என்று கேட்டான். எல்லோரும் அவரவர்களின் இனங்கள் உள்ள கிரகங்களைக் கூறினார்கள். மிளிரன் தன்னிடம் இருந்த அண்டங்களின் வரைபடத்தை எடுத்துக் காட்டினான். அவர்கள் ஆதி இனங்களை வர்ணிக்கச் சொல்லி அத்தனை பேருடைய இனங்களும் இருக்கும் கிரகங்களின் இடங்களைக் குறித்தான். அந்தக் கிரகங்கள் எல்லாம் எவ்வளவு தூரத்தில் இருக்கின்றன என்று பார்த்தீர்களா என்று கேட்டான். அந்தக் கிரகங்களுக்குச் செல்லும் பாதைகளை அடுத்து வரைந்து காட்டினான். இந்தப் பாதையில்தான் நாம் பயணிக்க முடியும். அந்த வழியில் வரும் கிரகங்களை ஒவ்வொன்றாகப் பார்க்கலாம். எல்லோரும் போட்டி போடக் கூடாது. எல்லோர் இடத்திற்கும் பயணிக்க விருக்கிறோம். இப்போது அருகில் இருக்கும் கிரகம் எதுவோ அதற்குப் போகலாம் என்றான். அவர்கள் ஏற்றுக் கொண்டார்கள்.

அந்தக் கிரகத்தில் இருப்பவர்கள் புவியின் ஆதி இனத்தைச் சார்ந்தவர்கள் என்றான் மிளிரன். புவி வர்ணித்த இனத்தை வைத்து அதை அவன் கண்டுபிடித் திருந்தான். புவிக்கு மிகவும் பரபரப்புத் தொற்றிக் கொண்டது. புவி அங்குள்ளவர்களிடம் எப்படிப் பேசுவது என்ன கேட்பது என்று ஒத்திகை செய்யத் தொடங்கினான். அவனுடைய விமானத்தை ஓட்டியபடி ஒத்திகை செய்து கொண்டு வந்தான். அவர்கள் எப்படி இருப்பார்கள் என்ற ஒரு சிறு கற்பனை கூட தனக்கு வராததை நினைத்து நொந்து போனான். அந்தக் கிரகத்தின் அருகில் அவர்கள் வந்தார்கள். மிளிரன் அந்தக் கிரகத்தில் இருப்பவர்களுக்கு சமிஞ்சை கொடுத்தான். அவர்களும் பதில் தந்தார்கள்.

புவியுடன் மிளிரன் பேசினான். உன் ஆதி இனம் உன்னைக் காண ஆவலாக இருக்கிறார்கள் என்றான். புவி அமைதியாக இருந்தான். ஏன் பேச மறுக்கிறாய் என்றான் மிளிரன். எனக்கு அச்சமாக உள்ளது என்றான் புவி. பயப்படாதே நாங்கள் அனைவரும் உனக்கு உதவு வோம் என்றான் மிளிரன். அடுத்த சில கணங்களில் அங்கு நாம் இறங்கிவிடுவோம் என்றான் மிளிரன்.

விமானங்கள் இறங்குவதைத் தொலைவில் நின்று அந்தக் கிரகத்தினர் பார்த்தனர். குழந்தைகள் அனைவரும் இறங்கி மிளிரனுடன் வந்தனர். அந்தக் கிரகத்தினர் அவர்களை இனிமையாக வரவேற்றனர். அவர்கள் அனைவரும் பச்சை நிறத்தில் இருந்தனர். அவர்களின் கண்கள் சிகப்பு நிறத்தில் இருந்தன. அவர்கள் மிகவும் உயரமாக இருந்தனர். அவர்கள் ஆடை அணிந்திருக்கின் றனரா இல்லையா என்பதே புரியாத உடலமைப்பைக் கொண்டிருந்தனர்.

புவி எல்லோருக்கும் பின்னே தயங்கி வந்தான். மிளிரன் புவியை முன்னால் அழைத்து இவன்தான் உங்கள் வழித்தோன்றல் என்றான். புவியை அவர்கள்

அணைத்துக் கொண்டனர். அனைவரையும் அழைத்துக் கொண்டு ஒரு பெரிய அரங்குக்குள் சென்றனர். அந்த இடம் மிகவும் அழகாக இருந்தது. அங்கு வித்தியாசமான ஓவியங்கள் வரையப்பட்டிருந்தன. அந்த ஓவியங்களில் பல்வேறு இனங்கள் வரையப்பட்டிருந்தன. புவியின் ஆதி இனத்தைச் சேர்ந்த ஒருவர் வந்து அவர்கள் அனைவரையும் வேறொர் இடத்திற்கு அழைத்துச் சென்றார். அங்கே அவர்கள் இதுவரை செய்திருக்கும் பல கருவிகளின் மிகச்சிறிய மாதிரிகள் வைக்கப்பட்டிருந்தன. அவற்றின் பணி பற்றியும் அதில் அவை வேலை செய்வதைக் காட்ட ஒரு சிறிய கண்ணாடி அறையில் அவற்றை இயக்கிக் காட்டியும் ஒரு காட்சியைக் காட்டினார்கள். குழந்தை களுக்கு ஆச்சரியம் தாங்க முடியவில்லை.

புவிக்கு முன்னே அவர்களின் வழித் தோன்றல்கள் எப்படி இருந்தார்கள் என்பதையும் அவர்கள் எங்கெல்லாம் இருக்கிறார்கள் என்பதையும் பூமியில் புவியும் புவி போன்ற மேலும் சிலர் இருப்பதையும் பற்றி அவர்கள் ஒரு காணொலியில் விளக்கினார்கள். புவி அதில் முன்பு ஒரு குகைக்குள் சென்று வரமுடியாமல் ஒரு விலங்கானதும் இருந்தது. புவிக்கு வெட்கமாகவும் பெருமையாகவும் இருந்தது. எல்லோரும் அந்த இனம் பெற்றிருக்கும் வளர்ச்சி பற்றி கவனித்துக் கொண்டிருந்தார்கள். மிளிரன் புவியை அழைத்து வந்ததற்கு அவர்கள் நன்றி தெரி வித்தார்கள். அனைவரும் அடுத்த கிரகத்தை நோக்கிக் கிளம்பினார்கள்.

மிளிரன் அடுத்து அவர்களின் குழுவில் மிகச்சிறிய குழந்தையுடைய ஆதி இனத்தைச் சேர்ந்த கிரகத்திற்குச் செல்லலாம் என முடிவு செய்தான். அந்தக் குழந்தைக்கு என்ன பெயர் என்று கேட்டான். யாருக்கும் தெரியவில்லை. அவளை எல்லோரும் குழந்தை என்றே அழைத்தார்கள். நவீனிடம் அவளுக்குப் பெயர் வைக்கச் சொன்னார்கள்.

சங்கினி என்ற பெயரை அந்தக் குழந்தைக்கு அவன் சூட்டினான். எல்லோருக்கும் அந்தப் பெயர் பிடித்தது.

விழியாள் அவளைப் பூமியில் கண்டெடுத்தாள். ஒரு சாலையோரம் மயங்கிக் கிடந்த அந்தக் குழந்தையைத் தூக்கி வந்து கண்ணாடிக் கோட்டையில் வைத்து தேற்றி அவளைப் பாதுகாத்தாள். அவள் உடல்நிலைத் தேறியதும் மற்ற குழந்தைகளுடன் பாதுகாப்பாக இருக்க அவர்கள் இருந்த மற்றொரு பூமியில் கொண்டுவந்து விட்டுச் சென்றாள். அங்கிருந்த பாதுகாப்பாளரிடம் அவளைக் கவனமாக வளர்க்கும் படி சொல்லிவிட்டுப் போனாள். அதிலிருந்து அந்தக் குழந்தை அவர்களுடன் விளையாடும், சாப்பிடும், சிரிக்கும், சில சமயங்களில் அழும், உறங்கும். மற்றபடி அவளைப் பற்றி மற்ற குழந்தைகள் அதிகம் கண்டுகொள்ளவில்லை.

இவர்கள் எல்லோரும் கிளம்பிய போது அவளைத் தனியாக விடவேண்டாம் என்று ஆசிரியர் வாழியன் தன்னுடன் அழைத்துவந்திருந்தார். அவளும் இவர்களுடன் சேர்ந்து இவர்கள் செய்ததை எல்லாம் செய்தாள். அவளுடைய ஆதி இனம் எதுவாக இருக்கும் என மிளிரன் அவளுடன் டெலபதியில் பேசிப் புரிந்து கொண்டான். அதனால் அந்த இனத்தைக் காணலாம் என அனைவரையும் அழைத்துச் சென்றான். அந்தக் குழந்தைக்கு அவர்கள் எங்குப் போகிறார்கள், எதற்குப் போகிறார்கள் என்பது கூட அறியும் அளவுக்கான விழிப்புணர்வு இல்லை.

அந்தக் கிரகத்தை அவர்கள் சென்றடைந்தார்கள். அவர்களின் விமானங்களை வரிசையாக நிற்க வைத்து விட்டு அவர்கள் அதிலிருந்து இறங்கினார்கள். அங்கிருந்த வர்கள் எல்லோரும் குழந்தை சங்கினி அளவுக்கு மட்டுமே வளர்ந்திருந்தார்கள். அவர்கள் எல்லோரும் பொம்மைகள் போலத் தெரிந்தார்கள். அவர்கள் அனை

வருக்கும் முதுகில் இறக்கைகள் இருந்தன. அங்கிருந்த விலங்குகளுக்கும் இறக்கைகள் இருந்தன. அவர்கள் மெதுவாக அங்கும் இங்கும் பறந்துகொண்டிருந்தார்கள். இவர்களைக் கண்டதும் தூரத்திலிருந்து மென்மையாகப் பார்த்தார்கள். இவர்கள் அனைவருமே அவர்களை விடப் பெரிதாக இருந்தார்கள். மிளிரன் மட்டுமே அவர்களைவிடச் சிறியதாக இருந்தான். அதனால் மிளிரன் அவர்களிடம் பேசச் சென்றான்.

அவர்கள் பேசுவதும் சிரிப்பதும் யாருக்கும் கேட்கவே இல்லை. ஏதோ மணிகள் ஒலிப்பது போல் அவர்கள் பேசினார்கள். அந்தக் கிரகத்தில் பெரிய மரங்கள் இருந்தன. அந்த மரங்களைக் குடைந்து அவர்கள் அளவே உள்ள வீடுகளைப் போன்ற அமைப்புகளை உருவாக்கி யிருந்தார்கள். அழகான நதிகள், ஓடைகள் அங்கு ஓடின. அங்குச் சிறிய சிறிய கண்ணாடி அறைகள் இருந்தன. அவற்றில் தின்பண்டங்கள், விளையாட்டுப் பொருட்கள், ஏதோ பெயர் தெரியாத கருவிகள் உள்ளிட்ட பொருட்கள் வைக்கப்பட்டிருந்தன. அழகான சிறிய படகுகளும் நிறுத்தப்பட்டிருந்தன.

அந்தக் கிரகம் முழுக்கவே ஏதோ ஓர் அழகான இசை ஒலித்துக் கொண்டிருந்தது. சங்கினிக்கு அங்கு வந்தவுடன் மிகவும் மகிழ்ச்சியாக இருந்தது. மிளிரன் அங்கிருப்பவர்களிடம் சங்கினியின் ஆதி இனம் அவர்கள்தான் என்று சொன்னான். அவர்கள் சங்கினியை அருகே அழைத்தார்கள். அவளையும் மிளிரனையும் ஒரு படகில் அமர வைத்து அந்தக் கிரகத்தில் அவர்கள் இருந்த இடங்களைச் சுற்றிக் காட்டினார்கள். அவளுக்கும் மிளிரனுக்கும் தின்பண்டங்களைக் கொடுத்தார்கள். இசைக் கருவிகளை வாசிக்கக் கொடுத்தார்கள். அவள் அதுவரை வாசித்திராத கருவிகளையும் இனிமையாக வாசித்தாள். மிளிரனுக்கு அந்த இசை மிகவும் பிடித்தது.

அந்தக் கிரகத்தைச் சேர்ந்தவர்கள் சங்கினியை அழைத்துச் சென்று அழகான உடைகளையும் காலணிகளையும் கழுத்தணிகளையும் அணிவித்து கையில் ஒரு பெட்டியில் அதே போன்ற உடைகளையும் பிற அணிகலன்களையும் கொடுத்து அந்தப் படகில் அமரவைத்து மிளிரனையும் அவளையும் கொண்டுவந்து அந்தக் குழந்தைகள் இருந்த இடத்தில் விட்டுவிட்டுப் போனார்கள். அந்தக் குழந்தைகளுக்கும் தின்பண்டங்கள், பரிசுப் பொருட்களும் கொடுத்துவிட்டுப் போனார்கள். அப்போது அந்தக் கிரகத்தில் இருளத் தொடங்கியிருந்தது. எங்கிருந்தோ வந்த ஒளிரும் பூச்சிகள் அந்தக் கிரகத்தை ஒளி வெள்ளத்தில் ஆழ்த்தின. அதைக் கண்டு மிளிரனும் மற்ற குழந்தைகளும் குதூகலித்தார்கள்.

அடுத்த கிரகத்திற்கு அவர்கள் கிளம்பினார்கள். இந்த முறை நவீன் ஆடும் கிரிக்கெட் அணியில் மிகச்சிறந்த விளையாட்டு வீரனாக இருக்கும் சிறுவனுடைய ஆதி இனத்தைத் தேடி அவர்கள் சென்றார்கள். அந்தச் சிறுவனுக்கு நவீன் மள்ளன் எனப் பெயரிட்டிருந்தான். மள்ளன் மிகச்சிறந்த ஆட்டக்காரன் என்பதற்காக இந்தப் பெயரை நவீன் அவனுக்குச் சூட்டியிருந்தான். மள்ளனின் ஆதி இனத்தைக் காண அவர்கள் ஒரு கிரகத்தைச் சென்றடைந்தார்கள்.

அவர்கள் விமானங்கள் இறங்கியதும் அருகில் யாரும் இல்லை. அந்த இனத்தினர் ஒரு வேளை அவர்கள் வந்தது கண்டு அஞ்சி இருக்கலாம் என அவர்கள் நினைத்தார்கள். மிகவும் தொலைவில் உச்சியிலிருந்து பாதம் வரை துணியால் சுற்றியது போன்ற உருவங்கள் மெதுவாக நகர்ந்து வந்து கொண்டிருந்தன. அவர்களின் இயக்கம் குழந்தைகளுக்கு அச்சத்தைக் கொடுத்தது. மிளிரன் முன்னேறி அவர்கள் அருகே போனான். அவன் முன்னே போகப் போக அவர்கள் மேலும் பின்னே சென்றுவிட்டார்கள். மெதுவாகக் குழந்தைகளும் முன்னேறினார்கள். சிறிது

நேரத்தில் அந்த உருவங்கள் எல்லாமே அந்தக் குழந்தை களையே அச்செடுத்தது போல மாறிவிட்டன. அதன் பின் அவர்கள் குழந்தைகள் அருகே மிகவும் சாதாரணமாக வந்தார்கள். குழந்தைகளுக்கு அவர்களையே கண்ணாடியில் பார்ப்பது போல் இருந்தது. அதுவும் அசாதாரணமாகத் தோன்ற குழந்தைகள் அப்படியே நின்றுவிட்டார்கள். இதில் மற்றொரு அம்சம் மிளிரன் போலவே உருவம் மிகச்சிறியதாக இருந்த ஒன்று அவனை நோக்கி வந்தது.

மிளிரன் அதைப் பார்த்துச் சிரித்தான். அதுவும் சிரித்தது. மள்ளனின் ஆதி இனம் என்பதால் அவனை அங்கு அழைத்துவந்திருப்பதாக மிளிரன் சொன்னான். அவனைப் போன்ற உருவம் இருந்தவன் அதைக் கேட்டுச் சிரித்துவிட்டு மள்ளனைப் போலவே மாறி இருந்த தங்கள் இனத்தின் சிறுவனை அழைத்தான். மள்ளனுக்கு என்ன செய்வதென்று தெரியாமல் அமைதியாகப் பார்த்துக் கொண்டிருந்தான்.

மிளிரன் மள்ளனை அருகில் வரச் சொன்னான். மள்ளனும் தயங்கி அவன் அருகே போனான். தன்னைப் போலவே இருந்த சிறுவனைக் கண்டு தயங்கி நின்றான். அவன் சிரித்துக் கொண்டே வந்து அவனுடைய தோளில் கைவைத்து அவன் இடத்திற்கு அழைத்தான். மள்ளன் ஒரு முறை அந்தக் குழந்தைகளைத் திரும்பிப் பார்த்தான். சிலர் வேண்டாம் என்று கையசைத்தார்கள். சிலர் போய்வா என்பது போல் இசைவு தந்தார்கள். மள்ளன் மிளிரனைப் பார்த்தான். மிளிரனும் போய் வரச் சொன்னான். மிளிரனையும் அவனைப் போன்றிருந்தவன் அழைத்தான். அவனும் சென்றான்.

மற்ற குழந்தைகள் அடுத்து என்னாகும் என்று தூரத்தில் இருந்து பார்த்துக் கொண்டிருந்தார்கள். அவர்களைப் போன்றே இருந்த உருவங்களும் அவர்களைப் பார்த்துக் கொண்டு நின்றிருந்தன. தொலைவில் தெரிந்த கட்டடங்களுக்குள் அவர்கள் நான்கு பேரும் சென்று

கண்ணாடிக் கோட்டை ❖ 223

விட்டார்கள். உள்ளே நுழைந்தவுடன் அங்கிருந்த கண்ணாடிகளில் அவர்கள் நான்கு பேரும் பல ஆயிரம் பிம்பங்களாக எதிரொளித்தார்கள். மள்ளனும் மிளிரனும் நின்றுவிட்டார்கள். அவர்களைப் போன்றிருந்தவர்கள் அந்தக் கண்ணாடிகளில் ஒன்றைத் தள்ள அது கதவு போல் திறந்து கொண்டது. அதில் நுழைந்து மிளிரனையும் மள்ளனையும் அழைத்தார்கள். இருவரும் உள்ளே சென்றார்கள்.

அங்கிருந்த கண்ணாடி அறைகளில் மிளிரனும் மள்ளனும் அவர்கள் வாழ்வின் கண்ட காட்சிகள் யாவும் அந்த உருவங்கள் செய்து காட்டிக் கொண்டிருந்தன. மிளிரனின் வாழ்விலும் மள்ளனின் வாழ்விலும் வந்தவர்கள் போல் அந்த உருவங்கள் மாறி அந்தக் காட்சிகளைச் செய்து காட்டிக் கொண்டிருந்தது போல் அந்தக் காட்சிகள் இருந்தன. காணொலிகள் போல் அவை இல்லை. உண்மையான உருவங்கள் காணொலிகள் போல் செய்து காட்டியது போன்ற தோற்றத்தை அவைக் கொடுத்தன. மிளிரனுக்கும் மள்ளனுக்கும் அது என்ன தொழில் நுட்பம் என்று புரியவே இல்லை. மிளிரன் போன்ற உருவம் கொண்டிருந்தவனிடம் அதைக் கேட்டான் மிளிரன். அவர்கள் இனத்தில் வெகு விரைவாக உருமாறக் கூடியவர்கள் என்பதால் மள்ளனையும் மிளிரனையும் மகிழ்ச்சிப்படுத்த இது போன்ற ஒரு காட்சியை அவர்களின் இனம் செய்வதாக அந்த உருவம் சொன்னது. மிளிரனும் மள்ளனும் சிரித்தார்கள். அந்த இனத்தின் தலைமையிடம் அவர்களை அழைத்துச் சென்றார்கள். அவரும் தலையிலிருந்து கால்வரை ஏதோ துணிசுற்றியபடி அமர்ந்திருப்பது நிழல் போல மிளிரனுக்கும் மள்ளனுக்கும் தெரிந்தது. மள்ளன் வந்ததில் மகிழ்ச்சி என்றும் தொடர்ந்து அவர்கள் அவனை வழிநடத்துவார்கள் என்றும் உருவ மாற்றம் செய்யும் தொழில்நுட்பத்தை மள்ளனுக்கு அவர்கள் இன்னும் சிறிது காலத்திற்குப் பின் கற்றுத் தருவார்கள்

என்றும் அவர்கள் சொன்னார்கள். அதன் பின் மிளிரனையும் மள்ளனையும் அவர்கள் குழுவுடன் கொண்டுவந்து விட்டுவிட்டுப் போனார்கள்.

அடுத்து மிளிரன் அண்டங்களின் வரைபடத்தை எடுத்துப் பார்த்தான். அதில் ஒரு கிரகத்தை அவன் அடையாளப்படுத்தி வைத்திருந்தான். அந்தக் கிரகத்தில் யாருடைய ஆதி இனம் உள்ளது என்று அந்தச் சிறுவர்களில் தேடிப் பார்த்தான். மினுவின் தோழியுடைய ஆதி இனம் என்று தெரிந்துகொண்டான். அவளுக்கு எழிலி என்று நவீன் பெயரிட்டிருந்தான். அவளை மிளிரன் அழைத்தான். அவளுடைய ஆதி இனம் இருக்கும் கிரகத்திற்குப் போகலாமா என்று கேட்டான். அவள் பெரும் உற்சாகம் அடைந்து தலையாட்டினாள்.

எல்லோரும் அங்கே கிளம்பினார்கள். அந்தக் கிரகத்திற்கு நெருக்கத்தில் வருகையில் அது வெறும் நீராலானது என்று தெரிந்தது. அவர்களின் விமானங்களை நீர்மேல் மிதக்கும் வகையிலான நிலைக்கு மாற்றி அந்த நீரில் அவர்கள் நின்றார்கள். அங்கு விமானங்களை விட்டு இறங்கினால் குளிர்ந்த நீர் அவர்களின் கால்களைத் தழுவியது. அது கடல், நதி, குளம், ஏரி, ஓடை என்று எது போலவும் இல்லை. வெறுமனே நிற்கும் நீரா அல்லது ஓடிக்கொண்டிருப்பதா என்றும் அவர்களுக்குப் புரியவில்லை. ஆனால் தெளிந்த நீராக இருந்தது. அதில் மெதுவாக நடந்தார்கள்.

சிறிது தூரம் சென்றவுடன் நீருக்குள் ஏதோ நகர்ந்து செல்வது போலத் தெரிந்தது. அவர்கள் அங்கேயே நின்றார்கள். மிளிரனை மினு தூக்கிக் கொண்டு நடந்து கொண்டிருந்தாள். மிளிரன் நீரில் சலசலத்து ஓடியது என்னவென்று தெரிந்ததா என்று கேட்டான். இல்லை என்றார்கள். அவைக் கடல்கன்னிகள் என்றான் அவன். அவர்களுக்கு அதிசயமாக இருந்தது. அவர்களைக் காண முடியுமா என்று எல்லோரும் பரபரப்பானார்கள்.

காணமுடியும் ஒரு கணம் அங்கேயே நிற்கலாம் என்றான் மிளிரன்.

சிறிது தூரத்தில் ஓர் உருவம் நீரிலிருந்து எழுந்து நின்றது. மிளிரன் சொன்னது போல அது கடல்கன்னிதான். பெண்ணும் மீனும் இணைந்த அந்த உருவம் அவர்களின் அருகில் வந்தது. எழிலியை அழைத்து மிளிரன் அதன் அருகில் தன்னை எடுத்துச் செல்ல கூறினான். அவளும் அவனை எடுத்துக் கொண்டு சென்றாள். அந்தக் கடற்கன்னி அவர்களை விநோதமாகப் பார்த்தது. மிளிரன் அந்தக் கடற்கன்னியிடம் பேசினான். எழிலி அவர்களின் இனத்தின் வழித்தோன்றல் என்பதால் அவர்களைக் காண அழைத்து வந்ததாக மிளிரன் சொன்னான். அந்தக் கடற்கன்னி உற்சாகம் அடைந்தது. அவர்கள் இருவரையும் அழைத்துக் கொண்டு அந்த நீரில் நீந்திச் சென்றது. எழிலி மெதுவாக நகர்ந்து அந்த உருவத்தைப் பின்தொடர்ந்தாள்.

சிறிது தூரத்தில் மற்ற கடற்கன்னிகள் எதிர்கொண்டார்கள். எழிலி பற்றியும் மிளிரன் பற்றியும் அவர்களிடம் முன்னே சென்ற கடற்கன்னி சொன்னவுடன் அவர்களும் உற்சாகமாக வரவேற்றார்கள். மிளிரனையும் எழிலியையும் ஒரு குகை போன்ற அமைப்பில் அழைத்துச் சென்றார்கள். அது அவர்களின் இருப்பிடம் போல் தெரிந்தது. எழிலிக்கு அவர்கள் சேகரித்து வைத்திருந்த உயர்ந்த முத்துக்களையும் சங்குகளையும் அளித்தார்கள். எழிலிக்கு மகிழ்ச்சியாக இருந்தது. அவளைப் பார்த்ததில் அவர்கள் மகிழ்ச்சி அடைந்ததாகச் சொன்னார்கள். அவர்களுக்கு ஏதாவது உதவி தேவைப்பட்டால் தங்களை அணுகலாம் என்றும் அவர்கள் சொன்னார்கள். மிளிரனும் எழிலியும் அங்கிருந்து கிளம்பினார்கள்.

19

பிரதிபலிக்கும் அண்டம்

அடுத்து மிளிரன் எங்கே போவது என்று வரை படத்தைப் பார்த்தான். ஆசிரியர் வாழியனின் இனத்தை உருவாக்கிய ஆதி இனம் வாழும் கிரகத்திற்குப் போகலாம் என்று முடிவெடுத்தான். நவீனின் ஆதி இனம் விழியாளின் இனம்தான் என்பதால் அவனுக்குப் போகவேண்டிய கிரகம் எதுவும் இல்லை. விழியாளின் இனம் எதிலிருந்து வந்திருக்கிறது என்பதை அறிய நவீனும் ஆர்வமாக இருந்தான். ஏனெனில் தன்னை உருவாக்கிய இனம் எப்படிப்பட்ட இனமாக இருக்கும் என்ற ஆர்வம் அவனுக்கு இருந்தது. அதனால் ஆசிரியர் வாழியனின் இனமாக அது இருப்பதால் அந்த இனத்தைக் காண அடுத்த பயணத்தை அவர்கள் மேற்கொண்டார்கள்.

அது கொஞ்சம் தொலைவான பயணமாக இருந்தது. குழந்தைகள் சற்று களைப்படைந்துவிட்டார்கள். இடை யில் எங்காவது இறங்கலாமா என்று சிலர் கேட்டார்கள். மிளிரன் அதற்கான இடத்தைத் தேடினான். வழியில் ஒரு கிரகம் வரும் அங்கே இறங்கலாம் என்று மிளிரன் சொன்னான். அவர்களும் அதற்கு ஆயத்தமானார்கள்.

அந்தக் கிரகம் நெருங்கி வந்தது. அதில் போய் இறங்கி னார்கள். அங்கே அழகான மலைகள், நதிகள், மரங்கள்,

செடிகள், பூக்கள், கனிகள் எல்லாம் இருந்தன. எல்லோரும் அங்கிருந்த மரங்களின் அடியில் படுத்துறங்கிவிட்டார்கள். அவர்களுக்குத் தேவையான உணவை நவீனும் வாழியனும் தேடிச் சேகரிக்கச் சென்றார்கள். அங்கே ஏராளமான கனிகள் இருந்தன. அவற்றை எல்லாம் அவர்கள் இதுவரைப் பார்த்ததே இல்லை. பூக்களில் வழிந்த தேனை எடுத்து ருசித்தால் அத்தனை இனிப்பாக இருந்தது. எல்லாவற்றையும் எடுத்துக் கொண்டு வந்து அவர்கள் இருவரும் உறங்கிவிட்டார்கள்.

மிளிரன் எழுந்து அந்தக் கிரகத்தை நோட்டம்விட்டான். அங்கே மலைகளில் ஏதோ ஓர் ஒலி தொடர்ந்து கேட்டுக் கொண்டே இருந்தது. அங்கே சென்று பார்த்தான். ஏதோ ஓர் இனம் அந்த மலைகளைக் குடைந்து கொண்டிருந்தது. அவர்கள் அங்கு ஏதோ வேலை பார்க்கிறார்கள் என்று தெரிந்துகொண்டான் மிளிரன். அவர்கள் அந்தக் கிரகத்தைச் சேர்ந்தவர்களாக இருக்கமாட்டார்கள் என்று நினைத்தான். அங்கிருந்த வளத்தை எடுத்துப் போக வந்திருப்பவர்கள் போல் அவனுக்குத் தெரிந்தது. அதைப் பற்றி அவன் கவலைப்படவில்லை. அப்படியே நகர்ந்து வேறென்ன அந்தக் கிரகத்தில் இருக்கிறது என்று பார்க்கப் போனான்.

அருகில் ஓர் அடர்ந்த காடு வந்தது. அதற்குள் நுழைந் தான் மிளிரன். அங்கே வெள்ளை ஆடை அணிந்த பல உருவங்கள் அங்கும் இங்கும் நகர்ந்துகொண்டிருந்தன. இவர்கள் யாராக இருப்பார்கள் என்று பார்த்தான். அவர்களின் முகம் அவனுக்குத் தெரியவில்லை. அவர்கள் மிகவும் ஒளி பொருந்தியவர்களாக இருந்தார்கள். அவர்கள் ஏதோ இசையை ஒலித்துக் கொண்டிருந்தது போல் தெரிந்தது. அவர்கள் என்ன செய்கிறார்கள் என்று மிளிரன் உற்று கவனித்தான். அவர்கள் அந்த மரங்கள், பூக்கள், கனிகள், காய்களிலிருந்து ஏதோ உறிஞ்சி எடுப்பது போல் தெரிந்தது. ஒருவேளை மரபணுக்களுக்கான

சேர்க்கையை அவர்கள் செய்துகொண்டிருக்கலாம் என்று நினைத்துக் கொண்டான்.

சிறிது நேரத்தில் அந்தக் காட்டிலிருந்த மரங்கள் எல்லாம் வெள்ளை நிறத்தில் மாறின. மிளிரன் உடனே வெளியே ஓடிப் போய் மற்ற இடங்களைப் பார்த்தான். அவை எல்லாம் முன்பு போலவே இருந்தன. இந்தக் காடு மட்டும் வெள்ளை நிறமாக அந்த இனத்தைச் சேர்ந்தவர்கள் மாற்றிவிட்டார்கள் என்று புரிந்துகொண்டான். இவர்கள் வேறு ஏதோ சோதனை செய்கிறார்கள் என்றும் அவன் அறிந்துகொண்டான்.

மிளிரன் வெளியில் நின்று பார்த்துக் கொண்டிருந்த போது சட்டென்று அவன் அருகில் ஒரு வெள்ளை உருவம் வந்து நின்றது. அவன் அந்த உருவத்தை உற்றுக் கவனித்தான். அந்த உருவம் மிளிரனை அப்படியே தூக்கியது. மிளிரன் அஞ்சி நடுங்கினான். நாங்கள் எல்லோரும் ஒரு குழுவாக வந்தோம். எங்களுக்குக் களைப்பாக இருந்ததால் இங்கு வந்து இளைப்பாறிக் கொண்டிருந்தோம். காட்டில் ஏதோ ஒலி கேட்டதால் வந்து பார்த்தேன். என்னால் உங்களுக்கு எந்தச் சிக்கலும் ஏற்படாது என்று படபடப்புடன் கூறினான். அந்த உருவம் அவனைக் கீழே விட்டது. அங்கிருந்து மறைந்தது.

அந்தக் குழந்தைகள் இருக்கும் இடத்திற்கு அது சென்றிருக்குமோ என்று மிளிரன் ஓடி வந்து பார்த்தான். அந்த உருவம் அந்தக் குழந்தைகளை ஒவ்வொன்றாகப் பார்த்துவிட்டு ஆசிரியர் வாழியனிடம் வந்து நின்றது. இந்தக் குழந்தைகளுக்குப் பாடம் கற்றுத் தரும் ஆசிரியர் இவர். இவருடைய கிரகத்தில் இந்தச் சிறுவன் இருக்கிறான் என்று நவீனை மிளிரன் அந்த உருவத்திற்குக் காட்டினான். இவர்கள் யாராலும் உங்களுக்கு எந்தத் தீங்கும் வராது என்று மிளிரன் உறுதி கூறினான்.

அந்த உருவம் அங்கிருந்து மறைந்தது. மிளிரனுக்கு ஓரளவு நிம்மதியானது. இருந்தாலும் அங்கிருப்பது நல்லதல்ல என்று அவனுக்குத் தோன்றியது. உடனடியாக எல்லோரையும் எழுப்பி அங்கிருந்து கிளம்ப வைத்தான். அங்கு நடந்ததை அவன் விவரித்தான். அவர்கள் எல்லோரும் நடுங்கிப் போனார்கள். வேறு கிரகத்திற்குப் போகலாம் என்று அவன் சொன்னான்.

எல்லோரும் ஆசிரியர் வாழியனின் ஆதி இனம் இருக்கும் கிரகத்திற்கே போகலாம் என்றனர். அது இன்னும் அதிக தொலைவு இருப்பதால் உடனடியாக அங்குப் போக முடியாது. அதனால் இடையில் வேறு எங்காவது இறங்கலாம் என்று மிளிரன் கூறினான். அப்படி இறங்குவதற்கு முன் முதலில் தான் போய்ப் பார்த்து வருவதாகவும் அவன் சொன்னான்.

அதே போல் அடுத்த ஒரு கிரகம் வந்தது. அங்கு முதலில் மிளிரன் சென்று இறங்கி அங்கு ஏதாவது சிக்கல் இருக்கிறதா என்று பார்த்து விட்டு மற்றவர்களை இறங்க அறிவுறுத்தினான். அந்தக் கிரகமும் நல்லவளத்துடன் இருந்தது. ஆனால் அங்குச் சிறிய வண்டுகள், எறும்புகள் போன்றவை அதிகம் இருந்தன. அதனால் இளைபாறு வதற்குத் தொல்லையாக இருந்தது. ஆனாலும் அவர்கள் பொறுத்துக் கொண்டார்கள்.

அந்தச் சிறிய உயிரினங்கள் அங்கு எப்படி இருக்கின்றன என்பதைப் பார்க்க அவர்களுக்கு உற்சாகமாக இருந்தது. நிறைய பூக்கள் இருந்ததால் அவற்றில் கிடைத்த தேனை உண்டு அவைகள் இருந்தன. மரங்களில் பல உயிரினங்கள் வாழ்ந்திருந்தன. அவர்கள் உருவாக்கியிருந்த புற்றுக்கள் மிகவும் பெரிதாக இருந்தன. அதில் பல வகையான எறும்புகள் இருந்தன. அவைகளின் புற்றுகளுக்குள் குழந்தைகள் தங்களிடம் இருந்த நுண்ணிய புகைப்படக் கருவி மூலம் அங்கு நடப்பதைப் பார்த்தார்கள். அந்த எறும்புகளுக்கு ஒரு தலைமை எறும்பு இருந்தது. அங்கே

உணவு சேகரிக்கத் தனி இடம் இருந்தது. அந்த எறும்பு களின் நடவடிக்கைகளைப் பார்த்து குழந்தைகள் குதூகலித்தார்கள். அதே போல் தேனீக்கள், வண்டுகள் இருக்கும் இடங்களைத் தேடி அவர்கள் நடவடிக்கையையும் பார்த்தார்கள். அவர்களுக்கு அதுவே ஓய்வாக இருந்தது.

விழியாளின் ஆதி இனத்தைச் சார்ந்த கிரகத்தில் உள்ளவர்களைக் காண அவர்கள் கிளம்பினார்கள். அந்தக் கிரகம் தொலைவில் இருந்து பார்க்கும் போதே மிகவும் வித்தியாசமாகத் தெரிந்தது. அந்தக் கிரகத்தின் அருகே நெருங்க முடியாத வகையில் ஏதோ ஒரு விசை அவர்களின் விமானங்களைத் துரத்தியது. மிளிரன் அந்தக் கிரகத்தில் உள்ளவர்களிடம் தொடர்பு கொண்டான். தங்களுடன் இருப்பவர்களில் ஒருவர் அவர்களுடைய வழித்தோன்றலாக இருக்கிறார் என்றும் அவர் அந்த இனத்தைக் காண ஆவலாக இருக்கிறார் என்றும் அவன் கூறினான்.

சிறிது நேரம் எந்த ஒரு தகவலும் இல்லாமல் அவர்கள் அந்தக் கிரகத்தைத் தொலைவில் சுற்றிக் கொண்டிருந் தார்கள். எதற்காக அவர் சந்திக்கவேண்டும் என்று கேள்வியுடன் தகவல் வந்தது. தன் ஆதி இனம் எப்படி உள்ளது என்று காணவேண்டும் என்ற ஆர்வம் மட்டுமே அவர் கொண்டுள்ளதாக மிளிரன் கூறினான். அவரும் மிளிரனும் மட்டும் அவர்கள் கிரகத்தில் இறங்க அனுமதி தரப்படும் என்றும் அவர்கள் விமானங்கள் அடுத்தடுத்த வரிசையில் வர வேண்டும் என்றும் தகவல் வந்தது.

மிளிரனும் ஆசிரியர் வாழியனும் நவீனும் இருக்கும் விமானங்கள் மட்டும் அடுத்தடுத்து பறந்தன. அந்த விமானங்கள் அந்தக் கிரகத்தை நோக்கித் தானாகவே ஈர்க்கப்பட்டன. அங்குப் போய் அவர்கள் இறங்கினார்கள். மிளரனும் ஆசிரியர் வாழியனும் நவீனும் இறங்கியவுடன் அந்தக் கிரகத்தைச் சேர்ந்த ஒருவர் அவர்களை அழைக்க வந்தார். அவர் ஏதோ கவச ஆடை அணிந்திருந்தார்.

அவருடைய உருவம் மட்டுமே தெரிந்தது. அவர் அழைத்துச் சென்ற இடத்தில் இருந்தவர்களும் அதே போல் ஆடை அணிந்திருந்தனர்.

மிளிரன், ஆசிரியர் வாழியன், நவீன் மூவரையும் ஓர் அறையில் நிற்க வைத்தனர். அங்கு மேலே இருந்து ஏதோ ஒரு புகை போல் வந்தது. அவர்களுக்குள் இனம் புரியாத மாற்றம் ஏற்பட்டது. அவர்களை அந்த அறையை விட்டு வெளியே அழைத்து வந்தபின் அவர்கள் மூவரையும் தனித்தனியாக நாற்காலிகள் போன்ற அமைப்புகளில் அமர வைத்தனர். அவர்கள் மூவரிடமும் அந்த இனத்தினர் பேசவே இல்லை.

அவர்களிடம் டெலிபதியில் பரிமாற்றத்தை நிகழ்த்தினர். அவர்கள் வந்த காரணம் உண்மைதான் என்று புரிந்துகொண்டனர். அவர்களின் இனம் பல மடங்கு வளர்ச்சி பெற்றுவிட்டது என்றும் ஆசிரியர் வாழியனின் இனம் அதற்குப் பல காலங்கள் காத்திருக்க வேண்டும் என்றும் அந்த இனம் கூறியது. ஆசிரியர் வாழியன் இனம் எதிர்கொள்ளும் பிரச்னைகளை அவர்கள் புரிந்துகொண்டார்கள். அதற்கு அவர்களால் ஆன உதவிகளைச் செய்வதாகவும் கூறினார்கள்.

நவீன் விழியாள் இனத்தால் உருவாக்கப்பட்டவன் என்பதையும் அவர்கள் அறிந்துகொண்டார்கள். அவன் குறை கொண்ட பிறப்பு என்பதையும் அவர்கள் தெரிந்துகொண்டார்கள். விழியாளின் இனம் விழியாள் தலைமையில் வேகமாக வளர்ந்து வருகிறது என்பதையும் அவர்கள் தேடிக் கண்டுபிடித்தார்கள். விழியாள் இனம் அடுத்த வளர்ச்சி அடைவதற்கு என்ன செய்யவேண்டும் என்பதை ஒரு காணொலியாகப் பதிப்பித்து ஆசிரியர் வாழியனிடம் கொடுத்தார்கள்.

மூவரையும் அவர்களை அழைத்துச் சென்ற உருவம் அவர்களுடைய விமானங்களுக்குக் கொண்டு வந்து

விட்டது. மூவருக்கும் மயக்கத்தில் இருந்து மீண்டது போல் இருந்தது.

மிளிரனிடம் குழந்தைகள் அனைவரும் அடுத்து அவர்களுடைய பூமி கிரகத்திற்கே திரும்பிச் செல்லலாம் என்றார்கள். இல்லை இனிமேல்தான் இந்தப் பயணத்தின் ஆர்வம் தரும் அம்சம் தொடங்கப் போகிறது என்றான். அது என்ன என்பது போல் அவர்கள் அனைவரும் அவனையே பார்த்தார்கள்.

வளர்ந்த இனங்கள் நம் இந்த அண்டத்தை விட்டு வேறு அண்டங்களுக்குச் செல்ல தோரண வாயில்களை அமைத்திருக்கிறார்கள். அவற்றில் நுழைந்து வெளியில் வந்தால் இதே போன்ற மற்ற அண்டங்களைச் சென்றடையலாம். அது மட்டுமல்லாமல் உங்களுடைய பூமி போன்றே இருக்கும் மற்றும் பல பூமிகளைக் காணலாம். அவற்றில் உங்களைப் போன்ற குழந்தைகளும் இருப்பார்கள். உங்களுடைய பிரதி பிம்பம் போன்று அவர்கள் காணப்படுவார்கள். ஆனால் உங்களை அவர்களுக்கும் அவர்களை உங்களுக்கும் தெரியாது. என்ன செய்யலாம்? அங்கே போகலாமா? அல்லது உங்கள் பூமிக்கே போகலாமா? என்று கேட்டான் மிளிரன். அங்கேயே போகலாம் என எல்லோரும் சொல்லிவிட்டார்கள்.

மிளிரன் முன்னே செல்ல அனைவரும் பின்னால் தொடர்ந்தார்கள். மிளிரன் ஒரு தோரண வாயிலில் நுழைந்து வெளியே வரும் பாதையைக் காட்டினான். அதில் அனைவரும் நுழைந்து வெளி வந்தார்கள். அவர்களின் அண்டம் போலவே இருக்கும் மற்றொரு அண்டத்திற்கு அவர்கள் வந்துவிட்டார்கள். மிளிரன் அவர்களை அவர்களின் பூமி போலவே இருக்கும் கிரகத்திற்கு அழைத்துச் சென்றான். அங்கே போய் இறங்குவதற்கு அவர்கள் வட்டமடித்த போது அவர்களைப் போலவே இருக்கும் குழந்தைகள் வானத்தில் பறக்கும் இவர்களின் விமானங்களைப் பார்த்த படி நின்றிருந்தார்கள்.

கண்ணாடிக் கோட்டை ❖ 233

இவர்கள் விமானத்தைத் தரை இறக்கி அதிலிருந்து வெளியே வந்தார்கள். அந்தக் குழந்தைகளுக்கும் இவர்களுக்கும் ஆச்சரியம் தாங்க முடியவில்லை. இவர்களைப் போலவே அவர்களும் இருந்தார்கள். உடனடியாக அவர்களைப் போலவே இருக்கும் அந்தக் குழந்தைகளிடம் சென்று பேசினார்கள். இவர்கள் யாரென்று அவர்களுக்குத் தெரியவில்லை. ஆனால் இவர்கள் செய்ததை எல்லாம் அவர்களும் செய்திருந்தார்கள். அடுத்து மிளிரன் போன்றிருக்கும் ஒருவனுடன் பல அண்டங்களைப் பார்க்கக் கிளம்ப இருந்தார்கள். அப்போதுதான் இவர்கள் அவர்களைச் சந்திக்கச் சென்றிருந்தார்கள். இவர்கள் பார்த்துவிட்டு வந்ததை எல்லாம் அவர்களிடம் சொன்னார்கள். இவர்களுக்குத் தங்களின் சொந்த கிரகத்திற்கு வந்துவிட்டது போல் இருந்தது. இருந்தாலும் அவர்களைப் பிரதி பிம்பம் செய்தது போல் இருக்கும் அவர்கள் யாரென்று புரியாமல் குழம்பித் தவித்தார்கள்.

பூமி போலவே இருக்கும் அந்தக் கிரகத்திற்கு வந்ததிலிருந்து அந்தக் குழந்தைகள் மகிழ்ச்சியாக இருந்திருக்கிறார்கள். பல்வேறு கருவிகளை உருவாக்கி இருக்கிறார்கள். நவீனுடன் கிரிக்கெட் விளையாடி இருக்கிறார்கள். விழியாளுடன் கலந்து பேசியிருக்கிறார்கள். ஆசிரியர் வாழியன் அவர்களுக்கு அழகழகான பாடங்களை எடுத்திருக்கிறார். மிளிரன் வந்தவுடன் அவர்களுடைய உலகே மாறிவிட்டது. அவனுடன் இணைந்து பல்வேறு கிரகங்களுக்கும் போய்வந்துவிட்டார்கள்.

ஆனால் தங்களைப் போலவே மற்றொரு அண்டத்தில் ஓர் உலகம் இயங்கும் என்பதை அவர்களால் ஏற்க முடியவில்லை. அவர்களைப் போலவே இருக்கும் குழந்தைகள் அங்கே அதே போன்ற வாழ்வை வாழ்ந்து கொண்டிருப்பார்கள் என்பது அவர்களுக்கு மிகவும் அரிதானதாக இருந்தது. அங்கேயே இருந்து அவர்களுக்கு நடப்பதைப் பார்க்கவேண்டும் என்பது போல அவர்கள்

நினைத்தார்கள். அது மட்டுமல்லாமல் ஒவ்வொருவரும் தங்களைப் போலவே இருக்கும் பிரதி பிம்ப குழந்தைகளைத் தேடிச் சென்று அவர்களுடன் அமர்ந்திருந்தார்கள்.

அந்த இணைகள் பேசிக் கொள்வது உண்மையா பொய்யா என்பது கூட அவர்களால் உணர முடியவில்லை. அது ஏதோ ஒரு கனவு என்றே நினைத்திருந்தார்கள். புதிய அண்டத்தின் பூமியில் இருக்கும் குழந்தைகளுக்கும் அதே போலவே இருந்தது. மிளிரன் தன்னைப் போலிருக்கும் மிளிரனைப் பார்த்துச் சிரித்துக் கொண்டான். சில நாட்கள் அங்கேயே தங்க அந்தக் குழந்தைகளுக்கு விருப்பமாக இருந்தது.

ஆனால் மிளிரன் புதிய பூமியில் இருந்தக் குழந்தைகளை அழைத்துக் கொண்டு பல்வேறு அண்டங்களுக்குச் செல்வதாகச் சொல்லியிருந்ததால் அந்தக் குழந்தைகளுக்கு அந்தப் பயணத்தைத் தொடங்க ஆர்வமாக இருந்தது. ஆனால் பழைய அண்டத்திலிருந்து தங்களைப் போலவே இருக்கும் குழந்தைகள் வந்துவிட்டதால் அங்கேயே இருக்கலாம் என்ற ஆசையும் அங்கிருந்த குழந்தைகளுக்கு வந்துவிட்டது. என்ன செய்வது என்று தெரியாமல் இரு பூமியின் குழந்தைகளும் பெரும் தவிப்புக்கு ஆளாயினர்.

மிளிரன் அவர்களைச் சமாதானப்படுத்தினான். இப்படிப் பல அண்டங்கள் உள்ளன. அங்கெல்லாம் இதே போன்ற பூமிகள் இருக்கும். அவற்றில் இதே போன்ற குழந்தைகளும் இருப்பார்கள். அவர்களும் இதே போல் நடந்துகொள்வார்கள் என்று கூறினான். அவர்கள் என்று தங்களால் பிரித்துப் பார்க்க முடியவில்லை என்றும் அவர்கள் தாங்களேதான் என்றுதான் பார்க்க முடிகிறது என்று அந்தக் கிரகத்திற்கு வந்திறங்கிய குழந்தைகள் கூறினார்கள்.

அடுத்து என்ன செய்யலாம் என்று கேட்டான். ஒரே மாதிரி இருக்கும் இரண்டு பேரை அழைத்து வந்து அவர்

களிடம் அதில் யார் பழைய அண்டத்தைச் சேர்நதவர் என்று கண்டுபிடிக்கச் சொன்னான். அவர்கள் திணறிப் போனார்கள்.

என்ன செய்யலாம் என்று கேட்டான் மிளிரன். இங்கிருந்து கொண்டு திரையில் நடப்பதை நாம் பார்த்தா லென்ன என்று மினு கேட்டாள். அதுவும் சரிதான் என்று உதட்டளவில் கூறினான் மிளிரன். இது அவர்களது கிரகம். ஆனால் அவர்கள் நம்மைப் போல் இருப்பதாலேயே அவர்கள்தான் நாம் என்றோ நாம்தான் அவர்கள் என்றோ கருதிக் கொள்வது வீணான சிக்கலை ஏற் படுத்தும் என்று மிளிரன் சொன்னான்.

மிளிரன் சொல்வது சரியாக இருந்தாலும் அவர்களால் சமாதானப்படுத்திக் கொள்ள முடியவில்லை. அவர் களுக்குள்ளே கலந்து பேசத் தொடஙகினர். அங்கிருந்த குழந்தைகள் அவர்களைப் போன்ற வாழ்வை அடுத்து தொடரவிருக்கிறார்கள். இவர்கள் அடுத்தகட்டத்தை அடைந்தால்தான் அவர்களின் வாழ்வும் தொடரும். ஆனால் எதைப் பற்றியும் கவலைப்படாது அங்கேயே தங்க வேண்டும் என குழந்தைகள் கூறியிருப்பது ஏற்கத் தக்க ஒன்றல்ல என்று மிளிரன் சொன்னான்.

இதற்கிடையில் பழைய பூமியில் பெரும் வெள்ளம் ஏற்பட்டிருப்பதாக தகவல்கள் தெரிவித்தன. விழியாள் தத்தளித்துக் கொண்டிருப்பாள். அவளைக் காப்பாற்ற முயற்சிக்க வேண்டும் என மிளிரன் நினைத்தான். நவீனும் அவனிடம் அதையே கேட்டான். மிளிரன் தன்னால் இயன்றவரை ஒத்துழைக்க முயன்றான்.

மிளிரன் குழந்தைகளை அழைத்துக் கொண்டு அவர் களுடைய பூமியை வந்தடைந்தான். அவர்களுக்கு ஏமாற்ற மாக இருந்தது. மீண்டும் ஒரு முறை அதே பூமிக்கு அழைத்துச் செல்வதாக உறுதி அளித்தான். அதனால் அவர்கள் ஓரளவு சமாதானம் அடைந்தார்கள்.

20

ஆதரவின் பலம்

மிளிரனும் நவீனும் ஆசிரியர் வாழியனுடன் சேர்ந்து விழியாள் இருந்த பூமிக்குக் கிளம்பினார்கள். பூமியைச் சுற்றி வந்த போது விழியாளுடன் பேச முடிந்தது. அங்கு அளவுக்கதிகமான வெள்ளம் வந்ததற்குக் காரணம் பனிப்பாறைகள் உருகிவிட்டதால்தான் என்றாள். எப்படி உருகின என்று கேட்ட போது அளவுக்கதிகமான வெப்பம் ஏற்பட்டதால் உருகிவிட்டதாகச் சொன்னாள். அது இயற்கையாக ஏற்பட்டதா உருவாக்கப்பட்டதா என்று தெரியவில்லை என்றும் கூறினாள்.

அவர்கள் இருந்த கண்ணாடிக் கோட்டை எந்தச் சேதாரமும் இல்லாமல் இருப்பதாக அவள் கூறினாள். அவளைக் காணவேண்டும் என நவீன் வலியுறுத்தினான். வெள்ளம் வடிந்த பின் தன்னுடைய கிரகத்திற்கு வருவதாக அவள் உறுதி கூறினாள்.

என்ன காரணத்திற்காக இந்த வெள்ளம் ஏற்பட்டிருக்கும் என்று விழியாளுக்கிருந்த சந்தேகங்களையும் அவள் சொன்னாள். பூமியின் மனித இனப் பெருக்கம் சில இனங்களுக்கு ஏற்புடையதாக இல்லை என்பதால் அவர்கள் ஏதாவது சதி செய்திருக்கலாம். அல்லது பூமியின் இயல்பான சமநிலைப் படுத்தும் அம்சம்

வெள்ளத்தை ஏற்படுத்தி மனித இனத்தின் பேரழிவுக்குரிய நோக்கங்களைத் தடுத்திருக்கலாம் என்றும் அவள் சொன்னாள்.

தன் கிரகத்திலிருந்து மேலும் இருவர் அங்கு வந்து சில ஆய்வுகளைச் செய்து கொண்டிருப்பதாக விழியாள் கூறினாள். அவளைப் பார்க்காமல் போவது நவீனுக்கு ஏமாற்றம் தருவதாக அவன் தொடர்ந்து கூறிக் கொண்டிருந்தான்.

ஆசிரியர் வாழியன் அவனைச் சமாதானப்படுத்தினார். அதன் பின் மூவரும் விழியாளின் கிரகத்திற்குத் திரும்பினார்கள். ஆசிரியர் வாழியன் குழந்தைகள் இருக்கும் பூமிக்குச் சென்று குழந்தைகளுக்குப் பாடம் கற்பிக்கக் கிளம்பினார்.

பாடினி அவர்களின் பயணம் குறித்து கேட்டறிந்தாள். விழியாள் பூமியில் வெள்ளம் வந்திருப்பதால் அது குறித்தத் தகவல்களைச் சேகரித்துக் கொண்டிருப்பதாகவும் சொன்னாள். மிளிரனும் நவீனும் அந்தக் கிரகத்தில் இருந்த பல்வேறு அம்சங்களை அறிவதற்காக நவீனின் பாதுகாப்பாளரை அழைத்துக் கொண்டு வெளியே போனார்கள்.

விழியாள் பெரு வெள்ளம் சூழ்ந்திருந்த நிலையிலும் பூமியின் அடிப்பகுதியில் இருக்கும் அந்தக் குழுவைச் சந்திக்கச் சென்றாள். அவளை எப்போதும் சந்திக்கும் அந்தக் குழுவின் உறுப்பினர் அவளைப் பார்க்க வந்தார். எதற்காக அவள் வந்திருக்கிறாள் என்று கேட்டார். பூமியில் இப்படிக் கடுமையான வெள்ளம் வந்ததற்கு என்ன காரணம் என்று கேட்டாள். பூமியின் சமநிலையைப் பாதுகாக்க இது போன்ற இயற்கைப் பேரழிவுகள் தேவை என்று அவர் சொன்னார். நீங்கள்தான் இந்த வெள்ளத்தை உருவாக்கினீர்களா என்று கேட்டாள். அப்படிப்பட்ட

ஒரு நிலைக்கு நாங்கள் தள்ளப்பட்டோம் என்று அவர் சொன்னார். அவளுக்கு அது புரியவில்லை.

இந்தக் கிரகம் எங்களுக்கும் எங்களுக்குச் சொந்த மானவர்களுக்கும் உரியது. எங்களுக்கு இந்தக் கிரகத்தை மனிதர்களிடமிருந்து காப்பாற்றி வைக்க வேண்டிய அவசியம் இருக்கிறது. அவர்களின் முயற்சிகள் இந்த பூமியைக் கடுமையான பாதிப்புக்கு உள்ளாக்குகின்றன. அதனால் இது போன்ற பேரழிவுகளை ஏற்படுத்த வேண்டியிருக்கிறது என்றார் அவர்.

பல மனித உயிர்கள் கொல்லப்படுவதைக் குறித்து உங்களுக்கு அக்கறை இல்லையா என்று கேட்டாள் விழியாள். பூமியின் சமநிலையைக் கெடுக்கும் உயிர்கள் மறைவது பூமிக்கு நடக்கும் நல்லது என்றார் அவர். உயிர்களைக் கொல்வது சரியானதுதான் என்று சொல்ல வருகிறீர்களா என்று கேட்டாள் விழியாள். பூமியை அழிய விடுவது சரி என்கிறாயா என்றார் அவர்.

பூமியைப் போல் பல கிரகங்கள் அண்டங்களில் உள்ளன என்றாள் விழியாள். அவை எல்லாம் நாங்கள் வாழும் கிரகங்கள் அல்ல. எங்களுடைய கிரகம் இது. உங்களைப் போன்ற இனங்கள் மனித உயிர்களைப் போன்ற தேவையற்ற உயிரினங்களை உருவாக்கி பல்வேறு கிரகங்களைக் குழப்பத்திற்கும் அழிவுக்கும் ஆட்படுத்தி வைத்திருக்கிறீர்கள் என்று கோபப்பட்டார் அவர்.

சமாதானமாக இருக்க என்ன செய்யவேண்டும் என்றாள் அவள். நீ உன் வேலையை மட்டும் பார்க்க வேண்டும், பூமியின் இயல்பை மாற்றி அமைக்க எதுவும் செய்யக் கூடாது. உன்னைப் போன்ற இனங்கள் செய்த தவறான வேலைகளைச் சரி செய்ய நாங்கள் இப்படி பல்வேறு சமன்களைச் செய்ய வேண்டியிருக்கிறது என்றார் அவர்.

எங்களை மன்னித்துவிடுங்கள். தயவுசெய்து வெள்ளத்தைப் போக்குங்கள். மனித உயிர்களைக் காப்பாற்றுங்கள். வேறு எதுவும் உங்களிடம் கேட்க வரவில்லை என்றாள் அவள். எங்களுக்கு இந்த வெள்ளத்தை எப்போது நிறுத்துவது என்று தெரியும். நீ போகலாம் என்று சொல்லி விட்டு அவர் தன் இடத்திற்கு விரைந்து சென்றுவிட்டார். விழியாள் என்ன செய்வதென்று அறியாமல் நின்று விட்டாள்.

கண்ணாடிக் கோட்டைக்குத் திரும்பினாள் விழியாள். பாடினியை அழைத்தாள். பூமியில் ஏற்பட்டிருக்கும் வெள்ளத்திற்கு ஒரு காரணம் பூமியைச் சமநிலைப்படுத்துவதற்கான முயற்சி என்று தனக்குச் சில தகவல்கள் வந்திருக்கின்றன என்றும் இதனால் பாதிக்கப்படும் மனித குலத்தைக் காப்பது தன் இனத்தின் கடமை என்றும் பாடினியிடம் சொன்னாள் விழியாள்.

பாடினி சற்று யோசனை செய்துவிட்டு என்ன செய்யலாம் என்று கேட்டாள். இங்கு அநாதைகளாக, ஆதரவற்றவர்களாக இருக்கும் நபர்களை முதலில் வேறு கிரகங்களுக்குக் கொண்டு செல்ல முடியுமா என்று முயற்சிக்கலாம் என்றாள் விழியாள். நம்மைப் பற்றி அவர்கள் தெரிந்துகொள்வது நல்லதா என்றாள் பாடினி.

விழியாள் அமைதியாக இருந்தாள். நாம் உருவாக்கிய மனித இனம் இப்படி பேரழிவில் தத்தளிப்பதைக் காண சகிக்க முடியாமல் இருப்பதாக விழியாள் சொன்னாள். வேறு என்ன வழி என்று நம் கிரகத்தில் இருப்பவர்களை உடனடியாக ஆலோசித்து எனக்கு வழி கூறு என்று பாடினியைப் பணித்தாள்.

பாடினி ஒரு கூட்டத்தைக் கூட்டினாள். நவீனையும் அதில் அழைத்திருந்தாள். மிளிரனும் வந்திருந்தான். பூமியில் இருக்கும் மனிதர்களை எப்படி வேறு கிரகங்

களுக்கு அழைத்துச் செல்வது என்பது குறித்து நீண்ட விவாதம் நடந்தது. மிளிரன் தான் பூமியில் இருக்கும் மனிதர்களைச் சந்தித்து இதற்கான வழி செய்வதாகச் சொன்னான்.

விழியாளிடம் பாடினி மிளிரனின் யோசனையைக் கூறினாள். மிளிரன் மட்டுமே இதைச் செய்ய முடியாது என்றாள் விழியாள். மிளிரனிடம் பேசவேண்டும் என்றாள் விழியாள். மிளிரனும் கணினித் திரையில் வந்தான். விழியாள் அவனிடம் பேசினாள். அவன் மட்டுமே தனியாக மனிதர்களை வேற்றுக்கிரகத்தில் கொண்டு சேர்க்கும் வேலையைச் செய்ய முடியாது என்றாள் விழியாள். மேலும் தங்கள் இனத்தைப் பற்றி மனித இனம் அறியாமல் இருக்கவேண்டும் என்றும் மிளிரனிடம் கூறினாள் விழியாள்.

தன் இனத்தில் இருப்பவர்களை அழைத்து வருவதாக மிளிரன் சொன்னான். உடனடியாக அவன் கிளம்புவ தாகவும் கூறினான். விழியாள் அதற்குச் சம்மதித்தாள். அவனும் உடனடியாகக் கிளம்பி தன் கிரகத்தை அடைந் தான். விவரத்தைக் கூறி அங்கிருப்பவர்களை அழைத்துக் கொண்டு கண்ணாடிக் கோட்டைக்கு வந்தான். அவர் களைக் கண்டு விழியாள் மிகவும் மகிழ்ச்சி அடைந்தாள். அவர்கள் அனைவரையும் பூமியின் பல்வேறு பகுதி களுக்குச் சென்று அங்கிருப்பவர்களைக் குழுக்குழுவாக வேற்று கிரகத்தைக் காண அழைத்துச் செல்வதாகக் கூறி தங்கள் இனத்தின் விமானத்தில் பயணிக்க வைக்கவேண்டும் என்ற திட்டத்தைச் செயல்படுத்த அனுப்பிவைத்தாள் விழியாள்.

விழியாளை மிளிரனும் அவனுடைய இனத்தவரும் கண்ணாடிக் கோட்டையில் சந்தித்தார்கள். பூமியில் எந்த ஆதரவும் இல்லாதவர்களை வேறு கிரகங்களுக்கு அழைத்துச் சென்றுவிடலாம். ஆனால் அதையும் மீறி

பெருகி இருக்கும் மக்கள் தொகைதான் இந்தப் பூமிக்கு ஆபத்தாக உள்ளது. அதை எப்படித் தடுப்பது என்பதைக் குறித்து ஆய்வு செய்யவேண்டும். அதை நடைமுறைப்படுத்த வேண்டும் என்றான் மிளிரன். அதற்கான முயற்சிகளை வேகமாக எடுக்க முடியவில்லை மிளிரன் என்றாள் விழியாள். இப்போதைக்கு ஓரளவு மக்கள் தொகையைக் குறைக்கவும் பேரழிவில் அவர்கள் சிக்கித் தவிக்காமல் இருக்கவும் ஒரு சிறு முயற்சியாக இப்படி வேறு கிரகங்களுக்கு அழைத்துச் செல்ல முனையலாம் என்றாள் விழியாள். அதுவும் கூட உடனடியாக நடைபெறாது. அவர்களை ஒத்துக் கொள்ள வைப்பதும் பெரும் சிரமம்தான். இருந்தாலும் தன் இனம் அதை முயற்சித்துப் பார்க்க வந்திருக்கிறது என்றான் மிளிரன். இப்போதைக்கு தன்னிடம் இருக்கும் ஒரே திட்டம் இதுதான். அவர்கள் உயிரைக் காப்பாற்ற வேறு வழி தெரியவில்லை மிளிரன் என்றாள் விழியாள். மிளிரனும் அவன் இனத்தவரும் கண்ணாடிக் கோட்டையிலிருந்து கிளம்பி பூமியின் பல்வேறு பகுதிகளுக்குச் சென்றார்கள்.

எந்த ஓர் ஆதரவும் அற்றிருந்தவர்களிடம் நெருங்கத் தொடங்கினார்கள். மிகச்சிறிய உருவத்தில் வந்திருக்கும் அந்த உயிரிகளைக் கண்ட சிலர் மிகவும் மகிழ்ச்சியுடன் அவர்களை வைத்துக் கொண்டனர். மிளிரன் இனம் சொல்லும் எல்லாவற்றையும் கேட்டுக் கொண்டனர். சிலர் அந்தச் சிறிய உருவம் அவர்களுக்கு ஏதாவது தீங்கு இழைத்துவிடுமோ என்று அஞ்சினர். அதனால் அவர் களைத் துரத்திவிட்டனர்.

மிளிரன் அவர்கள் இனத்திற்குத் தலைமை வகித்து பூமியில் இருப்பவர்களிடம் எப்படி அணுகுவது எப்படி அவர்களின் திட்டத்தை ஏற்கவைப்பது என்றெல்லாம் சொல்லிக் கொடுத்தான். அவர்களும் அவன் சொல்வது போலவே இயங்கினார்கள். பூமியில் இருந்த சிலர்

வேற்றுக் கிரகத்திற்குச் செல்லும் திட்டத்திற்கு உடனடியாக ஒத்துக் கொண்டார்கள். ஆதரவற்றவர்களாக இருந்ததால் வேறு எங்காவது போவது அவர்களுக்குப் பெரும் உற் சாகத்தை அளித்தது. அத்தனை சிறிய உருவம் உறுதியாக அவர்களை வேறு ஒரு கிரகத்திற்கு அழைத்துச் செல்வ தாகக் கூறியது உண்மையாகிறதா என்று பார்க்கும் ஆர்வத்தைக் கொண்டு அதனைச் சிலர் ஏற்றுக் கொண்டார்கள்.

பூமி முழுமையிலும் மிகச் சொற்பமானவர்களே வேற்றுக் கிரகங்களுக்குச் செல்வதற்கான ஆசையில் இருந் தார்கள். அதனால் மிளிரன் விழியாளிடம் சிலருக்குப் பூமியில் இருப்பது இனிமேலும் பாதுகாப்பில்லை போன்ற லேசான அச்சுறுத்தல்களைத் தந்தால் மட்டுமே அதிக எண்ணிக்கையிலானவர்கள் பணிந்து வருவார்கள் என்று கூறினான். அவளும் அதை ஏற்றாள். மிளிரன் இனத்தவரும் அதைப் பலரிடமும் கூறினார்கள். சிலர் அஞ்சி வேற்றுக் கிரகத்திற்குச் செல்லும் திட்டத்தை ஏற்றுக் கொண்டார்கள்.

விழியாள் இனத்தின் விமானங்களை ஓர் இரவு ஒரு வெட்ட வெளியில் நிறுத்திவைத்து வேற்றுக்கிரகத்திற்குச் செல்ல விரும்புபவர்களின் முதல் குழுவை அனுப்ப மிளிரன் இனம் திட்டமிட்டது. அவர்கள் மிளிரன் இனத்தைச் சேர்ந்த ஒருவர் அவர்களுடன் பயணித்தால் தான் அவர்களுக்கு நம்பிக்கை தரும் என்றும் மிளிரன் திட்டமிட்டான். விழியாளிடமும் இதைச் சொன்னான். அவளும் ஏற்றாள். முதல் குழு குழந்தைகள் இருக்கும் பூமி போன்ற கிரகத்திற்கு முதலில் செல்லலாம் என்று முடிவெடுத்து முதல் விமானம் அங்கு சென்று இறங்கியது.

விழியாளின் விமானம் வந்திறங்கியதைப் பார்த்த குழந்தைகள் ஓடிவந்தார்கள் அதிலிருந்து பல பெரியவர்கள் இறங்கியதைக் கண்டவுடன் எல்லோரும் அமைதியாக நின்றுவிட்டார்கள். அவர்களுடன் இறுதியாக மிளிரனும்

கண்ணாடிக் கோட்டை ❖ 243

இறங்கியதைப் பார்த்த அவர்கள் மிகவும் ஆர்வமுடன் அவர்கள் அருகில் வர காத்திருந்தார்கள்.

அவர்களை அழைத்து வந்து அந்தக் குழந்தைகள் எதிரே நிறுத்திவிட்டு மிளிரன் பேசினான். இவர்களும் உங்களைப் போல அநாதைகளாக ஆதரவற்றவர்களாகப் பூமியில் இருந்தார்கள். உங்களைப் போன்ற நல்வாழ்வை வாழ இங்கு அழைத்து வர விழியாள் ஏற்பாடு செய்தாள் என்றான் மிளிரன். அவர்கள் அமைதியாக அந்தப் பெரியவர்களைப் பார்த்தார்கள். ஆசிரியர் வாழியன் அங்கிருந்தார். உங்களுக்குப் பூமியில் இருந்த பெரியவர்கள் இங்கு இல்லை என்ற ஏக்கம் இருந்ததல்லவா அது இனி தீர்ந்துவிடும் என்றார் அவர்.

வந்திறங்கிய பெரியவர்களுக்கு அங்கிருந்த குழந்தை களைப் பார்த்து மகிழ்ச்சியாக இருந்தது. தங்களைப் போல் அவர்களும் முதலில் இங்கு வந்துவிட்டவர்கள் என்பது அவர்களுக்கு ஒரு திருப்தியை ஏற்படுத்தியது. அங்கு அவர்கள் மிகவும் வசதியாக இருந்ததைப் பார்த்து அந்தக் கிரகத்திற்கு முன்பே வந்திருக்கவேண்டும் என்று அவர்கள் எண்ணினார்கள்.

அந்தக் குழந்தைகள் தங்கும் இடங்கள் தவிர இன்னும் பல இடங்கள் காலியாக இருந்தன. புதிதாக வந்த பெரிய வர்கள் அந்த இடங்களில் தங்கிக் கொள்ள ஆசிரியர் வாழியன் சொன்னார். அவர்களை அந்த இடங்களுக்கு அழைத்துச் சென்று குழந்தைகள் காட்டினார்கள். அவர்களுடன் பெரியவர்கள் நன்றாகப் பழகினார்கள். குழந்தைகளுக்கும் அவர்கள் வந்தது பிடித்தது. விழியாளின் திட்டத்தை பெரியவர்களும் குழந்தைகளும் மெச்சி னார்கள்.

குழந்தைகளுக்குப் பாடம் சொல்லிக் கொடுக்கும் அரங்கத்தில் பெரியவர்களையும் அமரவைத்து ஆசிரியர்

பாடம் சொல்லிக் கொடுத்தார். எல்லோருக்கும் ஒரே அரங்கில் உணவு பரிமாறப்பட்டது. பாடினி அங்கு வந்து இறங்கினாள். புதிதாக வந்திருக்கும் பெரியவர்களுக்கு என்ன வகையான வேலைகளைத் தரலாம் என்று பாடினி ஆசிரியர் வாழியனிடம் பேசிவிட்டுப் போனாள்.

அவர்கள் அனைவரும் இருந்த அரங்கில் விழியாள் கணினித் திரையில் வந்து பேசினாள். அவர்களுக்கு என்ன குறை இருந்தாலும் ஆசிரியர் வாழியனிடம் தெரிவிக்குமாறு கூறினாள்.

பூமியில் இருந்து தன் கிரகத்திற்கு வந்த நவீனை முதன் முறையாக அவர்களுக்கு அறிமுகப்படுத்தினாள் விழியாள். நவீன் விரைவில் அவர்களை வந்து சந்திப்பான் என்றும் சொன்னாள். பெரியவர்களுக்கு நவீன் போன்ற சிறுவர்களை விழியாளின் இனம் எப்படி அழைத்துச் சென்றது என்ற சந்தேகமும் கேள்வியும் எழுந்தன. நவீனை உடனடியாகப் பார்க்கவேண்டும் என்ற ஆர்வமும் பரபரப்பும் அவர்களுக்குள் எழுந்தது.

நவீன் வந்திறங்கினான். பெரியவர்கள் எல்லோரும் அவன் அருகில் சூழ்ந்து கொண்டார்கள். அவன் எப்படி விழியாளின் கிரகத்திற்குப் போனான் என்பதைக் கேட்டறிந்தார்கள். நவீன் அந்தக் கிரகத்தில் பெற்றிருக்கும் முக்கியத்துவம் அவர்களை மகிழ்ச்சி அடையச் செய்தது. அதே நேரத்தில் அவன் பெற்றோரை விட்டு வந்திருக்கிறான் என்பது அவர்களுக்குள் வருத்தத்தை ஏற்படுத்தியது. ஆனால் நவீன் அதைப் பற்றி எண்ணாமல் மிகவும் மகிழ்ச்சியோடு இருப்பதைக் கண்டு ஆறுதல் அடைந்தார்கள்.

விழியாளின் இனம் மனித இனத்தை உருவாக்கிய இனம் என்பதைப் பெரியவர்கள் புரிந்துகொண்டார்கள். அத்துடன் விழியாளின் இனம் அடுத்த கட்ட இனத்தின்

திறன்களைப் பெற முயற்சி செய்துகொண்டிருப்பதையும் அவர்கள் ஆர்வமாகக் கேட்டார்கள். விழியாளின் இனம் குறித்தத் தகவல்கள் எல்லாம் அவர்களுக்கு ஆச்சரியத்தைத் தந்தன.

நவீனும் குழந்தைகளும் விளையாடிக் கொண்டிருப் பதைப் பார்த்து அவர்கள் குதூகலமடைந்தார்கள். அந்தக் குழந்தைகள் எல்லோருமே தங்களைப் போன்ற அநாதைகள் என்பது அவர்களுக்குள் துயரத்தை ஏற் படுத்தியது. ஆனால் பூமியில் இருந்த போது அவர்கள் பட்ட பாட்டைவிட இந்தக் கிரகத்தில் அவர்களும் குழந்தைகளும் பெற்றிருக்கும் வாழ்வு பெரும் திருப்தி யையும் நிம்மதியையும் அவர்களுக்குள் ஏற்படுத்தியது.

ஆசிரியர் வாழியன் விழியாள் இனம் உருவாக்கிக் கொண்டிருக்கும் புதிய கருவிகளையும் தொழில்நுட்பங் களையும் குறித்துப் பாடம் எடுத்தார். அவர் எடுத்தப் பாடங்கள் குழந்தைகளுக்கும் பெரியவர்களுக்கும் புரிந்தது. அடுத்து அந்தக் கருவிகளை உற்பத்தி செய்வதில் பல உபரி பாகங்களை அவர்கள் உருவாக்கவேண்டும் என்றும் அவற்றை எப்படி உருவாக்குவது என்பதைக் குறித்தும் அவர் மிகவும் தெளிவாகச் சொல்லிக் கொடுத்தார்.

பெரியவர்களில் யாருக்கு எந்த வேலை கொடுப்பது என்று ஆசிரியர் வாழியன் முடிவெடுத்தார். அந்த வேலைகளைச் செய்பவர்களை ஒவ்வொருவராக நவீனும் ஆசிரியர் வாழியனும் தனித்தனியாகச் சந்தித்துப் பேசினார்கள். அவர்களுக்கு அந்த உபரி பாகம் தயாரிப் பதில் வரக்கூடிய சிரமங்களைக் குறித்து அவர்கள் கூறினார்கள். ஆனாலும் அந்த வேலைகளைச் செய்ய அவர்கள் அனைவருமே தயாராக இருந்தனர்.

விழியாளின் இனம் போன்ற ஓர் இனத்தைச் சந்திக்காமல் இன்னும் பூமியில் பல ஆதரவற்றவர்கள்

இருப்பதை நினைத்து அவர்களில் பலர் துயருற்றார்கள். அவர்களும் அங்கு வந்துவிடுவார்கள் என்று நவீனும் ஆசிரியர் வாழியனும் கூறினர்.

ஆசிரியர் வாழியன் குழந்தைகளையும் பெரியவர்களையும் ஒரு பெரிய அறையில் அமர வைத்தார். மிளிரனை அழைத்து அவர்கள் அனைவரும் இதுவரை அறியாத செய்திகள் ஏதாவது இருந்தால் அதைக் கூறுமாறு அவனுக்குப் பணித்தார். மிளிரன் அவனுடைய இனத்தவர் எங்கெல்லாம் பயணித்து வந்தனர் என்பது குறித்து ஒரு பெரிய விளக்கத்தைக் கொடுத்தான்.

21

புதிய அனுபவத்தின் வாசல்

அவர்கள் இனத்தைச் சேர்ந்த ஒரு குழு ஒரு முறை பூமிக்குச் சென்று அங்கு நிலத்திற்கடியில் மறைந்து வாழ்ந்த கதையைச் சொன்னான் மிளிரன். அவர்கள் நிலத்தடியில் தோண்டி சிறிய வீடுகளை உருவாக்கி வாழ்ந்து வந்திருக்கிறார்கள். உணவுப் பொருள்களுக்காக மட்டும் அவ்வப்போது மேலே வந்து சென்றனர். அப்போது ஒரு வீட்டில் இருந்த சிறுமி அவர்களைப் பார்த்து வியந்து அவள் வீட்டுக்கு அழைத்துச் சென்றிருக் கிறாள். அந்த வீட்டில் இருந்தவர்கள் அவர்களை மிகவும் அன்பாக நடத்தியிருக்கிறார்கள். அவர்கள் உணவுப் பண்டங்களை அவர்களுக்குக் கொடுத்திருக்கிறார்கள்.

அந்தச் சிறுமி அவர்கள் இருந்த இடத்தைப் பார்க்க விரும்பியதால் மிளிரன் இனத்தின் குழு அவளை அழைத்துக் கொண்டு நிலத்தடியில் இருந்த அவர்களின் வீட்டுக்குச் செல்லும் பாதையைக் காட்டினார்கள். அந்தச் சிறுமியால் நிலத்தடியில் இறங்க முடிந்தது. ஆனால் அவர்களின் வீடு வரை நகர்ந்து வர முடியவில்லை. அதற்காக அவர்கள் ஒரு பாதையை உருவாக்கினார்கள். அடுத்த முறை சிறுமி அவர்களின் வீட்டுக்கு வந்தாள். அவர்கள் வைத்திருந்த பாத்திரங்கள், அவர்களின் படுக்கைகள் போன்றவற்றைப் பார்த்து வியந்து சிரித்தாள்.

அடுத்த முறை அவள் தன் பொம்மைகளுக்காக வைத்திருந்த உடைகளை அவர்களுக்காக எடுத்து வந்து கொடுத்திருக்கிறாள். அவள் விளையாடும் சிறிய பொம்மை காரை எடுத்து வந்து கொடுத்திருக்கிறாள். அதைப் பார்த்து மிளிரனின் குழு சிரித்திருக்கிறது.

அவளைத் தங்களுடைய விமானத்தில் ஒரு நாள் பறக்கச் செய்யவேண்டும் என்று அவர்களுக்கு ஆசையாக இருந்திருக்கிறது. ஆனால் அவள் அளவுக்குப் பெரிய விமானத்தைச் செய்தால்தான் அவளால் அதில் பயணிக்க முடியும் என்பதால் அவர்கள் பாடுபட்டு அதை உருவாக்கி இருக்கிறார்கள். அதைப் பார்த்த சிறுமிக்கு வியப்புத் தாங்கவில்லை. அதில் ஏறி சிறிது தூரம் பயணித்துவிட்டு இறங்கிச் சென்றிருக்கிறாள். அதிலிருந்து அவள் தன் பொம்மைகளின் எந்த உடைமை களையும் அவர்களுக்குத் தருவதில்லையாம். மிளிரன் இனக்குழு இப்படிப் பல இடங்களுக்கும் சென்று பல அனுபவங்களைப் பெற்று வந்ததை அவன் அடுத்துச் சொல்லத் தொடங்கினான்.

மிளிரன் மேலும் ஓர் அனுபவத்தைச் சொன்னான். ஒரு முறை மிளிரனின் இனத்தைச் சேர்ந்த ஒரு பெண் ஒரு புதிய கிரகத்திற்குச் சென்றிருக்கிறாள். அங்கு இருந்த உயிரினங்கள் சில சமயங்கள் தலைகீழாக நடந்தன, சில சமயங்கள் பக்கவாட்டில் நடந்தன. அதைப் பார்த்த அந்தப் பெண் அவர்களிடம் ஏன் அப்படி நடக்கிறார்கள் என்று கேட்டிருக்கிறாள். அதற்கு அவர்கள் உனக்கு அப்படித் தெரிகிறது. எங்களுக்கு எல்லாப் பக்கமும் தலை இருப்பதால் எந்தப் பக்கம் வேண்டுமானாலும் நடக்க முடியும் என்று சொல்லியிருக்கிறார்கள். அவளுக்கு அதைக் கேட்டு பெரும் ஆச்சரியமாகிவிட்டது.

அவர்களின் தலை எங்கிருக்கிறது என்று தேடத் தொடங்கி இருக்கிறாள். அவர்கள் உடலே தலை

போலத்தான் இருந்திருக்கிறது. அவர்களுக்கு வேறு எந்த உறுப்பும் இல்லை என்பது போல இவளுக்குப் புரிந்திருக் கிறது. அவர்கள் உணவு உண்ணாமல் வெறும் காற்றைச் சுவாசித்து வாழ்பவர்கள் என்பதும் இவளுக்குத் தெரிய வந்தது.

அவர்களிடம் தன் இனத்தின் உணவுப் பழக்கம், தொழில்நுட்பம் உள்ளிடவற்றை அந்தப் பெண் கூறியிருக் கிறாள். அதற்கு அவர்கள் அதைப் பற்றி எல்லாம் தங்களுக்குத் தெரிந்துகொள்ள ஆர்வமில்லை என்றும் அவளைப் போன்றவர்கள் அவர்கள் கிரகத்தில் ஒரு தொல்லை என்றும் கூறியிருக்கிறார்கள். வேறு வழி யில்லாமல் அவள் அங்கிருந்து கிளம்ப தன் விமானத்தில் வந்து அமர்ந்த போது அந்த இனத்தைச் சேர்ந்தவர்கள் அவள் விமானத்தைச் சுற்றி வளைத்துக் கொண்டு அதை விடப்போவதில்லை என்று கூறியிருக்கிறார்கள்.

அவர்களைச் சமாதானப்படுத்த அதே போன்ற விமானங்களை அவர்களுக்கும் உருவாக்கிக் கொண்டு வந்து தருவதாக அவள் கூறியிருக்கிறாள். அவளை நம்ப அவர்கள் தயாராக இல்லை. அதனால் உடனடியாக அவளுடைய இனத்தைச் சேர்ந்தவர்களை அங்கு வரவழைத்து அது போன்ற விமானம் ஒன்றை உருவாக்கித் தந்துவிட்டு கிளம்பியிருக்கிறாள். அந்த விமானத்தை இயக்கத் தெரியாமல் அவர்கள் உருட்டி விளையாடிக் கொண்டிருப்பதை மற்றொரு முறை அந்தக் கிரகத்திற்கு அருகில் சென்ற போது கண்டதாக அந்தப் பெண் கூறினாள் என்று மிளிரன் அந்த அனுபவத்தைச் சொல்லி முடித்தான்.

பெரியவர்களுக்கு இது போன்ற கதைகளைக் கேட்டு ஆச்சரியமும் அதிர்ச்சியும் ஏற்பட்டன. அவர்களுக்கு அது போன்ற கிரகங்களுக்குச் சென்று பார்க்கும் ஆர்வமும் வந்தது. மிளிரன் அவர்களையும் வேறு கிரகங்களுக்கு

அழைத்துச் செல்லலாம் என ஆசிரியர் வாழியனிடம் கூறினான். அவரும் விழியாளிடம் தெரிவிப்பதாகச் சொன்னார்.

விழியாளைக் காணவேண்டும் என்று பெரியவர்கள் ஆசைப்பட்டார்கள். நவீன் விழியாளைக் கணினியில் அழைத்தான். அவள் அந்தத் திரையில் வந்து அவர்களிடம் நலம் விசாரித்தாள். அவள் தங்களை அங்குக் கொண்டு வந்து சேர்த்ததற்கு அவர்கள் நன்றி தெரிவித்தார்கள். அவளை நேரில் வரச் சொன்னார்கள். அவளுக்கு அங்கு வேலை அதிகம் இருப்பதால் விரைவில் வருவதாகச் சொல்லி தொடர்பைத் துண்டித்தாள்.

பெரியவர்கள் அவர்கள் இடத்திற்கு வந்து ஓய்வெடுத் தார்கள். அப்போது அவர்கள் பேசிக் கொண்டிருந்தார்கள். பூமியில் அவர்கள் ஒரு சிறு துண்டு உணவைப் பெற எத்தனைப் பேருடன் சண்டையிட்டு பெறவேண்டியிருந்தது என்பதையும் இந்தக் கிரகத்திற்கு வந்தவுடன் அவர்கள் கற்பனையில் மட்டுமே எண்ணியிருந்த அனைத்தும் கிடைப்பதையும் நினைத்துப் பூரிப்பாக உணர்ந்தார்கள். பூமியில் இருந்த போது அவர்களுக்குள் பெரிய பகை நிலவியது. இந்தக் கிரகத்திற்கு வந்தவுடன் பகை என்பதே காணாமல் போய்விட்டது என்பதையும் அவர்கள் உணர்ந்தார்கள்.

விழியாளின் இனமும் விழியாளும் தங்களை எந்த அளவு முக்கியத்துவம் கொடுத்து இந்தப் பூமிக்கு அழைத்து வந்திருக்கிறார்கள் என்று எண்ணி நெகிழ்ச்சி அடைந்தார்கள். அந்தக் கிரகத்தையும் இன்னும் பல கிரகங்களையும் சுற்றிப் பார்க்கவும் அவர்கள் அழைத்துச் செல்லவிருப்பதும் அவர்களுக்குக் குதூகலத்தைக் கொடுத்தது.

நவீன் சொன்னது பற்றித்தான் அவர்கள் சிறிது கவலை யுடன் பேசினார்கள். எல்லா நேரத்திலும் இது போன்ற

அமைதியும் நிம்மதியும் இருந்துவிடாது. அவ்வப்போது சில சிக்கல்கள் வரும் அதை எதிர்கொண்டு சமாளிக்க வேண்டி வரும் என்று நவீன் அவர்களிடம் கூறியிருந்தான். அதுதான் அவர்களுக்குக் கவலையைக் கொடுத்திருந்தது. பூமியில் இருந்த போது எந்தச் சிக்கல் என்றாலும் அவர்களுக்குத் தெரிந்த சிக்கல் என்பது போல் பாவிக்க முடிந்தது. இங்கு வந்த பின் எந்தச் சிக்கலும் அவர்கள் அறியாத ஒன்றாக இருக்குமே என்று நினைத்து அவர்கள் கவலை அடைந்தார்கள். அவர்களில் ஒருவர் சொன்னார். இந்தக் கிரகத்திற்கே வந்த பின் எதற்கும் துணிந்துதான் இருக்கவேண்டும். நவீன் போன்ற ஒரு சிறுவனே எல்லா வற்றையும் பார்க்கும் துணிவு கொண்டிருக்கிறான். நமக்கென்ன இந்த வயதான காலத்தில் எதுவந்தாலும் அது சிறந்த அனுபவமாகவே ஏற்றுக் கொள்ளவேண்டும் என்று அவர் கூறினார். அது எல்லோரும் ஏற்கும் கூற்றாக இருந்தது.

மிளிரன்தான் அவர்களுக்கு மிகவும் பிடித்த உயிராக இருந்தான். அவன் அத்தனைச் சிறிய உருவத்தை வைத்துக் கொண்டு அடைந்திருக்கும் அனுபவங்கள் எண்ணி மாளாதவை என்று அவர்கள் அனைவரும் நினைத்தார்கள். அவனுடைய இனத்தினரும் அதே போன்ற அனுபவங்களை அடைந்திருப்பதைக் கேட்கும் போது நமக்கும் அத்தகைய அனுபவம் வாய்க்காதா என்று எண்ணத் தோன்றுகிறது என்று ஒருவர் சொன்னார். அதைப் பலரும் ஆமோதித்தார்கள்.

பூமியில் இருக்கும் வரை அடுத்த நாளுக்காகக் கையில் பணம் சேர்க்க வேண்டும் என்ற அழுத்தம் இருக்கும். ஆனால் இந்தக் கிரகத்திற்கு வந்த பின் பணம் பற்றிய எண்ணம் துளிக்கூட வரவில்லை என்பதையும் அவர்கள் எண்ணிப் பார்த்தார்கள். அவர்களின் எல்லா கோரிக்கை களும் நிறைவுறுகின்றன. அவர்களுக்கென்று தனிப்பட்ட

சொத்து சேகரிப்பு தேவையற்றது என்பதையும் அவர் களுக்கு விழியாளும் அவளின் இனத்தைச் சேர்ந்தவர்களும் விளக்கிவிட்டார்கள். அதனால் அவர்கள் அனைவரும் மிகவும் சுதந்திரமாக எந்த ஒரு சிக்கலையும் அனுபவிக் காமல் இருப்பது போன்ற மகிழ்ச்சியில் இருந்தார்கள்.

பெரியவர்கள் தங்களுக்கான தேவைகள் எல்லாமே நிறைவு செய்யப்பட்டுவிடுவதால் அமைதியாகவும் நிம்மதியாகவும் இருந்தாலும் இது எப்போது வரை நீடிக்கும் என்ற சந்தேகம் அவர்களை அரித்துக்கொண்டே இருந்தது. இதை எப்படி, யாரிடம் கேட்பது என்ற எண்ணம் அவர்களுக்குள் எழுந்து ஆட்டிப் படைத்தது. அவர்களைக் காண விழியாள் வருவதாகச் சொன்னார்கள். அவளிடம் இதைக் கேட்கலாம் என்று முடிவு செய்தார்கள்.

விழியாள் அவர்கள் கிரகத்திற்கு வந்து இறங்கினாள். அவளைப் பார்த்தவுடன் எல்லோருக்கும் மகிழ்ச்சியாக இருந்தது. பெரியவர்களின் நலத்தை விசாரித்தாள். இன்னும் பலர் அங்கு வர இருப்பதாக அவள் சொன் னாள். அதில் அவர்கள் அனைவரும் மகிழ்ச்சி அடைந் தார்கள். ஆனால் குழந்தைகளுக்குத் தங்கள் முக்கியத்துவம் பறி போகிறதோ என்ற எண்ணம் ஏற்படாமல் இல்லை. நவீன் இதைப் புரிந்துகொண்டு அவர்களுக்கு உரிய விளையாட்டுகள், உற்சாகமூட்டும் நடவடிக்கைகள், கேளிக்கைகள் போன்றவற்றைக் கொடுக்க ஏற்பாடு செய்திருந்தான்.

விழியாள் அனைவரையும் சந்தித்துப் பேசிவிட்டு வந்தாள். அவர்கள் அனைவரும் ஒரு பெரிய அறையில் கூடினார்கள். அவர்களுக்கு இருக்கும் சந்தேகங்களை விழியாள் தீர்த்துவைக்க விரும்புவதாகச் சொன்னாள். உடனே ஒரு பெரியவர் எழுந்து இப்படி எங்களை இந்தக் கிரகத்தில் கொண்டுவந்து விட்டிருப்பது மகிழ்ச்சி தரும் அம்சம் என்றாலும் எங்களின் பாதுகாப்பு எதுவரை

உறுதி செய்யப்படும் என்பது குறித்து எதுவும் சொல்லப் படவில்லை. இப்படியே எதுவரை இங்கு வாழ்ந்திருக்கலாம் என்பதையும் விளக்கவில்லை என்றார்.

விழியாள் அதைக் குறித்து விளக்காமல் போனது தவறுதான் என்றாள். இந்தக் கிரகத்திற்குத் தங்கள் இனம் கொண்டு வந்திருக்கும் அனைவரும் தங்கள் இனத்தின் குடிமக்களாகவே கருதப்படுகிறார்கள் என்றாள். மேலும் அவளுடைய இனம் இருக்கும் வரை அவர்களுக்கு எந்த ஓர் ஊறும் நேராமல் பார்த்துக் கொள்வது தங்கள் இனத்தின் கடமை என்றும் அப்படி ஏதாவது அபாயம் நேர்ந்தால் அதைச் சமாளிக்கும் இனங்களை வைத்து அவர்கள் பாதுகாக்கப்படுவார்கள் என்றும் அவர்களுக்கு எந்த நோயும் இல்லாமல் பல ஆண்டுகள் வாழ வழி செய்யப்படும் என்றும் கூறினாள். அதைக் கேட்டு பெரிய வர்கள் நெகிழ்ந்து போனார்கள். இதுவரை தாங்கள் அறிந்த வேற்றுக்கிரகவாசி இனங்கள் தீங்கு செய்வதற் காகவே வரும் என்ற நம்பிக்கை விழியாளைக் கண்டவுடன் பொய்த்துப் போனதாகப் பெரியவர்கள் சொன்னார்கள். விழியாளின் இனம் தங்களைவிட ஆற்றல் வாய்ந்த இனமாக இருக்கிறது. அவர்களின் இனத்திற்கு என்ன கைமாறு தங்களால் செய்ய முடியும் என்று தெரியவில்லை என்று பெரியவர்கள் சொன்னார்கள். அவர்கள் அங்கு வர ஒத்துழைத்ததே கைமாறுதான் என்று விழியாள் சொல்லிவிட்டு கிளம்பிச் சென்றாள்.

மிளிரன் தங்கள் இனத்தில் உருவாக்கும் எந்திர மனிதர் களை அந்தக் குழந்தைகளையும் பெரியவர்களையும் வைத்து உருவாக்கலாம் என்று ஆசிரியர் வாழியனிடம் கூறினான். அதற்குத் தேவையான பொருள்களை மிளிரனின் ஆலோசனைப்படி குழந்தைகள் செய்தார்கள். அது மிகவும் வேகமாகச் செய்யக்கூடிய செயல்முறையாக இருந்தது.

தனித்தனி குழுக்களாக, குழந்தைகளைப் பிரிந்து எந்திர மனிதனின் தலை, கைகள், கால்கள், உடல் என்று செய்து இறுதியில் அவற்றை இணைக்க வைத்தான் மிளிரன். பெரியவர்களுக்கு அது ஒரு விளையாட்டு போல் இருந்தது. அந்த எந்திர மனிதர்களுக்குச் சிறிய சிறிய வேலைகளைத் தருவதற்கான நிகழ்ச்சி நிரலை மிளிரன் தயாரித்துக்கொடுத்தான். அதனைக் குழந்தைகள் அந்த எந்திர மனிதர்களில் இருந்த கணினியில் பதிவேற்றம் செய்தார்கள். குழந்தைகளின் ஆணைப்படி அந்த எந்திர மனிதர்கள் இயங்கினார்கள்.

பெரியவர்களுக்குப் படுக்கை விரிப்பது, தண்ணீர் கொண்டு வருவது, அவர்களுக்கு நூல்கள் வாசிப்பது, பல கிரகங்களில் நடக்கும் செய்திகளைச் சொல்வது என்று ஒவ்வொரு எந்திர மனிதனும் ஒரு வேலையைச் செய்து காட்டியது. பெரியவர்களுக்கு உற்சாகம் தாங்கவில்லை.

பெரியவர்கள் அளவுக்குப் பெரிய எந்திர மனிதர்களை அவர்கள் உருவாக்க மிளிரன் உதவ வேண்டும் என்று கேட்டுக் கொண்டார்கள். அதே போல் மிளிரன் அவற்றின் அளவைப் பெரிதாக்கி பெரியவர்கள் அளவுக்கான எந்திர மனிதர்களை உருவாக்க உதவினான். அவை என்ன வேலை செய்யவேண்டும் என்று பெரியவர்களே சொன்னார்கள்.

அவர்களைப் போல் இன்னும் பலர் அங்கு வர இருப்ப தால் அவர்கள் தங்குவதற்கான கட்டட வேலைகளை அவைச் செய்யலாம் என்று பெரியவர்கள் சொன்னார்கள். அதே போல் அவற்றுக்கான நிகழ்ச்சி நிரலை மிளிரன் சொல்ல குழந்தைகள் அவற்றைக் கணினியில் பதிப்பித்துக் கொடுத்தார்கள்.

பெரியவர்கள் தங்களுக்குத் தேவையான உணவைத் தயாரிக்கவும் அந்த எந்திர மனிதர்களில் சிலர் தேவை

என்று கூறினார்கள். அதே போல் அவர்களின் உடை களைத் தைக்க, பராமரிக்க, அவர்களின் முடி அலங்காரம் செய்ய என்று பல எந்திர மனிதர்களை உருவாக்க முடிவு செய்து அந்தப் பணியில் ஈடுபட்டார்கள்.

ஆசிரியர் வாழியன் எல்லாவற்றையும் உற்சாகமாகப் பார்த்துக் கொண்டிருந்தார். பெரியவர்கள் ஆர்வமுடன் எல்லாவற்றிலும் பங்கெடுப்பது ஆசிரியருக்கு மிகவும் மகிழ்ச்சியைத் தந்தது. அவர்களின் உடல்நிலை, ஆரோக்கியம் குறித்து கண்காணிக்க இளமாலையிடம் ஆசிரியர் வாழியன் பேசினார். அவள் ஒரு குழுவை அந்தக் கிரகத்திற்கு அனுப்பி வைத்தாள். இளமாலையின் குழு பெரியவர்கள், குழந்தைகள் அனைவரின் உடல் நலத்தையும் பரிசோதித்தது. யாருக்கும் எந்த உடல்நலக் குறைவும் இல்லை என்று அறிந்த பின் அந்தக் குழுவின் உறுப்பினர்களில் சிலர் மட்டும் அந்தக் கிரகத்திலேயே தங்கிவிட்டார்கள். மற்றவர்கள் மீண்டும் தங்கள் கிரகத்திற்குப் புறப்பட்டுச் சென்றுவிட்டார்கள்.

22

இயற்கையின் விளையாட்டு

நவீன் தன் அறையிலிருந்து வெளியே வந்து இது வரை அவன் போகாத ஒரு கட்டடத்திற்குப் போகலாம் என நினைத்து அதை நோக்கி நடந்தான். பாதுகாப்பாளர் அவனிடம் வந்தார். அந்தப் புதிய கட்டடத்திற்குப் போக ஆசைப்படுவதை நவீன் கூறினான். அவரும் உடன் வந்தார்.

அது விழியாளின் இனம் இருக்கும் பல கிரகங்களின் வானிலையை ஆராயும் நிலையமாக இருந்தது. நவீனுக்கு அது பெரும் ஆர்வத்தை ஏற்படுத்தியது. அங்கிருந்தவர்களிடம் விழியாள் இருக்கும் பூமியில் எப்படிப்பட்ட வானிலை நிலவுகிறது என்று கேட்டான். வெள்ளம் வந்து இப்போதுதான் வடிந்து கொண்டிருக்கிறது என்றும் பல இடங்களில் கடுமையான வெயில் இருப்பதாகவும் சில இடங்களில் மழைப் பொழிவு இருப்பதாகவும் அவர்கள் சொன்னார்கள். அடுத்து குழந்தைகளும் பெரியவர்களும் இருக்கும் மற்றொரு பூமி கிரகத்தில் எப்படிப்பட்ட வானிலை இருக்கிறது என்று கேட்டான். அங்கே அடுத்து ஒரு புழுதிப் புயல் வரப் போகிறது போன்ற அறிகுறிகள் இருப்பதாக அவர்கள் சொன்னார்கள். அப்படி என்றால் அவர்களைக் காப்பாற்ற வேண்டுமே என்றான் நவீன்.

அதற்காகத்தான் விழியாளிடம் பேசிக் கொண்டிருப்பதாக அந்த நிலையத்தின் தலைவர் கூறினார். அவர் மிகவும் உயரமாக இருந்தார். அவர் எந்த உணர்ச்சியையும் காட்டாது உறைந்து காணப்பட்டார். அவருக்கு என்ன பெயர் வைக்கலாம் என்று நவீன் யோசித்தான். உறையன் என்று பெயர் வைத்தான்.

உடனடியாக தன் அறைக்கு வந்து சேர்ந்தான் நவீன். விழியாளிடம் பேசினான். கணினித் திரையில் வந்தாள் விழியாள். குழந்தைகளும் பெரியவர்களும் இருக்கும் கிரகத்தில் புழுதிப் புயலுக்கான அபாயம் தென்படுவதாக அறிந்தேன். அவர்களை இங்கே அழைத்து வந்தால் என்ன என்று கேட்டான். அதைத்தான் பரிசீலித்துக் கொண்டிருக்கிறோம் என்றாள் விழியாள்.

நவீனுக்கு மிகவும் உற்சாகமாகிவிட்டது. மினு, புவி, மள்ளன் எல்லோரும் இங்கு வந்துவிடுவார்கள். அங்கிருக்கும் பல புதிய இடங்களை அவர்களுடன் சென்று காணவேண்டும் என்று நினைத்துக் கொண்டான். ஆசிரியர் வாழியனுடன் பேசினான். அங்குப் புழுதிப் புயல் வர இருப்பதால் அவர்கள் அனைவரும் விழியாளின் கிரகத்திற்கு வர இருப்பதாகச் சொன்னான். அவர் மகிழ்ச்சி அடைந்தார்.

குழந்தைகளிடமும் பெரியவர்களிடமும் அந்தக் கிரகத்தில் வரப் போகும் வானிலை மாற்றம் காரணமாக விழியாளின் கிரகத்திற்கு அவர்கள் செல்லவிருப்பது குறித்து அவர் எல்லோருக்கும் அறிவித்தார். மிளிரனும் அவர்களுடன் விழியாளின் கிரகத்திற்கு வரவேண்டும் என்று அவர் வேண்டுகோள்விடுத்தார். அவனும் அதை ஏற்றான்.

எல்லாக் குழந்தைகளும் ஒரு பெரிய விமானத்தில் ஏறினார்கள். அந்தக் கிரகத்தை ஆண்ட அரசரும் தனி

விமானத்தில் வந்தார். மிளிரனும் தன் விமானத்தில் ஏறினான். அதே போல் இரண்டு விமானங்களில் பெரியவர்கள் ஏறினார்கள். அவர்கள் உருவாக்கிய எந்திர மனிதர்களும் பெரியவர்கள், சிறியவர்களின் பொருள்களும் தனி விமானத்தில் வந்தன. அவர்கள் அனைவரும் விழியாளின் கிரகத்தில் வந்து இறங்கினார்கள். நவீனும் அவன் பாதுகாப்பாளரும், பாடினியும் அவர்களை வரவேற்றார்கள்.

அவர்கள் தங்க நல்ல ஏற்பாடுகளைச் செய்திருந்தார்கள். மினு, புவி, மள்ளன், மிளிரன் எல்லோரும் நவீனுடன் சிறிது நேரம் பேசிக் கொண்டிருந்தார்கள். நவீன் தன் அறைக்கு அவர்களை அழைத்துப் போனான். அங்கிருந்த நவீன கருவிகளைக் காட்டி அவற்றைப் பயன்படுத்தும் வழிமுறைகளை அவர்களுக்குக் கற்றுக் கொடுத்தான். நவீன் சொல்வதற்கு முன்பே மிளிரன் அவை என்ன கருவிகள் என்பதைக் கண்டுபிடித்தான். குழந்தைகள் மிகவும் உற்சாகமாக இருந்தார்கள். பெரியவர்களுக்குச் சற்று கலக்கமாக இருந்தது. ஒவ்வொரு கிரகமாக இப்படி அலைய வேண்டுமோ என்ற எண்ணம் அவர்களுக்குத் தோன்றியது. ஆனால் இப்படிப் பல கிரகங்களையும் பார்க்கும் வாய்ப்பு அவர்களுக்கு விழியாள் மூலமாகத்தான் கிடைத்தது என்று நினைத்து உற்சாகமும் அடைந்தார்கள்.

மிளிரனையும் மற்ற குழந்தைகளையும் அழைத்துக் கொண்டு நவீன் தன் பாதுகாப்பாளருடன் அந்தக் கிரகத்தில் இருந்த சில விளையாட்டுத் தளங்களுக்குச் சென்றான். அவை ஒவ்வொன்றும் ஒரு வகையில் அமைக்கப்பட்டிருந்தன. ஒன்று காடு போல் இருந்தது. மற்றொன்று ஒரு மலை போல் இருந்தது. மற்றொன்று கண்ணாடிக் கூண்டுக்குள் அடைக்கப்பட்ட பனியாலான பரப்பாக இருந்தது. மற்றொன்று செயற்கை விலங்குகளால் நிறைக்கப்பட்டிருந்தது.

அவற்றைக் கண்ட குழந்தைகளுக்கு மிகவும் உற்சாகமாக இருந்தது. மிளிரனுக்கு அந்த விளையாட்டுத் தளங்களில் சென்று விளையாட ஆசையாக இருந்தது. அவனே எதில் முதலாவதாக நுழையலாம் என்று தீர்மானித்தான். செயற்கை விலங்குகள் இருக்கும் தளத்திற்குள் நுழைய முடிவெடுத்தான். அதில் நுழைந்த குழந்தைகளுக்கு அங்கு எப்படிப்பட்ட விளையாட்டு இருக்கிறது என்று புரிய வில்லை. நவீனும் அதுவரை அந்த விளையாட்டை விளையாடிதில்லை.

மிளிரன் அவர்களுக்கு அதைக் கற்றுக் கொடுத்தான். எந்த ஒரு விலங்கும் அவர்கள் எதிரே வரும் போது அதனிடமிருந்து தப்பிக்க வேண்டும். அதை நோக்கிச் சுடுவதற்கு அவர்களுக்கு லேசர் பொம்மைத் துப்பாக்கி தரப்படுகிறது. ஒரே ஒரு துப்பாக்கிதான் முதலில் தரப் படும் அவர்களின் வெற்றியைப் பொறுத்து துப்பாக்கிகளின் எண்ணிக்கை அதிகரிக்கும்.

விலங்கிடம் மாட்டிக் கொண்டால் அவர்களும் அது போன்ற விலங்காக உருமாற்றப்படுவார்கள். ஆனால் இறுதியில் அவர்களை விடுவிக்க மற்றவர்கள் போராட வேண்டும். அதே சமயம் அந்த விலங்கிடமிருந்து தப்பிவிட்டால் அவர்களில் ஒருவராக அந்த விலங்கு மாறிவிடும். அது மற்ற விலங்குகளிடமிருந்து தப்பிக்க ஒரு சில ஆலோசனைகளை வழங்கும் அதைக் கொண்டு ஒவ்வொரு விலங்கிடமிருந்தும் தப்பித்து வரலாம் என்பது விளையாட்டின் ஒரு பகுதி என்று மிளிரன் சொன்னான்.

அது எப்படி மிளிரனுக்குப் புரிந்தது என்று மினு கேட்டாள். அது போன்ற விலங்குகள் இருக்கும் ஒரு கிரகத்திற்கு அவன் சென்றிருந்த போது அங்கிருந்த ஒரு மரம் அவனுக்கு அதைச் சொன்னது என்றான் மிளிரன். அது போன்ற கிரகங்களை அவன் ஏன் தங்களுக்குக் காட்டவில்லை என்று மினு கேட்டாள். அவற்றைப் பிறகு

பார்க்கலாம். முதலில் அந்த விளையாட்டுத் தளத்தில் விளையாடலாம் என்றான் மிளிரன்.

முதலில் மிளிரன் அந்தத் தளத்தில் முன்னே நகர்ந்தான். அவன் பின்னே நவீன் சென்றான். அதற்கடுத்து மற்ற குழந்தைகள் அடிமேல் அடி எடுத்து வைத்து முன்னேறி னார்கள். மிளிரனிடம் லேசர் துப்பாக்கி இருந்தது. நாலாபுறமும் பார்த்துக் கொண்டே நகருங்கள் எந்தப் பக்கத்திலிருந்தும் விலங்கு தாக்கலாம் என்றான் மிளிரன். புவி பின்னே வந்து கொண்டிருந்தவன். மேலே இருந்து ஒரு விலங்கு வருகிறது கவனம் என்று கத்தினான். உடனடியாக மிளிரன் லேசர் துப்பாக்கியால் அதை நோக்கிச் சுட்டான். அது கீழே வந்து விழுந்தது. அதுவரை அவர்கள் கண்டிராத ஏதோ ஒரு விலங்கு அது. அதைப் போய் மிளிரன் தொட்டவுடன் அது மிளிரனாக உருமாறியது. குழந்தைகள் கைக்கொட்டி ஆர்ப்பரித்தார்கள்.

அடுத்து அவர்கள் முன்னேறும் போது கடைசியாக மிளிரன் போல் உருமாறிய விலங்கு வந்து கொண்டிருந்தது. அடுத்து எங்கிருந்து விலங்கு வரும் தெரியுமா என்று அதனிடம் மிளிரன் கேட்டான். இடமும் வலமும் தேடி, முன்னும் பின்னும் நாடி, காலடி பிரிய மூண்டெழுந்து வரும் பார் என்றது அது. மிளிரன் அந்த விலங்கு சொன்னதைத் திருப்பிச் சொல்லிப் பார்த்தான். ஓ... தரையிலிருந்து எழுந்துவரும் என்று அந்த விலங்குச் சொல்லிவிட்டது. எல்லோரும் கால் பதிக்கும் போது கவனமாக இருக்கவேண்டும் என்று மிளரன் சொன்னான். மினு காலை எடுத்து வைக்கப் போகும் போது தரை பிளந்தது. அவள் எட்டிப் போனாள். மிளிரன் அந்த இடத்தில் துப்பாக்கியால் சுட்டான். மற்றொரு விலங்கு சுருண்டு விழுந்தது. அதுவும் என்ன விலங்கு என்று அவர்களுக்குத் தெரியவில்லை. மினு அதைத் தொட்டாள். உடனடியாக அது மினுவானது.

மிளிரனும் நவீனும் மற்ற குழந்தைகளும் பல விலங்கு களை வேட்டையாடி அவைகளைத் தங்களைப் போல் மாற்றிவிட்ட பின் அவர்களின் குழுவினர் பயணிக்க ஏற்ற விலங்குகள் அவர்களுக்குத் தரப்பட்டன. குழந்தைகளுக்கு ஏகக் குதூகலமாகிவட்டது. அவற்றில் ஏறி விலங்குகளை வேட்டையாடினர்.

அவர்கள் இளைப்பாற மிக அழகிய ஒரு பொழில் வந்தது. அதில் நுழைந்து தேவையான பழங்களையும் தின்பண்டங்களையும் உண்டு களித்துவிட்டு அங்கிருந்த ஊஞ்சல்களில் விளையாடிவிட்டு மீண்டும் வேட்டையைத் தொடர்ந்தனர். அவர்கள் வெல்ல முடியாத குழுவாகி விட்டதாக அந்த விளையாட்டு அறிவித்தது. அதனால் அவர்களுக்கு அந்த விளையாட்டை மேம்படுத்தும் கணினியின் நிரல் வழங்கப்படுவதாகச் சொல்லி அவர்களின் தலைமையில் இருந்த மிளிரனிடம் அந்த நிரல் ஒரு சிறிய பெட்டியில் போட்டுத் தரப்பட்டது.

அந்த விளையாட்டில் நுழைந்த வாசலிலிருந்து நேராக மற்றொரு வாசல் திறந்தது. அது பெரியவர்கள் இருக்கும் வளாகமாக இருந்தது. குழந்தைகளுக்கு அது தாங்க முடியாத மகிழ்ச்சியைத் தந்தது. குழந்தைகள் ஓடிச் சென்று தாங்கள் விளையாடிதைப் பெருமையாகப் பெரியவர்களிடம் சொன்னார்கள். அங்கு நடந்ததை எல்லாம் விவரமாக ஒவ்வொருவரும் போட்டி போட்டுக் கொண்டு சொல்லி முடித்தார்கள்.

பெரியவர்களுக்கு அது ஏக்கத்தைத் தந்துவிட்டது. தங்களுக்கும் அது போன்ற பொழுது போக்கு அம்சங்கள் இல்லையா என்று ஆசிரியர் வாழியனிடம் கேட்டார்கள். இருக்கின்றன, அவற்றுக்கும் போகலாம் என்று ஆசிரியர் கூறினார். அதற்கும் தாங்கள் வருவோம் என்று குழந்தைகள் கத்தினார்கள்.

அடுத்து அந்த இடங்களுக்கெல்லாம் போவதற்கு முன் அவர்கள் இருந்த கிரகத்தில் புழுதிப் புயல் எப்படி வீசுகிறது என்று பார்க்கலாம் என அனைவரும் வானிலை மையத்திற்குப் போனார்கள். அவர்களுக்குப் பெரிய திரை கணினியில் அந்தக் காட்சிகளை அங்கிருந்தவர்கள் போட்டுக் காட்டினார்கள். அவர்கள் இருந்த கட்டடங்கள் முழுமையாக மண்ணால் மூடிவிட்டிருந்தன. அந்த மண்ணை நீக்கப் பெரும் பாடுபடவேண்டும் என்று அவர்களுக்குப் புரிந்தது.

அதற்குப் பல எந்திரங்கள் தங்களிடம் இருப்பதாகவும் அதனால் அது எளிதாகச் செய்யப்படும் என்று ஆசிரியர் வாழியன் கூறினார். அவர்கள் அனைவரும் விழியாளின் கிரகத்தில் உள்ளதைப் போன்ற பொழுது போக்குத் தளங்களைத் தங்கள் கிரகத்திலும் உருவாக்கித் தர வேண்டும் என்று சொன்னார்கள். பாடினி அங்கு வந்தாள். ஆசிரியர் வாழியன் அவர்கள் கோரிக்கையை பாடினியிடம் சொன்னார். அதற்கு அவள் சம்மதித்தாள்.

பாடினி புழுதிப் புயல் வீசிய கிரகத்தின் நிலையை ஆய்வு செய்துகொண்டிருந்தாள். புயல் வீசி முடிந்துவிட்டது என்பது வானிலை ஆய்வின் மூலம் தெரிந்தது. அடுத்து எந்த ஓர் அபாயமும் அருகில் இல்லை என்பதும் வானிலை அறிக்கை கூறியது. இப்போது அந்தக் கிரகத்தில் புழுதிப் புயலால் ஏற்பட்ட பாதிப்பில் அவர்கள் உருவாக்கியிருந்த கட்டடங்கள் மண்ணில் மூடியிருந்ததால் அதைச் சீர்செய்து முடிக்கவேண்டும் என்பதை அவர்கள் தெரிந்துகொண்டார்கள்.

விழியாளிடம் பாடினி பேசினாள். புழுதிப் புயல் முடிந்த பின் அந்தப் புதிய பூமி கிரகத்தில் சீரமைப்புப் பணிகள் செய்வதற்காக அங்குச் செல்ல இருப்பதாக பாடினி சொன்னாள். விழியாள் உடனடியாக அந்த வேலையைச் செய்து முடிக்கக் கூறினாள். பாடினி மேலும்

சிலரையும் அழைத்துக் கொண்டு மண்ணை நீக்கும் எந்திரங்களை எடுத்துக் கொண்டு அந்தக் கிரகத்தில் சென்று இறங்கினாள்.

நவீனும் ஆசிரியர் வாழியனும் பாடினி அவர்கள் கிரகத்திற்குச் சென்று சீரமைக்கச் சென்றிருக்கிறாள் என்று பெரியவர்களிடமும் குழந்தைகளிடமும் கூறினார்கள். அவர்கள் திரும்பிய பின் மீண்டும் அந்தக் கிரகத்திற்கு அவர்கள் எல்லோரும் சென்றுவிடலாம் என்று கூறினார்கள். குழந்தைகளுக்கும் பெரியவர்களுக்கும் அங்கிருந்து செல்லவே விருப்பமில்லாமல் இருந்தது. விழியாள் அவர்களை ஏதாவது ஒரு காரணத்திற்காக அந்தக் கிரகத்தில் வைத்திருப்பாள் என்று நவீன் கூறிய தால் அதை அவர்கள் ஏற்றார்கள். அடுத்து ஏதாவது ஒரு புதிய செயல்பாட்டில் இறங்கவேண்டும் என்று அவர்கள் பரபரப்புடன் இருந்தார்கள். ஆசிரியர் வாழியன் பெரிய எந்திரமனிதனை உருவாக்கும் தங்கள் இனத்தின் இலட்சிய திட்டத்தைப் பற்றியும் அதை எட்டுவதற்கு அவர்கள் போராடிக் கொண்டருப்பதையும் குறித்து அவர்களுக்குச் சொன்னார்.

நவீனும் அந்தத் திட்டத்தில் பங்கெடுத்திருப்பதைப் பற்றியும் ஆசிரியர் வாழியன் கூறினார். பெரியவர்களும் குழந்தைகளும் இதைக் கேட்டு அமைதியாக இருந்தார்கள். எதற்காகப் பெரிய எந்திர மனிதனை உருவாக்க வேண்டும் என்று மினு கேட்டாள். விமானத்தின் தேவையில்லாமல் அண்டத்தின் எந்தக் கிரகத்திற்கும் பறந்து போவதற்காகவும் எந்த வகையான எதிர்ப்பு வந்தாலும் சமாளிப்பதற்காகவும் பெரிய எந்திர மனிதன் தேவைப்படுவதாக ஆசிரியர் வாழியன் கூறினார்.

பெரியவர்களும் குழந்தைகளும் அந்தத் திட்டத்தில் தாங்களும் பங்கெடுக்க விரும்புவதாகக் கூறினார்கள். மிளிரன் அந்த எந்திர மனிதன் உருவாக்கப்படும்

இடத்தைப் பார்க்க விரும்புவதாகக் கூறினான். அது அவர்கள் கிரகத்தில் வைத்து உருவாக்கிக் கொண்டிருந்த போது ஏற்பட்ட பல சிக்கல்களால் அண்டத்தில் இருக்கும் ஆய்வுக் கூடத்தில் வைத்து உருவாக்கப்படுவதாக ஆசிரியர் வாழியன் கூறினார்.

அந்த ஆய்வுக் கூடத்திற்குப் போக முடியுமா என மிளிரன் கேட்டான். விழியாளிடம் கேட்டுவிட்டுப் போகலாம் என்றான் நவீன். இத்தனை பேரும் அங்குப் போக முடியாது, ஓரிருவர் மட்டுமே அங்குப் போக முடியும் என ஆசிரியர் வாழியன் கூறினார். அதற்குப் பெரியவர்களும் குழந்தைகளும் கலந்து பேசி மினுவும் புவியும் மட்டுமே அவர்களுடன் வர விரும்புவதாகச் சொன்னார்கள். நவீன், மிளிரன், புவி, மினு இவர்கள் எல்லோரும் அந்த ஆய்வுக் கூடத்திற்குப் போகலாம் என்று ஆசிரியர் வாழியன் கூறினார்.

பாடினி புதிய பூமியில் புழுதிப் புயலால் பாதிக்கப்பட்ட கட்டடங்களின் மீது படிந்திருந்த மண்ணை நீக்கும் வேலையில் அவளுடன் வந்தவர்களை ஈடுபடுத்தினாள். அத்துடன் அங்குப் பொழுது போக்கு மையங்களை ஏற் படுத்தவும் முனைந்தாள். அதில் குறிப்பாக பெரியவர் களுக்கும் சிறியவர்களுக்கும் தனித்தனியான பொழுது போக்கு அம்சங்களை உருவாக்க முடிவு செய்தாள்.

தன் கணினியில் இருந்த புதிய விளையாட்டுகளைப் போன்ற கட்டமைப்புகளைச் செய்யச் சொல்லி அவளுடன் வந்திருந்தவர்களைப் பணித்தாள். அவள் கிரகத்திலிருந்து அதற்குத் தேவையான கருவிகளை அவர்கள் எடுத்துப் போனார்கள். அவள் கிரகத்திலிருந்த வற்றை விட கடினமான விளையாட்டுகளை உருவாக்க வேண்டும் என்று பாடினி எண்ணியிருந்தாள்.

அத்துடன் எந்திர மனிதனை உருவாக்குவதற்குத் தேவையான பிற உதிரி பாகங்களைத் தயாரிக்கும்

மையத்தையும் அங்கே கட்டமைத்தாள். அதனால் அங்கு வரும் பெரியவர்களும் சிறியவர்களும் அந்த வேலையைச் செய்ய முடியும் என நினைத்தாள்.

மேலும் புதிதாக ஆதரவற்றவர்களும் அநாதைக் குழந்தைகளும் அந்தக் கிரகத்திற்கு வரவிருப்பதாக விழியாள் சொல்லியிருந்தாள். அதனால் அவர்களுக்குத் தேவையான கட்டடங்களை, வேறு பல புதிய அம்சங்களை உருவாக்க முடிவு செய்தாள்.

அவர்கள் அனைவரும் உருவாக்கும் சிறிய பணிகளுக் கான எந்திர மனிதர்கள் இருப்பதற்கான தனிப்பட்ட கட்டடங்களையும் கட்ட வேண்டும் என்பது அவளது திட்டம். அது தவிர ஒரு வானிலை மையத்தையும் அமைக்க வேண்டும் என்றும் எண்ணியிருந்தாள். அத்துடன் அவர் களுக்குத் தேவைப்படும் விமானங்கள் நிறுத்தவும் விமானங்களை உருவாக்குவும் தேவைப்படும் தளங்களை அமைக்கவும் அவள் எண்ணியிருந்தாள்.

இத்துடன் அவர்களுக்குத் தேவையான மருத்துவ நிலையங்களும் அமைக்கப்படவேண்டும் என்று பாடினி நினைத்தாள். அதற்காக இளமாலையை வரவழைத்தாள். அவள் மருத்துவமனைகளையும் சோதனைக் கூடங்களை யும் அமைப்பதற்கான திட்டங்களைத் தீட்டிக் கொடுத்தாள்.

இத்துடன் அங்கு வருபவர்கள் பெரும்பாலும் பூமியிலிருந்து வருவதால் அவர்களின் உணவு உற்பத்திக்குத் தேவையான உகந்த சூழ்நிலையை உருவாக்க பசுமை அடைகாக்கும் மையங்களை உருவாக்க வேண்டும் என்பதும் அவளுடைய திட்டங்களில் ஒன்றாக இருந்தது.

அவர்களுக்குத் தேவையான ஆடை உற்பத்தி மையங் களும் அவற்றை உடைகளாக மாற்றும் தையல் மையங் களும் அடுத்து உருவாக்கப்படவேண்டும் என்று

யோசித்தாள். இத்தனையும் செய்துமுடிக்க அவளுக்கு அவகாசம் தேவைப்பட்டது.

பாடினி தங்கள் கிரகத்திற்குப் போய் எல்லாவற்றையும் சீரமைத்து உடனடியாக அவர்களை அழைத்துப் போவாள் என்று நினைத்த பெரியவர்களும் குழந்தைகளும் அதற்கு இன்னும் சில காலம் உள்ளது என்று அறிந்து மிகவும் மகிழ்ந்து போனார்கள்.

நவீன் அவர்களை அழைத்துக் கொண்டு பல்முனை அரங்கம் என்ற இடத்திற்குச் சென்றான். அங்குப் பல கிரகங்களில் இருப்பது போன்ற அரங்கங்கள் அமைக்கப் பட்டிருந்தன. அவற்றில் நுழைந்தால் வேறு உலகத்திற்கு வந்தது போல் இருந்தது. ஒன்றில் நுழைந்து மற்றொன்றில் நுழைவதற்கான வழியைத் தேடிக் கண்டுபிடிக்கவேண்டி யிருந்தது. அப்படி நுழைந்துவிட்டால் அவர்கள் மீது சட்டென்று நீர் கொட்டியது. அவர்கள் நனைந்து போனார்கள். ஈரத்துடன் வேறொரு இடத்திற்குப் போனால் அவர்களை உலர வைப்பது போல் பெருங்காற்று வீசியது. அதிலிருந்து அடுத்ததற்குப் போனால் சட்டென்று அந்த அரங்கம் தலைகீழானது. அவர்களும் தலைகீழாக நடந்தார்கள். அதிலிருந்து வேறொன்றில் நுழைந்தால் புழுக்கள் போல் சிறியதாகி அந்தத் தரையில் ஊறிக் கொண்டிருந்தார்கள். இப்படியே அது முடியவே முடியததாக நீண்டு கொண்டிருந்தது. அதுவும் சுவாரசிய மான பொழுது போக்காக அவர்களுக்கு இருந்தது.

23

எந்திரம் தரும் பேரச்சம்

நவீன் எந்திர மனிதனை உருவாக்கும் விண்வெளி ஆய்வு நிலையத்திற்குச் செல்லலாம் என்று ஆசிரியர் வாழியனிடம் கூறினான். அவரும் மிளிரன், மினு, புவி ஆகியோரை அழைத்துக் கொண்டு அங்கே கிளம்பினார். நால்வரும் அந்த விண்வெளி நிலையத்திற்குப் போய் இறங்கினார்கள். அந்த விண்வெளி நிலையத்தைப் பார்த்து மினுவும் புவியும் பெரும் ஆச்சரியமடைந்தார்கள். அதுவும் ஒரு சிறிய கிரகம் போல் வடிவமைக்கப்பட்டிருந்தது. அது மட்டுமல்லாமல் எந்திர மனிதனின் மிகப்பெரிய கூடைக் கண்டு மிளிரனும், மினுவும் புவியும் வாயைப் பிளந்தார்கள். இத்தனைப் பெரிய எந்திர மனிதனை வடிவமைப்பது பெரும் சிரமமான காரியமாக இருக்கும் என்பதை மிளிரன் புரிந்துகொண்டான்.

மினுவும் புவியும் மிளிரனின் உதவியுடன் உருவாக்கிய சிறிய எந்திர மனிதர்களைப் போல் இருக்கும் பெரிய எந்திர மனிதனை விழியாளின் இனம் உருவாக்குவதாக நினைத்துக் கொண்டார்கள். மிளிரன் அவர்களுக்கு விளக்கினான். இந்த எந்திர மனிதன் முற்றிலும் மாறுபட்டது என்றான். இந்த எந்திர மனிதன் எல்லா அண்டங்களுக்கும் போய் வரக்கூடியது. எந்த இடர்ப்

பாட்டையும் சந்திக்கக்கூடியது என்றும் மிளிரன் சொன்னான்.

ஆசிரியர் வாழியன் அவர்களுக்கு அதன் குணாம்சங்களை விளக்கினார். எந்தக் கிரகத்திற்குப் போனாலும் அந்தக் கிரகத்தின் உயிரினம் போல் மாறக்கூடிய திறனை இந்த எந்திர மனிதன் பெற்றிருப்பது போல் உருவாக்கப்படுகிறது. இந்த எந்திர மனிதனுக்கு இதுவரை விழியாளின் இனம் அறிந்த அத்தனை இனங்களின் வரலாற்றையும் நினைவில் வைக்கும் வகையில் அதன் திறன் மேம்படுத்தப்படுகிறது. எதிர்ப்புக்குத் தக்கபடி தன்னை உருமாற்றிக் கொள்ளவும் ஏற்றதாக இந்த எந்திர மனிதன் தயாரிக்கப்படுகிறது. அதன் கண்களுக்குள் பல வகையான கண்கள் உள்ளன. ஒவ்வொன்றும் ஒரு வேலையைச் செய்யும் என்றார் ஆசிரியர் வாழியன்.

மிளிரனுக்கும் அதன் முழுமையான திறனை அறிந்து கொள்ள ஆவலாக இருந்தது. அது எப்படி இருக்கவேண்டும் என்று ஒரு பெரிய ஆவணத்தை விழியாள் இனம் உருவாக்கியிருந்தது. அதை வாசித்தால் முழுமையாகப் புரியும் என்றார் ஆசிரியர் வாழியன். அது நவீனின் கணினியில் கூட பதிவு செய்யப்பட்டிருக்கிறது என்றார் அவர். அதனை வாசித்துக் கொள்வதாக மிளிரன் சொல்லிவிட்டான்.

அந்த விண்வெளி நிலையத்தில் இருப்பதே நவீனுக்கும், மிளிரனுக்கும், மினுவுக்கும் புவிக்கும் பெரும் மகிழ்ச்சியைத் தருவதாக இருந்தது. அங்கு நடப்பதை மேலே இருந்து பார்க்கும் படி அந்த விண்வெளி நிலையம் கட்டப்பட்டிருந்தது. எந்திர மனிதனை மேலிருந்து கீழே வரை பார்ப்பதற்காக ஒரு தனிப்பட்ட மின்தூக்கி அமைக்கப்பட்டிருந்தது. அதில் நால்வரும் ஏறி எந்திர மனிதனின் கூடைப் பார்த்துவந்தனர்.

மிளிரனுக்கு மற்ற குழந்தைகளும் அதைப் பார்ப்பதற்கு விரும்பியிருப்பார்கள் என்று தோன்றியது. ஆனால் அந்த விண்வெளி நிலையம் அவர்கள் அனைவரும் நிற்கக்கூட முடியாத அளவுக்கான இட வசதி இல்லாமல் இருந்தது. அதனால் மிளிரன் அங்குப் பார்த்ததை அப்படியே குழந்தைகளிடம் சொல்லவேண்டும் என நினைத்துக் கொண்டான்.

எந்திர மனிதனைப் பார்த்துவிட்டு ஆசிரியர் வாழியனுடன் நவீன், மிளிரன், புவி, மினு எல்லோரும் விழியாளின் கிரகத்திற்குத் திரும்பிவிட்டனர். மிளிரன் குழந்தைகளுக்கு விழியாள் இனம் உருவாக்கும் புதிய எந்திர மனிதனைப் பற்றி விளக்கினான். இதுவரை அவர்கள் பார்த்த வேற்றுக்கிரக வாசி இனங்கள் அனைத்தையும் உள்ளிணைத்த ஒரு புதிய எந்திரம் அது என்றான் மிளிரன். அது மட்டுமல்லாமல் அந்த இனங்கள் தோன்றி வளர்ந்த வரலாறும் அதற்குத் தெரியும் என்றான் மிளிரன். அவர்களைப் பற்றியும் தெரியுமா என்றார்கள் குழந்தைகள். அதில் என்ன சந்தேகம் என்றான் மிளிரன். வேறு எந்த இனமும் இந்த அளவுக்கான அறிவுத் திறம் கொண்டிருக்குமா என்று சந்தேகமே என்றான் மிளிரன். அதுதவிர இந்த எந்திர மனிதன் எந்தக் கிரகத்திற்குப் போனாலும் அந்தக் கிரகத்தில் இருப்பவர்களைப் போல் மாறிவிடும் என்றான் மிளிரன். அதனால் இது எந்திர மனிதன் என்று யாராலும் கண்டுபிடிக்கவே முடியாது என்றான் மிளிரன்.

அது எப்படி சாத்தியம் என்று பெரியவர்கள் கேள்வி எழுப்பினார்கள். அதற்குத்தான் பல வேற்றுக்கிரகவாசி இனங்களின் மரபணுக்களைக் கோர்த்து இந்த எந்திர மனிதன் உருவாக்கப்பட்டு வருகிறது என்று ஆசிரியர் வாழியன் சொன்னார். அதனால் இது முழு எந்திர மனிதன் அல்ல, பாதி எந்திரம் பாதி உயிருள்ளது என்று

கொள்ளலாமா என்று மினு கேட்டாள். ஆம் என்றார் ஆசிரியர் வாழியன்.

எதற்காக இதை உருவாக்க அவர்கள் இனம் பாடுபடு கிறது என்று மிளிரன் கேட்டான். எல்லா இனங்களுடனும் தொடர்பை மேற்கொள்ள எங்களால் இயலவில்லை. அதனால் ஒவ்வோர்இனத்திற்குரிய தொடர்பு கொள்ளும் அம்சத்தைக் கொண்டு அவர்களுடன் பேச, பரிமாற முடியும் என்பது முதலாவது இலக்கு என்றார் ஆசிரியர் வாழியன். அது ஒரு சிறந்த இலக்குதான். ஆனால் அது மட்டுமே இலக்காக இருக்க முடியாது என்றான் மிளிரன். ஆமாம் உண்மைதான் என்றார் ஆசிரியர் வாழியன்.

எங்களுக்கு மற்ற வளர்ந்த இனங்களின் வரிசையில் ஓர் இடம் தேவை. அதன் மூலம் நாங்களும் அடுத்த கட்ட இலக்குகளை அடையலாம் என நினைக்கிறோம் என்றார் ஆசிரியர் வாழியன். உங்களை விட வளர்ந்த இனங்கள் இது போன்ற எந்திரம் பாதி உயிர் பாதி கொண்டிருக்கும் படைப்புகளுடன் தொடர்பு வைக்க விரும்புமா என்று கேட்டான் மிளிரன். இதை நாங்கள் சில இனங்களுடன் சோதித்துப் பார்த்தோம், அது வெற்றிகரமாக அமைந்ததால் தொடர்ந்து அந்த இலக்கில் பயணிக்கிறோம் என்றார் ஆசிரியர் வாழியன். உங்கள் இலக்கில் வெற்றியடைய வாழ்த்துகள் என்றான் மிளிரன். ஆசிரியர் வாழியன் அவனுக்கு நன்றி கூறினார்.

ஆனால் எனக்கு உள்ள சந்தேகம் எல்லா இனங்களும் ஒரே மாதிரியான எதிர்வினையை இது போன்ற படைப்புகளிடம் கொண்டிருக்காது. சில இனங்கள் மிகவும் ரகசியமான அம்சங்களைக் கொண்டிருக்கும். அவற்றை எல்லாம் இது போன்ற படைப்புகள் தெரிந்துகொள்ளும் என்று ஐயம் கொண்டிருக்கும். அதனால் அவை இது போன்ற படைப்புகளை அழிக்க முற்படும் என்றான் மிளிரன். ஆம் அது போன்ற

அபாயங்களும் உள்ளன. அதையும் மீறி இந்த எந்திர மனிதன் போன்று பல எந்திர மனிதர்களை உருவாக்கி அது போன்ற தடைகளை எதிர்கொள்ளத் திட்டம் வைத்திருக்கிறோம் என்றார் ஆசிரியர் வாழியன். அந்த எந்திர மனிதன் போர் புரிவதற்கு ஆயத்தமாக்குகிறீர்களா என்று கேட்டாள் மினு. எங்கள் இனத்தின் மீது தாக்குதல் நடத்த ஏதாவது ஓர் இனம் முயற்சித்தால் இது போன்ற எந்திர மனிதர்கள் எங்களுக்கு உதவலாம் என்று நாங்கள் நினைக்கிறோம் என்றார் ஆசிரியர் வாழியன். அதைக் கேட்டு மிளிரன் சிரித்துக் கொண்டான்.

பெரியவர்களும் குழந்தைகளும் மிகப்பெரிய எந்திர மனிதனின் உருவாக்கம் பற்றியே பேசிக் கொண்டிருந் தார்கள். அந்த எந்திர மனிதன் பாதி எந்திரமும் பாதி உயிரும் கலந்த ஒன்றாக உருவாக இருப்பதால் அதற்கு நம்மைப் போன்ற அனுபவத்தை அறியும் அறிவும் இருக்கும் என்றான் மிளிரன். அது சாகா வரம் பெற்றதா என்று புவி கேட்டான். அதில் என்ன சந்தேகம் என்றான் மிளிரன். அதை அழிக்க முடியாதா என்றாள் மினு. அதை அழிப்பது மிகவும் கடினம். ஏனெனில் அது அழிவைச் சந்திக்கும் தருணத்தில் தன்னைப் போலவே ஓர் எந்திர மனிதனை உருவாக்கிவிடும் என்றான் மிளிரன். அது எந்திர குணமா நம்மைப் போன்ற உயிர்களின் குணமா என்றாள் மினு. நம்முடைய குணத்தை எந்திரங்களுக்கும் கொடுத்து உருவான புது குணம் என்றான் மிளிரன்.

நம் எல்லோருடைய மரபணுக்களையும் சேகரித்து அந்த எந்திர மனிதனை உருவாக்குவதால் அது நம் எல்லோரையும் போல இருக்குமா என்றான் புவி. எந்திர மனிதனை உருவாக்குபவர்கள் யாரைப் போல் இருக்கவேண்டும் என்று குணாதிசயங்களின் வேதியியல்பு களைப் பிரித்தெடுத்து அவற்றைக் கூடவும் குறையவும் செய்தால் நம்மில் யாரைப் போல வேண்டுமானாலும்

அது உருவாகிவிடும். ஆனால் இத்தனை உயரமான எந்திர மனிதன் எப்படி நம்மைப் போல் இருக்க முடியும் என்றாள் மினு. இத்தனை உயரமான வேற்றுக்கிரகவாசி இனங்கள் இல்லை என்று நினைக்கிறாயா என்று கேட்டான் மிளிரன். இருக்கிறார்கள், என்னைக் கடத்திச் சென்ற வேற்றுக்கிரகவாசி பெண் மிகவும் உயரமானவள் தான். ஆனால் இந்த எந்திர மனிதன் அவளை விடப் பல மடங்கு உயரமாக இருக்கிறது என்றாள் மினு. பெரிய எந்திர மனிதன் பல கிரகங்களுக்குச் செல்லும் போது அதன் உருவத்தைப் பார்த்தே அந்தக் கிரகங்களில் இருப்பவர்கள் அச்சமடைவார்கள். அதனால் தேவையான அம்சங்களைச் சாதித்துக் கொள்ளலாம் என்றான் மிளிரன்.

பெரியவர்களில் சிலர் அவ்வளவு உயரமான எந்திர மனிதனைப் பார்க்கவே அச்சமாக இருக்கும் என்பது உண்மை என்றார்கள். ஆனால் இந்த எந்திர மனிதனை உருவாக்குவது எல்லாக் கிரகங்களிலும் ஆதிக்கத்தை உருவாக்குவதற்கான முயற்சியைப் போலத்தான் தெரிகிறது என்றும் அவர்கள் கூறினார்கள். இருக்கலாம் அதற்கான வாய்ப்பை மறுக்க முடியாது என்றான் மிளிரன்.

விழியாள் ஆதிக்கத்திற்காக ஆசைப்படுபவள் அல்ல, பின் ஏன் இந்தத் திட்டத்தைத் தொடர்கிறாள் என்று நவீன் நினைத்தான். அவளிடம் இதைப் பற்றிப் பேச வேண்டும் என்று எண்ணிக் கொண்டான். எந்திர மனிதனைக் குறித்த பேச்சு அவனுக்கும் ஆர்வமூட்டுவதாக இருந்தது.

அனைவரும் உணவு அருந்திவிட்டு உறங்கப் போனார்கள். நவீன் தன் அறைக்குத் திரும்பினான். விழியாளை அழைத்தான். அவள் கணினித் திரையில் வந்தாள். நீ என்னிடம் இப்போதெல்லாம் பேசுவதில்லை என்றான் நவீன். எனக்கு வேலை கொஞ்சம் அதிகமாக

இருக்கிறது. அதனால்தான் பேசுவதில்லை. உன்னோடு பேசுவது எனக்கும் மகிழ்ச்சி அளிக்கிறது என்றாள் விழியாள். நாங்கள் எந்திர மனிதனை உருவாக்கும் விண்வெளி மையத்திற்குப் போய் வந்தோம் என்றான் நவீன். எப்படி இருந்தது? மிளிரன் என்ன சொன்னான் என்றாள் விழியாள். எல்லோரும் அதை வியந்து பாராட்டினார்கள். ஆனால் சிலர் விமர்சித்தார்கள் என்றான் நவீன். ஓ அப்படியா? என்ன சொன்னார்கள் என்றாள் விழியாள். அவர்கள் மட்டுமல்ல எனக்கும் அந்தக் கருத்து உள்ளது. அதைப் பற்றிப் பேசத்தான் உன்னை அழைத்தேன் என்றான் நவீன்.

சொல் என்ன கருத்து அது என்றாள் விழியாள். அதாவது இந்த எந்திர மனிதனைப் பாதி உயிராகவும் பாதி எந்திரமாகவும் உங்கள் இனம் உருவாக்கிக் கொண்டிருக்கிறது. அது மிகப்பெரிய உருவத்தைக் கொண்டிருக் கிறது. இதைப் பார்க்கும் போது பல கிரகங்களை ஆக்கிரமித்து அவர்களை உங்கள் ஆளுகையின் கீழ் கொண்டுவர வேண்டும் என்ற நோக்கத்தை அது காட்டுகிறது. இது தேவையா விழியாள்? என்று கேட்டான் நவீன். நீ சொல்வது உண்மைதான் நவீன். என் முன்னோர்களுக்கு இந்த ஆசை இருந்தது. நான் இப்போது இதைக் கைவிட்டால் அவர்களின் ஆசையை நான் நிறைவேற்றவில்லை என்றாகிவிடும். நீ சொல்வது போல பல கிரகங்களை எங்கள் ஆளுகையின் கீழ் கொண்டுவரும் எண்ணம் எனக்கில்லை. ஆனால் என் பின்னால் என் இனத்திற்குத் தலைமை ஏற்க வருபவர்களுக்கு அந்த ஆசை உண்டு. நான் என்ன செய்வது. எனக்கு ஆசை இல்லை என்று அந்தத் திட்டத்தைக் கைவிட்டுவிடுவதா அல்லது தொடர்வதா? நீயே சொல் என்றாள் விழியாள். நீ இதைப் பற்றி உன் இனத்தாரிடம் பேசு விழியாள் என்றான் நவீன். சரி அதைப் பற்றி நிச்சயம் பேசுகிறேன் என்றாள் அவள். நீ எப்போது இங்கு வருவாய் என்று

கேட்டான் நவீன். விரைவில் வருகிறேன். பெரியவர்களையும் குழந்தைகளையும் நானும் சந்திக்க விரும்புகிறேன் என்றாள் அவள். இங்கு ஒரு கிரிக்கெட் போட்டி வைக்க ஆசைப்படுகிறேன். நீ வந்தால் மகிழ்ச்சி அடைவேன் என்றான் நவீன். எப்போது என்று சொல் நிச்சயம் வருகிறேன் என்றாள் அவள்.

நவீன் ஓரளவு நிம்மதி அடைந்தான். குழந்தைகள் இங்கு இருக்கும் போதே கிரிக்கெட் போட்டியை விளையாடினால் விழியாளின் கிரகத்தினர் மகிழ்ச்சி அடைவார்கள் என்று நினைத்தான். அத்துடன் விழியாளும் எந்திர மனிதன் திட்டத்தைக் கைவிடுவது பற்றி அவளுடைய இனத்தாருடன் பேசுவாள் என்றும் நினைத்தான் நவீன்.

24

பயனற்ற எந்திரம்

விழியாள் கண்ணாடிக் கோட்டையில் அமர்ந்து அதுவரையில் எத்தனை பெரியவர்களையும் சிறுவர் களையும் வேறு பூமிக்கு அனுப்ப முடிந்தது என்று பார்த்துக் கொண்டிருந்தாள். இரவில் மட்டுமே கண்ணாடிக் கோட்டைக்கு வர முடிந்ததால் அவளால் வேகமாக வேலை செய்ய முடியவில்லை. இன்னும் பலர் இருக்கிறார்கள். அவர்களை ஒருங்கிணைத்து அழைத்துச் செல்வதற்கான ஆயத்தங்களைச் செய்யவேண்டியிருந்தது. அது தவிர வேறு பல இனங்களுடன் ஒருங்கிணைந்து தன் கிரகத்திற்குத் தேவையான ஆற்றலை உருவாக்க வேண்டியிருந்தது. தன் கிரகத்தின் மீது வேறு ஏதாவது தாக்குதல் நடக்க வாய்ப்பிருக்கிறதா என்று தொடர்ந்து கண்காணிக்க வேண்டியிருந்தது. பகை இனம் ஏதாவது தன் கிரகத்தைக் கண்காணிக்கிறார்களா என்பதைப் பார்க்க வேண்டியிருந்தது. இத்துடன் தன் கிரகத்திலுள்ளவர் களுடன் அடிக்கடிப் பேசி அங்கு நடந்து வரும் திட்டங் களை அறிய வேண்டியிருந்தது. எல்லாவற்றையும் ஒரே இரவில் செய்து முடித்து நவீன் வீட்டுக்கு விடிவதற்குள் போய்ச் சேரவேண்டியிருந்தது.

விழியாள் ஒரு கணம் கண்ணை மூடி அமர்ந்திருந்தாள். சட்டென்று கண் மீது ஏதோ வெளிச்சம் பாய்ச்சப்பட்டதைப்

போல் உணர்ந்து கண்களைத் திறந்தாள். பூமிக்கடியில் இருக்கும் குழுவைச் சேர்ந்தவர் நின்றிருந்தார். கண்ணாடிக் கோட்டையைத் திறந்து அவரை தன் அறைக்கு அழைத்து வந்தாள் விழியாள்.

எதற்காக அவர் வந்திருக்கிறார் என்று கேட்டாள். அவள் இனம் உருவாக்கிக் கொண்டிருக்கும் எந்திர மனிதன் குறித்துப் பேச வந்திருப்பதாக அவர் சொன்னார். அதைப் பற்றி என்ன பேசவேண்டும் என்று கேட்டாள் அவள். பாதி உயிரும் பாதி எந்திரமும் கலந்த மிகப்பெரிய உருவத்தில் அதை உருவாக்குவது எதற்காக என்று கேட்டார். பல கிரகங்களை அடைந்து அங்கிருக்கும் நிலவரத்தைப் புரிந்து வருவதற்காக மட்டுமே அதைச் செய்வதாகக் கூறினாள். அவள் இனத்தைச் சேர்ந்தவர் களுக்கும் அதே இலக்குதான் உள்ளதா என்று கேட்டார். அது இன்னும் தெரியவில்லை, அங்கே போய் அது பற்றி விவாதிக்க இருப்பதாக அவள் சொன்னாள். அந்த எந்திர மனிதனின் உருவம் விண்வெளி மையத்தில் மிகப்பெரிதாக வளர்ந்து வருவதைக் கண்டு ஏமாற்றமடைந்ததால் அவளைப் பார்க்க வந்ததாக அவர் கூறினார். எதற்காக ஏமாற்றம் என்றாள் விழியாள். அவளுடைய இனம் அதை உருவாக்குவது தவறு என்றார் அவர்.

அவளுக்கு அவருடைய நோக்கம் புரியவில்லை. அவளுடைய இனத்தில் அவளைப் போன்ற இலக்குடன் அந்த எந்திர மனிதனை யாரும் பயன்படுத்தமாட்டார்கள் என்றார் அவர். அதன் அசாத்திய வளர்ச்சியும் அது பல்வேறு ஆற்றல்களைக் கொண்டிருக்கும் என்பதும் பல்வேறு உயிரினங்களுக்கு ஆபத்தைக் கொடுக்கும் என்றார் அவர். அது இடத்திற்கேற்ப ஆயுதங்களைப் பிரயோகிக்கும் தன்மையைக் கொண்டிருக்கும் அல்லவா என்றார் அவர். விழியாள் அமைதியாக ஆமோதித்தாள். அதுதான் ஆபத்து என்றார் அவர். அதனால் என்ன

செய்யவேண்டும் என்றாள் அவள். அவளுடைய இனம் தானாகவே அந்தத் திட்டத்தை நிறுத்தி அதைப் பிரித்து வைத்துவிட்டால் சிக்கல் இல்லை என்றார் அவர். அதைச் செய்யத்தான் அவளும் விரும்புவதாக அவரிடம் தெரிவித்தாள். அதைப் பற்றிப் பேச தன் கிரகத்திற்குச் செல்ல இருப்பதாகவும் கூறினாள். அவள் அதைப் பேசிவிட்டு என்ன முடிவு வருகிறது என்பதைத் தெரிவிக்குமாறு சொல்லிவிட்டு அவர் புறப்பட்டார்.

விழியாள் தன் கிரகத்திற்குப் புறப்பட்டாள். அங்கே நவீன் அணிக்கும் புவி அணிக்கும் கிரிக்கெட் விளையாட்டு நடக்கவிருந்ததைப் பார்க்க அவளுக்கும் ஆவலாக இருந்தது. பெரியவர்களும் குழந்தைகளும் அவள் கிரகத்திற்கு வந்தவுடன் நவீன் குழந்தைகளுக்குக் கிரிக்கெட் பயிற்சி கொடுத்தான். அதனால் பல குழந்தைகள் வேகமாகக் கற்றுக் கொண்டன. மேலும் அவர்களுக்கு அது பெரிய உற்சாகத்தையும் கொடுத்திருந்தது.

நவீன் அணியில் இருந்த சிறுவர்கள் மிகவும் இளைய வர்களாக இருந்தனர். புவியின் அணியில் இருந்தவர்கள் அவர்களை விட மூத்தவர்களாக இருந்தனர். வேண்டு மென்றே நவீன் இத்தகைய அணிகளை உருவாக்கியிருக் கிறான் என விழியாள் தெரிந்துகொண்டாள்.

அவள் அங்குச் சென்று சேர்ந்தவுடன் ஆட்டம் தொடங்கியது. புவி அணி டாஸ் வென்று பேட்டிங்கைத் தேர்ந்தெடுத்தது. நவீன் அணி பந்துவீச வந்தது. புவி அணியில் மள்ளன், மகிழன், குகன், கோமான், குரு, வதிரன், பாரி, புவனன், மலையன், துருவன் உள்ளிட்டோர் விளையாடினர். புவியும் மள்ளனும் முதலில் ஆடத் தொடங்கினார்கள். நவீன் பந்து வீசினான். புவி முதலில் தடுமாறினாலும் பிறகு சமாளித்துக் கொண்டான். இரண்டு ஓவர்களில் சொற்ப ரன்களே எடுத்திருந்தாலும்

அதன் பின் இருவரும் வெளுத்து வாங்கினார்கள். ஒரே ஓவரில் ஆறு பந்துகளையும் ஆறு ரன்களுக்கு அடித்தான் மள்ளன். அடுத்த ஓவரை எப்படிப் போடுவது என்று நவீனும் அவன் குழுவினரும் பெரிதும் விவாதித்து முடிவு செய்து பந்து வீசுவதற்கு அணியின் மிக இளையவனான பூலோகனை அழைத்தான் நவீன். அவனும் சிரித்துக் கொண்டே பந்து வீச வந்தான்.

முதல் பந்திலேயே மள்ளன் ஆட்டமிழந்தான். இளையவன் சிறிதும் பயமறியாமல் வீசிய பந்தைத் தூக்கி அடித்ததை லாவகமாகப் பிடித்துக் கொண்டான் சித்திரன். அவனும் பூலோகனை விட சில மாதங்களே பெரியவன். நவீனுக்கு மிகவும் மகிழ்ச்சி.

அடுத்து விளையாட வந்தவன் மகிழன். அவன் பொறுப்புடன் காணப்பட்டான். பூலோகன் வீசிய பந்தில் மள்ளன் ஆட்டமிழந்ததால் கவனித்து ஆடவேண்டும் என்று நினைத்து ஆயத்தமானான். அடுத்து பூலோகன் வீசிய பந்து நேராக அவன் ஸ்டம்புகளை வீழ்த்தியது. பெரிய ஆரவாரம் எழுந்தது. அடுத்தடுத்து இருவரை ஆட்டமிழக்கச் செய்துவிட்ட பூலோகனை நவீன் அணியினர் தூக்கி வைத்துக் கொண்டாடினர். அடுத்து ஒருவரை ஆட்டமிழக்க வைத்தால் அவன் ஹாட்டிரிக் அடித்துவிடுவான் என்று எல்லோரும் எதிர்பார்த்து இருந்தனர்.

குகன் அடுத்து விளையாட வந்தான். அவன் கொஞ்சம் பதற்றத்துடன் இருந்தான். அவனை அமைதியாக விளையாடுமாறு புவி அறிவுரை வழங்கினான். பூலோகன் ஓடி வந்து பந்தை வீசினான். குகனின் மட்டையில் பட்டு பந்து பறந்தது. நேராக நவீன் கைக்கு வந்து சேர்ந்தது. பூலோகன் ஹாட்டிரிக் அடித்தது நம்ப முடியாததாக நவீனுக்கே இருந்தது. பூலோகனை அவன் பெரிதும் பாராட்டினான்.

அடுத்த மூன்று பந்துகளில் ரன்னும் எடுக்காமல் அடக்கமாய் விளையாடினான் கோமான். புவிக்கு அதுவே ஆறுதலாக இருந்தது. அடுத்து பந்து வீச வந்தான் உதிரன். புவி அந்தப் பந்தை ஆறு ரன்களுக்குத் தூக்கி அடித்தான். தொடர்ந்து மூன்று ஆறு ரன்கள் கொடுத்தான் உதிரன். புவியின் அணியினர் ஓரளவு நன்றாக விளையாடினர் என்றுதான் நவீனுக்குத் தோன்றியது. அவர்கள் நூற்றிருபத்து நான்கு ரன்களைக் குவித்திருந்தனர். அரைமணி நேர இடைவேளைக் கிடைத்தது. நவீன் அணியினரை உற்சாகமூட்டியபடி இருந்தான்.

அடுத்து களம் இறங்கினார்கள் நவீன் அணியினர். முதலில் நவீனும் சாத்தனும் விளையாடினர். மெதுவாக தொடங்கி படிப்படியாக முன்னேறினர். ஆனால் புவியின் அணியின் பந்துவீச்சு மிகவும் சிறப்பாக இருந்தது. அதனால் அதிகம் ரன் எடுக்க முடியாமல் நவீனின் அணியினர் தடுமாறினர்.

இரு ஓவர்கள் மிச்சம் இருந்த நிலையில் நவீன் அணிக்கு இரு விக்கெட்டுகள் மட்டுமே கையில் இருந்தன. இன்னும் இருபத்து மூன்று ரன்கள் எடுக்க வேண்டியிருந்தது. நவீன் தொடர்ந்து விளையாடிக் கொண்டிருந்தான். கடைசிக்கு முந்தைய ஓவரில் பன்னிரண்டு ரன்களைக் குவித்துவிட்டான்.

கடைசி ஓவரில் பதினொரு ரன்கள் எடுக்க வேண்டியிருந்தது. கடைசி பந்தில் இரண்டு ரன்கள் எடுத்தால் வெற்றி பெறலாம் என்ற நிலையில் ஒரு ரன் மட்டுமே எடுக்க முடிந்தது. ஒரே விக்கெட் இருந்த நிலையில் நவீன் அணி தோல்வி அடைந்தது. பூலோகன் நன்றாக பேட்டிங்கும் செய்திருந்தான். அவன் முப்பதைந்து ரன்கள் குவித்திருந்தான். அணி தோல்வி அடைந்ததால் அவன் அழத் தொடங்கிவிட்டான். அவனைத் தேற்றி விட்டான் நவீன்.

அவனுக்கே ஆட்ட நாயகன் விருது வழங்கினாள் விழி யாள். இரு அணியினரும் ஆடிய ஆட்டத்தை விழியாளின் கிரகத்தினர் பெரிதும் ரசித்தனர். இரு அணிகளுக்கும் பரிசுகள் வழங்கப்பட்டன. போட்டியில் வென்ற புவியின் அணியினர் ஒவ்வொருவருக்கும் மிகவும் ஆற்றல்வாய்ந்த கணினிகள் வழங்கப்பட்டன. தோற்ற அணியினருக்கு மின்னணு விளையாட்டு எந்திரங்கள் வழங்கப்பட்டன. விழியாள் நவீனுடைய பங்கைப் பெரிதும் பாராட்டினாள்.

●●●

விழியாள் அவள் கிரகத்தில் முக்கிய பொறுப்புகளை வகிப்பவர்களுக்கான ஒரு கூட்டத்தைக் கூட்டியிருந்தாள். அவர்களிடம் எந்திர மனிதனுக்கான தேவை இருக்கிறதா என்பதைக் குறித்து விவாதிக்க வேண்டும் என்று பேசினாள். அவர்களில் பலர் அது போன்ற பாதி உயிரும் பாதி எந்திரமும் இணைந்த ஆயுதம் அவர்களிடம் இருப்பது மிகவும் பலத்தைக் கொடுக்கும் என்று சொன்னார்கள். சிலர் அதன் மூலம் அவர்களுடைய இனத்திற்குக்கூட அபாயம் ஏற்பட வாய்ப்பிருக்கிறது என்றும் சொன்னார்கள்.

விழியாள் எந்திர மனிதனின் உருவாக்கத்தைக் கைவிடலாம் என்று பேசினாள். மற்றவர்களையும் அதற்கான காரணங்களை உணரும்படி தன் வாதங்களை முன்வைத்தாள். ஆனால் பாடினியும் அவள் குழுவினரும் அதை ஏற்கவில்லை. தங்கள் இனத்தின் மிகப்பெரிய கண்டுபிடிப்பாக இருக்கும் எந்திர மனிதனின் உருவாக்கத்தைக் கைவிடுவது சரியான முடிவல்ல என்று பாடினியும் அவளை ஆதரிப்பவரும் கூறினார்கள்.

இறுதியில் யாருடைய கருத்துக்கு அதிக ஆதரவு உள்ளது என்ற வாக்கெடுப்பு நடத்தப்பட்டது. பாடினியின் கருத்துக்குத்தான் அதிக ஆதரவு இருந்தது. அதனால்

எந்திர மனிதனின் உருவாக்கம் தொடரும் என்று முடி வெடுக்கப்பட்டது. விழியாள் மிகவும் சோர்ந்து போனாள்.

நவீனிடம் வந்து எந்திர மனிதனின் உருவாக்கம் தொடர்வதற்குத்தான் தன் இனத்தவர்கள் விரும்புகிறார்கள் அதனால் அதைக் கைவிட முடியாது என்று சொன்னாள். அதனால் வரும் ஆபத்தைச் சமாளிக்கலாம் என்று அவர்கள் கூறுகிறார்கள் என்றும் அவள் தெரிவித்தாள். நவீன் அமைதியாகக் கேட்டான். நீ கலங்காதே விழியாள். வேறு ஏதாவது நல்ல வகையான ஆலோசனைகளை யோசித்து வா. அதை எப்படியும் கைவிடச் செய்துவிடலாம் என்றான் நவீன். அவளுக்கு நம்பிக்கை இல்லாமல் அங்கிருந்து பூமியிலிருந்த கண்ணாடிக் கோட்டைக்குப் புறப்பட்டாள்.

விழியாள் மிகவும் துயரத்துடன் இருந்தாள். பூமிக்கடியில் இருக்கும் குழுவிலிருந்து தன்னிடம் பேச எந்த நேரமும் வரலாம் என்று எதிர்பார்த்திருந்தாள். அவரிடம் என்ன பேசுவது என்று யோசித்துக் கொண்டே இருந்தாள். சிறிது நேரத்தில் அவர் வந்தார். அவரை அழைத்து தன் அறையில் அமர வைத்தாள். எங்கள் இனம் எந்திர மனிதன் உருவாக்கத்தைக் கைவிட விரும்பவில்லை. இன்னும் கொஞ்சம் அவகாசம் கொடுத்தால் எப்படி யாவது அதை நிறுத்த முயற்சிக்கிறேன் என்று அவரிடம் விழியாள் சொன்னாள். இல்லை இன்னும் அவகாசம் கொடுத்தால் அது முழுமை அடைந்துவிடும். அதன் பின் எதுவும் செய்ய இயலாது என்று அவர் கூறினார். எங்கள் முடிவுக்கு விட்டுவிடுங்கள் என்று கூறிவிட்டு அவர் எழுந்து சென்றுவிட்டார்.

விழியாளுக்கு அச்சமாக இருந்தது. அவர்களுடைய முடிவு என்னவாக இருக்கும் என்று பல வாய்ப்புகளை எண்ணிப் பார்த்தாள். ஒன்றும் அவளுக்குப் புலப்பட வில்லை. நவீனின் வீட்டுக்கு வந்து படுத்தாள்.

விழியாள் இரவு கண்ணாடிக் கோட்டைக்குத் திரும்பினாள். எந்திர மனிதனுக்கு என்ன ஆயிற்று என்று பார்த்தாள். எதுவும் ஆயிருக்கவில்லை. என்ன ஆகும் என்று யோசித்தாள். அவளுக்கு உடனடியாக எதுவும் புலப்படவில்லை. பூமிக்குக் கீழிருந்த குழுவைச் சேர்ந்தவர் அவளைப் பார்க்க வந்தார். உங்கள் விண்வெளி மையத்தில் வேலை செய்பவர்களை உடனடியாக வெளியேற்றுங்கள் என்றார். ஏன் என்ன பிரச்னை என்று கேட்டாள் விழியாள். அந்த மையம் இனி இருக்காது என்றார் அவர். அவள் அதிர்ச்சியில் உறைந்தாள். அவர் உடனே கிளம்பிவிட்டார்.

பாடினியுடன் உடனடியாக விழியாள் பேசினாள். விண்வெளி மையத்தில் இருப்பவர்களைக் கிளம்பச் சொன்னாள். பாடினிக்கு ஒன்றும் புரியவில்லை. என்ன சிக்கல் என்றாள். உடனடியாக அவள் சொல்படி செய்யச்சொல்லி விழியாள் வலியுறுத்தினாள். பாடினியும் அதை ஏற்றுக் கொண்டு அங்கிருப்பவர்களைத் தன் கிரகத்திற்கு அழைக்க ஆயத்தமானாள்.

விழியாள் விண்வெளி மையத்தைக் கண்காணித்துக் கொண்டிருந்தாள். அங்கிருந்தவர்கள் அனைவரும் வெளியேற்றப்பட்டுவிட்டார்கள். விண்வெளி மையத்திலிருந்து சற்றுத் தொலைவில் ஏதோ ஒரு வெண் புள்ளி நகர்வது விழியாளுக்குத் தெரிந்தது. அது என்னவென்று அவள் தன் கணினியில் பெரிதுபடுத்திப் பார்த்தாள். ஒரு விண்கல்லைப் போல் அது தெரிந்தது. எப்படி சட்டென்று அது விண்வெளி மையத்திற்கு அருகில் வந்திருக்கும் என்று விழியாளுக்குப் புரியவில்லை. சிறிது நேரத்தில் அது விண்வெளி மையத்தில் மோதி அதைச் சுக்குநூறாக உடைத்துவிட்டது.

பாடினி விழியாளுடன் பேசினாள். அவளுக்கு எப்படி இந்தச் சம்பவம் நடக்கப் போவது தெரியும் என்று

கேட்டாள். தனக்குத் தெரிந்த இனத்தைச் சேர்ந்த ஒருவரிடமிருந்து ஒரு தகவல் வந்ததாக அவள் கூறினாள். பாடினியால் அதை நம்பமுடியவில்லை. நான் தொடர்ந்து விண்வெளி மையத்தையும் அதைச் சுற்றியும் கண் காணித்துக் கொண்டிருக்கிறேன். இதுவரை எந்த ஒரு விண்கல்லும் அருகில் வரவில்லை. சட்டென்று அந்த விண்கல் தோன்றி விண்வெளி மையத்தை இடித்தது. அது எப்படி என்று எனக்கு நீ சொல்லவேண்டும் என்றாள் பாடினி.

எனக்கும் அது புரியவில்லை. அந்த இனத்தைச் சேர்ந்தவர் கொடுத்தத் தகவலை வைத்துத்தான் இதை உனக்குச் சொன்னேன் என்றாள் விழியாள். இல்லை நீ என்னிடம் எதையோ மறைக்கிறாய் விழியாள் என்றாள் பாடினி. எந்திர மனிதன் உருவாக்கத்தில் உனக்கு விருப்பமில்லை. அதனால் வேறு ஏதோ ஓர் இனத்திடம் சொல்லி விண்வெளி மையத்தை இடித்துத் தள்ளச் சொல்லியிருக்கிறாய் என்றாள் பாடினி. இல்லை. அப்படி எதையும் நான் செய்யவில்லை என்றாள் விழியாள். உன்னை நம்பமுடியவில்லை என்று கூறிவிட்டு பாடினி தொடர்பைத் துண்டித்தாள்.

விழியாள் நவீனை அழைத்தாள். விண்வெளி மையம் சிதறிப் போனதை அவனிடம் சொன்னாள். அவன் வருந்தினான். இருந்தாலும் எந்திர மனிதன் உருவாக்கம் அதனால் தடுக்கப்பட்டுவிட்டது என்ற நற்செய்தியை விழியாள் சொல்கிறாள் என்று புரிந்துகொண்டான். உடனடியாக எந்திர மனிதன் உருவாக்கம் குறித்து உன் கணினியில் இருக்கும் தகவல்களை எடுத்துப் பார் என்றாள் விழியாள். அவன் தன் கணினியில் அதை எடுத்துப் பார்க்கத் தேடினான். அது போன்ற கோப்பு எதுவும் இல்லை என்றது கணினி. விழியாளிடம் இதைச் சொன்னான். விழியாள் பெரும் அதிர்ச்சி அடைந்தாள்.

பாடினியிடம் விழியாள் பேசினாள். அவளும் விழி யாளுடன் பேசக் காத்திருந்தாள். என்ன ஆயிற்று என்றாள் விழியாள். எந்திர மனிதனை உருவாக்கக் கணினியில் சேமித்து வைத்திருந்த அனைத்து தகவல்களும் அழிக்கப்பட்டுவிட்டன. இது எப்படி நடந்திருக்கும் என்றாள் பாடினி. அதை மீட்க உடனடியாக நடவடிக்கை எடுக்குமாறு விழியாள் சொன்னாள். உனக்கு இது பற்றி முன்பே தெரிந்திருக்கிறது விழியாள். இதை எங்களிடம் நீ சொல்ல மறுக்கிறாய் என்று பாடினி கோபப்பட்டாள். எனக்குத் தெரியாது என்பதை நீ நம்ப மறுத்தால் நான் எதுவும் செய்ய முடியாது என்று சொல்லிவிட்டு விழியாள் முடித்தாள்.

மீண்டும் நவீனுடன் பேசினாள் விழியாள். கணினிகள் எல்லாவற்றிலும் எந்திர மனிதன் உருவாக்கம் பற்றிய தகவல்கள் அழிக்கப்பட்டுவிட்டன என்றாள் அவள். அது எப்படி நடக்கும் என்று நவீன் கேட்டான். கணினியில் இருக்கும் தகவலை அழிப்பதற்கான சில தனிப்பட்ட அலைவரிசைகளிலிருந்து இயக்கி அவை அழிக்கப் பட்டிருக்கலாம் என்றாள் விழியாள். அதை யார் செய்திருப்பார்கள் என்றான் நவீன். அது எனக்குத் தெரியாது. ஆனால் பாடினி நான் அறிந்தே இதெல்லாம் நடந்திருக்கிறது என்று குற்றம் சுமத்துகிறாள் என்றாள் விழியாள். நீ அறியாத போது உனக்கு எதற்குக் கோபமும் ஆற்றாமையும் துயரமும் வரவேண்டும். பொருட்படுத்தாமல் இருந்துவிடு என்றான் நவீன். விழியாளுக்கு அவன் சொற்கள் குத்தின. அவள் அமைதியாகிவிட்டாள். என்ன அமைதி என்றான் நவீன். ஒன்றும் இல்லை என்று சொல்லிவிட்டுப் பேச்சை முடித்தாள்.

விழியாளுக்கு மிகவும் குற்றவுணர்வாக இருந்தது. பூமிக்கு அடியில் இருக்கும் குழு தங்களைப் பற்றி யாரிடமும் சொல்லக்கூடாது என்று கூறியதால் அவள்

பலவற்றை மறைப்பது போன்ற எண்ணத்தைப் பலரிடம் ஏற்படுத்து போல் ஆகிவிடுகிறது என்று நொந்துபோனாள். விழியாளுக்கு என்ன செய்வது என்று புரியாமல் அமைதியாக அமர்ந்திருந்தாள். எந்திர மனிதன் உருவாக்கம் நிறுத்தப்பட்டது அவளுக்கும் நிம்மதியைத் தந்தது.

சட்டென்று மிளிரன் கண்ணாடிக் கோட்டையில் அவளுடைய அறையைத் திறந்து கொண்டு வந்தான். நீ எப்படி இங்கே வந்தாய் என்றாள் விழியாள். நான் எங்கு வேண்டுமானாலும் வருவேன் என்று சொல்லிவிட்டு அவன் சிரித்தான். உனக்கு என்ன வேண்டும் என்று கேட்டாள் விழியாள். எந்திர மனிதன் உருவாகிக் கொண்டிருந்த விண்வெளி மையம் அழிக்கப்பட்டுவிட்டதாகக் கேள்விப்பட்டேன். அதனால் உன்னைப் பார்க்க வந்தேன் என்றான் அவன். ஆம் என்ன செய்வது என்றாள் விழியாள். அது எப்படி அழிந்தது என்று உனக்குத் தெரியும் ஆனால் சொல்ல மறுக்கிறாய் இல்லையா விழியாள் என்றான் மிளிரன். அது உன்னிடம் சொல்ல வேண்டாம் என நினைக்கிறேன் என்றாள் விழியாள். சரி அதை நான் எப்படியாவது கண்டுபிடித்து விடுவேன். ஆனால் இத்தனை பெரிதாக உருவான எந்திர மனிதனை அழிக்கும் முடிவெடுப்பது சரியல்ல என்றான் மிளிரன். அதன் எதிர்மறை குணாம்சங்கள் உன் கண்களுக்குத் தென்படவில்லையா என்றாள் விழியாள். ஆம் அதற்காக அந்த எதிர்மறை குணாம்சங்களைத் தவிர்ப்பது குறித்து ஆய்வு செய்திருக்கலாம். ஒரேயடியாக ஏன் அழிக்கவேண்டும் என்றான் மிளிரன். விழியாள் அமைதியானாள். சரி உன் விருப்பம். உன் இனத்தின் விருப்பம். நான் சொல்ல ஒன்றும் இல்லை. ஆனால் அதில் இருந்த தொழில்நுட்பம் எனக்குள் பதிந்துவிட்டது. அது அழிந்துவிட்டது எனக் கேள்விப்பட்டேன். அது வேண்டுமானால் உனக்குப் பதிவு செய்து தருகிறேன் என்றான் மிளிரன். இல்லை எனக்கு வேண்டாம். நீ

யாரிடமும் அதைத் தராமல் இருப்பது நல்லது என்றாள் விழியாள். அவன் சிரித்துக் கொண்டான்.

மிளிரன் கிளம்பி விழியாளின் கிரகத்திற்குச் சென்றான். நவீனைப் பார்த்தான். விழியாள் மிகவும் நொந்து போயிருப்பதாகச் சொன்னான். ஏன் என்றான். எந்திர மனிதன் திட்டம் நிறுத்தப்படும் என்று அவள் முன்பே அறிந்திருக்கிறாள். அதை யாரிடமும் சொல்லமுடியாமல் தவித்திருக்கிறாள் என்றான் மிளிரன். என்னிடம் கூட அவள் சொல்லவில்லையே என்றான் நவீன். அவள் என்னிடமும் சொல்லவில்லை. என்னால் புரிந்துகொள்ள முடிந்தது என்றான் மிளிரன். விழியாள் என்னிடம் எதையும் சொல்லாமல் மறைத்ததில்லை என்றான் நவீன். இருக்கலாம். ஆனால் விழியாள் யாரிடமும் சொல்ல முடியாத சிலவற்றைத் தனக்குள் வைத்திருக்கிறாள் என்றான் மிளிரன். அவளுக்கு விருப்பமான போது சொல்லட்டும். ஏன் உடனடியாகச் சொல்லவில்லை என்று நினைக்கவேண்டும் என்றான் நவீன். அது சரியான அணுகுமுறை என்றான் மிளிரன்.

புவியும் மினுவும் எந்திர மனிதன் திட்டம் நொறுக்கப் பட்டதைக் கேள்விப்பட்டு மிகவும் வருத்தமாக இருக்கிறார்கள் என்றான் நவீன். அவர்களைச் சமாதானப் படுத்தலாம் என்றான் மிளிரன். இருவரும் புவி, மினு இருக்கும் இடத்திற்குச் சென்றார்கள். நவீனையும் மிளிரனையும் கண்டு புவியும் மினுவும் உற்சாகம் அடைந்தார்கள். எந்திர மனிதன் மீண்டும் புதிதாக உருவாக்கப்படுவானா என்று கேட்டார்கள் அவர்கள். இல்லை என்றான் நவீன். ஏன் என்றாள் மினு. அது எல்லா இனங்களுக்கும் கேடு விளைவிக்கக்கூடியது என்றான் மிளிரன். ஆனால் அதன் கேட்டை நீக்கிவிட்டு உருவாக்கியிருக்கலாமே என்றான் புவி. அப்படி உருவாக்க முடியாது என்றான் நவீன்.

மிளிரன் நமக்குச் சிறிய எந்திர மனிதர்களை உருவாக்க உதவியது போல் விழியாளுக்கு யாரும் உதவவில்லை போலிருக்கிறது என்றாள் மினு. உதவினார்கள் என்றான் நவீன். அதனால்தான் இந்த அளவுக்கு வந்தது என்றும் அவன் சொன்னான். இனி உதவமாட்டார்களா என்றான் புவி. உதவுவார்கள். ஆனால் விழியாள் அதை உருவாக்க விரும்பவில்லை என்றான் நவீன். பெரிய உருவம் கொண்ட எந்திர மனிதன் வேறு கிரகங்களுக்குச் செல்லும் போது எப்போதும் எதிர்ப்பை ஈர்க்கும் வாய்ப்பு அதிகமாக இருக்கும். அப்போது அவனைத் தாக்க வருவார்கள். அவன் அதற்கு ஏற்ற ஆயுதங்களை வைத்துக் கொள்ள வேண்டி யிருக்கும். அது அந்தக் கிரகத்தை அழிக்கும் அளவுக்குக் கூட இருக்கலாம். அதனால் ஆக்கத்தை விட அழிவுக்குத்தான் எந்திர மனிதன் அதிகம் பயன்படுவான். அதனால்தான் விழியாள் அதை விரும்பவில்லை என்றான் மிளிரன்.

இருந்தாலும் எங்களால் அதன் அழிவை ஏற்க முடியவில்லை என்று புவியும் மினுவும் கூறினார்கள். வாருங்கள் பெரியவர்களைப் போய்ப் பார்க்கலாம் என்று நால்வரும் அங்கிருந்து பெரியவர்கள் இருந்த இடத்திற்குப் போனார்கள்.

மிளிரனும் நவீனும் பெரியவர்களைப் பார்க்கப் போனது அவர்களுக்குப் பெரும் உற்சாகத்தை அளித்தது. இன்னும் சில நாட்களில் நாம் அனைவரும் மீண்டும் பூமி போன்ற கிரகத்திற்குச் சென்றுவிடலாம். அங்கே பல வசதிகள் செய்யும் பணிகள் அநேகமாக நிறைவு பெற்றுவிட்டன என்று நவீன் சொன்னான். அவர்கள் அனைவரும் அதில் மகிழ்ச்சி அடைந்தார்கள். அவர்களுக்கும் எந்திர மனிதன் அழிக்கப்பட்டது வருத்தமாகத்தான் இருந்தது. ஆனால் நவீனும் மிளிரனும் அந்த அழிவுதான் எல்லோருக்கும் நல்லது என்பதை எடுத்துக் கூறினார்கள்.

25

விளையாட்டுகளின் சொர்க்கம்

விழியாளை பாடினி புதிதாகக் கட்டமைக்கப் பட்டிருக்கும் பூமிக்கு அழைத்தாள். அவளும் பாடினியுடன் அங்குச் சென்று பார்த்தாள். அவளுக்கும் திருப்தியாக இருந்தது. அனைவரையும் அங்கு அழைத்து வரலாம் என்று விழியாள் கூறிவிட்டாள். அனைவரும் அங்கு வந்து சேர்ந்தார்கள்.

எல்லோரும் தாங்கள் தங்க வேண்டிய இடங்கள் பொழுது போக்குத் தலங்கள் உள்ளிட்டவற்றை முதலில் சுற்றிப் பார்த்தனர். ஆசிரியர் வாழியன் அவர்களை அங்கிருக்கும் அம்சங்களை விளக்கிச் சொன்னார். உணவுக் கூடம், உடை அரங்கம், தங்கும் விடுதிகள் எல்லாமே மிகவும் மேம்பட்டிருந்தன. அது தவிர ஒரு பெரிய அரங்கமும் இருந்தது. அதே போல் பல அரங்கங்கள் அமைக்கப்பட்டிருப்பதாக ஆசிரியர் வாழியன் சொன்னார். விழியாள் கணினித் திரையில் வந்தாள். எல்லோரும் அவளைப் பார்த்து மகிழ்ந்தனர். அவளுக்கும் மிகவும் மகிழ்ச்சியாக இருந்தது.

உணவு முடித்து புதிய உடைகளை அணிந்து விளை யாடச் சென்றனர் குழந்தைகள். மிளிரனும் நவீனும் இரு குழுக்களாகப் பிரிந்து முதல் விளையாட்டில் பங்கெடுத் தார்கள். அதில் பல கிரகங்கள் வரிசையாக அடுக்கப்

பட்டிருந்தன. அவற்றில் ஏதோ ஒன்றில் நுழைந்தால் அங்கிருப்பது போன்ற சுற்றுச் சூழல் உருவாகும். அதில் பல தடைகள் வரும். அதை முறியடித்து அடுத்த கிரகத்திற்குச் செல்ல வேண்டும். எந்தக் குழு வேகமாகச் செல்ல முடிகிறதோ அவர்கள் வென்றவர்கள் ஆவார்கள். மிளிரன் குழு வேகமாக முன்னேறியது. நவீன் குழு பின்தங்கியது. மிளிரன் குழு அந்த விளையாட்டில் வென்றுவிட்டது.

அடுத்த விளையாட்டு ஓர் அரங்கில் புகுந்து கொண்டு புதிய எந்திரங்களை உருவாக்கவேண்டும். அதில் எல்லா உபகரணங்களும் இருந்தன. ஆனால் அதற்கான மென் பொருளை அவர்கள் உருவாக்க வேண்டியிருந்தது. மிளிரன் உடனடியாகத் தன்னிடம் விழியாள் இனம் உருவாக்கிய எந்திர மனிதனுக்கான மென்பொருளை எடுத்து எல்லோருக்கும் கொடுத்து அதை எப்படிப் பயன்படுத்தவேண்டும் என்று கற்றுக் கொடுத்தான். குழந்தைகள் மிகவேகமாக அந்த மென்பொருளைப் பயன்படுத்தி எந்திர மனிதனைக் கட்டமைக்கத் தொடங்கினார்கள்.

அது ஒரு மெய்நிகர் எந்திரம். ஆனால் விழியாள் கிரகத்தினர் உருவாக்கியதைப் போன்ற ஆற்றலுடன் இருப்பது போல் மிளிரன் அதைத் தயாரிக்கக் குழந்தைகளுக்குக் கற்றுக் கொடுத்துவிட்டான் அதனால் தாங்களே அழிந்து போன அந்த எந்திர மனிதனை உருவாக்குவது போல் அவர்கள் கற்பனை செய்துகொண்டார்கள். அந்த எந்திர மனிதன் செய்யும் செயலை வைத்து அவர்களுக்கு மதிப்பெண்கள் வழங்கப்பட்டன. அந்த விளையாட்டில் அவர்கள் உருவாக்கிய எந்திர மனிதனுக்கு அதிக மதிப் பெண்கள் கிடைத்தன. அந்த விளையாட்டில் இது வரை அல்லாத புதிய ஓர் எந்திரத்தை உருவாக்கியிருப்பதாகச் சொல்லப்பட்டது. அவர்கள் அதற்கு அடுத்த எந்திரத்தை

உருவாக்கவேண்டும் என்றும் கூறப்பட்டது. மிளிரனும் நவீனும் அதில் எப்படித் தொடர்ந்து விளையாடுவது என்று ஆலோசித்த பின் அதில் விளையாடலாம் என்று அவர்கள் அனைவரும் தங்கள் இருப்பிடத்திற்குத் திரும்பினார்கள்.

மிளிரனும் நவீனும் எந்திர மனிதனைக் கொண்டு எத்தகைய செயல்பாடுகளை அந்த விளையாட்டில் செய்யலாம் என ஆலோசித்தார்கள். விழியாளின் இனம் எந்திர மனிதனைக் கொண்டு செய்ய விரும்பிய காரியங்களை முதலில் அவர்கள் இருவரும் பட்டியலிட்டார்கள்.

வேற்று கிரகங்களுக்குப் பயணிப்பது, அதுவும் பல்வேறு அண்டங்களிலுள்ள வேற்று கிரகங்களுக்குப் பயணிப்பது முதல் செயல். அடுத்து அங்கிருக்கும் உயிரினங்களுடன் பரிமாற்றத்தை மேற்கொள்வது. அவர்கள் நட்பாக இருந்தால் விழியாளின் இனம் குறித்தும் அவர்களுடன் இணைந்து பணியாற்றுவதற்கும் வழிவகுப்பது. அந்த இனம் பகையுடன் இருந்தால் அவர்கள் ஆயுதங்களை முதலில் கணக்கெடுப்பது. அதற்கேற்ற வகையில் தன்னிடம் இருக்கும் ஆயுதங்களை மாற்றி அமைப்பது.

இந்த இரு செயல்பாடுகளை மட்டும் முதலில் விளையாடலாம் என நவீன் கூறினான். மிளிரன் குழந்தைகளை அழைத்து வந்தான். எந்திர மனிதனை அவர்கள் முன் இருக்கும் அண்டங்களின் வரைபடங்களில் காணப்பட்ட கிரகங்களுக்கு அனுப்பும் பணியை அவர்கள் மேற்கொண்டார்கள்.

எந்திர மனிதன் படு வேகமாக அந்தக் குழந்தைகள் குறித்த கிரகத்திற்குச் சென்று சேர்ந்தது. அந்தக் கிரகத்தில் இறங்கி அது வலம் வந்தது. அங்கிருந்த தட்பவெப்பம், நீர், காற்று உள்ளிட்ட அனைத்துத் தகவல்களையும் அது அனுப்பி வைத்தது. அதன் பின் அந்தக் கிரகத்தில்

உயிரினங்கள் இருக்கிறதா என்று தேடியது. அங்கிருந்த உயிரினங்கள் இத்தனை பெரிய எந்திர மனிதனைப் பார்த்து அஞ்சி நடுங்கி ஒளிந்து கொண்டிருந்தால் அவர்களிடம் நட்பாகப் பழகி அவர்களுக்குக் குழந்தை களை அறிமுகம் செய்தது அது.

அந்த உயிரினங்களின் ஆதி முதல் அந்தம் வரையிலான தகவல்களையும் எந்திர மனிதன் குழந்தைகளுக்குக் கொடுத்தது. அவை எப்படி அந்தக் கிரகத்தில் வாழ்கின்றன போன்றத் தகவல்களையும் அது சேகரித்துக் கொடுத்தது. அங்கிருந்த உயிரினங்களின் குடியிருப்பு வகைமைகள், அவைகளின் உணவு பழக்கவழக்கம் போன்ற அனைத்தை யும் எந்திர மனிதன் காணொலிகளாக அனுப்பி வைத்தது. குழந்தைகள் மிகவும் உற்சாகமாகிவிட்டார்கள். எந்திர மனிதனை வைத்து ஒரு புதிய உலகத்தைப் படைத்துவிட்டது போன்ற பெருமிதத்துடன் அவர்கள் இருந்தார்கள்.

ஒவ்வொரு கிரகத்தைப் பற்றியும் எந்திர மனிதன் சொல்லும் அனைத்துத் தகவல்களையும் குழந்தைகள் சேமித்து வைத்தார்கள். மேலும் எந்திர மனிதன் அவர்கள் எந்த வகையான கேள்விகள் கேட்டாலும் பதில் அளித்தது. எந்த மொழியில் கேட்டாலும் பதில் அளித்தது. குழந்தைகளுக்கு எந்திர மனிதன் செல்லும் கிரகங்களுக்கு எல்லாம் சென்று பார்க்கும் ஆவலும் தோன்றியது. அது ஒரு விளையாட்டாகவே அவர்களால் கருதமுடியவில்லை. அது உண்மையில் நிகழ்வது போலவே அவர்களுக்குத் தோன்றியது. இத்தகைய விசித்திரமான அனுபவத்தை உண்மையிலேயே பெற இருந்த விழியாள் இனம் எந்திர மனிதனை அழித்துவிட்டது பெரிய தவறு என்றும் அவர்கள் எண்ணினார்கள்.

அடுத்த முறை அவர்கள் அனைவரும் மீண்டும் எந்திர மனிதனை வைத்து மேலும் சில விளையாட்டுகளை

விளையாட வந்தார்கள். இந்த முறை எந்திர மனிதன் மிகவும் சிக்கலான அண்டவெளிப் பாதையில் பயணிக்க வேண்டியிருந்தது. அதை மிளிரன் மிகவும் அழகாகப் பயணிக்கவைத்தான். நவீன் கூறிய புதிய கிரகத்திற்கு எந்திர மனிதன் போய் இறங்கினான். அங்கு மிகவும் பெரிய வண்டினங்கள் இருந்தன. ஆனால் எந்திர மனிதனுக்கு முன்னால் அவை எல்லாம் மிகவும் சிறியவையாகவே இருந்தன. அந்த வண்டினங்கள் எல்லாம் ஒன்று கூடி இத்தகைய பெரிய உருவத்தை எப்படி எதிர்கொள்வது என்று ஆலோசித்தன. எந்திர மனிதனின் கண்ணைத் தாக்க எல்லா வண்டினங்களும் ஒன்று கூடி பறந்து வந்தன. எந்திர மனிதன் தன்னைச் சுற்றி ஒரு சிவப்பு லேசர் ஒளி வட்டத்தைப் போட்டு அதில் நின்றது. வண்டினங்களால் அந்த வட்டத்தைத் தாண்டி முன்னேற முடியவில்லை. அனைத்தும் திரும்பிப் போய்விட்டன. அவைகளுக்கு மிகவும் அச்சமாக இருந்தது. எந்திர மனிதன் தங்கள் இனத்திற்கு ஏதாவது தீங்கு இழைக்கலாம் என்று அஞ்சி மரங்களின் பொந்துகளில் நுழைந்து மிகவும் ஆழமாகத் தோண்டி அமர்ந்து கொண்டன.

எந்திர மனிதன் தன் கைவிரலை நீள கரண்டி போல் மாற்றி அந்தப் பொந்துகளில் விட்டு ஒரு வண்டை எடுத்தது. எல்லா வண்டினங்களும் விர்ரென்று அங்கு மிங்கும் பறந்தன. எந்திர மனிதன் சிரித்துக் கொண்டே உங்கள் இனத்தை நான் எதுவும் செய்யப் போவதில்லை. உங்கள் கிரகத்தில் இருக்கும் பூக்களின் தேனில் எனக்கும் ஒரு பங்கு கொடுத்துவிடுங்கள் உங்களை எதுவும் செய்யாமல் போய்விடுகிறேன் என்றது. உடனடியாக அவை அனைத்தும் அந்தக் கிரகத்திலுள்ள பூக்களின் தேனைச் சேகரித்து கொண்டு வந்தன. எந்திர மனிதன் தன் விரலில் ஒரு பெட்டியை உருவாக்கி நீட்ட அதில் அந்தத் தேனை அவைக் கொட்டின. அந்தப் பெட்டி

நிறைய வெகு நேரம் எடுத்தது. அந்த வண்டினங்கள் சோர்ந்து போயின. எனக்கு நீங்கள் கொடுத்த தேன் போதும். நான் இனி இங்கு வரமாட்டேன். மகிழ்ச்சியாக இருங்கள் என்று சொல்லிவிட்டு எந்திர மனிதன் அங்கிருந்து கிளம்பினான்.

குழந்தைகள்தான் எந்திர மனிதனை இயக்கி அந்த விளையாட்டை விளையாடினார்கள். மிளிரன் அவர்களுக்கு அந்த விளையாட்டை விளக்கினான். அந்தக் கிரகங்கள் உண்மையாக இருக்கின்றன. ஆனால் எந்திர மனிதனின் மெய்நிகர் பிம்பம் அந்தக் கிரகங்களுக்குப் போய் இறங்கும் போது அங்கிருப்பவர்களுக்கு மட்டும் தென்படும். அதனால் அது விளையாட்டாக இல்லாமல் உண்மையாக மாறிவிடுகிறது என்று மிளிரன் சொன்னான்.

குழந்தைகளுக்கு அந்த உண்மையும் மாயமும் கலந்த விளையாட்டு மிகவும் பிடித்தது. அத்துடன் எந்திர மனிதனை இயக்கும் தொழில்நுட்பத்தையும் கற்றுக் கொண்டார்கள். விழியாளிடம் இதைச் சொல்ல வேண்டும் என்று விரும்பினார்கள். விழியாள் கணினித் திரையில் வந்தாள். அவர்கள் எந்திர மனிதனை உருவாக்கி விளையாடுவதைச் சொன்னார்கள். அவளோ எந்தச் சிக்கலும் வராதபடி பார்த்துக் கொள்ளச் சொல்லி நவீனிடமும் மிளிரனிடமும் சொன்னாள்.

விழியாள் சொன்னதைக் கவனத்தில் வைத்து மிளிரன் குழந்தைகளுக்கு எந்திர மனிதனைச் செலுத்தும் வகைமைகளைக் கற்றுக் கொடுத்தான். நவீனுக்கும் அது பெரும் உற்சாகத்தைக் கொடுத்தது. அடுத்து எந்திர மனிதன் புவி சொன்ன கிரகத்திற்குப் பறந்தான். அவன் பறக்கும் முறையையும் மிளிரன் குழந்தைகளுக்குக் கற்றுக் கொடுத்திருந்தான். அண்டவெளியில் மிதக்கும் பாறைகளில் மோதாமல் ஆனால் வேகத்தையும் குறைக்காமல்

எந்திர மனிதன் பறப்பதற்குப் பயன்படும் மென்பொருளை உபயோகிக்கும் வழிமுறையை மிளிரன் குழந்தைகளுக்குக் கற்றுக் கொடுத்தான். அவர்கள் ஒவ்வொருவராக எந்திர மனிதனை இயக்கிப் பறக்க வைத்தார்கள்.

புவி சொன்ன கிரகத்திற்குச் சென்று இறங்கினான் எந்திர மனிதன். அங்கு ஒரு கண் உடைய நீளமான உடல்களைக் கொண்ட தலையில் தீயை வைத்திருக்கும் வித்தியாசமான உயிரினங்கள் உலவிக் கொண்டிருந்தன. அவை எந்திர மனிதனின் அருகில் வந்தன. ஆனால் மிகவும் நெருங்கவில்லை. அவற்றுக்கும் அச்சம் இருந்தது. அவன் அந்த உயிரினங்களுக்கு ஐஸ் கட்டிகளை உருவாக்கிக் கொடுத்தான். அவை அவனிடமிருந்து பெற்றுக் கொண்டன. ஐஸ் கட்டிகளின் குளிர்ச்சி அவற்றுக்கு மிகவும் பிடித்திருந்தது. மீண்டும் அவன் அருகில் வந்து அவை நின்றன. அவன் ஐஸ் கட்டிகள் கொடுத்தால் பெற்றுக் கொண்டு சென்றன. ஐஸ் கட்டிகள் உருகிவிட்ட பின் மீண்டும் வந்தன. குழந்தைகளுக்கு இது சிரிப்பை வரவழைத்தது. மிளிரனும் இது போன்ற உயிரினங்களை அதுவரைப் பார்த்ததில்லை என்றான்.

அந்தக் கிரகத்தில் மரங்களோ, செடிகளோ இல்லை. மலைகள் எல்லாமே எரிமலைகளாகிவிட்டிருந்தன. அங்கே தண்ணீர் இல்லை. மிகவும் குறைவான உயிரினங்களே அங்கிருந்தன. அந்த உயிரினங்கள் எப்படி வாழ்கின்றன என்று கேட்டான் நவீன். எரிமலை கக்கும் சாம்பல்தான் அவற்றுக்கு உணவாக மாறியிருக்கிறது என்பதை மிளிரன் பார்த்துச் சொன்னான். எந்திர மனிதன் ஐஸ் கட்டிகள் கொடுத்ததும் அவற்றுக்குப் பெரு மகிழ்ச்சி ஏற்பட்டிருக்கிறது என்பதையும் குழந்தைகள் புரிந்து கொண்டார்கள்.

அந்த எரிமலைகள் அணையாதா என்று மினு கேட்டாள். எந்திர மனிதனிடம் கேட்கலாம் என்று

மிளிரன் சொன்னான். அங்கிருந்த எரிமலைகள் குறித்தும் அவை எத்தனை காலம் தீயைக் கக்கும் என்பதையும் கணக்கெடுத்துச் சொல்ல எந்திர மனிதனைப் பணித்தார்கள் அவர்கள். அவனும் ஓர் எரிமலை அருகே சென்று அதன் ஒரு சிறு பாறையை எடுத்து தன் கையில் வைத்து தேய்த்து சில கணக்குகளைக் காட்டி பிறகு இன்னும் ஆயிரம் ஆண்டுகள் அவை தீயைக் கக்கும் என்று சொன்னான்.

குழந்தைகளுக்குப் பெரும் ஆச்சரியம் ஆகிவிட்டது. அதுவரை அவர்களில் யாரும் உயிரோடிருந்து அந்த எரிமலைகள் அணைந்து போவதைப் பார்க்க முடியாது என்றார்கள். மிளிரன் அதற்குச் சிரித்தான். ஆனால் எந்திர மனிதன் அதைப் பார்ப்பான் என்றான். ஏனெனில் அவனுக்கு இறப்பில்லை என்றான் மிளிரன். குழந்தைகளுக்குப் பெரும் ஏக்கமாகிவிட்டது. அவர்களும் எந்திர மனிதன் போல் இறப்பில்லா வாழ்வுக்காக ஏங்கினார்கள். அவர்களுக்கு எது கிடைத்திருக்கிறதோ அதில் இன்ப மடைய வேண்டும் என்றான் மிளிரன். அந்தப் பூமியில் இருக்கும் வரை அவர்கள் கொண்டாட்டத்துடன் இருந்துவிடுவார்கள் என்றான் நவீன். எனவே யாரும் இனி மரணத்தைக் குறித்துப் பேசவேண்டாம் என்றான் மிளிரன். குழந்தைகள் அமைதியானார்கள்.

மிளரன் அடுத்து எந்திர மனிதனுக்கு மேலும் சில ஆற்றல்களை அதிகப்படுத்தத் தேவையான அம்சங்களை விழியாளின் இனம் உருவாக்கியிருப்பதை வைத்து குழந்தைகளுக்குச் சொல்லிக் கொடுத்தான். அந்த ஆற்றல்களைப் பரிசோதிக்கக் குழந்தைகள் விரும்பினார்கள். உடனடியாக அண்டவெளியின் வரைபடத்தில் இருந்த ஒரு கிரகத்தைக் காட்டினாள் மினு. எந்திர மனிதனை அங்குக் கொண்டு சென்று இறக்கினார்கள் குழந்தைகள்.

அந்தக் கிரகத்தில் இருந்த இனங்கள் அந்தக் கிரகத்தின் அடிப்பரப்பில் இருந்தன. யாராவது மேல் பரப்புக்கு வந்தால் அவர்களின் பிம்பங்களை மட்டும் மேலே அனுப்பி அங்கு வந்திருப்பது யார் என்று அறிவார்கள். அதனால் எந்திர மனிதன் போய் இறங்கியதும் ஏற்பட்ட அதிர்ச்சியில் அவர்களில் சிலரின் பிம்பங்கள் வெளியே வந்து எந்திர மனிதனைக் கண்டார்கள். அவனருகே வந்து எதற்காக அவன் வந்திருக்கிறான் என்று கேட்டார்கள். அந்தக் கிரகம் இனி அவனுடையது என்றான் எந்திர மனிதன். அவர்கள் அமைதியாக நின்றார்கள். எந்திர மனிதன் அந்தக் கிரகத்தின் தன்மை, அங்கிருப்பவர்கள் குறித்த விவரங்கள். அந்தக் கிரகத்தின் வளம் உள்ளிட்டப் பல செய்திகளை குழந்தைகளுக்கு அனுப்பியது.

அந்தக் கிரகத்தைச் சொந்தமாக்குவதால் என்ன பலன் என்பதைக் குழந்தைகள் ஆய்ந்தறிந்தார்கள். அந்தக் கிரகத்தைச் சொந்தமாக்கிக் கொண்டால் வேறு எந்த இனமும் வந்து அதை ஆக்கிரமிக்க முடியாமல் செய்து விடலாம். அங்கிருப்பவர்களை வைத்து அவர்களுக்குத் தேவையான பல வேலைகளைச் செய்து முடிக்கலாம் உள்ளிட்ட பல அம்சங்களை மிளிரன் சொன்னான். அந்தக் கிரகத்தினரை நட்புடன் அணுகலாம் என்றான் நவீன். அவர்கள் அதற்கு ஒத்துழைக்கிறார்களா என்று பார்க்கவேண்டும் என்றான் மிளிரன்.

எந்திர மனிதன் அவர்களிடம் பேசச் சொல்லி மிளிரன் சொன்னான். அவனை அனுப்பியவர்களுடன் நட்பை நீட்டிக்க அவர்கள் ஆயத்தமா என்று எந்திர மனிதன் அவர்களைக் கேட்டது. அந்தக் கிரகத்தினர் அதற்கு ஒத்துக் கொண்டனர். மேலும் அவர்கள் கிரகத்தின் அடிப்பகுதியில் மட்டுமே வாழ முடியும் என்றும் அதனால் அவர்களால் பல கிரகங்களுக்குச் சென்று வருவதிலும் சிக்கல் ஏற்படுவதாகவும் கூறினர். அந்தக்

கிரகத்தை அவர்கள் சொந்தமாக்கிக் கொண்டால் அவர்களுக்குத் தேவையான அம்சங்கள் எல்லாம் கிடைக்கச் செய்ய முடியுமா என்றும் அவர்கள் கேட்டனர்.

நல்ல வளமான கிரகம் அல்ல. இருந்தாலும் அங்கிருப்பவர்களுக்கு உதவும் வகையில் எந்திர மனிதனைப் பயன்படுத்தலாம் என்று மிளிரன் சொன்னான். குழந்தைகளுக்கும் அது சரி என்று தோன்றியது. எந்திர மனிதன் மீண்டும் அந்த விளையாட்டுத் திரைக்கு வந்துவிடும். அந்தக் கிரகத்தில் இருப்பவருக்கு எந்திர மனிதன் பற்றி எதுவும் புரியாது என்றான் மிளிரன். அந்தக் கிரகத்தில் உள்ளவர்களுக்கு எப்படி உதவுவது என்றாள் மினு. அங்கே நாம் உண்மையாகப் பயணித்துச் சென்று உதவலாம் என்றான் நவீன்.

26

தொடரும் அச்சம்

விழியாள் பாடினியை அழைத்தாள். தங்கள் கிரகத்திற்கு ஓர் அச்சுறுத்தல் வந்திருப்பதாகச் சொன்னாள் விழியாள். எப்படித் தெரியும் என்றாள் பாடினி. தன் கணினிக்கு ஒரு தகவல் வந்திருப்பதாக விழியாள் சொன்னாள். எங்கிருந்து வந்திருக்கிறது என்று கேட்டாள் பாடினி. மற்றொர் அண்டத்திலிருந்து வந்திருக்கலாம் என்று விழியாள் ஊகித்தாள். என்ன மாதிரியான அச்சுறுத்தல் என்று கேட்டாள் பாடினி. நம் கிரகத்தை அழிக்கப் போவதாகச் சொல்லப்பட்டிருக்கிறது என்றாள் விழியாள். என்ன செய்யலாம் என்றாள் பாடினி. அவளுக்குத் தெரிந்த இனங்களின் உதவியை உடனடியாக நாட வேண்டும் என்றாள் விழியாள். அந்தத் தகவலின் நகலை அனுப்பச் சொன்னாள் பாடினி. அதற்கான ஏற்பாட்டைச் செய்வதாகக் கூறி பாடினி முடித்தாள்.

விழியாள் பூமிக்கு அடியில் இருக்கும் குழுவினரைப் பார்க்கச் சென்றாள். விழியாள் வந்திருப்பதை அறிந்து எப்போதும் அவளுடன் பேசுபவர் வந்தார். தன் கிரகத்தை அழிக்கப் போவதாக ஒரு தகவல் வந்திருப்பதைக் கூறினாள். எங்கிருந்து வந்திருக்கிறது என்றார் அவர். வேறொர் அண்டத்திலிருந்து வந்திருப்பதாகச்

சொன்னாள். அவர்களால் முடிந்த அளவுக்குப் பாது காப்பைத் தருவதாக அவர் உறுதி அளித்தார். விழியாளுக்கு ஓரளவு நிம்மதியாக இருந்தது. பாடினியும் சிறப்பான ஏற்பாடுகளைச் செய்வாள் என்று விழியாள் எண்ணினாள்.

மிளிரனும் நவீனும் கணினித் திரையில் வந்தார்கள். அவளை நேரில் வரச் சொன்னார்கள். அவளுக்கு வேலை இருப்பதாகச் சொன்னாள். அவர்கள் பிடிவாதம் பிடித் தார்கள். விழியாளுக்கும் அவர்களைக் காணவேண்டும் என்ற ஆவல் வந்தது. உடனடியாக அவர்கள் இருந்த கிரகத்திற்குச் சென்றாள். எந்திர மனிதனின் மெய்நிகர் பிம்பத்தைக் கொண்டு விளையாடியதைப் பற்றி நவீனும் மிளிரனும் சொன்னார்கள்.

நவீனைத் தனியாக அழைத்துப் போனாள் விழியாள். தன் கிரகத்திற்கு வந்திருக்கும் அச்சுறுத்தலைச் சொன் னாள். அவனுக்குக் கவலையாக இருந்தது. எப்படியும் சமாளிக்கலாம் என்றாள் விழியாள். மிளிரனிடமும் சொல்லலாம் என்றான் நவீன். மிளிரனை அழைத்து அந்தத் தகவலைச் சொன்னாள் விழியாள். மிளிரன் அந்தத் தகவலின் மூலத்தைப் பார்த்தான். அந்த அண்டத்தில் முன்பொருமுறை தான் பயணித்திருப்பதாகச் சொன்னான். அந்தத் தகவல் வந்திருக்கும் கிரகத்தைத் தன் அண்டவெளி வரைபடத்தில் தேடிக் கண்டுபிடித்தான்.

விழியாளும் அவனுடன் அந்தக் கிரகத்தைப் பற்றிய தகவலைச் சேகரிக்க முனைந்தாள். அந்தக் கிரகத்தில் இருப்பவர்கள் ருது இனத்தைச் சேர்ந்தவர்கள் என்றும் அவர்கள் மிகவும் மூர்க்கமானவர்கள் என்றும் சொன் னான் மிளிரன். அவர்களுக்கு எல்லா இடங்களிலும் தங்கள் இனம் மட்டுமே இருக்கவேண்டும் என்ற எண்ணம் உள்ளது என்றும் கூறினான். அவர்களை எப்படித் தடுப்பது என்று கேட்டாள் விழியாள். ஒரு முறை அங்குப் போய்ப் பேசிவரலாம் என்றான் மிளிரன். அதைத் தானே செய்வதாகவும் சொன்னான்.

பாடினி மற்ற இனங்களின் பிரதிநிதிகளுடன் பேசுவதற் காகப் புறப்பட்டுச் சென்றாள். பல இனங்கள் அவர்களுக்கு உதவுவதாக உறுதி அளித்தன. பாடினிக்கு உள்ளூர கோபமும் இருந்தது. இது போன்ற நேரத்தில் எந்திர மனிதன் இருந்திருந்தால் எவ்வளவு பலனுள்ளதாக இருந்திருக்கும். விழியாளின் தவறான திட்டமிடலால் தன் இனம் ஒரு பெரிய அபாயத்தைச் சந்திக்க வேண்டி யிருக்கிறது என்று எண்ணி உள்ளேயே குமுறினாள்.

மிளிரனும் நவீனும் விழியாளின் இனத்திற்கு வந்திருக்கும் அச்சுறுத்தல் பற்றிப் பேசிக் கொண்டிருந் தார்கள். நவீனுக்கு அச்சமாக இருந்தது. விழியாளின் கிரகத்தின் மீது தாக்குதல் தொடுக்க எண்ணியிருக்கும் ருது இனம் பற்றி மேலும் சில தகவல்களை மிளிரன் சொன்னான். அவர்கள் மிகவும் உயரமாக இருப்பார்கள். எல்லோரும் ஒரே மாதிரி இருப்பார்கள். அவர்கள் இறப்பற்ற இனம். அதனால் எதற்கும் அஞ்சாமல் போராடுவார்கள் என்றான் மிளிரன்.

இதற்கு முன் பெண் தலைமையைக் கொண்ட அனா இனம் பெரும் தொல்லைகளைக் கொடுத்துக் கொண் டிருந்தது. என்னையும் கொல்லப் பார்த்தது. அந்த இனம்தான் இப்போது விழியாளின் கிரகத்தைக் கண்காணித்துக் கொண்டிருக்கிறது என்றான் நவீன். அந்த இனத்தின் தலைமையில் இருக்கும் பெண் மிகவும் மூர்க்கமானவள். அவளுக்குத் தன்னைத் தவிர யாரும் உயர்ந்த பிறப்பல்ல என்ற எண்ணம் உண்டு. அவளுக்கு இந்தத் தகவலைத் தெரிவித்தால் அவளும் உதவுவாள் என்றான் மிளிரன். அவளுக்குப் பேராசை அதிகம் இருப்பது போல் தெரிகிறது என்றான் நவீன்.

விழியாளிடம் மிளிரன் பேசினான். அனா இனத்திடம் பேசினால் இந்தப் பிரச்னை தீரும் வாய்ப்பிருப்பதாக மிளிரன் கூறினான். அதையும் பாடினி செய்ய

எண்ணியிருக்கிறாள். அதன் பலனை ஆராய்ந்துதான் அடுத்த கட்ட நடவடிக்கை எடுக்கவேண்டும் என்றாள் விழியாள். தானும் அந்தப் பெண்ணைப் பார்த்து பேசுவதாக மிளிரன் சொன்னான். அவளுக்கு யாரைக் கண்டு கோபம் வரும் என்று தெரியாது. அதனால் தானும் பாடினியும் முதலில் பேசுவது நல்லது. அதன் பின் பார்க்கலாம் என்றாள் விழியாள். மிளிரன் அதற்கு ஒப்புக் கொண்டான்.

பாடினி தான் உதவி பெறவிருக்கும் இனங்களின் பட்டியலை விழியாளுக்கு அனுப்பினாள். ஆனால் அதில் அனா இனத்தின் பெயர் இல்லை. விழியாள் பாடினியிடம் அனா இனத்தின் தலைமையில் உள்ள பெண்ணிடம் பேசலாம் என்று தெரிவித்தாள். அவள் வேறு ஏதாவது சிக்கலைக் கொண்டு வந்துவிடுவாள் என்றாள் பாடினி. இப்போது வந்திருக்கும் சிக்கலை விட வேறு என்ன சிக்கல் இருக்க முடியும் என்றாள் விழியாள். பாடினி அவளுடன் அந்தப் பெண்ணைச் சந்திக்க விருப்பமில்லை என்று சொல்லிவிட்டாள்.

விழியாள் மட்டும் தனியாகச் சென்று அனா இனத்தின் தலைமை பெண்ணைச் சந்தித்தாள். அவள் நல்ல முறையில் விழியாளை வரவேற்றாள். என்ன காரணத்திற் காக அவள் வந்திருக்கிறாள் என்று கேட்டு அமைதியானாள். விழியாள் இனத்தை அச்சுறுத்தி இருக்கும் ருது இனம் தங்களுக்கு எதிரான இனம் என்றும் அவர்களை எப்படி அடக்குவது என்று தனக்குத் தெரியும் என்றும் கூறி அவளை அனுப்பிவைத்தாள். அவள் என்ன செய்யப் போகிறாள் என்பதைக் குறித்து விழியாளிடம் அவள் சொல்லாதது விழியாளுக்கு ஏமாற்றத்தை அளித்தது.

பாடினியிடம் விவரத்தைச் சொன்னாள் விழியாள். அவர்களுக்குள் இருக்கும் போராக இது மாறிவிட்டால் சிக்கல் இல்லை. நம்மை இழுக்கும்படியான போராக

மாறினால் சிக்கலாகிவிடும் என்றாள் பாடினி. அப்படி இழுத்தால் எப்படியும் தப்பிக்கப் பார்க்கலாம் என்றாள் விழியாள்.

விழியாள் கண்ணாடிக் கோட்டையில் அமர்ந்து கொண்டு தன் கிரகத்திற்கு அருகில் ஏதாவது பிரச்னை இருக்கிறதா என்பதை ஆராய்ந்துகொண்டிருந்தாள். அப்போது அவள் கிரகத்திலிருந்து வெகு தொலைவில் அவள் அதுவரைக் கண்டிராத விளக்குகள் எரிந்து அணைந்தன. அவை என்னவாக இருக்கும் என்று மேலும் அருகில் அந்தக் காட்சியைக் கொண்டு வந்து பார்த்தாள். யாருடைய விண்கலமோ பறந்து செல்கிறது என்பது போல் தெரிந்தது. அந்த வழியில் சென்றால் அது அடுத்த அண்டத்தை நோக்கிச் செல்லும் வழியாக இருக்கும். அடுத்த அண்டத்திலிருந்து ஏன் இந்த அண்டத்திற்கு அந்த விண்கலம் வந்திருக்கிறது என்று யோசித்துவிட்டு தன் கணினியில் அது போன்ற விண்கலன்கள் யாரிடம் உள்ளன என்று தேடிப் பார்த்தாள். ருது இனத்தவர்களிடம் அந்த விண்கலன்கள் இருப்பது போன்ற முடிவுதான் கிடைத்தது. அவர்கள் அவள் கிரகத்தை வேவு பார்க் கிறார்கள் என்றுதான் முதலில் அவளுக்குத் தோன்றியது. என்ன செய்வது என்று யோசித்துக் கொண்டு அமர்ந்திருந்தாள்.

அப்போது சட்டென்று அவளுடைய அறைக்கதவு திறந்து அவள் சந்தித்து வந்த அனா இனத்தின் தலைமை யில் இருந்த பெண் நுழைந்தாள். என்ன செய்து கொண்டிருக்கிறாய் என்றாள் அவள். எங்கள் கிரகத்தின் அருகில் சில விண்கலன்கள் தென்பட்டன. அவற்றைப் பற்றி ஆராய்ந்து கொண்டிருந்தேன் என்றாள். அவை ஏன் வந்தன என்று யாரும் உனக்குச் சொல்லப் போவ தில்லை. என்ன ஆராய்ச்சி செய்து என்ன பலன் என்றாள் அவள். விழியாள் அமைதியாக அவளைப் பார்த்தாள்.

அவர்கள் உன் கிரகத்தைச் சுற்றி வலை பின்னப் பார்க்கிறாள். அதன் மூலம் உன் கிரகத்தின் ஆற்றல் முழுவதும் அவர்களின் கட்டுப்பாட்டிற்குச் சென்றுவிடும். நீங்கள் எங்குமே நகர முடியாதபடி செய்துவிடும். உங்கள் தொழில்நுட்பங்கள் ஒவ்வொன்றாகச் செயலிழக்கும். இறுதியில் நீங்கள் அனைவரும் கொல்லப்படுவீர்கள் என்றாள் அவள். விழியாள் அதிர்ந்து போனாள். நான் அவர்கள் சுற்றிய வலையை அறுத்து எறிந்துவிட்டு வந்திருக்கிறேன் என்றாள் அவள். விழியாளுக்கு என்ன சொல்வது என்றே புரியாமல் அமர்ந்திருந்தாள்.

விழிக்காதே அவர்களின் இயக்கத்தை நாங்கள் கண் காணித்துக் கொண்டிருக்கிறோம். உங்களுக்காக அவர்களின் பகையைச் சம்பாதித்துக் கொண்டிருக்கிறோம். அவர்கள் எங்கள் கிரகத்தின் மீது போர்த் தொடுக்க வருவார்கள். உங்களால் ஆன உதவிகள் செய்யுங்கள் என்று சொல்லிவிட்டு அவள் எழுந்து வெளியே போனாள்.

மிளிரன் நவீனுடன் பேசினான். விழியாளின் கிரகத்தைச் சுற்றி ஒரு வலை பின்னப்பட்டது. அது உடைத்தெறியப்பட்டுவிட்டது என்றான் மிளிரன். விழியாளுக்கு அது தெரிந்திருக்குமா என்றான் நவீன். உடனடியாகக் கணினித் திரையில் விழியாளுடன் பேசினான் நவீன். அதைத் தன்னால் கண்டுபிடிக்க முடியவில்லை என்றும் அனா இனத்தின் தலைமையில் இருந்த பெண் தன்னைச் சந்தித்ததையும் அந்த வலையை உடைத்ததையும் விழியாள் நவீனிடம் கூறினாள்.

மிளிரனும் அதைச் சொன்னான். அதனால்தான் பேசினேன் என்றான். அடுத்து ஏதாவது அபாயம் வருமா என்றான் நவீன். அது பற்றித் தெரியவில்லை. கண் காணித்துக் கொண்டிருப்பதாக விழியாள் சொன்னாள். மிளிரனும் அவளுடன் பேசினான். தாக்க வந்தவர்கள் அடுத்து விழியாள் கிரகத்தின் கட்டுப்பாட்டில் இருக்கும்

மற்ற கிரகங்களைக் குறிவைப்பார்கள் என்றான் மிளிரன். விழியாள் அமைதியாக அவனைப் பார்த்தாள். உடனடியாகப் பூமி போன்ற கிரகத்தில் இருப்பவர்களின் பாதுகாப்பை உறுதி செய்யச் சொன்னான் மிளிரன்.

விழியாள் அவர்களுடன் பேச்சை முடித்துவிட்டு ஆசிரியர் வாழியனிடம் பேசினாள். அந்தக் கிரகத்தில் இருந்த அனைவரையும் உடனடியாக அந்தக் கிரகத்தின் கீழ்த்தளத்தில் அமைக்கப்பட்டிருந்த பாதுகாப்பு கோட்டைகளுக்குள் போகச் சொன்னாள். மிளிரனும் நவீனும் அங்கிருந்த குழந்தைகளையும் பெரியவர்களையும் அழைத்துக் கொண்டு அந்தக் கிரகத்தின் அடியில் இருந்த பாதுகாப்புக் கோட்டைகளுக்குள் சென்றார்கள்.

நவீன் மிளிரனிடம் அந்த இடம் பாதுகாப்பனதா என்று கேட்டான். மேலே இருப்பதைவிட இப்படி கிரகத்தின் அடித்தளத்தில் இருப்பது எப்போதும் பாதுகாப்பானது என்றான் மிளிரன். குழந்தைகளுக்குச் சிறிய விளையாட்டு கருவிகளை ஆசிரியர் வாழியன் கொடுத்தார். அவர்களுக்குத் தேவையான உணவு இதர வசதிகளையும் செய்து கொடுத்தார்.

விழியாள் கணினித் திரையில் வந்தாள். அனைவரும் பாதுகாப்பாக இருக்கிறார்களா என்று கேட்டாள். அதன் பின் எப்போது வரை அங்கிருக்க வேண்டியிருக்கும் என்று தெரியாது என்றும் கூறினாள். அவர்களுக்குத் தேவையானவற்றை உடனடியாகத் தங்கள் கிரகத்திலிருந்தும் தான் இருக்கும் பூமியிலிருந்தும் அனுப்பிவைப்பதாகச் சொல்லி முடித்தாள்.

பெரியவர்களுக்கு அவர்கள் ஏன் அங்கு வந்திருக்கிறார்கள் என்று புரியவில்லை. நவீனும் மிளிரனும் அவர்கள் அனைவருக்கும் புரியும் படியாக அப்போது ஏற்பட்டிருந்த சிக்கலை எடுத்துக் கூறினார்கள். பெரியவர்

களுக்கு உடனே பூமியில் அத்தகைய சிக்கல் எதுவும் ஏற்பட்டதே இல்லையே என்று ஏக்கமாகிவிட்டது. ஆனால் அங்கு வாழ்ந்த வாழ்வை விட இது மேலானது என்றாலும் இப்படிப்பட்ட அபாயங்கள் அங்கு இல்லையே என்று தோன்றியது. மிளிரன் அதைத் தீர்த்துவைத்தான். இந்த வசதியும் தொழில்நுட்பமும் மேம்பட்ட வாழ்வும் எப்போதும் ஆபத்தைக் கொண்டுவரும். இத்தகைய எந்த அம்சமும் இல்லாத இடத்தில் வேறுவகையான ஆபத்து இருக்கும். அதனால் ஆபத்து எந்த வடிவத்திலும் எங்கேயும் வரும் என்று சொல்லி அவர்களைத் தேற்றினான் மிளிரன்.

மிளிரன் அடுத்து என்ன நடக்கவிருக்கிறது என்பதை அறிய அவனிடமிருந்த அண்டவெளியைக் கண்காணிக்கும் கருவியை எடுத்தான். நவீனும் அதைக் கவனித்தான். அவனுக்கு எதுவும் புரியவில்லை. மிளிரன் அதில் ஒரு புள்ளியைக் காட்டினான். அது மிகவும் மெதுவாக நகர்வது போல் தெரிந்தது. அது ஒரு விண்கலன் என்று மிளிரன் சொன்னான். அது எந்தத் திசையில் வந்து கொண்டிருக்கிறது என்று காட்டினான். அது வந்து கொண்டிருக்கும் திசையை அளவிட்டு அது எந்தத் திசையில் வரக்கூடிய வாய்ப்பிருக்கும் என்று மிளிரன் படம் வரைந்து காட்டினான். அந்தப் படத்தில் ஒரு பக்கம் அவர்கள் இருந்த கிரகமும் மற்றொரு பக்கத்தில் பூமியும் இருந்தன.

பூமியில் விழியாளின் இனம் எந்த அதிகாரத்தையும் கொண்டிருக்கவில்லை. அதனால் பூமியை எதுவும் செய்ய வாய்ப்பில்லை என்று மிளிரன் சொன்னான். அதனால் அது அவர்கள் இருக்கும் கிரகத்தின் மீது தாக்குதல் நடத்தும் வாய்ப்பே அதிகம் என்று மிளிரன் சொன்னான். உடனடியாக விழியாளிடம் இதைச் சொல்லலாம் என்றான் நவீன்.

விழியாளை அழைத்தவுடன் அவள் கணினித் திரையில் வந்தாள். ஏதோ ஒரு விண்கலன் அவர்கள்

இருக்கும் கிரகத்தை நோக்கி வந்து கொண்டிருப்பதாக மிளிரன் சொன்னதை அவளிடம் தெரிவித்தான் நவீன். விழியாள் அமைதியாக இருந்தாள். உங்கள் கிரகம் பாதுகாக்கப்படும் கவலைப்படாதீர்கள் என்று சொல்லி விட்டுத் தொடர்பைத் துண்டித்துவிட்டாள். விழியாள் பாடினியைத் தொடர்பு கொண்டாள். மிளிரன் சொன்னதைத் தெரிவித்தாள். அதைச் சமாளிப்பதற்கான திட்டங்களை வகுக்குமாறு பாடினியிடம் சொன்னாள் விழியாள்.

விழியாள் அனா இனம் இருந்த கிரகத்துடன் தொடர்பு கொண்டாள். அங்கிருந்தவர்கள் விழியாளை அவர்கள் தலைமையில் இருந்த பெண்ணுடன் பேச அனுமதித்தார்கள். ருது இனத்தின் புதிய தாக்குதல் திட்டத்தைக் கூறினாள். அவள் பார்த்துக் கொள்வதாகக் கூறி பேச்சை முடித்தாள்.

விழியாளுக்கு என்ன செய்வதென்று புரியாமல் அமைதியாக அமர்ந்திருந்தாள். மீண்டும் மிளிரனைத் தொடர்புகொண்டு அந்த விண்கலன் எங்கு வந்திருக்கிறது என்று கேட்டாள். அவர்களின் கிரகத்தை நெருங்க இன்னும் தொலைவிருப்பதாகச் சொன்னான். விழியாளுக்கு ஓரளவு ஆசுவாசமாக இருந்தது.

மிளிரன் கருவியைப் பார்த்துக் கொண்டே அமர்ந்திருந்தான். அந்த விண்கலனுக்கு அருகில் சட்டென்று ஒரு வெளிச்சம் தோன்றியது. ஒரே திசையில் வந்து கொண்டிருந்த விண்கலன் வேறு திசைக்குத் திரும்பியது. மிளிரன் நவீனிடம் அபாயம் திசை திருப்பப்பட்டதாகச் சொன்னான்.

மிளிரன் தனது கருவியை நவீனிடம் காட்டினான். அவர்கள் இருந்த கிரகத்தை நோக்கி வந்து கொண்டிருந்த அந்த விண்கலம் திசை திரும்பி எதிர் திசையில்

செல்வதை அவன் நவீனுக்கு விளக்கினான். இது எப்படி நடந்தது என்றான் நவீன். அதற்கு அருகில் ஏதோ ஒரு வெளிச்சம் வந்தது. உடனடியாக அது திசை மாறிவிட்டது என்றான் மிளிரன். உடனடியாக இருவரும் விழியாளை அழைத்தனர். அவள் கணினித் திரையில் வந்தாள்.

அவர்களின் கிரகத்தை நோக்கி வந்த ஒரு விண்கலம் திசை மாறிச் சென்று கொண்டிருப்பதை விழியாள் கவனித்துக் கொண்டுதான் இருந்ததாகச் சொன்னாள். அது எப்படி திசை மாறியது என்று மிளிரன் கேட்டான். அந்த வெளிச்சம் உருவானதற்குக் காரணம் அனா இனத்தின் வேலையாக இருக்கலாம் என்றாள் விழியாள். ஆனால் அப்படி விண்கலத்தை அனுப்பியவர்கள் தொடர்ந்து இப்படி ஏதாவது ஒரு சிக்கலைக் கொண்டு வருவார்கள் என்றான் மிளிரன். அதைத்தான் அனா இனம் கண்காணித்துக் கொண்டிருக்கிறது என்றாள் விழியாள். நவீனுக்கு ஆசுவாசமாக இருந்தது.

27

ஆதரவின் ஒளி

விழியாள் கண்ணாடிக் கோட்டையில் அமர்ந்திருந்தாள். பூமிக்கு அடியில் இருக்கும் குழுவைச் சேர்ந்தவர் வந்தார். பூமியைப் போன்ற ஒரு கிரகத்தில் பூமியில் இருப்பவர்களைக் கொண்டு போய் வைத்திருக்கிறீர்கள். உங்கள் எதிரிகள் அதைத் தகர்த்தெறிய வாய்ப்பைத் தேடிக் கொண்டிருக்கிறார்கள். அவர்கள் அனுப்பிய விண்கலத்தை மறித்து திசை மாற்றிவிட்டோம். அந்தப் பூமியில் இருப்பவர்களின் பாதுகாப்பை உறுதி செய்து விட்டீர்களா என்றார் அவர். அவர்கள் அந்தக் கிரகத்திற்கு அடியில் பாதுகாப்பாக இருப்பதாக விழியாள் சொன்னாள்.

அந்தக் கிரகத்தைச் சுற்றி ஒரு வளையம் அமைத்து விட்டால் இது போன்ற அபாயங்களைத் தவிர்க்கலாம் என்றார் அவர். அதை எப்படி அமைப்பது என்பதையும் அவர் கற்றுக் கொடுத்தார். அப்பாவி மக்கள் இருக்கும் கிரகம் என்பதால் நாங்களும் வேறு வழியின்றி உங்களுக்கு உதவிக் கொண்டிருக்கிறோம் என்றார் அவர். விழியாள் அவருக்கு நன்றி தெரிவித்தாள். அவர் கிளம்பிச் சென்றார்.

விழியாள் பாடினியை அழைத்தாள். அவர்களின் கிரகம், குழந்தைகளும் பெரியவர்களும் இருக்கும் பூமி

போன்ற கிரகம் இரண்டையும் சுற்றிப் பாதுகாப்பு வளையம் அமைக்குமாறு கூறினாள் விழியாள். அதை எப்படி அமைப்பது என்பதையும் அவள் கற்றுக் கொடுத்தாள். ஏற்கனவே அவள் கிரகத்தைச் சுற்றி அனா இனத்தின் கண்காணிப்பு இருப்பதால் இந்தப் பாதுகாப்பு வளையம் அமைப்பதில் அவர்களுக்கு ஆட்சேபனை இருக்கலாம் என்றாள் பாடினி. அதற்கு அனுமதி பெற்று விடலாம் என விழியாள் சொன்னாள். பாடினி உடனடி யாகத் தன்னுடைய தொழில்நுட்ப குழுவை அழைத்து இரண்டு கிரகங்களையும் சுற்றிப் பாதுகாப்பு வளையத்தை அமைப்பதற்கான வேலைகளில் இறங்கினாள்.

விழியாளின் கிரகத்தையும் பெரியவர்களும் குழந்தை களும் இருக்கும் கிரகத்தையும் சுற்றி வளையத்தை பாடினி அமைத்துவிட்டாள். விழியாள் அந்த வளை யத்தைத் தன் கணினித் திரையில் பார்த்தாள். அதைப் பற்றிப் பிறகு சொல்வதாக பாடினியிடம் கூறிவிட்டாள். இரவு பூமிக்கு அடியில் இருக்கும் அந்தக் குழுவைப் பார்க்கச் சென்றாள். விழியாளுடன் எப்போதும் பேசு பவர் வந்தார். தன் கிரகத்தைச் சுற்றி அமைத்திருக்கும் வளையத்தை அவர் பார்க்கவேண்டும் என்று சொல்லி விட்டு வந்தாள்.

விழியாளை அடுத்த நாள் அவர் காண வந்தார். வளையம் நன்றாக அமைக்கப்பட்டிருக்கிறது என்றும் அதில் ஏதாவது ஒரு விண்கலத்தின் ஒளிபட்டால் உடனடியாக அது தங்களுக்குத் தகவல் சொல்லிவிடும் என்றும் அவர் வந்து சொன்னார். எதற்காக இப்படி ஒரு போரைத் தங்கள் மீது தொடுக்க ருது இனம் முயற்சிக்கிறது என்று விழியாள் அவரிடம் கேட்டாள்.

நீங்கள் பூமியிலுள்ள மனித இனத்தை உருவாக்கிய தோடல்லாமல் இப்போது அதைப் பாதுகாக்க முயற்சிக்கிறீர்கள். அதனால் பல கிரகங்களில் உங்கள்

இனத்தையும் மனித இனத்தையும் கொண்டு சேர்க்க நினைக்கிறீர்கள். அது அவர்களுக்கு ஏற்புடையதாக இல்லை என்றார் அவர்.

நாங்கள் என்ன செய்யவேண்டும் என்றாள் விழியாள். அவர்களின் முயற்சிகளை எப்படியும் முறியடிக்கலாம். நீங்கள் உங்கள் வேலையைத் தொடருங்கள் என்றார் அவர். விழியாளுக்கு அவர் சொன்ன சொற்கள் ஓரளவு ஆறுதலைத் தந்தன. நீங்கள் எங்களைப் பாதுக்காக்க முடியாத சூழல் எப்போதாவது வந்துவிடுமா என்று கேட்டாள் விழியாள். இல்லை அதற்கான வாய்ப்பு இல்லை. நாங்கள் எங்கள் சக்தியை அதிகரிப்பதற்கான வழிகளைத் தொடர்ந்து கொண்டிருக்கிறோம் என்றார் அவர். எங்களுக்கு உங்களின் சக்தியில் ஒரு சிறிய அம்சத்தைக் கற்றுக் கொடுக்க முடியுமா என்று விழியாள் கேட்டாள். அதற்கு நீங்கள் பெரிய விலை கொடுக்க வேண்டியிருக்கும் என்றார் அவர். என்ன செய்யவேண்டும் என்றாள் விழியாள்.

உங்கள் இனத்தைச் சேர்ந்த சிலரைத் தேர்ந்தெடுத்து அவர்கள் உணவு உள்ளிட்ட எதையும் அருந்தாமல் பல காலம் எங்களுடன் இருந்து நாங்கள் சொல்லும் எல்லா கடுமையான செயல்களையும் செய்து பின்னர் நாங்கள் வைக்கும் சோதனைகளைத் தாண்டினால் எங்கள் சக்தியின் பலனில் ஓரளவு உங்களுக்குக் கிடைக்கும். அதுவும் அதை நீங்கள் பயன்படுத்துவதைப் பொறுத்துதான் அது நீடித்திருக்கும் என்றார் அவர். விழியாள் அமைதியாக அவரைப் பார்த்தாள்.

உங்களால் அதைச் செய்ய முடியாது. அதனால் நீங்கள் உங்கள் வழியில் செல்லுங்கள். உங்களுக்கு அவ்வப்போது நாங்கள் உதவுகிறோம் என்று சொல்லிவிட்டு அவர் கிளம்பிச் சென்றுவிட்டார். விழியாளுக்கு அவருடைய குழுவில் சேர்ந்து கொள்ள மிகவும் ஆசையாக இருந்தது.

ஆனால் தன் இனத்தை வழிப்படுத்த யாரும் இல்லாத போது தான் அதை விடுத்துச் செல்ல முடியாது என்று நினைத்து அமைதியானாள்.

நவீன் மிளிரனிடம் பேசினான். இனி வரக்கூடிய ஆபத்து எப்படி இருக்கும்? அந்த இனம் மேலும் கோப மடைய வாய்ப்புள்ளதா என்று கேட்டான் நவீன். ஆம் இதிலென்ன சந்தேகம் என்றான் மிளிரன். இப்படியே இந்தக் கிரகத்தின் கீழே இருக்க வேண்டியதுதானா என்று நவீன் கேட்டான். வேறு வழியில்லை. ஆனால் விழியாள் அந்த இனத்துடன் சமரசமாக ஏதாவது பேசினால் போரை முடிவுக்குக் கொண்டு வரலாம் என்றான் மிளிரன்.

விழியாளும் இப்படியே எத்தனை இனங்களுடன் சமாதானம் பேசி பலவற்றை இழக்க வேண்டியிருக்கிறது. அவர்களை எதிர்த்துப் போரிட வாய்ப்பே இல்லையா என்றான் நவீன். போரிடலாம். ஆனால் அவர்கள் தொழில்நுட்பம் மிகவும் மேம்பட்டதாக உள்ளது. அனா இனம் மட்டுமே அத்தகைய தொழில்நுட்பத்தைக் கொண்டிருக்கிறது. அந்த இரு இனங்களுக்கும் இடையே முரண்பாடு இருப்பதால் விழியாளின் இனத்திற்குச் சாதகமாக அது போய்க் கொண்டிருக்கிறது. அது எப்போது மாறும் என்று சொல்ல முடியாது அல்லவா என்றான் மிளிரன். உன்னால் ஏதாவது செய்ய முடியுமா மிளிரன் என்று கேட்டான் நவீன். செய்ய முடியும் ஆனால் அது வரை இந்தக் கிரகத்திற்கு ஏதாவது ஆபத்து ஏற்பட்டுவிட்டால் என்ன செய்வது என்று யோசிக்கிறேன் என்றான் மிளிரன். உங்கள் இனத்தைச் சேர்ந்தவர்களிடம் சொல்லி உதவ முடியுமா என்றான் நவீன். அதையும் செய்து பார்க்க முயற்சிக்கிறேன். என் இனத்தைச் சார்ந்த வர்கள் என்னைப் போல் இணக்கமாக எல்லோருடனும் நடந்து கொள்ள மாட்டார்கள் என்றான் மிளிரன்.

மிளிரன் யோசித்துக் கொண்டே அவனிடமிருந்த கருவியில் அடுத்து என்ன நடந்துகொண்டிருக்கிறது என்று பார்த்துக் கொண்டிருந்தான். அப்போது அவர்கள் இருந்த கிரகத்தை நோக்கி மிகவும் வேகமாக அண்டத்தின் வெளிச்சத்தில் காணவே முடியாத அளவுக்கு இருளடைந்த ஏதோ ஒரு பெரிய கற்பாறை போன்ற உருவம் வந்து கொண்டிருந்தது. மிளிரன் உடனடியாக விழியாளிடம் பேசினான். விழியாளுக்கு அவள் கணினியில் அது தெரியவில்லை. பாடினியிடம் அவள் சொன்னாள். அவளுக்கும் அது தெரியவில்லை.

விழியாள் உடனடியாக அனா இனத்தைத் தொடர்பு கொண்டாள். அவர்கள் அந்த உருவத்தைப் பார்த்துவிட்ட தாகவும் அது சரியான இடத்திற்கு வரும் வரைக் காத்திருப்பதாகவும் கூறினார்கள். அவர்களால் அதை அழிக்க முடியும் என்று நம்புவதாகவும் அவளுக்கு ஆறுதல் கூறினார்கள். ஆனாலும் விழியாளுக்கு ஏதோ சந்தேகமாக இருந்தது. அதனால் உடனடியாகப் பூமிக் கடியில் இருக்கும் குழுவைச் சந்திக்கச் சென்றாள். அவளுடன் பேசுபவர் வந்தார். புதிய அபாயத்தைப் பற்றிக் கூறினாள். அதை அவர்கள் பார்த்துக் கொள்வதாகச் சொல்லி அவர் அனுப்பிவைத்தார்.

அந்த உருவம் குழந்தைகள் இருக்கும் கிரகத்திற்கு அருகில் வந்த போது அனா இனம் அதைத் தாக்க முற்பட்டனர். ஆனால் அவர்களிடமிருந்து உடனே அது மறைந்து கொண்டது. அது போய்விட்டது என்று அவர்கள் தயங்கிய போது மிகவும் பெரிய உருவத்தை எடுத்து அவர்களை நிலைகுலைய வைத்துவிட்டு மேலும் முன்னேறியது. அனா இனம் செய்வதறியாமல் திகைத் தனர். அப்போது அதே போன்ற இருளான சிறு பாறை கள் போன்ற உருவத்தில் பலவும் அந்தப் பெரிய பாறையை நோக்கி வந்தன. அனா இனத்தின் உறுப்பினர்கள் நடக்கப்

போவதைப் பார்த்துக் கொண்டிருந்தனர். அந்தப் பெரிய பாறை நகர முடியாமல் நின்றுவிட்டது. சிறிய பாறைகள் அதன் மீது மோதின. அது தூள் தூளாக உடைந்தது. இது எப்படி நடந்தது என்று புரியாமல் அனா இனத்தின் உறுப்பினர்கள் அதிசயித்து அவர்களின் தலைமையிடம் சென்று நடந்ததைக் கூறினார்கள்.

அனா இனத்தின் பெண் தலைமை ருது இனத்தின் பெரிய கரும்பாறைகளை அழித்து ஒழிக்க இயலாமல் போனதையும் எங்கிருந்தோ வந்த சிறிய பாறைகள் அவற்றைத் தூளாக்கிவிட்டதையும் கேட்டு பெறும் ஆற்றாமையில் இருந்தாள். தங்களைவிட சக்தி வாய்ந்த ஓர் இனம் எங்கேயோ இருப்பது அவளுக்குப் புரிந்தது. அது தங்கள் இனத்தைக் கூட அழித்துவிடும் என்ற அச்சம் அவளுக்குள் புகுந்திருந்தது. இதை எப்படி கண்டுகொள்ளாமலேயே தங்கள் இனம் இருந்துவிட்டது என்பதுதான் அவளுக்குப் பெரும் உளைச்சலைத் தரக்கூடிய அம்சமாக இருந்தது.

விழியாளின் இனத்தைக் காக்க அவை முயற்சிக் கின்றனவா அல்லது தங்கள் இனத்தை அழிப்பதற்கான எச்சரிக்கையாக அவை உள்ளனவா அல்லது ருது இனத்தைவிட ஓரளவு சக்தி வாய்ந்தவையா இத்தனைக் கேள்விகளும் அவளுக்குத் தோன்றி குடைந்து கொண் டிருந்தன. விழியாளுக்கு இது பற்றித் தெரிந்திருந்தால் அவள் தங்களிடம் உதவி கேட்டு வந்திருக்க மாட்டாள். அவள் அறியாமல்தான் இந்தச் சக்திகள் அவளுக்கு உதவின என்பதையும் அவளால் ஏற்றுக் கொள்ள முடியவில்லை.

விழியாளைச் சந்தேகப்படுவதா கூடாதா என்பதை முதலில் தெளிவுபடுத்திக் கொள்ள அவள் விழைந்தாள். அத்துடன் விழியாளுக்குத் தெரிந்திருக்காவிட்டால் அவை தன்னிச்சையாக அந்த ருது இனத்துடன் மோத வந்திருக்கின்றன. அப்படி என்றால் ருது இனத்தை

அவையும் எதிரிகளாகக் கருதுகின்றன. அப்படிப்பட்ட இனம் தங்களுக்கு இணக்கமாகவே இருக்கும் என்பது அவளது முடிவாக இருந்தது.

எதற்கும் ஒரு முறை விழியாளை அழைத்துப் பேசி விடுவது நல்லது என்று அவளுக்குத் தோன்றியது. விழியாளின் இனத்திற்குத் தீங்கிழைப்பது போல் காட்டி அவர்கள் விழியாள் இனத்தைக் காக்கிறார்களா என்பதையும் சோதித்துப் பார்க்கலாம் என்றும் அவள் நினைத்தாள். அப்படிச் செய்து அதில் தோற்றுப் போனால் அந்தப் புதிய இனத்துடன் பகையாகிவிடும் என்றும் நினைத்தாள். அந்தப் புதிய இனம் ஒன்று இருந்தால் அதனுடன் முதலில் நட்பாகிவிடவேண்டும் என்பதே அவளுக்குச் சிறந்ததாகப்பட்டது.

விழியாள் அனா இனத்தின் கிரகத்திற்கு வந்தாள். பெண் தலைமை அவளிடம் மிகவும் இணக்கமாகப் பேசியது. ருது இனம் உங்கள் பராமரிப்பில் உள்ள கிரகத்தின் மீது பெரிய மறையும் கரும்பாறைகளை ஏவி விட்ட போது எங்கிருந்தோ வந்த சிறு பாறைகள் அவற்றைத் தூளாக்கிவிட்டன என்றாள் அவள். அதைத்தான் பார்த்ததாக விழியாள் சொன்னாள். அவை எங்கிருந்து வந்தன என்று தெரியுமா என்று கேட்டாள் அவள். அது பற்றி தனக்கு எதுவும் தெரியாது என்றாள் விழியாள்.

உனக்கு யாரோ உதவுவதாக எனக்குச் சந்தேகம் ஏற்பட்டிருக்கிறது என்றாள் அவள். அப்படி இருந்திருந்தால் உங்களிடம் நான் எதற்காக உதவி கேட்டு வரப் போகிறேன் என்றாள் விழியாள். அது புரிகிறது, இருந்தாலும் நீ முன்பு யாரிடமாவது உதவி கேட்டிருக்கிறாயா என்று கேட்டாள் அவள். உங்களிடம் இணக்கமாகிவிட்ட புரிசு இனத்திடம்தான் முன்பு உதவி கேட்டேன் என்றாள் அவள். அவர்கள் இன்னும் எங்களுடன் இணக்கமாகத்தான்

இருக்கிறார்கள் என்றாள் அவள். நீ எதையாவது எங்களிட மிருந்து மறைத்தால் உங்கள் இனமும் உங்கள் பரா மரிப்பிலுள்ள கிரகமும் அழிந்து போய்விடும் என்பதை எண்ணிப் பார்த்து உண்மையைச் சொல் விழியாள் என்று அவள் மிரட்டினாள். நான் எதையும் மறைக்கவில்லை. உங்களைப் போன்ற வளர்ந்த இனம் இருக்கும் போது வேறு யாரும் எங்களுக்கு உதவ முடியாது என்றாள் விழியாள். உனக்கு வேறு ஏதாவது புதிய இனம் உதவ முன் வந்தால் உடனடியாக எங்களுக்குத் தெரிவிக்கவேண்டும் என்று அச்சுறுத்தி விழியாளை அனுப்பிவைத்தாள் அவள்.

மிளிரன் நவீனிடம் பேசினான். விழியாளை அழைத்து அனா இனத்தின் பெண் தலைமை விசாரித்தது எதைக் காட்டுகிறது என்று உனக்குத் தெரியுமா என்று கேட்டான் மிளிரன். தெரியாது என்றான் நவீன். அவளுடைய அச்சத்தைக் காட்டுகிறது என்றான் மிளிரன். எப்படிச் சொல்கிறாய் என்றான் நவீன். அந்தக் கரும்பாறை ஒன்று வந்ததே அதைச் சிறு பாறைகள்தான் அழித்தன. அனா இனத்தைச் சேர்ந்தவர்களால் அதை எதுவும் செய்ய முடியவில்லை. அதனால் அந்தச் சிறுபாறைகளை யார் அனுப்பியிருப்பார்கள் என்று அவளுக்குச் சந்தேகம் வந்துவிட்டது. அப்படிப்பட்ட இனம் தன்னைவிட வளர்ந்த இனம் என்று அவள் அச்சம் கொண்டுவிட்டாள் என்றான் மிளிரன். இது விழியாளுக்குத் தெரியுமா என்றான் நவீன். அவளிடம் பேசலாம் என்றான் மிளிரன்.

விழியாள் மிகவும் உற்சாகம் குன்றிக் காணப்பட்டாள். ஏன் அமைதியாக இருக்கிறாய் விழியாள் என்று கேட் டான் மிளிரன். ஒன்றும் இல்லை என்றாள் விழியாள். அனா இனத்தின் பெண் உன்னை விசாரித்ததில் ஒன்று தெளிவாகத் தெரிகிறது என்றான் மிளிரன். என்ன அது என்றாள் அவள். அவளும் அவள் இனமும் அச்சத்தில் இருக்கின்றன என்பதுதான் அது என்றான் அவன்.

இருக்கலாம் என்றாள் விழியாள். அவள் மகிழ்ச்சியோடு இல்லை என்பது வெளிப்படையாகத் தெரிந்தது. விழியாள் அந்த இனம் ஏதாவது சிக்கலைக் கொண்டு வரும் என்று அஞ்சுகிறாயா என்று கேட்டான் மிளிரன். எனக்கு அப்படித்தான் தோன்றுகிறது என்றாள் விழியாள். நீ கவலைப்படாதே. அதற்கெல்லாம் சரியான பதிலடி கொடுக்கலாம் என்றான் மிளிரன். இல்லை உனக்கு அவர்களின் பலம் பற்றித் தெரியாமல் பேசுகிறாய் என்றாள் விழியாள். நன்றாகத் தெரிந்துதான் பேசுகிறேன் என்றான் மிளிரன். எப்படி அவர்களைச் சமாளிப்பது என்றாள் விழியாள்.

உன்னை வந்து சந்திக்கிறேன். அப்போது சொல்கிறேன் என்றான் மிளிரன். இப்போதே நீ வரலாம் என்றாள் விழியாள். உடனடியாக மிளிரன் கண்ணாடிக் கோட்டைக்குக் கிளம்பி வந்தான். ஏன் கணினியில் பேசத் தயங்கினாய் என்று கேட்டாள் விழியாள். இல்லைத் தயக்கம் இல்லை. நீ சில அம்சங்களை யாருக்கும் தெரியாமல் வைத்திருக் கிறாய் என்று நான் சந்தேகப்படுகிறேன். அதைக் கணினி மூலம் பேசும் போது பலர் அறிந்துகொள்ள வாய்ப்பு ஏற்படும். அதனால் நேரில் வந்து பேசுகிறேன் என்றான் மிளிரன். விழியாள் அமைதியாக இருந்தாள். உன் அமைதி நீ எதையோ மறைக்கிறாய் என்று வெளிப்படை யாகத் தெரிகிறது என்றான் மிளிரன். நான் சொல்ல விரும்பாததைப் பற்றி நீ அதிகம் பேசாமல் இருந்தால் மகிழ்ச்சி அடைவேன் என்றாள் அவள். சரி சொல்லாதே. ஆனால் அதனால்தான் உன் இனத்திற்கும் குழந்தைகள் இருக்கும் கிரகத்திற்கும் ஆபத்து வரும் என்று நீ எண்ணிக் கொண்டிருப்பதுதான் உண்மை என்றான் மிளிரன். அவள் அதிர்ச்சியுடன் மிளிரனைப் பார்த்தாள்.

தயவுசெய்து இந்தப் பேச்சை விட்டுவிடு என்றாள் விழியாள். நீ இதைப் பேச முற்படாவிட்டால் நாளை

ஆபத்து வரும் போது எப்படி சமாளிப்பாய் என்று கேட்டான் மிளிரன். அமைதியாக இருந்தாள் விழியாள். நான் ஒரு யோசனை சொல்கிறேன் பிடித்திருந்தால் அதைச் செய் என்றான் மிளிரன். உடனடியாக அனா இனத்திடம் நீ ஆயுதப் பயிற்சியைப் பெறவேண்டும் என்று கோரிக்கை வை என்றான் மிளிரன். அதனால் என்ன ஆகும் என்றாள் விழியாள். உங்கள் இனம் முழுமையாக அவர்களை மட்டுமே நம்பி இருக்கிறது என்று காட்ட அது வழிவகுக்கும் என்றான் மிளிரன். அவள் சரி என்பது போல் தலையாட்டினாள்.

மிளிரன் கிளம்பிப் போன பின் விழியாள் அடுத்து என்ன செய்வது என்று யோசித்துக் கொண்டிருந்தாள். அனா இனம் பூமிக்கடியில் இருக்கும் குழுவைக் கண்டறிந்துவிட்டால் சிக்கலாகிவிடும் என்பதும் அவளுக்குள் ஓடிக்கொண்டிருந்தது. முதலில் பூமிக்கடியில் இருக்கும் குழுவிடம் இது பற்றிக் கூறிவிடுவது நல்லது என்று அவளுக்குத் தோன்றியது. உடனடியாக அவர்களைக் காணச் சென்றாள். தகவலை அவளுடன் எப்போதும் பேசுபவரிடம் சொன்னாள். எந்த இனமும் அவர்களை எதுவும் செய்ய முடியாது என்று அவர் துணிவு கொடுத்தார். அவர்களைப் பற்றி இதுவரை அவள் யாரிடமும் சொல்லவில்லை என்று விழியாள் அவரிடம் கூறிவிட்டு வந்தாள்.

28

போரின் நிழல்

மிளிரன் சொன்னது போல் அனா இனத்திடம் ஆயுதப் பயிற்சி அளிக்குமாறு கோரலாம் என்று விழியாள் முடிவு செய்தாள். அவர்களைத் தொடர்பு கொண்டாள். எதிரிகளிடமிருந்து தற்காத்துக் கொள்ள தங்களுக்கும் ஆயுதப் பயிற்சி தரவேண்டும் என்று அவள் தனது கோரிக்கையை வைத்தாள். அனா பெண் இனம் அதை ஏற்றுக் கொண்டாள். உடனடியாகப் பயிற்சியைத் தொடங்கலாம் எனவும் விழியாள் கிரகத்திலேயே அதைச் செய்யலாம் எனவும் அவள் கூறிவிட்டாள்.

விழியாள் பாடினியிடம் பேசி உடனடியாகப் பயிற்சிக் குரிய உறுப்பினர்களைத் தேர்வு செய்ய கூறினாள். பாடினியும் பெரும் உற்சாகம் அடைந்து தானும் அந்தப் பயிற்சியில் ஈடுபடப் போவதாகச் சொன்னாள். அனா இனம் தங்களின் சில மேம்பட்ட ஆயுதங்களைக் கொண்டு வந்தார்கள். விழியாள் இனத்தினருக்குப் பயிற்சி கொடுக்கத் தொடங்கினார்கள். அந்த ஆயுதங்களை அதுவரை விழியாள் இனம் பார்த்ததே இல்லை. அவற்றை எப்படிப் பயன்படுத்துவது என்பதிலிருந்து அதன் மூலம் எப்படி எல்லாம் அழிவை ஏற்படுத்தலாம் என்பது வரை விழியாள் இனத்தினருக்கு அவர்கள் கற்றுக் கொடுத்

தார்கள். விழியாள் இனம் சில ஆயுதங்களைப் பயன் படுத்தும் அளவுக்கு வளரவில்லை எனவும் அவர்களால் முடிந்த அளவுக்கான ஆயுதங்களைக் கொண்டு தற் காத்துக் கொள்ளக் கற்றுக் கொடுப்பதாகவும் அவர்கள் கூறினார்கள். அந்த ஆயுதங்களை உற்பத்தி செய்யவும் அவர்கள் கற்றுக் கொடுத்தார்கள்.

விழியாளுக்கு அந்தப் பயிற்சியை பாடினி கணினியில் அனுப்பிவைத்தாள். அந்த ஆயுதங்களின் ரகம் அவற்றை உற்பத்தி செய்யும் விதம் ஆகியவற்றையும் அவள் அனுப்பி யிருந்தாள். விழியாளுக்கு அவற்றைப் பார்த்தவுடனேயே அவற்றை எப்படிப் பயன்படுத்தலாம் என்று புரிந்தது. ஆனால் அவர்கள் மீது போர்த் தொடுத்திருக்கின்ற எதிரியை வீழ்த்த அந்த ஆயுதங்கள் போதாது என்பதையும் விழியாள் புரிந்துகொண்டாள். பூமிக்கடியில் இருக்கும் குழுவை எப்போதும் அவளுடைய இனம் சார்ந்திருக்க வேண்டும் என்பதுதான் அவளுடைய சிக்கலாக இருந்தது. அவர்களைப் போன்ற உறுப்பினர்களை உருவாக்கவும் வழியில்லாமல் போனது அவளுக்குப் பெரும் பின்னடை வாகத் தோன்றியது.

விழியாள் கணினியில் அந்த ஆயுதங்களைப் பார்த்துக் கொண்டிருந்த போது ஒரு தகவல் வந்தது. இதுவரை நிகழ்த்தப்பட்ட தாக்குதல்களில் தப்பியிருந்தாலும் அடுத்த தாக்குதலில் தப்ப முடியாது. அவர்களிடம் சரணடைய வேண்டும், இல்லை என்றால் மரணமடையவேண்டும் என்று மட்டும் அதில் குறிப்பிடப்பட்டிருந்தது. விழி யாளுக்கு இந்தப் போர் முடியாதா என்று ஏக்கமாக இருந்தது. அவர்களிடம் சரணடைந்தால் என்ன என்றும் அவளுக்குள் ஒரு யோசனை தோன்றியது.

விழியாள் அமைதியாக யோசித்துக் கொண்டிருந்தாள். எதிரிகளிடம் சரணடைந்தால் எந்த ஒரு விடுதலையும் இருக்காது. அப்படிச் செய்வது அனா இனத்தின்

எதிர்ப்பைக் கொண்டு வந்து சேர்க்கும் என்று விழியாள் நினைத்தாள். பூமிக்கடியில் இருக்கும் குழு மட்டுமே ஒரே பாதுகாப்பு அரணாக மாறியிருக்கிறது என்பதும் அவளுக்குத் தோன்றியது. மேலும் புதிய அச்சுறுத்தலையும் அவர்களிடமே சொல்லி இந்தச் சிக்கலுக்கான தீர்வைக் கேட்கலாம் என்று அவள் யோசித்தாள். அவர்கள் இருக்கும் இடத்திற்குக் கிளம்பிச் சென்றாள். அந்தக் குழுவில் அவளிடம் பேசும் உறுப்பினரிடம் அவள் பிரச்னையைச் சொன்னாள். இருவரிடமும் விலகி இருக்க அவர் அறிவுரைத் தந்தார். உடனடியாக விலகாமல் அவர்கள் அறியாத வகையில் விலகுமாறு அவர் சொன்னார்.

விழியாளுக்கு அதுதான் சரியான தீர்வாகத் தென்பட்டது. அதை யாரிடமும் சொல்ல அவளுக்கு விருப்பமில்லாமல் இருந்தது. நவீன் பேசினான். விழியாள் ஏன் அமைதியாக இருக்கிறாய் என்றான். எதுவும் இல்லை நவீன். மீண்டும் ஓர் அச்சுறுத்தல் வந்திருக்கிறது என்றாள் அவள். என்ன செய்யப் போகிறாய் என்றான் நவீன். பொறுத்திருந்து பார்க்கப் போகிறேன் என்றாள் அவள். குழந்தைகளும் பெரியவர்களும் கிரகத்தின் அடிப்பகுதியிலேயே அடைந்து கிடப்பதில் உற்சாகம் இழந்திருக்கிறார்கள் என்றான் நவீன். வேறு வழியில்லை. அவர்களைக் காப்பாற்ற நமக்கிருக்கும் ஒரே வழி அதுதான் என்றாள் அவள். மிளிரனிடம் புதிய அச்சுறுத்தலைப் பற்றிச் சொல்லட்டுமா என்று கேட்டான் நவீன். நானே சொல்ல வேண்டும் என்று நினைத்தேன். நீ சொல் என்று கூறி விட்டு முடித்தாள் விழியாள்.

மிளிரனிடம் நவீன் தகவலைச் சொன்னான். விழியாள் பொறுத்திருந்து பார்க்கப் போவதாகச் சொன்னதற்கு என்ன காரணம் என்று புரிகிறதா நவீன் என்று கேட்டான் மிளிரன். இல்லை என்றான் நவீன். வேறு ஏதோ ஓர்

இனம் விழியாளின் கிரகத்தையும் இந்தக் கிரகத்தையும் பாதுகாத்துக் கொண்டிருக்கிறது. அதை வெளியில் சொல்லக்கூடாது என்று விழியாளை அது நிர்பந்தித் திருக்கிறது. அதனால்தான் விழியாள் பொறுத்திருந்து பார்க்கலாம் என்கிறாள் என்றான் மிளிரன். அதை விழி யாளிடம் கேட்டாயா என்றான் நவீன். ஆம் கேட்டேன். ஆனால் அவள் எதுவும் சொல்லாமல் அந்தப் பேச்சை எடுக்கவேண்டாம் என்று சொல்லிவிட்டாள். என்னிடம் எல்லாமே சொல்லக்கூடியவள் விழியாள். ஆனால் என்னிடம் கூடச் சொல்ல முடியாத தகவலாக அது இருக் கிறது. அதனால்தான் விழியாள் அமைதியாக இருக்கிறாள் என்றான் நவீன். ஆம். அதைத் தெரிந்துகொண்டவர்களுக்கும் ஆபத்து வரலாம். அதனாலும் அவள் அமைதியாக இருக்கிறாள் என்றான் மிளிரன். சரி இப்போது வந்திருக்கும் ஆபத்து எந்த வடிவில் இருக்கும் என்று நீதான் உன் கருவியில் பார்த்துச் சொல்லவேண்டும் என்றான் அவன். ஆம். அதைச் செய்கிறேன். என் கிரகத்திற்குச் செல்லவே முடியாதபடி இங்கு என்னை எல்லோரும் கட்டிப் போட்டுவிட்டார்கள் என்றான் மிளிரன். நீ எதற்காக அங்குச் செல்லவேண்டும் என்று நினைக்கிறாய் என்றான் நவீன். என் இனத்திற்கு என்ன ஆயிற்று என்று பார்த்து வரலாம் என்றுதான் நினைத்தேன் என்றான் மிளிரன். அவர்களுக்கு எந்தச் சிக்கலும் இருக்காது. கவலைப்படாதே என்றான் நவீன். மிளிரன் அதை ஏற்றுத் தலையாட்டிவிட்டு தன் கருவியில் மூழ்கினான்.

அனா இனத்தின் தலைமை தன்னிடம் விழியாள் எதையாவது மறைக்க வாய்ப்பிருக்கிறதா என்று திரும்பத் திரும்ப ஆராய்ந்து கொண்டிருந்தது. மேலும் விழியாள் கிரகத்திற்கும் குழந்தைகள் இருக்கும் கிரகத்திற்கும் வேறு ஏதாவது அச்சுறுத்தல் வருகிறதா என்பதையும் அந்த இனம் கண்காணித்துக் கொண்டே இருந்தது. விழியாள் கிரகத்திலிருந்து மிகவும் தொலைவில் மிகச்சிறிய

புள்ளியாக வால் நட்சத்திரம் போன்ற இயக்கத்தில் ஓர் ஒளி தெரிந்தது. அதையும் அந்த இனம் தொடர்ந்து கண்காணித்துக் கொண்டிருந்தது.

மிளிரன் தன் கருவியில் நவீனிடம் அந்தப் புள்ளியைக் காட்டினான். இது வால் நட்சத்திரம் போல் தெரிகிறது. ஆனால் அதன் இயக்கம் வால் நட்சத்திரம் போல் இல்லை. மேலும் விழியாள் கிரகத்தையும் நம் கிரகத்தையும் மிகப்பெரிய சுற்றில் சுற்றிக் கொண்டே அந்தப் புள்ளி வருவது போல் தெரிகிறது என்றான் மிளிரன்.

அனா இனத்தைச் சேர்ந்தவர்கள் அந்தப் புள்ளியைத் தங்கள் கணினியில் பெரிதாக்கிப் பார்த்தார்கள். அந்தப் புள்ளியிலிருந்து மிகச்சிறிய கதிர்கள் பரவிக் கொண்டிருப்பதும் தெரிந்தது. அது வால் நட்சத்திரமல்ல என்பது அவர்களுக்குப் புரிந்தது. அது போன்ற விண்கலத்தை அவர்கள் அதுவரைப் பார்த்ததில்லை. அது விண்கலமும் அல்ல என்பதும் அவர்களுக்குத் தெரிந்தது. அது என்னவாக இருக்கும் என்று பலவாறு ஆய்வு செய்துகொண்டிருந்தார்கள்.

நவீனிடம் மிளிரன் அந்தப் புள்ளியைப் பெரிதுபடுத்திக் காட்டிக் கொண்டிருந்தான். இது வால் நட்சதிரமல்ல. விண்கலனும் அல்ல. வேறு ஏதோ ஆயுதம் என்றான் மிளிரன். அது உமிழும் கதிர்கள் கதிரியக்கம் கொண்டவையாக இருக்க வாய்ப்பிருக்கிறது என்றான் மிளிரன். அவை அண்டவெளியில் பரவிக் கொண்டே வந்து விழியாள் கிரகத்தையும் நம் கிரகத்தையும் தாக்கும். அதுதான் இப்போது புரிகிறது என்றான் மிளிரன்.

அனா இனம் அந்தப் புள்ளியிலிருந்து வரும் கதிர்கள் எப்படிப் பயணிக்கின்றன என்று கூர்மையாக ஆய்வு செய்தார்கள். அவை விழியாள் கிரகத்தையும் குழந்தைகள் இருக்கும் கிரகத்தையும் நோக்கிப் பயணக்கின்றன என்று

கண்ணாடிக் கோட்டை

தெரிந்தது. அவை மிகவும் நுட்பமானவையாக அவர்கள் வைத்திருக்கும் கருவிகளுக்கு மட்டுமே தெரிபவையாக இருந்தன. அந்தக் கதிர்களைத் திசை திருப்பவேண்டும் அல்லது அழிக்கவேண்டும் இதுதான் அவர்களுக்கு உடனடியாகப் புரிந்தது.

விழியாளிடம் மிளிரன் பேசினான். அண்டவெளியில் பயணித்துக் கொண்டிருக்கும் ஆயுதம் உமிழ்ந்திருக்கும் கதிர்கள் அவர்களுடைய கிரகத்தை வந்து சேரும் முன் ஏதாவது செய்தாகவேண்டும் என்றான் மிளிரன். விழியாள் அமைதியாகக் கேட்டுக் கொண்டாள். பாடினியிடம் தகவலைச் சொன்னாள். அவள் மிகவும் அச்சமடைந்து போனாள். விழியாள் பூமிக்கடியில் இருக்கும் குழுவைச் சந்திக்க உடனடியாகக் கிளம்பினாள். அந்தக் குழுவின் உறுப்பினரிடம் தகவலைச் சொன்னாள். அவர் அவளைச் சமாதானபடுத்தி அனுப்பிவைத்தார்.

அனா இனம் அந்தக் கதிர்களைத் திசை திருப்பத் தங்களிடம் இருக்கும் ஆயுதங்கள் மூலம் அந்தக் கதிர்களைத் தடுக்கும் கற்றைகளை அனுப்பினார்கள். ஆனால் அந்தக் கற்றைகள் அந்தக் கதிர்களை எதுவும் செய்யாமல் தாண்டிச் சென்றுவிட்டன. அனா இனம் இதற்கு மேல் என்ன செய்ய முடியும் என்று ஆலோசனை செய்து கொண்டிருந்தது. அந்தக் கதிர்களைக் கண்காணித்துக் கொண்டும் இருந்தது. அப்போது அதே போன்ற கதிர்கள் அவற்றுக்கு எதிர்திசையிலிருந்து பயணித்து வந்து கொண்டிருந்தன. இரு கதிர்களும் இணைந்ததும் அவைக் காணாமல் போயின. அந்த ஆயுதம் பல கதிர்களை உமிழ்ந்தாலும் அவற்று எதிராக வந்த கதிர்கள் மூலம் அவை அனைத்தும் அண்டவெளியிலேயே காணாமல் போயின.

மிளிரன் நவீனிடம் ருது இனம் அனுப்பிய விண்கலத்திலிருந்து கிளம்பிய கதிர்கள் எதிர் திசையிலிருந்து சந்தித்த

கதிர்களால் காணாமல் போவதைக் காட்டினான். யார் இந்த எதிர் கதிர்களை அனுப்பியிருப்பார்கள் என்று புரியவில்லை என்றான் மிளிரன். அனா இனம்தான் அனுப்பியிருக்கும் என்றான் நவீன். இல்லை முதலில் அவற்றுக்கு எதிராகச் சில கற்றைகள் வந்தன. ஆனால் அவை அந்தக் கதிர்களை எதுவுமே செய்யவில்லையே. அவைதான் அனா இனம் அனுப்பியிருக்கும் என்று நினைக்கிறேன். உடனடியாக வேறு வகையான கதிர்களை அனுப்ப அந்த இனம் முயன்றிருக்குமா என்பது சந்தேகமே. அதனால் இதை வேறு யாரோ அனுப்பியிருக்கிறார்கள் என்றான் மிளிரன். விழியாளிடம் கேட்கலாம் என்று நவீன் மிளிரனிடம் சொன்னான்.

விழியாள் கணினித் திரையில் வந்தாள். ருது இனம் நம் கிரகங்கள் மீது ஏவிய கதிர்களை அண்டத்திலேயே கரையவிட்டது யாரென்று உனக்குத் தெரியுமா விழியாள் என்றான் மிளிரன். இல்லை தெரியாது என்றாள் விழியாள். அனா இனம் செய்ய வாய்ப்பிருக்கிறது என்றாள் அவள். இல்லை அவர்கள் செய்ய வாய்ப்பில்லை. ஆனால் அவர்கள்தான் செய்ததாக இப்போதே அவர்களிடம் சொல்லி நன்றியைக் கூறிவிடு என்றான் மிளிரன். அவன் சொல்வதும் சரியான கருத்து என்று நினைத்து அவர்களிடம் விடைபெற்றுக் கொண்டாள் விழியாள்.

அனா இனத்துடன் பேசினாள். அவர்கள் தங்கள் கிரகத்தையும் குழந்தைகள் கிரகத்தையும் காப்பாற்றியதற்கு நன்றி கூறினாள். அனா இனத்தின் தலைமை அவளுடன் பேசினாள். அந்தக் கதிர்களை நாங்கள் கரையச் செய்யவில்லை. அதனால் நன்றி எங்களுக்கு உரியது அல்ல. எப்படி அவை வந்தன என்று எங்களுக்குத் தெரியவில்லை. அது தெரிந்தவுடன் உன்னிடம் பேசுகிறேன் என்றாள் அந்த இனத்தின் தலைமையில் இருந்த பெண். விழியாள் அதை ஏற்று விடைபெற்றாள்.

மிளிரனிடம் பேசினாள் விழியாள். நீ சொல்வது சரிதான். அனா இனம் அந்த எதிர் கதிர்களை அனுப்ப வில்லையாம் என்றாள் விழியாள். அப்படி என்றால் யார் அனுப்பியிருப்பார்கள் என்று கேட்டான் மிளிரன். அதுதான் எனக்கும் புதிராக இருக்கிறது என்றாள் விழியாள். மிளிரன் அமைதியாக விழியாளைப் பார்த்தான். இவளுக்கு முழு உண்மை தெரிந்திருக்கிறது. ஆனால் அதை வெளிப்படுத்தவே கூடாது என்ற பிடிவாதத்தில் இருக்கிறாள். இது இவளுக்கு அபாயத்தைத் தரும் என்று இன்னும் இவள் புரிந்துகொள்ளவில்லை என்று நினைத்தான் மிளிரன். உன்னைச் சந்திக்கவேண்டும் என்றான் மிளிரன். உடனடியாகக் கிளம்பி வா என்றாள் விழியாள்.

மிளிரன் கண்ணாடிக் கோட்டைக்கு வந்தான். விழியாள் உன் இனத்தையும் குழந்தைகள் இருக்கும் கிரகத்தையும் யார் காப்பாற்றுகிறார்கள் என்று உனக்குத் தெரிந்திருக்கிறது. அதை நீ ஏதோ ஒரு காரணத்திற்காக மறைக்கிறாய். இது உனக்கு ஆபத்தைத் தரும். அதிலிருந்து விடுபட உனக்கு உதவும் அந்தச் சக்தியை நீ சந்திக்காதே. அனா இனம் உன்னைக் கண்காணிக்கத் தொடங்கியிருப் பார்கள். உன் நடவடிக்கையால் நீ மறைக்கும் அம்சத்தைக் காட்டிக் கொடுத்துவிடாதே. இதைச் சொல்லத்தான் வந்தேன் என்று கூறிவிட்டு மிளிரன் கிளம்பினான். விழியாளுக்கு அவன் சொற்கள் பெரும் அச்சத்தையும் உளைச்சலையும் கொடுத்தன.

நடந்த இரண்டு சம்பவங்கள் அனா இனத்தை விட பலம் வாய்ந்த இனம் இருப்பதை உறுதி செய்துவிட்டதால் அடுத்து என்ன செய்வது என்று அந்த இனம் யோசித்துக் கொண்டிருந்தது. அவர்கள் எங்கிருக்கிறார்கள் எதற்காக விழியாளின் கிரகத்தையும் அவர்களின் இனம் வளர்க்கும் குழந்தைகள் இருக்கும் கிரகத்தையும் பாதுகாக்கிறார்கள் என்று புரியாமல் அனா இனம் தத்தளித்தது. அப்படி

அவர்கள் பாதுகாக்கிறார்கள் என்பதைக் கூடப் புரியாமல் விழியாள் இனம் இருக்குமா என்ற கேள்வியும் அவர்களுக்கு எழுந்தது. அப்படி விழியாளின் இனம் இருந்தால் அவர்களின் கிரகத்தை அந்தப் புதிய இனம் தங்களுக்குச் சாதகமாக வேறு எதற்கோ பயன்படுத்திக் கொண்டிருக்கிறது என்று பொருள். அதைக் கண்டுபிடித்தால்தான் அவர்களைப் பற்றி முழு தகவல்களையும் அறிய முடியும் என்ற நிலைக்கு அனா இனம் வந்துவிட்டது. இதற்கிடையில் விழியாள் கிரகத்தின் மீது தொடர்ந்து தாக்குதல் நடத்திக் கொண்டிருக்கும் ருது இனத்தை எப்படிக் கட்டுக்குள் வைப்பது என்பதைப் பற்றியும் அவர்கள் ஆலோசனை நடத்தினார்கள்.

ருது இனத்தின் மீது அவர்கள் தாக்குதல் தொடுக்கலாம் என்று முடிவு செய்தார்கள். அதனால் ருது இனத்தை வென்றுவிட்டால் அவர்களிடம் இருக்கும் அனைத்து ஆயுதங்களையும் கைப்பற்றிவிடலாம் என்று அனா இனம் நினைத்தது. ருது இனத்தைத் தாக்கத் தங்களிடம் இருக்கும் ஆயுதங்களைத் தவிர இன்னும் சிலவற்றை உற்பத்தி செய்யவேண்டியிருக்கும் என்றும் அவர்களுக்குத் தெரிந்தது. அதை உடனடியாகச் செய்ய முடிவு செய் தார்கள். அத்துடன் ருது இனத்தைத் தாக்கினால் எந்தெந்த இனம் தங்களுடன் சேரும் என்பதை முதலில் வரிசைப்படுத்திக் கொள்ளவேண்டும் என்றும் அவர்கள் தீர்மானித்தார்கள். அத்தகைய இனங்கள் அவர்களுக்குத் தேவையான ஆயுதங்களை உருவாக்கித்தர முன்வர வேண்டும் என்றும் கோர அவர்கள் முடிவெடுத்தார்கள். அதே போல் யாரெல்லாம் ருது இனத்துடன் சேர்வார்கள் என்பதையும் வரிசைப்படுத்த நினைத்தார்கள். அவர்களிடமிருந்த ஆயுதங்கள் எவை என்பதையும் உடனடியாக அறிய வேண்டும் என்றும் அவர்களுடைய திட்டமாக இருந்தது. இதை எல்லாம் செய்து முடிப்பதற்குள் ருது இனம் தங்கள் மீது தாக்குதல் நடத்த முந்திக்கொள்ளாத

வகையில் ருது இனத்திற்கு எப்படி எச்சரிக்கை விடுப்பது என்பதையும் அவரகள் ஆலோசித்தார்கள்.

ருது இனத்தை வென்றுவிட்டால் வேற்றுக்கிரகவாசி இனங்களிலேயே மிகவும் ஆற்றல் வாய்ந்த ஒரே இனமாக அவர்களுடைய இனம் உருவாகிவிடும் என்பதும் அவர் களுக்குப் புரிந்தது. அதன் பின் விழியாள் கிரகத்தைப் பாதுகாக்கும் இனத்தைச் சந்திக்கவேண்டும் என்றும் அவர்கள் இணக்கமாக இருந்தால் இணங்கிச் செல்வது என்றும் பிணங்கினால் அவர்களுடனும் போரைத் தொடங்குவது என்றும் முடிவு செய்து அடுத்த நட வடிக்கைகளில் இறங்கினார்கள்.

அனா இனம் இதுவரை அவர்கள் அறிந்திருக்கும் எல்லா இனங்களுக்கும் தங்களுடைய போர் குறித்தத் திட்டத்தை அனுப்பிவைத்தார்கள். விழியாள் அந்தத் தகவலைப் பார்த்தாள். பாடினியிடம் பேசினாள். அந்தப் போரில் அனா இனத்துடன் சேர்வதுதான் நல்லது என்றாள் பாடினி. விழியாள் அதைப் பற்றி இன்னும் பலரிடம் விவாதித்துக் கூறுமாறு சொல்லிவிட்டு நவீனிடம் பேசினாள்.

அனா இனம் போருக்கு ஆயத்தமாகிக் கொண்டிருக்கும் தகவலைச் சொல்லி மிளிரனையும் அழைக்குமாறு சொன்னாள். மிளிரன் விழியாளின் இனம் போரில் கலந்து கொண்டால் என்ன ஆகும் கலந்து கொள்ளா விட்டால் என்ன ஆகும் என்பதை முதலில் தெளிவாகப் பேசிப் புரிந்துகொண்டு அதன் பின் முடிவெடுக்கச் சொன்னான்.

நீயே சொல் போரில் கலந்துகொண்டால் என்ன ஆகும் என்று கேட்டாள் விழியாள். அனா இனத்திற்கு உதவி செய்யவேண்டும். போரில் வரும் இழப்புகளைச் சந்திக்கவேண்டும். அவர்களுடைய ஆயுதங்களை உற்பத்தி

செய்வதற்கும் இயக்குவதற்கும் கற்றுக்கொள்ளலாம். ஒரு வேளை ருது இனம் வீழ்ந்துவிட்டால் அனா இனம் அவர்களின் வளர்ச்சியோடு இணைந்து கொண்டு அடுத்தகட்டத்திற்குச் சென்றுவிடலாம் என்றான் மிளிரன்.

போரில் கலந்து கொள்ளாவிட்டால் என்ன ஆகும் என்று கேட்டாள் விழியாள். அனா இனத்தின் பகையைச் சந்திக்க வேண்டியிருக்கும். ருது இனத்தின் பகையையும் சமாளிக்கவேண்டியிருக்கும். எப்போதுமே அனா இனம் அவர்கள் இனத்திற்கு உதவாது. இப்போதிருக்கும் இதே நிலையிலேயே விழியாள் இனம் நீடித்திருக்கும்படி போரில் இணையும் எல்லா இனங்களும் பார்த்துக் கொள்ளும். புதிய ஆயுதங்கள் பற்றிய எந்தத் தகவலும் கிடைக்காது. அண்டவெளி பயணத்தில் ஏற்படும் புதிய மாற்றங்கள் பற்றி அறிந்துகொள்ள முடியாது. புதிய அண்டங்களுக்குப் பயணிக்க யாருமே அனுமதிக்க மாட்டார்கள் என்றான் மிளிரன்.

எனவே போரில் கலந்துகொள்ளவேண்டும் என்று நீ சொல்கிறாய் என்று கேட்டாள் விழியாள். ஆம். அனா இனத்துடன் யாரெல்லாம் சேர்கிறார்கள் என்பதைப் பார்த்தும் முடிவெடுக்கலாம். அதிகமான இனங்கள் சேர்ந்தால் அவர்களுடன் சேர்வதே நல்லது. அவர்களுடன் அதிக இனங்கள் சேரவில்லை என்றால் போரில் நடுநிலை வகிப்பது நல்லது என்றான் மிளிரன்.

விழியாள் மிகவும் கவனமாகப் பூமிக்கு அடியில் இருக்கும் இனத்தைப் பார்க்கச் சென்றாள். அவளுடன் பேசும் அந்தக் குழுவின் உறுப்பினர் வந்தார். போர் நிகழப் போகும் தகவலைச் சொன்னாள். அவரும் அனா இனத்துடன் இணைவது போல் காட்டிக் கொள்ளச் சொன்னார். போரில் பெரும் ஆர்வம் காட்டவேண்டாம். அவர்கள் சொல்வதை மட்டும் செய்துகொண்டு இருந்தால் போதும் என்றும் சொன்னார். விழியாளின் இனம் பெரிய ஆற்றல் கொண்ட இனம் அல்ல என்பதைப்

போல் அனா இனத்திடம் காட்டிக் கொள்ளச் சொல்லி அனுப்பிவைத்தார்.

விழியாளுக்கு அது பொருத்தமாக இருந்தது. விழியாள் தன் இனத்தாரிடம் கலந்து பேசிவிட்டுப் போரில் கலந்து கொள்ள சம்மதம் என்று தகவலை அனுப்பினாள். அனா இனம் மிகவும் மகிழ்ச்சி அடைந்தது. விழியாளை அவர்கள் கிரகத்திற்கு அழைத்துப் பேசியது. அவர்களுக்குத் தேவையான ஆயுதங்களைத் தரச் சம்மதித்தது. அவர்களுக்கு உடனடியாக ஆயுதப் பயிற்சியையும் தர உடன்பட்டது. விழியாள் அவளுடைய இனம் பெரிய சிக்கலின்றி இருந்தால் போதும் என்று நினைத்து கண்ணாடிக் கோட்டைக்குத் திரும்பிவந்தாள்.

மிளிரன் விழியாளைச் சந்திக்க வந்தான். விழியாள் ஓரளவு நிம்மதியாக இருப்பது மிளிரனுக்குப் புரிந்தது. நீ போரில் பங்கெடுக்கப் போவதாகத் தெரிந்ததும் குழந்தைகளும் பெரியவர்களும் மிகவும் பயந்துவிட்டார்கள் என்றான். அவர்களுக்கு எந்தப் பாதிப்பும் வராது என்று சொல் என்றாள் விழியாள். அதை எல்லாம் சொல்லிவிட்டேன். என் இனத்தைப் போரில் பங்கெடுப்பதற்காக அழைக்கவும் இல்லை, பொருட்படுத்தவும் இல்லை என்றான் மிளிரன். உன்னுடைய திறமை யாருக்கும் தெரியாது. அதனால் அழைக்கவில்லை என்றாள் விழியாள். ஆம். அது ஒரு நல்வாய்ப்பாக அமைந்துவிட்டது என்றான் மிளிரன். எதற்காக என்னைப் பார்க்க வந்தாய் என்று கேட்டாள் விழியாள். போரில் பங்கெடுப்பது நல்லதுதான். ஆனால் முழுமையாப் பங்கேற்று பெரிய சிக்கல்கள் வராமல் பார்த்துக்கொள் அதுதான் உனக்கு நல்லது என்றான் மிளிரன். விழியாள் சரி என்பது போல் தலையாட்டினாள்.

உன் இனத்தைச் சேர்ந்தவர்களுக்கு அனா இனம் ஆயுதப் பயிற்சி கொடுக்கிறது. அது அவர்களின் எல்லா

ஆயுதங்களையும் கையாளும் பயிற்சியாக இருக்காது. உங்கள் இனத்திற்கேற்ற வளர்ச்சி அடைந்த ஆயுதங்களை மட்டும் கையாள்வதற்கான பயிற்சியாக இருக்கும். அந்த ஆயுதங்களை நீங்கள் உற்பத்தி செய்ய வேண்டியிருக்கும் அல்லவா என்றான் மிளிரன். பாதி ஆயுதங்களை அவர்கள் தருகிறார்கள். மீதியை நாம் உற்பத்தி செய்ய வேண்டும் என்றாள் விழியாள். அப்படி உற்பத்தி செய்தவற்றை மட்டுமே நீங்கள் வைத்துக் கொள்ள முடியும். போர் முடிந்தவுடன் மற்றவற்றைத் திருப்பிக் கொடுக்க வேண்டியிருக்கும். உங்கள் உதவியுடன் அவர் கள் வெற்றி பெற்று அடுத்த கட்டத்திற்குச் சென்றுவிடு வார்கள் என்றான் மிளிரன். ஆம் அதற்கு மறுத்தால் பல வீணான சிக்கல்களைச் சந்திக்க வேண்டியிருக்கும் என்றாள் விழியாள். நீ அவர்களிடம் இணக்கமாகப் பேசி அவர்கள் கொடுக்கும் ஆயுதங்களை வைத்துக் கொள்ளும் வழியைப் பார் என்றான் மிளிரன். பேசிப் பார்க்கிறேன் என்றாள் விழியாள்.

போரின் போது சில சிறிய முக்கியமான ஆயுதங்களை நான் உனக்குத் தருகிறேன். அதை வைத்து நீ அடுத்த கட்ட நடவடிக்கையைக் கணித்துக் கொள்ளலாம் என்றான் மிளிரன். விழியாளுக்கு மிகவும் மகிழ்ச்சியாக இருந்தது. மிளிரன் எங்கள் இனத்திற்காக நீ ஏன் இத்தனை உதவிகள் செய்கிறாய் என்றாள் விழியாள். உன்னையும் நவீனையம் குழந்தைகளையும் பெரியவர்களையும் எனக்கு மிகவும் பிடித்துவிட்டது. அதனால் உங்களுட னேயே தங்கி இருக்க விரும்புகிறேன். அதனால் நீங்கள் அனைவரும் எந்தப் பாதிப்பும் இன்றி இருக்க என்னாலான உதவிகளைச் செய்கிறேன் என்றான் மிளிரன். விழியாள் சிரித்தாள்.

மிளிரனும் நவீனும் பேசிக் கொண்டிருந்தார்கள். போர் முடியும் வரை இந்த நிலவறையில்தான் தங்கி இருக்க

வேண்டுமா என்றான் நவீன். ஆம் அதுதான் நமக்குப் பாதுகாப்பானது என்றான் மிளிரன். பூமியும் இந்தப் போரால் பாதிக்கப்படுமா என்றான் நவீன். நேரடியாகப் பாதிக்கப்படாது. மறைமுகமாகப் பாதிக்கப்படும் என்றான் மிளிரன். எப்படி என்றான் நவீன். பூமியில் குறிப்பிட்ட பருவ நிலை மாற்றங்கள் உள்ளன அல்லவா? அவற்றில் மாற்றம் வரும். அதிக மழை, அதிக வெயில், நிலநடுக்கங்கள், சுனாமிகள் போன்ற பாதிப்புகள் வரும் என்றான் மிளிரன்.

இயற்கையை மாற்றம் செய்யக்கூடிய அளவுக்கான பாதிப்புகளை இவர்களின் போர் எப்படி ஏற்படுத்தும் என்றான் நவீன். இவர்கள் போரிடும் போது அண்டவெளி யில் பல கதிர்கள் பாயும். அவை சூரியனின் கதிர்களுடன் வினை புரியும் போது பருவநிலை மாற்றங்கள் பூமிக்கு ஏற்படும். அதே போல் பல விண்கல்கள் இடம் மாறும். அது பூமியுடனான ஈர்ப்பு விசையில் மாற்றம் ஏற்படுத்தி நிலநடுக்கம் போன்றவற்றை உண்டாக்கும். அதுதான் சுனாமி, எரிமலை வெடிப்பு போன்றவற்றிற்குக் காரணமாக அமைந்துவிடும் என்றான் மிளிரன்.

அந்த மாற்றங்களை எல்லாம் உன் கருவியில் காண முடியுமா என்று கேட்டான் நவீன். நன்றாகப் பார்க்க முடியும் என்றான் மிளிரன். பூமியில் பெரும் பாதிப்பு வர வாய்ப்பில்லை அல்லவா என்றான் நவீன். பெரிய பாதிப்பு வராது. ஆனால் ஒரு சில மாற்றங்களே பெரிய பாதிப்பை ஏற்படுத்தக் கூடியதாக இருக்கலாம் என்றான் மிளிரன்.

போரிடும் இனங்களுக்கு அது பற்றிய கவலை இருக்காது அல்லவா என்றான் நவீன். அவர்கள் எதற் காகக் கவலைப்பட வேண்டும். அவர்களின் மேலாண் மையை நிரூபிக்கத்தானே இந்தப் போர். அப்படி

இருக்கும் போது அதிக அழிவை யார் ஏற்படுத்துகிறார்களோ அவர்கள்தான் வெற்றியாளர்கள் ஆவார்கள். அதனால் அவர்கள் அதைப் பற்றி எல்லாம் கவலைப்படமாட்டார்கள் என்றான் மிளிரன்.

இந்தப் போரை நடக்கவிடாமல் செய்ய முடியுமா என்றான் நவீன். அது முடியாது என்றான் மிளிரன். ஏனெனில் போரிடும் இனங்கள் இரண்டும் அதிக வளர்ச்சி அடைந்த இனங்கள். அவர்கள் இதுவரைக் கண்ட அண்டவெளியின் நீள, அகலத்தை இன்னும் பல இனங்கள் சென்றடையவே இல்லை. அவர்கள் அண்டவெளியின் பல கிரகங்களை, விண்மீன்களை, கருந்துளைகளை, வெள்ளைத்துளைகளைத் தங்களுடைய உடைமையாக்கிக் கொண்டுள்ளார்கள். அவற்றை அவர்கள் வேறு யாருக்கும் விட்டுக் கொடுக்க மாட்டார்கள். இதில் அனா இனம் ருது இனத்தை விட அதிகமான ஆற்றலைக் கொண்டிருப்பதாகக் கருதுகிறது. அதனால் அவர்கள் வென்றால் ருது இனம் வைத்திருக்கும் அத்தனை ஆற்றல்களையும் தங்களுடைய தாக்கிக் கொள்ளும். அதனால் விழியாள் இனம் அவர்களுக்கு இணக்கமாக இருப்பதால் அவற்றில் சிலவற்றை விழியாள் இனம் பயன்படுத்திக் கொள்ளத் தரும் என்றான் மிளிரன்.

விழியாள் தொடர்ந்து போர் எப்போது தொடங்கும் என்பதைக் கண்காணித்துக் கொண்டிருந்தாள். அவளுடைய கணினித் திரைக்கு அப்பாலும் போர் நடப்பதற்கான வாய்ப்புகள் இருப்பது அவளுக்குத் தெரியும். இருந்தாலும் விழிப்புடன் இருப்பது நல்லது என்பதால் அவள் கண்காணித்துக் கொண்டிருந்தாள். மிளிரன் அவ்வப்போது தன் கருவியைப் பார்த்து போர் தொடங்குவதற்கான நிகழ்வு ஏதாவது தென்படுகிறதா எனப் பார்த்துக் கொண்டிருந்தான். நவீனும் அவனிடம் அதைப் பற்றி விசாரித்துக் கொண்டிருந்தான்.

கண்ணாடிக் கோட்டை ❖ 333

அனா இனத்தைச் சேர்ந்தவர்கள் தாங்களாகப் போரைத் தொடுக்க விருப்பமில்லாமல் அமைதி காத்தார்கள். போர்ப் பிரகடனம் மட்டும் அவர்கள் செய்திருந்தார்கள். ருது இனம் அடுத்த நடவடிக்கை எடுக்க அவர்கள் காத்திருந் தார்கள். இரு தரப்பிலும் புயலுக்கு முன்பான அமைதி நிலவியது. அனா இனத்தின் தொடர்பில் இருந்த எல்லா இனங்களும் என்ன நடக்கவிருக்கிறது என்பதைக் கவனித்துக் கொண்டிருந்தார்கள்.

ருது இனத்துடன் சேர்ந்திருக்கும் இனங்களும் அனா இனத்துடன் சேர்ந்திருக்கும் இனங்களும் ஏறக்குறைய ஒரே எண்ணிக்கையில்தான் இருந்தன. ருது இனம் முதலில் போரின் நடவடிக்கையைத் தொடங்கலாம் என உத்தேசித்தது. அதன்படி வெளிப்படையான போர் நட வடிக்கையாக இல்லாமல் யாரும் எதிர்பார்க்காத வகை யிலான நிகழ்வு ஒன்றை நடத்த அது முடிவு செய்தது.

ருது இனம் விழியாள் போன்ற ஓர் எந்திர சிறுமியை உருவாக்கி நலிந்த ஒரு விண்கலம் போன்றிருந்த ஒரு வாகனத்தில் அவளை அனா இனத்தின் கிரகத்தின் அருகில் விட்டுச் சென்றது. அனா இனம் அந்த விண் கலத்தைக் கண்டவுடன் தங்கள் ஆயுதங்களைக் கூர்மை யாக்கிக் கொண்டார்கள். அந்த விண்கலம் அருகில் வந்த போது அதனை நோக்கி கதிர் வீச்சைச் செலுத்தினார்கள். ஆனால் அந்த வாகனத்தின் மீது அந்தக் கதிர்வீச்சுப் படவில்லை. மேலும் அதில் இருந்தது விழியாள் போல் இருப்பதைப் பார்த்த அனா இனம் அந்த விண்கலத்தைச் சுற்றி வளைத்து தன் கிரகத்திற்குக் கொண்டு வந்தது.

அதிலிருந்து இறங்கிய சிறுமி விழியாள் போன்றிருந்தைக் கண்டு அனா இனத்தின் தலைமை அவளிடம் பேச வந்தது. அப்போது அந்தச் சிறுமி அவள் அமர்ந்திருந்த அரங்கத்தை உறைந்து போகச் செய்தாள். எந்த ஆயுதமும் அங்கு வேலை செய்யவில்லை. கணினிகள் எல்லாமே செயல் இழந்தன. அனா இனத்தின் தலைமை ஏதோ விபரீதம் என்பதைப்

புரிந்துகொண்டு அந்தச் சிறுமியை உடனடியாகத் தன் கட்டுப்பாட்டில் கொண்டுவந்து சிறையில் அடைத்தாள். அவள் விழியாள் அல்ல என்பது அப்போதுதான் அவர்களுக்குப் புரிந்தது.

அனா இனம் அடுத்த நடவடிக்கை என்ன செய்வது என்பது குறித்து ஆலோசித்தார்கள். ருது இனத்தின் மீது வெளிப்படையான தாக்குதலை மேற்கொள்வது என்று பெரும்பாலான உறுப்பினர்கள் கருத்துத் தெரிவித்தார்கள். ஆனால் அவர்கள் மறைமுகத் தாக்குதலைத் தொடுத்திருப் பதால் வெளிப்படையாகத் தாக்குவது சரியல்ல என்று சிறு எண்ணிக்கையிலான உறுப்பினர்கள் கூறினார்கள். அனா இனத்தின் தலைமை அது பற்றி முடிவெடுக்குமாறு அனைவரும் கூறிவிட்டனர்.

அனா இனத்தின் தலைமைக்கு விழியாளுடன் ஒரு முறை பேசவேண்டும் என்பது போல் தோன்றியது. அவள் விழியாளை அவளுடைய கிரகத்திற்கு வரச் சொன்னாள். விழியாள் உடனடியாகக் கிளம்பி வந்தாள். ருது இனத்தின் தாக்குதலைப் பற்றி அவளிடம் கூறினாள். விழியாளுக்கு அதிர்ச்சியும் அச்சமும் ஒருங்கே தோன்றி அமைதியாக இருந்தாள். அனா இனத்தின் தலைமை அவளைத் தேற்றி எப்படிப்பட்டத் தாக்குதலையும் சமாளிக்கலாம் கவலைப்படவேண்டாம் என்று சொன்னது.

அடுத்து எப்படிப்பட்டத் தாக்குதலைத் தொடுக்க வேண்டும் என்பது பற்றி அவளிடமும் ஒரு முறை கலந் தாலோசிக்க அவளை அழைத்ததாக அனா இனத்தின் தலைமைச் சொன்னது. விழியாளுக்கு அதில் எந்தக் கருத்தையும் சொல்ல முடியவில்லை. விழியாள் அமைதி யாக இருந்துவிட்டு சிறிது அவகாசம் கேட்டுவிட்டு திரும்பிவிட்டாள்.

நவீனிடமும் மிளிரனிடமும் நடந்ததைக் கூறினாள். அனா இனம் அவளிடம் எதற்கு ஆலோசனை கேட்டது

என்று அவர்களிடம் விவாதித்தாள். ருது இனம் ஏன் தன்னைப் போன்ற உருவத்தில் ஓர் எந்திர உருவத்தை அனுப்பியது என்றும் அவளுக்குப் புரியவில்லை. அதையும் மிளிரனிடம் விவாதித்தாள் விழியாள். அவளுடைய கிரகத்தை அனா இனம் பாதுகாப்பதால் விழியாள் போன்ற எந்திரச் சிறுமியை அவர்களைத் தாக்குவதற்கு ருது இனம் பயன்படுத்தியிருக்கிறது என்றும் ஒரு கட்டத்தில் விழியாளே அவர்களைத் தாக்கும் அளவுக்கு வளர்ந்துவிடுவாள் என்று எச்சரிக்கை விடுக்க ருது இனம் முயற்சிக்கிறது என்றும் மிளிரன் சொன்னான். அந்த விளக்கம் விழியாளுக்கு ஏற்கும்படியாக இருந்தது.

அனா இனத்திற்கு என்ன ஆலோசனை தருவது என்று கேட்டாள் விழியாள். ருது இனத்தின் ஆற்றல் வளங்களைத் தன் வசப்படுத்த முயற்சிக்குமாறு ஆலோசனை கொடுக்கலாம் என்றான் மிளிரன். அதையும் விழியாள் ஏற்றுக் கொண்டாள். அனா இனத்தின் கிரகத்திற்கு மீண்டும் சென்று தன் யோசனையைக் கூறிவிட்டு வந்தாள். அவர்கள் அமைதியாகக் கேட்டுக் கொண்டு விழியாளை அனுப்பி வைத்தனர்.

அனா இனத்தின் தலைமைக்கு இன்னும் விழியாள் மீது முழு நம்பிக்கை ஏற்படவில்லை. அவளைப் போன்ற எந்திர சிறுமியை எதிரி இனம் அனுப்பி வைத்ததற்குக் காரணம் அவளே கூட அனா இனத்திற்கு எதிரியாகி விடலாம் என்ற பொருளும் அதில் அடங்கியுள்ளது என்பதுதான் அனா இனத்தின் தலைமையை உறுத்திக் கொண்டிருந்தது.

தன் உறுப்பினர்களிடம் பேசியது அனா இனத்தின் தலைமை. அவர்கள் விழியாள் மீது முழு நம்பிக்கை கொண்டிருந்தார்கள். ஆனால் ருது இனம் ஏன் இத்தகைய ஒரு நடவடிக்கையைச் செய்தது என்று புரிந்துகொள்ளாமல் அவர்கள்மீது தாக்குதல் தொடுக்க முடியாது என்று அந்த இனத்தின் தலைமை கூறியது.

ருது இனத்திற்கு விழியாள் மீது ஏன் இத்தனை கவனம் வந்தது என்று முதலில் அனா இனம் அறிய முடிவு செய்தது. ருது இனம் விழியாள் இனத்தை அழிக்கும் அளவுக்கான எதிர்ப்பை ஏன் உருவாக்கியது என்பதைத் தெரிந்து கொள்ள அனா பெண் இனம் நினைத்தது. தன் உறுப்பினர்களிடம் ருது இனத்தின் தொடர்பில் இருக்கும் மற்ற இனங்களில் யாரையாவது தொடர்பு கொண்டு விழியாள் மீது ருது இனத்திற்கு ஏன் இத்தனை வன்மம் என்று கேட்டுச் சொல்லவேண்டும் என்று அனா இனத்தின் தலைமை கூறியது.

ருது இனத்துடன் தொடர்பில் இருந்த ஓர் இனத்திடம் அனா இனத்தின் உறுப்பினர் ஒருவர் நட்பை வளர்த்தார். அந்த இனத்திற்கு அனா இனத்தின் மீது சந்தேகம் வராத வகையில் அந்த நட்பு வளர்ந்தது. ருது இனம் போருக்கு ஆயத்தமானதற்கு என்ன காரணம் என்பதை விசாரித்தார். விழியாள் இனம் இன்னும் பல அம்சங்களில் பின் தங்கி இருந்தாலும் வளரப் போகும் அறிகுறிகளைக் காட்டுவதாகவும் அது மற்ற இனங்களுக்கு அபாயகரமான அறிகுறிகளாக இருப்பதாகவும் ருது இனம் கருதுவதாக அந்த இனத்தைச் சேர்ந்த உறுப்பினர் கூறினார். இந்தத் தகவலை அனா இனத்தின் தலைமையிடம் அதன் உறுப்பினர் கூறினார். அனா இனம் அதை நம்பவில்லை.

மேலும் ருது இனம் எந்த இனம் குறித்தும் தெளி வில்லாமல் இருப்பதாக எண்ணியது. அது போன்ற இனம் இருப்பதைவிட இல்லாமல் போவதே சிறந்தது என்று முடிவு செய்தது. உடனடியாக ருது இனம் இருக்கும் கிரகத்தையும் அதற்கு நெருக்கமான மற்ற இனங்கள் வாழ்ந்த கிரகங்களையும் தங்களிடமிருந்த கதிர் வீச்சு வலை போட்டு இறுக்கிவிட்டது அனா இனம். அவர்களுக்கு நெருக்கமான மற்ற இனங்கள் அனா இனத்தின் கதிர் வீச்சு வலையை நீக்கப் பெரிதும் போராடின. மேலும் சில இனங்கள் அனா இனத்தின்

கிரகத்தைத் தாக்க வந்தன. ருது இனம் குறி வைத்த விழியாளின் கிரகத்தைத் தாக்கினால்தான் அனா இனம் நகரும் என்று அதில் சில இனங்கள் முடிவு செய்து விழியாளின் கிரகத்தை நோக்கி வந்தன.

விழியாளின் கிரகத்தையும் குழந்தைகள் இருக்கும் கிரங்கத்தையும் சுற்றிப் பாதுகாப்பு வளையமாக ஒரு கதிர் வீச்சை அனா இனம் உருவாக்கியிருந்தது. அதனால் அதைத் தாண்ட முடியாமல் அந்த இனங்கள் திரும்பிப் போயின. விழியாள் எல்லாவற்றையும் கணினித் திரையில் கவனித்துக் கொண்டிருந்தாள்.

மிளிரனும் தன் கருவியில் அவற்றை நவீனுக்கும் பிற குழந்தைகளுக்கும் பெரியவர்களுக்கும் காட்டிக் கொண் டிருந்தான். எல்லோருக்கும் அச்சமாக இருந்தது. இருந் தாலும் தங்களைப் பாதுகாப்பதிலிருந்து விழியாள் தவற மாட்டாள் என்ற எண்ணம் அவர்களிடையே இருந்தது.

விழியாளுக்கு முதலில் அச்சமாக இருந்தது. பூமியில் பல இனங்களுக்கு இடையே நடக்கும் போரால் எந்தப் பாதிப்பும் அது வரை ஏற்படவில்லை. அதனால் விழியாளுக்கு ஓரளவு நிம்மதியாக இருந்தது. ஒரு முறை பூமிக்கடியில் இருக்கும் குழுவினரைச் சந்தித்துவிட்டு வந்துவிடலாம் என்று நினைத்தாள். மிகவும் கவனமாக அவர்களின் பகுதிக்குச் சென்றாள். அவளுடன் பேசுபவர் உடனடியாக வந்தார். நடப்பவற்றை எல்லாம் பார்த்துக் கொண்டிருப்பதாகச் சொன்னார். அவளுடைய கிரகத் திற்கும் குழந்தைகளும் பெரியவர்களும் இருக்கும் கிரகத் திற்கும் எதுவும் நேராது என்று சொல்லிவிட்டு அவர் மறைந்தார்.

விழியாளுக்கு இப்போதுதான் ஆறுதலாக இருந்தது. அமைதியாக வந்து கண்ணாடிக் கோட்டையில் அமர்ந்து விட்டாள். அங்கிருந்தவர்கள் விழியாளிடம் அடுத்து என்ன நடக்கும் என்று கேட்டபடி இருந்தனர். தங்களின் கிரகம்

எந்த வகையிலும் பாதிக்கப்படாது என்று அவர்களுக்கு அவள் தைரியமூட்டிக் கொண்டிருந்தாள். அவள் கிரகத்தினரும் தரைக்கடியில்தான் இருந்தார்கள்.

ருது இனத்தின் நெருக்கமான இனங்களின் தாக்குதல்களை முறியடித்துவிட்ட அனா இனம் ருது இனத்தை முடக்கி வைத்திருந்தது. அந்த முடக்கத்தை விடுவித்தால் ருது இனத்தின் தாக்குதல் பயங்கரமாக இருக்கும் என அனா இனம் நினைத்தது. அதனால் தங்களிடமிருந்த எந்திர உறுப்பினர்களை அந்தக் கிரகத்தை நோக்கி ஏவியது. அனா இனம் ஏவிய எல்லா எந்திர உறுப்பினர்களையும் ருது இனம் தூளாக்கிவிட்டது. அடுத்து எப்படி அவர்களை எதிர்கொள்வது என்று அனா இனம் யோசனை செய்தது.

ருது இனத்தை முடக்கி வைத்திருந்தால் அதை எப்படி நீக்குவது என்று அந்த இனம் கற்றுக் கொள்ளும் என்ற ஆபத்தையும் அனா இனம் உணர்ந்திருந்தது. அதனால் கதிர் வீச்சு முடக்கம் இருக்கும் போதே அந்தக் கிரகத்தின் ஆற்றல் தரும் அம்சங்களைக் கணக்கில் எடுத்தது. ருது இனம் பல கருந்துளைகள், வெள்ளைத் துளைகள் போன்றவற்றிலிருந்து ஆற்றல்களை எடுப்பது தெரியவந்தது. உடனடியாக அந்த ஆற்றல்களைத் தங்கள் கிரகத்திற்கு உரியதாக மாற்றியது அனா இனம். அதனால் ருது இனம் பலவீனமடைந்தது.

அதன் பின் தங்களிடமிருந்த எந்திர உறுப்பினர்களை மீண்டும் ருது இனத்தின் கிரகத்தை நோக்கி ஏவியது அனா இனம். இப்போது ருது இனத்தால் எந்திர உறுப்பினர்களைச் சமாளிக்க முடியவில்லை. எந்திர உறுப்பினர்கள் ருது இனத்தினரைச் சிறை பிடித்தனர். அவர்களை அதே கிரகத்தில் இருந்த அரங்குகளில் எங்கும் நகர முடியாதபடி செய்துவிட்டன. அனா இனத்திற்கு ஓரளவு வெற்றி சாத்தியமாகிவிட்டது என்று தெரிந்தது. அதன் பின் தங்கள் இனத்தின் உறுப்பினரை அந்தக் கிரகத்திற்கு அனுப்பியது. முழு கவசத்துடன் அந்த உறுப்பினர் அந்தக் கிரகத்திற்குச்

சென்று பார்த்து வந்தார். ருது இனம் முடக்கப்பட்டுவிட்டது என்று தெரிந்த பின் அந்தக் கிரகத்தைச் சுற்றியிருந்த கதிர் வீச்சு முடக்கத்தை நீக்கியது அனா இனம்.

ருது இனத்தை முடக்கி விட்ட பின் தங்களின் மேலாதிக்கத்தை நிரூபிக்க ருது இனத்தின் மற்ற இனங்களும் தங்களின் ஆளுகையின் கீழ் வந்துவிட்டதாகப் பிரகடனம் செய்தது அனா இனம். அதனைப் பல இனங்கள் ஏற்க மறுத்தன. அவையும் மோதலுக்கு ஆயத்தமாக இருந்தன என்று கூறிவிட்டன.

அனா இனம் அவற்றுடன் மோதுவதால் தங்களுக்கு என்ன இலாபம் என்பதை யோசித்துப் பார்த்தது. அவர்களுடைய ஆற்றலை தங்களுக்குச் சாதகமாக மாற்றலாம். அவர்களின் கிரகங்களைத் தங்களுடைய பல்வேறு ஆய்வுகளுக்குப் பயன்படுத்தலாம். அவர்களையும் தங்கள் பணிகளுக்குரியவர்களாக மாற்றலாம். இவற்றைத் தவிர அவர்களைப் பராமரிப்பது பெரும் சுமையாகிவிடுமோ என அச்சமுற்றது. அவர்கள் தாங்களாகவே தங்களைப் பராமரித்துக் கொள்ளும் வழிகளை உருவாக்கித் தர வேண்டும். அது தங்களுக்கு மேலும் ஒரு தேவையற்ற அம்சம் எனவும் அனா இனம் எண்ணியது. இருந்தாலும் மேலாதிக்கத்தை எல்லா இனங்களும் ஏற்கச் செய்ய இதை எல்லாம் செய்தாகவேண்டும் என்று அது வேறு வழியில்லாமல் அவர்களுடன் மோதிய இனங்களைப் பல்வேறு வகையான உத்திகளைப் பயன்படுத்தி வென்றெடுத்தது.

அனா இனம் இப்படிப் பல இனங்களுடன் மோதி தன் மேலாதிக்கத்தை நிரூபித்துக் கொண்டிருப்பதை மிளிரன் நவீனிடம் தன் கருவியில் காட்டிக் கொண்டிருந் தான். விழியாள் இனத்தின் மீதும் அனா இனம்தான் மேலாண்மை செலுத்திக் கொண்டிருக்கிறது என மிளிரன் சுட்டிக்காட்டினான். எதிரி இனங்களையும் நட்பு இனங் களையும் தன் ஆளுகையின் கீழ் அனா இனம் கொண்டு

வந்துவிட்டது என்பதால் இனி எல்லாமே அந்த இனத்திற்குத் தெரிந்துதான் நடக்கும் என்றான் மிளிரன்.

இயற்கையின் சக்தியை அனா இனத்தால் மாற்ற முடியாது என்றான் நவீன். அதைப் பற்றி முன் கூட்டியே அனா இனம் அறிவதற்கான ஆற்றலைப் பெற்றிருக்கிறது என்றான் மிளிரன். பின் எப்படி விழியாள் கிரகத்தை அழிக்க வந்த ருது இனதின் பல்வேறு முயற்சிகளை அதனால் முறியடிக்க முடியவில்லை என்றான் நவீன். அது இயற்கையின் ஆற்றல் அல்ல. அதையும் வேறு ஏதோ ஓர் இனம்தான் நடத்தியிருக்கிறது. அது எது என்று இதுவரை அனா இனத்தால் கண்டுபிடிக்க முடியவில்லை என்றான் மிளிரன். அப்படி என்றால் அந்த இனம் அனா இனத்தை விட அதிக ஆற்றல் வாய்ந்திருக்க வாய்ப்பிருக்கிறதா என்றான் நவீன். இருக்கலாம். ஆனால் அது தன்னை இன்னும் வெளிப்படுத்தவில்லை என்பதை நாம் கவனிக்கவேண்டும் என்றான் மிளிரன்.

அனா இனம் பல அண்டங்களை ஆட்டிப் படைக்கும் ஆற்றலைப் பெற்றுவிட்டதா என்று கேட்டான் நவீன். ஆம். அதில் என்ன சந்தேகம் என்றான் மிளிரன். அவர்கள்தான் எல்லா இனங்களையும் இனி பராமரிப்பார்களா என்றான் நவீன். ஆம். அவர்கள்தான் இனி எல்லா இனங்களின் வளர்ச்சிக்கும் பாதுகாப்புக்கும் காரணமாவார்கள் என்றான் மிளிரன். அந்த இனம் எல்லா இனங்களையும் அழிக்க நினைத்தால் என்ன ஆகும் என்றான் நவீன். எல்லா இனங்களும் அழிந்துவிடும் இதில் என்ன சந்தேகம் என்றான் மிளிரன். அது சரியான போக்கு இல்லையே என்றான் நவீன். ஆம். அதை எப்படி முறியடிப்பது என்று யோசிக்க வேண்டும் என்றான் மிளிரன்.

29

பொங்கும் விடுதலை

விழியாள் தன் கிரகத்திற்கு வந்தாள். பாடினி உள்ளிட்ட பலரும் அவள் வரவுக்காகக் காத்திருந்தார்கள். அனா இனம் இதுவரை அண்டங்களில் தோன்றியிருக்கக் கூடிய எல்லா இனங்களையும் தங்கள் கட்டுப்பாட்டின் கீழ் கொண்டுவந்துவிட்டது என்று பாடினி கூறினாள். விழியாள் அமைதியாகக் கேட்டுக் கொண்டிருந்தாள். நம் இயக்கத்தையும் இனிமேல் அவர்களின் கட்டுப்பாட்டி லிருந்து கொண்டுதான் செய்யவேண்டும் என்பது மிகவும் அச்சமூட்டும் ஒன்றாக உள்ளது என்றாள் பாடினி. அங்கிருந்த பல உறுப்பினர்கள் அதை ஆமோதித்தார்கள். அதனால் அனா இனத்தின் பிடியிலிருந்து விலக உடனடி யாக ஏதாவது ஒரு வழியைத் தேடவேண்டும் என்றாள் பாடினி.

விழியாள் பேசினாள். நம் இனத்திற்கு மட்டுமல்ல பல இனங்களுக்கும் இத்தகைய எண்ணம் உள்ளது. அனா இனம் தங்கள் மேலாண்மையை நிரூபித்துவிட்டபடியால் யார் மீதும் ஆதிக்கம் செலுத்தாமல் ஒதுங்கி இருந்து மற்ற இனங்களும் வளர இடம் தரவேண்டும். தொடர்ந்து ஒவ்வோர் இனத்தையும் தன் ஆளுகையின் கீழ் வைத்துக் கொண்டு அனா இனம் விரும்பும் அளவுக்கு மட்டுமே இயங்க அனுமதிப்பது ஏற்க முடியாத ஒன்றுதான்.

ஆனால் இப்போதுதான் வெற்றி பெற்ற மமதையில் இருக்கும் அவர்களிடம் சென்று நம் எண்ணத்தைச் சொன்னால் இப்போதிருக்கும் சுதந்திரத்தையும் பறிக்க வேண்டும் என்று அவர்களுக்குத் தோன்றும். அதனால் இதற்கான வழியை நாமே தேடிக் கண்டுபிடிக்கலாம். அமைதியாக அடுத்த கட்ட நடவடிக்கையை மேற் கொள்ளலாம். அனா இனம் ஏதாவது தடையை விதித் தால் அவர்களிடம் பேசி அதற்கான தீர்வைக் காணலாம் என்றாள் விழியாள்.

விழியாள் இனத்தைச் சேர்ந்த சில உறுப்பினர்கள் பேசினார்கள். விழியாள் இனம் தொடர்ந்து கொண் டிருக்கும் ஆய்வுகளைத் தொடர அவர்கள் அனுமதிப்பார் களா என்று சிலர் கேட்டனர். நாம் நம் ஆய்வை எப்போதும் போல் தொடரலாம். அவர்கள் தடை விதித்தால் அதை வேறு விதத்தில் எதிர்கொள்ளலாம் என்றாள் விழியாள். மேலும் அனா இனத்திற்கு அஞ்சி நடுங்கி நம் சுதந்திரத்தைக் குறைத்துக் கொள்ள யாரும் எண்ண வேண்டாம் என்றும் விழியாள் சொன்னாள்.

விழியாள் முன்பு போல் அச்சமடைந்து பேசக்கூடிய வளாக இல்லை என்பதை பாடினி கவனித்தாள். அவளிடம் எப்படி ஒரு மாற்றம் ஏற்பட்டது என்று அவளுக்குப் புரியவில்லை. மிகவும் விவேகமாக எல்லாவற்றையும் சமாளிக்கும் ஆற்றல் கொண்டிருப்பவள் போல் பேசக் காரணம் என்ன என்று பாடினி பல முறை சிந்தித்துப் பார்த்தாள். இப்போது அனா இனம் எல்லா இனங்கள் மீதும் வைத்திருக்கும் அழுத்தத்தை முன் வைத்து விழியாள் நடுங்கி இருப்பாள், அதைக் காரண மாகக் காட்டி அவளிடமிருந்து தலைமையைப் பறிக்கலாம் என பாடினி எண்ணியிருந்தாள். அந்த எண்ணம் ஈடேற வில்லை என்பது பாடினிக்கு ஏமாற்றமாக இருந்தது. ஆனாலும் தனக்கான சந்தர்ப்பம் வரும் என்று அமைதி யாக இருந்தாள். விழியாளுக்குப் பாடினியிடம் ஏதோ

கண்ணாடிக் கோட்டை ❖ 343

ஒரு திட்டம் இருப்பது புரிந்தது. கூட்டம் முடிந்தது. விழியாள் குழந்தைகளின் கிரகத்திற்கு வந்தாள்.

நவீனையும் மிளிரனையும் சந்திப்பதில் அவளுக்கு அளவற்ற மகிழ்ச்சி ஏற்பட்டது. இனி தரைக்கடியில் இருக்கவேண்டாம் எனவும் மேற்புறத்தில் இருந்த கட்டடங்களில் பழையபடி இருக்கலாம் எனவும் விழி யாள் கூறினாள். குழந்தைகளுக்குக் குதூகலாம் தாங்க வில்லை. நவீனையும் மிளிரனையும் விழியாள் அழைத் தாள். தன் கிரகத்தின் மீது எப்போதும் ஒரு கவனம் வைத்திருக்கவேண்டும் என்று அவர்களிடம் கேட்டுக் கொண்டாள். உன் இனத்தில் யாராவது சதி செய்கிறார் களா என்றான் மிளிரன். ஆம். அது யாரென்று பிறகு சொல்கிறேன். இப்போது கண்காணித்துக் கொண்டிரு என்று மிளிரனிடம் சொல்லிவிட்டு விழியாள் கிளம்பினாள்.

பாடினிக்கு அனா இனத்திடம் பேசவேண்டும் என்று தோன்றியது. ஆனால் விழியாளை மீறி அவர்களிடம் பேசுவது தன் கிரகத்திலுள்ளவர்களுக்குச் சந்தேகத்தைத் தரும் என்று பாடினி நினைத்தாள். விழியாளும் அதை ரசிக்கமாட்டாள் என்று தோன்றியது. ஆனால் விழி யாளிடம் சொல்லிவிட்டுப் பேசலாம் என்றால் என்ன காரணத்திற்காகப் பேசவேண்டியுள்ளது என்றும் கூற வேண்டும் என்பதால் பாடினி அந்தத் திட்டத்தை ஒத்திப் போட்டாள். விழியாளே தன்னை அவர்களிடம் பேச அனுப்பும்படி ஏதாவது ஒரு திட்டத்தை யோசிக்கலாம் என நினைத்தாள்.

தங்களுக்கு ஆயுதப் பயிற்சி அளிப்பதை எப்போதும் நிறுத்தக் கூடாது எனவும் தங்கள் இனம் காரணமாகத்தான் இந்தப் போர் ஏற்பட்டு அனா இனம் எல்லா இனங்களை யும் அவர்கள் ஆளுகையின் கீழ் வந்திருப்பதால் தங்கள் இனத்திற்குத் தனிப்பட்ட கவனத்தைக் கொடுக்கவேண்டும் எனவும் கேட்க அவர்களிடம் பேசலாம் என பாடினி

நினைத்தாள். அதை விழியாளிடம் சொன்னாள். அதை விழியாள் அவர்களிடம் பேசினால் சரியாக இருக்காது என்று தானே அதை அவர்களிடம் பேசிவிட்டு வருவதாகச் சொன்னாள் பாடினி. விழியாள் அதை ஏற்றுக் கொண்டாள்.

●●●

பாடினி அனா இனத்தைச் சந்திக்கும் போது என்ன பேசவேண்டும் என்பதைத் திட்டமிட்டாள். தங்கள் இனத்திற்கு விழியாள் போன்ற சிறுமி தலைமை வகிப்ப தால் பல சிரமங்கள் இருப்பதாக அவர்களிடம் தெரிவிக்க வேண்டும். தன்னைப் போன்ற பல அனுபவங்களைப் பெற்றவர்களை நியமித்தால் மேலும் சிறப்பாக தங்கள் இனத்தை வழிநடத்த முடியும் என்றும் கூறவேண்டும். தன்னைத் தலைமைப் பொறுப்பில் நியமிக்க உதவினால் அனா இனத்திற்கு எப்போதும் தங்கள் இனம் உதவும் என்று சொல்லவேண்டும். மேலும் தங்கள் இனத்தைச் சார்ந்தவர்களை அவர்களின் மரபணு சோதனை செய்துபார்க்கப் பயன்படுத்திக் கொள்ளவும் அனுமதிக்க ஆயத்தமாக இருப்பதாகவும் கூறவேண்டும் என்று பலவாறு யோசித்துக் கொண்டே பாடினி அங்குப் போய்ச் சேர்ந்தாள்.

பாடினியை வரவேற்று அவர்கள் விழியாள் இனத்தை அவள் நல்ல முறையில் தலைமை தாங்கியதால்தான் ருது இனத்தைத் தங்களால் கட்டுப்பாட்டில் கொண்டு வர முடிந்தது என்றார்கள். விழியாளுக்கு அதற்காக அவர்கள் பாரட்டையும் நன்றியையும் தெரிவித்தார்கள். பாடினிக்கு அதைக் கேட்டு கசப்பாக இருந்தது. எப்படித் தன் திட்டத்தை அவர்களிடம் சொல்லமுடியும் என்று பாடினிக்குப் புரியவில்லை. மேலும் அவர்கள் தங்களின் மரபணு சோதனைக்காகப் பல இனங்கள் தாங்களாகவே ஆயத்தமாக இருப்பதால் இனி எந்தச் சிக்கலும் இல்லாமல்

தங்கள் சோதனை தொடரும் என்றும் கூறினார்கள். பாடினிக்குத் தன் திட்டம் வெற்றி அடையவில்லை என்று புரிந்தது. அவள் மீண்டும் தன் கிரகத்தைச் சென்றடைந்தாள். விழியாளிடம் நடந்ததைக் கூறினாள்.

விழியாளுக்குச் சிரிப்பாக வந்தது. பாடினிக்குத் தன் இனத்தைத் தலைமை ஏற்று நடத்தவேண்டும் என்ற ஆசை இருப்பது விழியாளுக்குப் புரிந்தது. ஆனால் பாடினி தன் அதிகாரத்திற்காகத் தன் இனத்தின் நலன்களை விட்டுக் கொடுக்க நினைப்பதை விழியாள் ஏற்கவில்லை. மேலும் விழியாளுக்கு என்று தனிப்பட்ட சில திட்டங்கள் இருந்தன. அதை இதுவரை அவள் யாரிடமும் சொல்ல வில்லை. அதை எப்படி நடத்துவது என்பதைப் பற்றி அவள் தொடர்ந்து யோசித்துக் கொண்டிருந்தாள். சரியான சந்தர்ப்பத்தை எதிர்பார்த்துக் கொண்டிருந்தாள்.

●●●

மிளிரனும் நவீனும் பேசிக் கொண்டிருந்தார்கள். முன்பு போல் விளையாட்டுகளைத் தொடங்கலாமா என்ற எண்ணம் அவர்களுக்குள் இருந்தது. போர் முடிந்து அனைவரும் இயல்பு நிலைக்கு இன்னும் திரும்பவில்லை என்பதால் இன்னும் சிறிது காலம் கழித்து விளையாட்டைத் தொடங்கலாம் என்று மிளிரன் சொன்னான். மேலும் விழியாளின் கிரகத்தை அவன் தொடர்ந்து கண்காணித்துக் கொண்டிருந்தான். பாடினி அனா இனத்தின் கிரகத்திற்குச் சென்று வந்தது அவனுக்குத் தெரியும். விழியாளிடம் பேசி அதற்கான காரணத்தை அறிந்துகொண்டான். இருந் தாலும் விழியாள் பாடினியின் உண்மையான நோக்கத்தை மிளிரனிடம் சொல்லவில்லை. ஆனால் மிளிரனுக்கு பாடினி மீது தொடர்ந்து சந்தேகம் இருந்தது.

நவீனிடம் பாடினி பற்றி விசாரித்தான் மிளிரன். பெரிய எந்திர மனிதனை உருவாக்கும் போது பாடினி

தன்னுடைய நோக்கத்தைச் செயல்படுத்த வேறு ஒரு ரசாயனக் கலவையை எந்திர மனிதனிடம் கலக்க முயன்றதை நவீன் அறிந்துகொண்டான் என்பதற்காக பாடினி கொல்ல வந்ததை மிளிரனிடம் சொன்னான் நவீன். பாடினியை முழுமையாக நம்பக்கூடாது என்றான் மிளிரன். விழியாள் அவளிடம் பல பொறுப்புகளைக் கொடுத்திருக்கிறாள் என்றான் நவீன். விழியாளின் இனத்தை அவள் தன்னுடைய சுய லாப நோக்கத்திற்காகப் பயன்படுத்திக் கொள்வாள் என்றான் மிளிரன். அதனால் தான் தன் கிரகத்தைக் கண்காணிக்க உன்னிடம் கேட்டுக் கொண்டிருக்கிறாள் விழியாள் என்றான் நவீன். இங்கிருந்து அங்கு நடக்கும் போக்குவரத்துகளைக் கண் காணிக்கலாம். பாடினி என்ன சிந்தித்துக் கொண்டிருக் கிறாள் என்பது எப்படிப் புரியும் என்றான் மிளிரன். பாடினி அனா இனத்திடம் எதற்காகப் பேசச் சென்றாள் என்று விழியாள் முழுமையாகத் தங்களிடம் கூறவில்லை என்றான் மிளிரன். இருக்கலாம். அது நமக்குத் தேவை யற்றது என்று அவள் நினைத்திருக்கலாம் என்றான் நவீன்.

விழியாள் கணினித் திரையில் வந்தாள். மிளிரனிடம் பேசினாள். தன் கிரகத்திலிருந்து எந்த விமானமும் பறந்தால் தன்னிடம் தகவல் தெரிவிக்குமாறு சொன்னாள். பாடினியைக் கண்காணிக்கச் சொல்கிறாயா விழியாள் என்று நேரடியாகக் கேட்டான் மிளிரன். ஆம் என்றாள் விழியாள். அவள் மீது சந்தேகம் வைத்துக் கொண்டு அவளை ஏன் பெரிய பொறுப்புகளைப் பார்க்கச் சொல்கிறாய் என்றான் அவன். அவளை அதிலிருந்து விடுவித்தால் வேறு தீய காரியங்களில் அவள் இறங்கக்கூடும் என்றாள் அவள். பாடினியால் உங்கள் இனத்திற்கு ஆபத்து வரக்கூடும் என்றான் மிளிரன். அதனால்தான் அவளைக் கண்காணிக்கச் சொல்கிறேன் என்றாள் விழியாள். இங்கிருந்து கண்காணிப்பதை விட உங்கள் கிரகத்திற்குச் சென்றால் இன்னும் நன்றாகக் கண்காணிக்

கலாம் என்றான் மிளிரன். அதை அங்கு வேறு சிலர் செய்துகொண்டிருக்கிறார்கள் என்றாள் விழியாள். பாடினி தானாகப் பிடிபடவேண்டும் என்று எண்ணு கிறாயா விழியாள் என்றான் மிளிரன். அப்படி நடந்தால் அவளுக்கே வெட்கம் வந்து எல்லாப் பொறுப்புகளிலிருந்தும் விலகிவிடுவாள் என்றாள் விழியாள். இல்லை அவள் வேறு பெரிய திட்டங்களைத் தீட்டுவாள் என்றான் மிளிரன். என்ன செய்வாள் என்றாள் விழியாள். வேறு ஏதாவது இனங்களைக் கொண்டு உங்கள் இனத்தை அழிக்க முயல்வாள் என்றான் மிளிரன். அதையும் சந்திக்கலாம் என்றாள் விழியாள். உனக்குச் சரியென்று பட்டதை நீ செய் என்றான் மிளிரன். எனக்கு சரியென்று பட்டதை அல்ல, என் இனத்திற்குச் சரியென்று பட்டதைச் செய்துகொண்டிருக்கிறேன் என்றாள் விழியாள். அத்துடன் அவள் பேச்சை முடித்தாள். மிளிரன் நவீனிடம் சமீப காலமாக விழியாளிடம் ஏதோ ஒரு மாற்றம் இருப்பதைக் கவனித்தாயா என்றான். ஆம். கவனித்தேன். அவள் உறுதியாக இருப்பது போல் தெரிகிறது என்றான் நவீன்.

விழியாள் தன் இனத்தை மேம்படுத்த பல்வேறு முயற்சிகளில் இறங்க முடிவு செய்தாள். முதலில் பூமிக்கு அடியில் இருக்கும் குழுவினரைச் சந்தித்தாள். அனா இனம் எல்லா இனங்களையும் தன் ஆளுகையில் கீழ் கொண்டு வந்ததில் பூமிக்கடியில் இருக்கும் குழு கடும் அதிருப்தியில் இருந்தது. விழியாளும் அதே எண்ணத்தில் இருந்ததால் அவர்களிடம் ஆலோசனைக் கேட்கப் போனாள்.

அனா இனத்தைத் தொடர்ந்து இதே நிலையில் நீடிக்கவிட்டால் மற்ற இனங்களின் சுதந்திரம் பறிபோய் விடும் என்று விழியாள் நினைத்தாள். அதைப் பூமிக்கு அடியில் இருக்கும் குழு ஏற்றது. அனா இனத்திற்கு எதிராகத் திரும்புவதைப் பற்றி அந்த இனம் அறியக்கூடாது

ஆனால் மெதுவாக அந்தத் திசையில் பயணிக்கவேண்டும் என்பதுதான் விழியாளின் எண்ணம். அதற்காக என்ன செய்யவேண்டும் என்று பூமியின் அடியில் இருந்த குழுவிடம் ஆலோசனை கேட்டாள். முதலில் அவளுடைய எண்ணத்துடன் ஒத்துப் போகும் இனங்களைத் திரட்டு மாறு அவர்கள் கூறினார்கள். ஆனால் அது அவளுக்கு ஆபத்தைக் கொண்டு வரும் என்பதால் வேறொர் இனம் அதைச் செய்வது போல் மாற்ற அவளுக்கு உதவுவதாக அவர்கள் கூறினார்கள். அதன்படி பல இனங்கள் ஒன்று சேர்ந்தால் அடுத்து என்ன செய்யவேண்டும் என்று கூறுவதாகச் சொல்லி அவர்கள் விழியாளை அனுப்பி வைத்தார்கள்.

அவள் கண்ணாடிக் கோட்டைக்கு வந்து சேர்ந்தவுடன் அவளுடைய கணினிக்கு ஒரு தகவல் வந்தது. அனா இனம்தான் அவர்கள் இனத்திற்கும் தலைமை ஏற்க வேண்டுமா? அதை எதிர்க்க அச்சமா? என்று அதில் கேட்கப்பட்டிருந்தது. அது எங்கிருந்து வந்தது என்று அவள் தேடிக் கண்டுபிடித்தாள். அனா இனத்தின் ஆளுகையின் கீழ் உள்ள மற்றொர் இனம் அவளுக்கு அந்தத் தகவலை அனுப்பியிருந்தது. அவள் அந்தத் தகவலுக்குப் பதில் அனுப்பினாள். எங்கள் இனம் என்ன செய்யவேண்டும் என்று எதிர்பார்க்கிறீர்கள் என்று கேட்டாள். எங்களுடன் சேரவேண்டும் என்று உடனடியாகப் பதில் வந்தது. எங்களுக்கு எந்த ஓர் ஆபத்தும் வரக்கூடாது என்று விழியாள் சொன்னாள். அவர்களுடைய திட்டத்தை ஏற்றால் மட்டும் போதும் என்று அங்கிருந்து தகவல் வந்தது. விழியாள் அமைதியாகப் பொறுத்திருந்தாள்.

அடுத்து தங்கள் இனம் மேற்கொண்டிருந்த மரபணு ஆய்வைத் தொடர விழியாள் முடிவு செய்தாள். இள மாலையைக் கணினியில் தொடர்புகொண்டாள். மரபணு ஆய்வைத் தொடர அவளிடம் பேசினாள்.

அனா இனம் தங்கள் செயல்பாடுகளைக் கண்காணிக்கும் என்றாள் இளமாலை. அதைப் பற்றி கவலைப்பட வேண்டாம் என்றாள் விழியாள். பாடினிக்கு இது தெரிய வரும் என்றாள் இளமாலை. அதனால் ஒன்றும் பிரச்னை இல்லை என்றாள் விழியாள். சமீபகாலமாக மிகவும் உறுதியான நடவடிக்கைகளில் விழியாள் இறங்குவதற்கான காரணம் என்ன என்று இளமாலை கேட்டாள். அவர்கள் இனத்திற்கான தேவை அது என்று சொல்லி முடித்தாள் விழியாள்.

விழியாள் குழந்தைகள் இருக்கும் கிரகத்திற்கு வந்தாள். எல்லோரும் அவளை மிகவும் மகிழ்ச்சியாக வரவேற்றார்கள். போரின் போது அவர்களைப் பாதுகாத்து வைத்ததற்காக அவள் மீது அவர்களுக்கு ஒரு புதிய பற்றுதல் ஏற்பட்டிருந்தது. விழியாள் சிரித்தாள். நவீனையும் மிளிரனையும் அழைத்துக் கொண்டு ஓர் அறைக்குப் போனாள். அவர்களிடம் தான் அடுத்து செய்யவிருக்கும் திட்டங்கள் குறித்து விளக்கினாள்.

தங்கள் இனம் மரபணு ஆய்வைத் தொடர இருப்பதாக விழியாள் அவர்களிடம் கூறினாள். அனா இனத்திற்குத் தெரிந்தால் அது சிக்கலை ஏற்படுத்தும் என்றான் மிளிரன். இல்லை ஏற்படுத்தாது என்றாள் விழியாள். மேலும் அனா இனத்திற்கு எதிராகப் பல இனங்கள் ஒன்று கூட இருப்பதையும் அவர்களிடம் கூறினாள். மீண்டும் ஒரு போருக்கு ஆயத்தமாகிறீர்களா என்றான் மிளிரன். அனா இனம் எல்லா இனங்கள் மீதும் ஆதிக்கம் செலுத்த அனுமதிக்க முடியாது என்றாள் விழியாள். அதை அவர்களிடம் வெளிப்படையாக உன்னால் கூறமுடியுமா என்று கேட்டான் மிளிரன். இல்லை, இப்போது முடியாது. அதனால்தான் இப்போது வேறு வேலைகளை நாங்கள் தொடங்கி இருக்கிறோம் என்றாள் விழியாள். அவர்களிடமிருந்து எதிர்ப்பு வந்தால் எப்படிச்

சமாளிப்பீர்கள் என்றான் மிளிரன். பல இனங்கள் ஒன்றிணையக்கூடிய வாய்ப்பு உள்ளது என்றாள் விழியாள். அதை மட்டும் நம்பி நீ இப்படி ஓர் எதிர்ப்பைத் தொடங்கி இருக்கமாட்டாய் விழியாள் என்றான் மிளிரன்.

விழியாள் அமைதியாகச் சிரித்தாள். நவீன் அவளைப் புதிராகப் பார்த்தான். மிளிரன் உன்னிடம் பேசும் போது எனக்கு நம்பிக்கைக் கூடுகிறது. நீ சொல்வது போல் பல இனங்களின் ஒற்றுமை மட்டுமல்லாமல் எங்கள் இனத்தை அடுத்த கட்டங்களுக்கு நகர்த்துவது பற்றிய நம்பிக்கை எனக்கு உள்ளது. அதனால்தான் இந்த எதிர்ப்பைக் காட்ட முனைகிறேன் என்றாள் விழியாள். இன்னும் நீ முழு உண்மையைச் சொல்லவில்லை என்றான் மிளிரன். அவள் சிரித்தாள்.

விழியாள் உங்கள் இனம் அடுத்தகட்டத்திற்கு நகர்ந்தால் என்னை உங்கள் பராமரிப்பில் தொடர்ந்து வைத்துக் கொள்வீர்களா என்று அப்பாவியாகக் கேட்டான் நவீன். அதில் என்ன சந்தேகம் நவீன். உன்னை எப்போதும் கைவிடப் போவதில்லை. இது போன்ற எண்ணமே உனக்கு வரவேண்டாம் என்றாள் விழியாள். இப்போதெல்லாம் நீ முன்பு போல இல்லை விழியாள். உன் இனத்திற்குத் தலைமை ஏற்றிருக்கும் எண்ணத்திலேயே எங்களுடனும் பேசுகிறாய் என்றான் நவீன்.

இல்லை நவீன். உன்னையும் மிளிரனையும் மட்டுமே என் நெருக்கமான நண்பர்களாகக் கருதுகிறேன். என் இனத்தையும் எங்களுடன் இணையும் பலரையும் அனா இனம் போல் ஆதிக்கம் செலுத்தாமல் அவரவர் வளர்ச்சியில் மட்டுமே கவனம் வைப்பதற்கான எண்ணப் போக்கில் மாற்றம் வேண்டும் என்று நான் நினைக்கிறேன். அதற்குத் தடையாக இருப்பவர்கள் யாராக இருந்தாலும் அவர்களை எதிர்க்க வேண்டும் என்றும் நான் நினைக்

கிறேன். இதைக் குறித்து யாருடனும் விவாதிக்க முடியவில்லை. உங்கள் இருவருடன் மட்டுமே இதைப் பற்றிப் பேச முடிகிறது. அது மட்டுமல்லாமல் மிளிரன் சொன்னது போல இன்னும் பலவற்றை உங்கள் இருவருடனும் கூட என்னால் பேச முடியாத நிலைமை உள்ளது. ஆனால் அதை நீங்கள் இருவரும் புரிந்துகொள்வீர்கள் என்று நம்புகிறேன். எனக்குத் துணையாக நீங்கள் இருவரும் எப்போதும் இருக்கவேண்டும் என்று நான் விரும்புகிறேன் என்றாள் அவள். நவீனும் மிளிரனும் சிரித்தார்கள்.

30

புது உயிர்கள்

விழியாள் கண்ணாடிக் கோட்டைக்குத் திரும்பினாள். அனா இனத்தை எப்படி எதிர் கொள்வது என்ற திட்டத்தை முதலில் உருவாக்கினாள். அனா இனத்தின் ஆளுகையின் கீழ் உள்ள இனங்களில் பலவற்றுடன் தொடர்பு கொண்டாள். ஒரு சில இனங்கள் தவிர வேறு எந்த இனமும் அனா இனத்தின் ஆளுகையின் கீழ் இருக்க விரும்பவில்லை. அடுத்து அனா இனத்தின் ஆயுதங்கள், ஆற்றல்கள் போன்றவைக் கிடைக்கும் பட்சத்தில் அதனை வீழ்த்திவிடவும் அவைத் துடித்தன. அனா இனத்துடன் மோதல் போக்கு வேண்டாம், ஆனால் எல்லா இனங ்களும் அவரவரின் வளர்ச்சிக்கான திட்டங்களை உரு வாக்க வேண்டும் என்பதில் ஒற்றுமையுடன் இருந்தன. விழியாளை இந்தத் திட்டத்திற்குத் தலைமை ஏற்க அவை வலியுறுத்தின. விழியாள் அதை ஏற்கத் தலைப்பட்டாள்.

விழியாள் தனது இலக்கை அடைய முதலில் இள மாலையிடம் மரபணு ஆய்வைத் துரிதப்படுத்தச் சொன்னாள். இளமாலை அவர்கள் இனத்தின் நட்பான இனங்களைச் சந்தித்து அவர்களின் மரபணுக்களைச் சேகரித்தாள். அது தவிர பூமியிலிருந்து வந்து அறிவுத் திறனில் மேம்பட்டிருக்கும் குழந்தைகளின் மரபணுக்களைச்

சேகரித்திருந்தாள். அவளுக்கு இன்னும் பலருடைய மரபணுக்கள் தேவைப்பட்டன. விழியாள் நாகர்களின் மரபணுக்களைப் பெற்றுத் தருவதாகச் சொல்லியிருந்தாள்.

மேலும் அனா இனத்தின் மரபணுவைச் சேகரித்து வைத்திருப்பதால் அதையும் எடுத்து இந்த எல்லா மரபணுக்களிலும் உள்ள வேதியியல் கூறுகளைத் தனியாகப் பிரிக்கவேண்டும். அதன் பின் அவற்றில் யாருடைய குணாம்சம் அதீத வளர்ச்சிப் பெற்றிருக்கிறது என்பதைப் பார்க்கவேண்டும். அதன் பின் அந்த வேதியியல் கூறைத் தனியாகப் பிரித்து அதனைப் பிற மரபணுக்களின் வேதியியல் கூறுடன் இணைக்க முடியுமா என்று பார்க்க வேண்டும். இல்லை எனில் அது இணைக்கும் வகையிலான ஓர் இணைப்புப் பசையை உருவாக்க வேண்டும். அதை வைத்து அவற்றைச் சேர்க்க முடியுமா என்று பார்க்க வேண்டும்.

எல்லா மரபணுக்களையும் ஆராய்ந்து அவற்றில் சிறந்தவற்றை எடுத்து எந்தக் குணாம்சத்துக்கு எந்த மரபணு என்று பார்த்து அதனை வைத்துப் புதிய உயிரியின் மரபணுவில் ஒன்றாக மாற்றவேண்டும். அந்த நிரலை முதலில் தயாரிக்க வேண்டும் அவற்றில் சரியாகப் பொருந்தும் மரபணுக்களைத் தேர்ந்தெடுக்கவேண்டும். அதன் பின் அவற்றைப் புதிய உயிரியின் மரபணுக்களாக உருவாக்கவேண்டும்.

புதிய உயிரி எல்லா விதமான குணாம்சங்களுடன் இருந்தாலும் நம் இனத்தின் அடுத்த உயிரியாக அது தொடர்ந்து நீடிக்க முடியுமா என்று பார்க்கவேண்டும். புதிய உயிரியின் மரபணுக்களுக்கு எந்த அளவுக்கான வாழ்வு நீட்சி இருக்கிறது என்று தீர்மானிக்கவேண்டும்.

மேலும் எந்த அபாயத்தையும் தாங்கும் சக்தி இருக்கிறதா என்று பார்க்கவேண்டும். மற்ற கிரகங்களுக்குச் சென்றால்

அவை எப்படித் தகவமைக்கும் என்று சோதிக்க வேண்டும் என்று இளமாலை ஒரு திட்டத்தைத் தயாரித்தாள்.

இளமாலைக்குத் தன் திறமைக்கான சோதனையாக அந்தத் திட்டம் இருந்தது. அதை எப்படியாவது வெற்றி கரமாக ஆக்கவேண்டும் என்பதில் அவளுக்கு உறுதி இருந்தது. மேலும் புதிய உயிரி உருவாக்குவதில் அவர்கள் இனம் ஈடுபடுவது சில இனங்கள் விரும்பாமல் போகலாம். அதனால் அவளுடைய முயற்சியில் தடைகள் ஏற்படலாம். அதனை முறியடிக்க இடைக்கால உயிரிகளாக சிலவற்றை உற்பத்தி செய்து அந்த அளவுக்குத்தான் தங்கள் இனத் தால் முடிந்தது என்பது போல் காட்டிக் கொள்ளவேண்டும் என்றும் அவள் யோசித்தாள். ஆனால் விழியாளிடம் இது பற்றிப் பேசவேண்டும் என்றும் அவளுக்குத் தோன்றியது. பாடினி இதை எப்படி அணுகுவாள் என்று அவளால் கணிக்க முடியவில்லை. அது தவிர தன் இனத்தின் முன்னாள் தலைவரிடமும் இது பற்றி விவாதித்துவிடலாம் என்றும் அவள் முடிவு செய்தாள்.

அவளுடைய இனத்தின் முன்னாள் தலைவரைச் சந்தித்தாள். புதிய உயிரி உருவாக்கம் பற்றிச் சொன்னாள். இது ஒரு நல்ல திட்டம். ஆனால் அது பாரம்பரியமாக உருவாக்கும் முறையிலிருந்து முற்றிலும் மாறி இருப்பதால் அது பல சோதனைகளைத் தாண்டவேண்டியிருக்கும் என்றார் அவர். அதனால் அதில் ஏற்படும் தோல்விகளையும் கவனத்தில் எடுக்க வேண்டியிருக்கும் என்றும் அவர் சொல்லிவிட்டார்.

பாடினியிடம் பேசினாள். முன்பு அவர்கள் கைவிட்ட எந்திர மனிதனை விடப் பல மடங்கு மேம்பட்ட உயிரியாக அது இருக்கவேண்டும் என்று எதிர்பார்ப்பதாக அவள் கூறினாள். அதில் தோல்வி ஏற்பட்டால் சமாளிக்கலாம். ஆனால் இறுதி முயற்சி இதுவரையிலான உயிரினங்களில் உச்சத்தைத் தொடக்கூடியது என்று

சொல்லும் வகையில் இருக்கவேண்டும் என்று பாடினி கூறிவிட்டாள்.

இளமாலையிடம் பேசும் போது எந்த அளவு முடியுமோ அந்த அளவு உச்சபட்சத்தை எட்ட முயற்சிக்கலாம். இடைநிலையில் உருவாகும் உயிரிகளும் தேவைப்படும். அதனால் அவற்றையும் தேவை இல்லை என்று விலக்க வேண்டாம் என்றும் விழியாள் சொன்னாள். மேலும் மற்றொரு முக்கிய மரபணுவைச் சேர்க்கவேண்டும் எனவும் அதை எப்படியாவது தான் வாங்கித் தருவதாகவும் விழியாள் சொன்னாள். ஆனால் அது யாருடையது என்றோ அதன் திறம் பற்றியோ விழியாள் விளக்கமாகச் சொல்லவில்லை.

இளமாலை கிடைத்த மரபணுக்களை முதலில் பெருக்கினாள். அவைகளிலிருந்து வேதியியல் கூறுகளைப் பிரித்தாள். மேலும் அவற்றிற்கு உரியவர்களின் குணாம்சங்களை அது எப்படிப் பிரதிபலிக்கிறது என்பதையும் கண்டறிந்தாள். மேலும் புதிய உயிரிக்கான நிரலில் அவை இடம்பெறக்கூடிய வாய்ப்பைக் குறித்துக் கொண்டாள்.

விழியாள் பூமிக்கு அடிப்பகுதியில் இருக்கும் குழுவிடம் பேசவேண்டும் என்றாள். அந்த முதியவர் வந்தார். தன் இனம் புதிய உயிரியைத் தயாரிக்க இருப்பதைச் சொன்னாள். அதற்கு மரபணுக்கள் தேவைப்படுவதையும் கூறினாள். அதற்காக அவர்கள் குழுவின் மரபணு கிடைக்குமா என்று கேட்டாள். யாரிடமும் இது போல் கொடுத்ததில்லை. இது பற்றி குழுவில் விவாதித்துச் சொல்வதாக அவர் கூறிவிட்டுப் போனார். அது கிடைத்தால் மேலும் மேம்பட்ட உயிரியாக தன் இனத்தின் அடுத்த கட்ட உயிரி இருக்கும் என விழியாள் நம்பினாள்.

சில காலம் கழித்து பூமிக்கு அடியில் இருப்பவர்கள் மரபணுக்களைக் கொடுப்பதாகச் சொன்னார்கள். அதில்

ஒரே ஒரு மாதிரி விழியாளுக்குக் கிடைத்தது. அவளுக்கு அது பெரு மகிழ்ச்சியைத் தந்தத்து. அதே போல் நாகர் இனத்துடன் பேசி வசுவை ஏற்க வைத்து அவர்களிட மிருந்தும் ஒரு மரபணு மாதிரியை விழியாள் பெற்று விட்டாள். அவற்றை இளமாலையிடம் கொடுத்து இவற்றை எப்படியாவது புதிய உயிரியில் இருக்குமாறு பார்த்துக் கொள்ளும்படி சொல்லிவிட்டாள்.

அவற்றின் குணாம்சத்தை இளமாலை கேட்ட போது நாகர் இனத்தின் மரபணு பற்றி மட்டும் சொன்னாள். ஆனால் மற்றொரு மரபணு குறித்து அவள் கூறவில்லை. இருந்தாலும் வேறு வழியின்றி இளமாலை அவற்றைச் சேர்த்துக் கொண்டாள். அவற்றைக் கொண்டு முதலில் ஓர் உயிரியை உருவாக்கினாள். அது சில குறைகளுடன் இருந்தது. அதன் அம்சங்களில் பெரும்பாலானவை அவளுடைய இனம் சார்ந்தவர்களுடையது போலவே இருந்தது. எனவே மேலும் அடுத்த கட்டத்தில் இன்னும் வளர்ச்சியடைந்த உயிரி கிடைக்கும் என்ற நம்பிக்கைக் கொண்டிருந்தாள் இளமாலை. பாடினிக்கு முதல் உயிரி அவர்கள் இனம் போலவே இருந்தது சோர்வைத் தந்தது. விழியாள் அடுத்து முயற்சி செய்யும் படி சொல்லிவிட்டாள். இளமாலை தான் சேகரித்த மரபணு மாதிரிகளைப் பெருக்கி அவற்றைப் பூமி போன்ற மூன்று கிரகங்களில் முதலில் வைத்துவிட்டு வந்தாள். அதன் பின் தன் சோதனையைத் தொடர்ந்தாள்.

நாகர் இனத்தின் நட்பு இனம் அனா இனத்திடம் இது போல் புதிய உயிரி உருவாக்கும் திட்டத்தில் விழியாள் இனம் இருப்பது பற்றிச் சொன்னது. இரண்டு இனங்களும் அதனால் பெரும் கோபத்தில் இருந்தன. அதை உடனடி யாக நிறுத்த வேண்டும் என்ற திட்டத்தில் இறங்கின. இளமாலையின் சோதனைக் கூடத்தை அழிக்கவேண்டும் என்று முடிவு செய்தன. அந்தச் சோதனைக் கூடத்தை

மட்டும் தாக்கும் படியான ஒரு லேசர் கதிரை உருவாக்கி தங்கள் செயற்கைக் கோள் ஒன்றிலிருந்து ஏவச் செய்தனர். அந்தச் சோதனைக் கூடம் அப்படியே மண்ணில் புதைந்து போனது.

விழியாளின் இனம் இதனால் பெரும் அதிர்ச்சிக்கு உள்ளானது. விழியாள் அதைப் பொருட்படுத்தவேண்டாம் எனவும் அதைச் சமாளித்துவிடலாம் எனவும் இள மாலையை வேறு இடத்தில் பணி செய்யச் சொல்லலாம் எனவும் கூறி அவர்களைச் சமாதானப்படுத்தினாள். பாடினிக்கு அதில் பெரிய ஏமாற்றம். அந்த இரு இனங் களையும் ஒழித்துக் கட்ட இப்போதே உறுதி பூணவேண்டும் என்று விழியாளிடம் சொன்னாள். தனக்கு நட்பாக உள்ள பல இனங்கள் அதைச் செய்யும் என்று கூறினாள். விழியாள் அவளை அவசரப்படவேண்டாம் என்று சொல்லிவிட்டாள்.

பூமி போன்ற கிரகத்தின் அடிப்பகுதியில் இருந்த சோதனைக் கூடத்தை இளமாலை அமைத்திருந்தாள். அதே போன்ற சோதனை கூடங்கள் மூன்றை மூன்று பூமி போன்ற கிரகங்களிலும் உருவாக்கியிருந்தாள். அது தவிர கண்ணாடிக் கோட்டையில் மரபணுக்களைப் பெருக்கி அங்கும் வைத்திருந்தாள். அதனால் திரும்பத் திரும்ப மரபணுக்களைக் கொடை பெறவேண்டிய அவசியமில்லாமல் செய்திருந்தாள். ஆனால் எல்லா இடங்களிலும் பெரிய பாதுகாப்பு இருந்தாலும் அனா இனம் என்ன செய்யும் என்று எதிர்பார்க்க முடியாமல் இருந்தது.

இளமாலை புதிய உயிரிக்கு எந்த மரபணுவிலிருந்து எதை எடுக்கலாம் என்று ஒரு பட்டியலிட்டாள். விழியாள் போன்ற தோற்றத்தை முடிவு செய்தாள். நவீன் போன்ற தகவமைத்துக் கொள்ளும் குணத்தைக் கொடுக்க நினைத்தாள். மினு போன்ற பொறுமையைப் புதிய

உயிரியின் மரபணுவுக்குக் கடத்த நினைத்தாள். அவர்கள் இனத்தின் நட்பு இனத்தின் தலைமைக்கு உள்ள உட் கிரகிக்கும் தன்மையை எடுத்துக் கொண்டாள். அனா இனத்தின் உருமாறும் பண்பையும் மிகக் கூர்மையான அறிவையும் புதிய உயிரியிடம் இருக்குமாறு உருவாக்க எண்ணினாள். நாகர் இனத்தின் எந்த அபாயத்தையும் எதிர் கொள்ளும் துணிவை எடுத்தாள். விழியாள் கொடுத்த பூமியின் அடிப்பகுதியில் இருப்பவர்களின் மரபணுவிலிருந்து எல்லா குணங்களையும் எடுத்துக் கொண்டாள்.

புதிய உயிரி உருவாக்குவதில் மிகவும் நுட்பமான செயல்முறையைக் கடைப்பிடிக்க வேண்டியிருந்தது. மேலும் அதன் வளர்சிதை மாற்றத்தைக் கண்காணிக்க வேண்டியிருந்தது. அவள் இனத்தின் எதிர்பார்ப்பு நிறைவடையும் வகையில் புதிய உயிரி உருவாகுமா என்ற சந்தேகத்திலேயே இளமாலை எப்போதும் இருந்தாள். இதுவரை பல முறை முயற்சி செய்து பார்த்து அவள் இனம் போல் இருந்ததைவிட சில மடங்குகள் அதிகமான உயிரி ஒன்று உற்பத்தியானது. அது முழுமையல்ல என பாடினி சொல்லிவிட்டாள்.

அதனால் மீண்டும் முயற்சிக்க வேண்டியிருந்தது. விழியாள் இனத்தின் நட்பு இனமான மூர் இனத்துடன் சேர்ந்து முயற்சிக்கலாம் என்று பாடினி சொன்னாள். அவர்கள் கிரகத்திலும் சோதனைக் கூடம் அமைக்கப் பட்டது. அவர்கள் இன்னும் வசதியான தொழில்நுட்பத்தை வைத்திருந்தார்கள். இளமாலை அவர்களுடன் இணைந்து பணிபுரிவது மிகவும் எளிமையாக இருப்பதாக உணர்ந்தாள்.

புதிய உயிரியை உருவாக்கும் விதத்தை அவர்கள் சற்று மாற்றி அமைத்தனர். அடுத்து உருவாகும் உயிரி பாடினி யின் எதிர்பார்ப்புக்கு ஏற்றபடி இருக்கும் என இளமாலை

எண்ணியிருந்தாள். ஆனால் புதிய உயிரி உருவாகும் கால அளவு சற்று அதிகமாகும் என்று புரிந்தது. அதனால் பாடினி பொறுமை இல்லாமல் தவித்தாள்.

அந்தக் காலதாமதம் பாடினிக்கு சந்தேகத்தைக் கொடுத்தது. புதிய உயிரி மூர் இனம் உள்ள இடத்தில் உருவாவது பாடினிக்கு ஏற்புடையதாக இல்லாமல் போய்விட்டது. முற்றிலும் தங்களின் கிரகத்தில் அல்லது தங்கள் கட்டுப்பாட்டிலுள்ள கிரகத்தில் உருவாக்கவேண்டும் என நினைத்தாள். அது மட்டுமல்லாமல் முழுமையாக மூர் இனத்தின் தொழில்நுட்பத்தைச் சார்ந்திருப்பது பாதுகாப்பானதல்ல எனவும் அவள் எண்ணினாள். அதனால் குழந்தைகள் இருக்கும் பூமியில் சோதனைக் கூடம் மாற்றப்பட்டது. இளமாலைக்கு அங்கே மூர் இனத்திடம் இருந்த வசதிகள் போல் வேண்டும் என்று தோன்றியதால் அதைக் கட்டமைக்கவே சில காலம் பிடித்தது. அதனால் புதிய உயிரி தோன்றுவது தாமதமானது.

புதிய உயிரி தோன்றும் போது விழியாள், பாடினி, நவீன் அங்கு இருக்கவேண்டும் என இளமாலை விரும்பினாள். அதனால் அவர்கள் அந்தப் பூமிக்குச் சென்றிருந்தார்கள். புதிய உயிரி தோன்றியது. அது உடனடியாக வளர்ந்துவிட்டது. மேலும் அவர்களை அடையாளம் கண்டது. அவர்களின் நட்பு இனங்களைப் பட்டியலிட்டது. எதிரி இனங்களைப் பட்டியலிட்டது. பாடினிக்கு ஓரளவு திருப்தி ஏற்பட்டது. அதன் குறைகளைத் தெரிந்து கொள்ள முடியாதபடி தங்கள் இனம் இன்னும் அந்த அளவு வளர முடியவில்லை என்ற சிக்கலையும் பாடினி உணர்ந்தாள். மூர் இனத்தினரை அழைத்து வந்து அந்த உயிரியைக் காட்டினர். அவர்கள் இனம் போலவே அது இருப்பதாக அவர்கள் கூறினர். அது பாடினிக்கு உற்சாகத்தை வடியச் செய்துவிட்டது.

இளமாலையிடம் அதை விட மேம்பட்ட உயிரியை உருவாக்க உடனடியாக முயற்சிக்குமாறு அவள்

கூறினாள். விழியாளுக்கும் அப்படியே தோன்றியது. புதிய உயிரியை நவீனுக்கு மிகவும் பிடித்தது. அதனை அந்த பூமியிலேயே விட்டுவிட்டார்கள். அதற்கு மினுவை மிகவும் பிடித்தது.

அதனை வைத்துக்கொண்டு சில ஆய்வுகளைச் செய்யலாம் என்பது புரிந்தது. மூர் இனம் புதிய உயிரியை அவர்களை விட மேம்பட்டதாக இல்லாத வகையில் உருவாக்க நினைத்திருக்கின்றனர் என பாடினி சந்தேகப் பட்டாள். அதனால் குழந்தைகள் இருக்கும் பூமியிலேயே தொடர் சோதனை நடத்தலாம் என இளமாலை முடிவு செய்தாள்.

31

வளர்ந்த உயிர்கள்

அனா இனத்திற்குத் தங்களின் கீழ் இருப்பவர்களின் அதிருப்தி புரிந்தது. ஆனால் அவர்களைச் சுதந்திரமாக விடவும் முடியவில்லை. அவர்களைக் கட்டுப்படுத்தி வைக்கவும் முடியவில்லை. ஆனால் இதில் அவர்களுக்கு அதிர்ச்சியும் ஆச்சரியத்தையும் தந்த ஒன்று விழியாளும் அதிருப்திக் குழுவில் இருந்ததுதான். அவள் ஏன் அதிருப்தி அடைந்தாள் என்று அனா இனம் ஆராய்ந்து பார்த்தது. தங்களின் ஆதிக்கத்தை அவள் விரும்பவில்லை. அவள் இனம் சுதந்திரமாக இருக்கவேண்டும் என அவள் விரும்புகிறாள் என்பதும் அவர்களுக்குப் புரிந்தது. அது மட்டும் அவள் எண்ணமாக இருக்கும் பட்சத்தில் அனா இனத்திற்கு எந்தப் பிரச்னையும் இல்லை என்று அவர்கள் நினைத்தார்கள். ஆனால் அவள் வேறு ஏதோ ஒரு திட்டத்தில் இருப்பது போல் அவர்களுக்குப் புரிந்தது. அது என்னவென்று தெரிந்து கொள்ள முடியாமல் அவர்கள் தடுமாறினார்கள். அதனாலேயே விழியாளைக் கண் காணிக்கவும் அவளுடைய செயல்பாடுகளைத் தடுக்கவும் முயற்சிக்க வேண்டும் என்று அனா இனம் நினைத்தது.

முதலில் விழியாள் இனம் ஈடுபட்டிருக்கும் மரபணு ஆய்வைத் தடை செய்யலாம் என நினைத்தது. இள

மாலையின் ஆய்வகத்திற்குத் தங்கள் இன உறுப்பினர்களை உருமாற்றி விழியாள் இனத்தின் உறுப்பினர் போல் அனுப்பி வைத்தது. இளமாலை ஆய்வகத்தில் இருந்தாள். அவள் மரபணு மாற்றத்திற்காகச் சேகரித்து வைத்திருந்த பல மரபணுக்களின் வேதியியல் தகவல்களைக் கணினி யில் ஒன்றிணைத்தாள். அதிலிருந்து எந்த உயிரின் அணு எந்தத் திறனில் மேம்பட்டிருக்கிறது என்பதைத் தனியாகப் பிரித்தெடுத்தாள். அந்த உயிரின் மரபணுக்களைக் கணினியில் ஒன்றிணைத்தாள். அது எந்த வகையான உயிராக விளையும் என்பதை முதலில் கணினியில் உரு வாக்கிப் பார்த்தாள். அந்த உயிரினத்திற்கு எந்தத் திறனை மேம்படுத்தலாம் என்பதை அடுத்து நிரலாக எழுதினாள். அதற்கு எந்த வேதியியல் பொருள்கள் தேவை என்பதையும் எழுதினாள். அவை எங்கெங்கு கிடைக்கும் என்பதைத் தேடிக் கொண்டிருந்தாள். அப்போது அவள் ஆய்வகத்தில் ஒரு புதிய நபர் நுழைவதைக் கண்டு அவரிடம் சென்றாள்.

இளமாலையின் ஆய்வகத்தில் நுழைந்தவுடன் இயல் பாக அங்கிருக்கும் பொருள்களைக் காண்பது போல் அவர் நடந்து வந்தார். இளமாலை அவரை நெருங்கி அவரைப் பற்றி விசாரித்தாள். ஆசிரியர் வாழியனின் நட்பு வட்டத்தில் தானும் ஓர் உறுப்பினர் என்றும் அவரைக் காண வந்ததாகவும் அவர் சொன்னார். வாழியன் வேறு ஒரு கிரகத்தில் இருப்பதாக இளமாலை கூறினாள். அவளுடைய ஆய்வகம் மிகவும் தேர்ந்த முறையில் இருப்பதாக அவர் கூறினார். ஆய்வகத்தின் எல்லா இடங்களையும் சுற்றிப் பார்த்தார். இங்கு எல்லாமே மிகவும் தரமான தொழில் நுட்பத்துடனும் உருவாக்கப்பட்டிருக்கின்றன என்றார். இளமாலை அமைதியாக இருந்தாள். அவள் எப்படி ஆய்வு செய் கிறாள் என்று பார்க்க ஆர்வம் ஏற்படுவதாக அவர் கூறி னார். அவரை நம்பலாமா கூடாதா என்று பெரிய குழப்பத்தில் இளமாலை இருந்தாள்.

மெதுவாக தன் கணினியை அணைத்தாள் அவள். ஏன் நீங்கள் வேலையை நிறுத்திவிட்டீர்கள் என்றார் அவர். எனக்கு இது ஓய்வு நேரம். நான் இப்போது வெளியேற வேண்டும். நீங்களும் புறப்படுங்கள். பிறகு வாருங்கள் என்றாள் இளமாலை. அவர் விருப்பமில்லாமல் எழுந்து வெளியே வந்தார். சட்டென்று இளமாலை வெளியே வந்து ஆய்வகத்தைப் பூட்டிவிட்டாள். அந்த நபர் இளமாலை அடுத்த என்ன செய்யப் போகிறாள் என்ற எதிர்பார்ப்பில் நின்றிருந்தார். தன்னிடமிருந்த லேசர் துப்பாக்கியால் அந்த நபரை அவள் செயலிழக்க வைத்து விட்டு ஆய்வகத்தின் அருகில் இருந்த ஆபாய பொத்தானை அழுத்தினாள். அந்த நபர் இளமாலையின் தாக்குதலை எதிர்பார்க்கவில்லை. உடனடியாகச் சுதாரித்துக் கொண்டு அந்தக் கட்டடத்திலிருந்து மேலே ஏறி பறந்துகொண்டிருந்த ஒரு சிறிய விமானத்திற்குத் தாவிச் சென்றுவிட்டார்.

இளமாலை ஆபத்து பொத்தான் அழுத்திய சில விநாடிகளில் பாதுகாப்பு படைகள் ஓடிவந்தாலும் அதற்குள் அந்த நபர் விமானத்தில் தப்பிவிட்டதைத்தான் அவர்கள் பார்த்தார்கள். பாடினி அங்கு வந்தாள். யாரவர், எப்படி அங்கு வந்தார் என்று விசாரித்தாள். அவள் கிரகத்தில் அவரைப் பற்றி யாருக்கும் தெரிய வில்லை. ஆசிரியர் வாழியனிடம் கணினியில் அவரைப் பற்றிக் கேட்டாள். அப்படி யாரும் தனக்குத் தெரியாது என்று அவரும் கூறிவிட்டதால் வந்தது வேறு ஏதோ இனத்தைச் சேர்ந்த உறுப்பினர் என்பது உறுதியானது.

இளமாலை தன் அறைக்கு வந்தாள். விழியாளைக் கணினியில் அழைத்தாள். நடந்த சம்பவத்தைக் கூறினாள். அனா இனத்தைச் சேர்ந்தவர்களின் வேலைதான் அது என்று விழியாள் உறுதியாகக் கூறினாள். ஏற்கனவே இளமாலையிடம் அவள் இது போன்ற தாக்குதல்கள் வர வாய்ப்பிருப்பதாகச் சொல்லியிருந்ததால் இளமாலை

எச்சரிக்கையாக இருந்ததாகச் சொன்னாள். பாடினியிடம் தன் எச்சரிக்கை பற்றி தெரிவிக்கவேண்டாம் என விழியாள் சொல்லியிருந்ததால் இளமாலை அமைதியாக இருந்துவிட்டாள். மேலும் இது போன்ற தாக்குதல்கள் வரும் என்றும் விழியாள் கூறினாள்.

பாடினி விழியாளைக் கணினியில் அழைத்தாள். அவளும் நடந்த தகவலைச் சொன்னாள். வந்தது யாரென்று தெரியவில்லை என்றாள் அவள். விழியாள் அதைக் கண்டுபிடிக்கச் சொல்லி பாடினியைப் பணித்தாள். எதற்காக இந்த மரபணு ஆய்வைச் செய்ய வேண்டும், அனா இனத்திற்கு அது உகந்ததாக இருக்காது என்பதால் அதைக் கைவிட்டுவிடலாமே என்றாள் பாடினி. அவர்களைக் கருத்தில் கொண்டு நம்முடைய முன்னேற்றத்தைத் தடுக்க முடியாது என்று சொன்னாள் விழியாள்.

இளமாலை அவர்களின் இனத்தில் உருவாகும் ஒரு சிறந்த உயிருக்கான அடிப்படைகளைத் தேர்ந்தெடுத்துக் கொண்டிருந்தாள். மரபணு மாற்றம் மூலமாக அத்தகைய ஒரு சிறந்த உயிர் பிறந்தால் அவர்களின் இனம் மற்ற இனங்கள் அளவுக்கான பல தொழில் நுட்பங்களைக் கண்டுபிடித்து இன்னும் அதிக ஆற்றலுடன் விளங்க முடியும் என்பதற்காக இளமாலை பாடுபட்டுக் கொண்டிருந்தாள்.

இளமாலையின் மரபணு மாற்றப்பட்ட ஆய்வில் சிறந்த உயிரை எட்டுவதற்குப் பெரும்பாடு படவேண்டியிருந்தது. அந்த ஆய்வில் முழுமை பெற்று ஓர் உயிர் பிறப்பதற்கு முன் பிறந்த உயிர்கள் சில குறைகளைக் கொண்டிருந்தன. அவர்களுக்கு ஏற்பட்ட குறைகளைப் போக்குவதற்கான ஆய்வுகளை இளமாலையின் தலைமையில் மற்றவர்கள் செய்து கொண்டிருந்தார்கள்.

இளமாலையின் ஆய்வு குறித்து மிளிரன் நவீனிடம் சொல்லிக் கொண்டிருந்தான். விழியாளின் இனத்திலேயே

மிகவும் மேம்பட்ட உயிர் ஒன்றை இளமாலை உருவாக்கி விட்டால் அது மற்ற இனத்திற்கு நிகரானதாக ஏன் அவற்றை விட மேம்பட்டதாக இருக்கும் என்றான் மிளிரன். அது விழியாள் இனத்தில் இருப்பவர்களுடன் இருக்க விரும்புமா என்றான் நவீன். அதற்கு வேறு யார் ஆதரவைக் கொடுப்பார்கள். பாடினி ஏற்னகவே அதை ஆதரிப்பதில்லை என்று முடிவெடுத்துவிட்டாள் என்றான் மிளிரன். இளமாலையால் அத்தகைய ஓர் உயிரை உருவாக்க முடியுமா என்றான் நவீன். முடியும் அவள் ஆய்வுப் போகும் போக்கை வைத்துப் பார்த்தால் அப்படித்தான் தெரிகிறது என்றான் மிளிரன். ஆனால் அதில் ஒரு ரகசியம் உள்ளது என்றான் அவன். அது என்ன என்றான் நவீன். அந்த மரபணுக்களைச் சேகரித்த திலும் அதை எப்படி ஆய்வு செய்து மேம்படுத்தவேண்டும் என்ற தொழில்நுட்பத்திலும் விழியாள் இனத்திற்கு இது வரை அறிந்திராத சில தகவல்களை ஏதோ ஒரு குழு கொடுத்திருக்கிறது. அதனால்தான் அனா இனம் அதை நிறுத்த முயற்சி எடுத்தது என்றான் மிளிரன். இந்த வகையான போட்டியும் போரும் உள்ள இனங்களுடன் இணைந்திருப்பது சரியா என்று நவீனுக்குத் தோன்றியது. அவன் அமைதியைப் பார்த்து மிளிரன் எதற்கும் அச்சப்பட வேண்டாம் என்று நவீனிடம் கூறினான்.

விழியாள் பூமிக்கடியில் இருக்கும் குழுவினரைச் சந்திக்கப் போனாள். அனா இனத்தை எதிர் கொள்ளும் விதத்தில் அவளுடைய இனம் உருவாக்கிக் கொண்டிருக்கும் மரபணு மாற்றப்பட்ட உயிர் குறித்தத் தகவலை அவர் களிடம் சொன்னாள். அவளிடம் பேசுபவர் அதைக் கேட்டு உற்சாகம் அடைந்தார். அது போன்ற உயிரை உருவாக்குவதற்குத் தேவையான வேதியியல் கலவைகள் குறித்தும் அவற்றை எப்படி இணைக்கவேண்டும் என்பது குறித்தும் அவர் ஒரு பதிவை அவளிடம் தருவதாகச் சொன்னார். மேலும் விழியாள் இனம் அப்படி ஓர் உயிரை உருவாக்கிவிட்டால் அனா இனம் அடங்கியிருக்கும்

என்றும் அவர் சொன்னார். அந்தப் பதிவை விரைவில் வந்து பெற்றுச் செல்லுமாறு கூறிவிட்டு அவர் மறைந்தார்.

விழியாளுக்கு ஆறுதலாகவும் மகிழ்ச்சியாகவும் இருந்தது. இளமாலையிடம் தனக்கு மரபணு மாற்றத்தின் வேதியியல் கலவையை ஒரு குறிப்பிட்ட இனம் கொடுக்க இருப்பதாகவும் அதைப் பயன்படுத்தி ஆய்வு செய்து வெற்றி பெறலாம் எனவும் சொன்னாள். இளமாலைக்கு மிகவும் மகிழ்ச்சியாக இருந்தது. அவளுடைய ஆய்வின் மீது விழியாள் வைத்திருக்கும் நம்பிக்கையும் அதற்கு அவள் உதவும் பாங்கும் இளமாலைக்கு மிகவும் உற்சாகத்தையும் ஆர்வத்தையும் தந்தது.

அடுத்த முறை விழியாள் பூமிக்கு அடியில் இருக்கும் குழுவினரைச் சந்தித்து அந்தப் பதிவைப் பெற்றுக் கொண்டு வந்தாள். உடனடியாகத் தன் கிரகத்திற்குப் பயணமானாள். இளமாலையிடம் அந்தப் பதிவைக் கொடுத்துவிட்டு வந்தாள். இளமாலை அந்தப் பதிவைக் கணினியில் இட்டு அதனைச் சரியாக உள்வாங்கி அதன் படி தன் ஆய்வை மாற்றி அமைக்க முற்பட்டாள்.

அவள் உருவாக்க நினைத்த உயிர் மிகவும் மெதுவாக உருப்பெற்று வந்தது. அந்தப் பதிவில் கிடைத்தத் தகவல் களைக் கொண்டு உருவாக்கியதால் ஆய்வின் இடையில் தோல்வியுற்ற பிற உயிர்கள் உருவாகவில்லை. அவர்கள் இனத்தின் சிறந்த கண்டுபிடிப்பாக ஒரு புதிய உயிர் அனா இனம் உட்பட பல இனங்களைவிட மேம்பட்ட ஓர் உயிர் பிறந்தது.

விழியாளிடம்தான் இளமாலை அதனைச் சொன்னாள். அது எப்படி இருக்கிறது என்று பார்க்க விழியாள் போனாள். அதைக் கண்டு விழியாளுக்கு மிகவும் மகிழ்ச்சி யாக இருந்தது. இளமாலையும் பெருமிதம் கொண்டாள். அது போன்ற ஓர் உயிர் பிறந்திருப்பதைப் பற்றி யாருக்கும் தகவல் சொல்லவேண்டாம் என்று விழியாள் இளமாலை யிடம் சொல்லிவிட்டுக் கிளம்பினாள்.

இளமாலையின் ஆய்வகத்தில் பிறந்த அந்த உயிரை எப்படி வளர்க்க வேண்டும் எனவும் அந்தப் பதிவில் குறிப்பிட்டிருந்ததால் அதன் படியே இளமாலை வளர்த்தாள். குறிப்பிட்ட காலகட்டம் வரை விழியாள் இனம் போலவே அது இருந்தாலும் அதன் வளர்ச்சி அவர்கள் இனத்தைச் சார்ந்தவர்களை விட வேகமாக இருந்தது. பாடினிக்கு மட்டும் அந்த உயிர் குறித்து ஓரளவு சந்தேகம் இருந்தது. இளமாலை அந்த உயிருக்கு அதிக மதிப்பு கொடுப்பது போல் காட்டாமல் இருந்தாள். அவள் எப்போதும் உருவாக்கும் உயிரில் ஒன்று போல் அதனையும் காட்டிக் கொண்டாள். மேலும் இளமாலை தொடர்ந்து ஆய்வில் ஈடுபட்டிருந்ததால் அவள் இன்னும் வெற்றியடையவில்லை என பாடினி எண்ணிக் கொண்டாள்.

தொடர்ந்து இளமாலை புதிய மேம்பட்ட உயிர்களை உருவாக்கிக் கொண்டே இருந்தாள். அவை மெதுவாக அவள் கிரகத்தின் பல பகுதிகளில் வளர்வதற்கு எடுத்துச் செல்லப்பட்டன. மேலும் ஓரளவு வளர்ச்சி அடைந்த வற்றைக் குழந்தைகள் இருக்கும் கிரகங்களுக்குக் கொண்டு சென்றார்கள். புதிய மேம்பட்ட உயிர்களாக விழியாள் இனத்தின் உறுப்பினர்கள் வந்திருப்பது மிளிரனுக்கும் நவீனுக்கும் ஆச்சரியத்தைத் தந்தன. அவர்களுடன் மிளிரனும் நவீனும் பேசிய போது அவற்றின் அறிவும் புலனுணர்வும் பெரும் வேறுபாடு கொண்டவையாக இருந்ததை அறிந்தனர்.

அது போல் வந்திருந்த மூன்று உறுப்பினர்களுக்கு நவீன் பெயர் வைத்தான். மூன்று உறுப்பினர்களில் இரு உறுப்பினர்கள் ஆண்கள் போலவும் ஓர் உறுப்பினர் பெண் போலவும் இருந்தார்கள். அதனால் இரு ஆண் உறுப்பினர்களுக்கு மெய்யன் எனவும் கடலன் எனவும் பெயரிட்டான். பெண் உறுப்பினருக்கு அணியிழை எனவும் பெயரிட்டான்.

மெய்யனிடம் மிளிரன் தன் கருவியைக் கொடுத்தான். அவன் உடனடியாக அதை எப்படி இயக்குவது என்று புரிந்துகொண்டு அதில் பிற அண்டங்களைக் குறித்துப் பார்க்கத் தொடங்கினான். அதன் பின் விழியாளின் கிரகத்தை அதில் கவனித்துப் பார்த்தான். மிளிரனின் கிரகத்தையும் அவன் தேடிக் கண்டுபிடித்தான். அவனுடைய திறனைக் கண்டு மிளிரனும் நவீனும் அசந்து போனார்கள். கடலனிடமும் மிளிரன் அவன் கருவியைக் கொடுத்தான். அவன் உடனடியாக அதில் விழியாள் இருந்த பூமியை நோக்கி அதைத் திசை திருப்பினான். அங்கிருந்த வானிலை உள்ளிட்டவற்றைக் கண்காணித்தான்.

அணியிழை அந்தக் கருவியை வாங்கி அதில் அனா இனத்தின் கிரகத்தில் நடப்பவற்றைக் கூர்ந்து பார்க்கத் தொடங்கினாள். மிளிரன் அவர்களின் திறனைக் கண்டு அவர்களிடம் பேசினான். எப்படி உங்களுக்கு இந்தக் கருவியை இயக்கத் தெரிந்தது என்றான். இது மிகச்சிறிய கருவி. இதில் இருக்கும் பொத்தான்களும் தகவல் பெறும் அலை வரிசைகளும் இந்த வகையில்தான் இருக்கும் என ஊகிக்க முடிந்தது என்றான் மெய்யன்.

உங்களுக்கு இந்தக் கிரகம் பிடித்திருக்கிறதா என்று நவீன் கேட்டான். மூவருமே தலையாட்டினார்கள். விழியாள் உங்களைப் பார்த்து என்ன சொன்னாள் என்று கேட்டான் நவீன். எங்களை அவளுக்கு மிகவும் பிடித்தது. அதனால் எங்களுக்கு என்று தனி வேலை கொடுக்கப் போகிறாள் அவள் என்றான் மெய்யன்.

விழியாள் இனத்தவர்களில் சிலர் உங்களுடைய வளர்ச்சியைப் புரிந்துகொண்டார்களா என்று கேட்டான் மிளிரன். பாடினியைக் குறிப்பிடுகிறீர்களா என்று கேட்டான் கடலன். ஆம் என்றான் மிளிரன். இல்லை அவர் எங்களைப் பற்றி அறிவதற்கு வாய்ப்பு ஏற்படவில்லை என்றான் அவன்.

32

போர் அச்சம்

விழியாள் கணினியில் பேசினாள். அனைவரும் நிலத்திற்கு அடியில் இருக்கும் அறைகளுக்குச் செல்லுங்கள் என்றாள். மீண்டும் ஒரு தாக்குதல் வர வாய்ப்பிருக்கிறது என்றாள் அவள். எல்லோரும் நிலத்தின் அடியில் இருக்கும் அறைகளுக்குச் சென்றார்கள்.

விழியாளின் அறிவிப்பு அங்கிருந்த அனைவரையும் பெரும் பீதி கொள்ள வைத்தது. ஆசிரியர் வாழியன் கட்டுக்கோப்பாக அனைவரையும் பாதுகாப்பாக நிலத்திற்கு அடியில் இருந்த அறைகளில் தங்கவைக்க ஏற்பாடு செய்தார். மிளிரன், நவீன், மெய்யன், கடலன், அணியிழை அனைவரும் ஒரே அறையில் தங்கிவிட்டனர்.

மிளிரன் தனது கருவியில் விழியாள் சொன்ன அபாயத்தைக் குறித்து ஏதாவது அறிகுறி தெரிகிறதா என்று பார்த்தான். அந்தக் கருவியில் தெரியவில்லை. இல்லை உன் கருவியில் அது தெரியாது. ஏனெனில் அனா இனத்திடம் எல்லா கருவிகளிடமிருந்தும் மறைந்து வந்து தாக்கும் தொழில்நுட்பத்துடன் கூடிய ஆயுதங்கள் உள்ளன என்றான் மெய்யன். மீண்டும் எத்தனை நாட்கள் இந்த அறைகளிலேயே இருக்க வேண்டும் என்று தெரியவில்லையே என்றான் நவீன். அனா இனம் தங்களின்

பலவீனத்தை உணரவேண்டும் அப்போதுதான் இந்தப் போர் முடியும் என்றான் கடலன். யாராவது இதைக் குறித்து அவர்களுக்கு எடுத்துச் சொல்ல முடியாதா என்றான் நவீன். சொல்லலாம். ஆனால் அவர்கள் அதை ஏற்பதற்கு சிறிது காலம் ஆகும் என்றாள் அணியிழை.

இங்குள்ள குழந்தைகள் பூமியிலிருந்து வந்திருக்கிறார்கள் அல்லவா? அவர்களுக்கு இங்கேயே கற்பதற்குரிய பயிற்சிகள் கொடுத்தால் என்ன என்று கேட்டான் மெய்யன். ஆசிரியர் வாழியன் அதைச் செய்வார். இங்கிருப்பதால் அவர்களுக்குக் கற்றுக் கொடுப்பது சிரமமாக உள்ளது என்றான் நவீன். நாங்கள் மூவரும் அவர்களுக்கு புதிய அம்சங்களைக் கற்றுத் தருகிறோம் என்று மெய்யன், கடலனையும் அணி யிழையையும் பார்த்துச் சொன்னான். அவர்களும் ஆமோதித்தார்கள். ஆசிரியர் வாழியனிடம் நவீன் இது பற்றிக் கூறினான். அவரும் மூவரையும் அழைத்து கற்பதற்கான பயிற்சியைத் தொடங்கச் சொன்னார்.

மெய்யன், கடலன், அணியிழை மூவரும் குழந்தைகளையும் பெரியவர்களையும் மூன்று குழுக்களாகப் பிரித்தனர். குழந்தைகளுக்கு மட்டுமல்லாமல் பெரியவர்களுக்கும் அவர்கள் கற்றுத் தருவது பெரும் பயனையும் மகிழ்ச்சியையும் தரும் என்று எண்ணி பெரியவர்களையும் அந்தக் குழுக்களில் இணைத்தனர். முதலில் மொழி விளை யாட்டைத் தொடங்கினர். அந்தக் குழுக்களில் எத்தனை மொழி பேசுபவர்கள் இருக்கிறார்கள் என்று பார்த்து ஒரே சொல் பல மொழிகளில் எப்படிப்பட்ட பயன் பாட்டைக் கொண்டுள்ளது என்று கற்றுத் தந்தனர். அடுத்து அந்தச் சொல் கணினியில் எப்படித் தட்டச்சு செய்யப்படுகிறது என்பதைக் கற்றுக் கொடுத்தனர். அது கணினிக்கு எவ்வாறு புரியும்படியான மொழியாக மாற்றப்படுகிறது என்பதைக் கற்றுத் தந்தனர். அடுத்து அந்தச் சொல் வேற்றுக்கிரக வாசிகளில் உள்ள சில

இனங்களுக்கு எப்படிப் பொருள் தரும் என்று கற்றுக் கொடுத்தனர். அடுத்து எந்த வேற்றுக்கிரக வாசிக்கும் புரியாத அவர்களுக்கு மட்டும் புரியும் படியான சமிக்ஞை மொழியாக அந்தச் சொல்லை எப்படிப் பயன்படுத்த வேண்டும் என்பதைக் கற்றுக் கொடுத்தனர். இந்த மொழி விளையாட்டு எல்லோருக்கும் மிகவும் பிடித்தது.

மிளிரனும் நவீனும் மொழி விளையாட்டில் பங்கேற்று மிகவும் ஆர்வத்துடன் விளையாடினார்கள். மெய்யனும் கடலனும் அணியிழையும் இன்னும் பல விளையாட்டுகள் மூலம் பல அறியாத செய்திகளை அங்கிருந்த குழந்தை களுக்கும் பெரியவர்களுக்கும் கற்றுக் கொடுத்தார்கள். மிளிரனுக்கும் நவீனுக்கும் கூட அந்தத் தகவல்கள் புதிதாக இருந்தன.

அடுத்தப் பாடமாக ஒரு விளையாட்டை அவர்கள் அறிமுகப்படுத்தினார்கள். அவர்களிடம் மிகச்சிறிய லேசர் துப்பாக்கிகள் இருந்தன. அவற்றிலிருந்து பாயும் கதிர் அந்த அறைகளைக் கூட துளையிட்டுச் செல்லும் என்றார்கள் அவர்கள். அவற்றை வாங்கி அங்கிருந்த குழந்தைகளும் பெரியவர்களும் பார்த்தனர். அவர்களுக்கு அந்தத் துப்பாக்கிகளைக் கண்டு பெரும் குதூகலமாக இருந்தது. அந்தத் துப்பாக்கிகளை வடிவமைப்பதை அவர்கள் மூன்று பேரும் அனைவருக்கும் கற்றுக் கொடுத்தார்கள்.

முதலில் அட்டைத் துப்பாக்கிகளை உருவாக்கக் கற்றுக் கொடுத்தார்கள். அந்தத் துப்பாக்கிகள் பல சிறிய கருவிகளால் ஆக்கப்பட்டிருந்தன. அவற்றைப் படம் வரைந்து அவர்கள் மூவரும் விளக்கினார்கள். ஒரு சிறிய கடிகாரத்தின் அளவுக்கே கூட அந்தத் துப்பாக்கிகளை உருவாக்கும் வகையில் அவர்கள் கற்றுக் கொடுத்தார்கள். அவை கண்ணுக்குத் தெரியாத அளவு சிறிய வகையிலும்

செய்யமுடியும் என்றும் அவர்கள் கூறினார்கள். குழந்தை களுக்கு அது பெரும் ஆச்சரியத்தைத் தந்தது.

அந்தத் துப்பாக்கிகளில் லேசர் ஒளிக்கற்றையை உரு வாக்கும் பொறியை உற்பத்தி செய்ய வேண்டும் எனவும் அதற்கான தொழில் நுட்பம் நேர்த்தியாக இருக்கவேண்டும் எனவும் அவர்கள் கூறினார்கள். அது போன்ற ஒரு தொழில்நுட்பத்தைக் கட்டமைக்கத் தங்களைப் போன்ற வர்கள் மிகவும் குறைவான காலமே எடுப்பார்கள் என்றும் அதற்குக் காரணம் அந்தத் தொழில்நுட்பக் கருவிகளை இணைப்பதற்கான வரைபடம் தங்களுக்கு அத்துப்படியாக உள்ளது என்றும் அதைப் பற்றித் தெரி யாதவர்கள் அந்த வரைபடங்களைப் பார்த்துத்தான் அவற்றை உருவாக்க முடியும் எனவும் அதிகமான காலதாமதம் ஏற்படும் என்றும் அவர்கள் கூறினார்கள்.

அந்தப் பொறிக்கான தொழில்நுட்பத்தை மிகவும் எளிமையாகக் கற்றுக் கொடுக்கவும் அவர்கள் முனைந் தார்கள். மினுவும் புவியும் அவற்றை மிக வேகமாகக் கற்றுக் கொண்டு அந்தக் கருவிகளின் படத்தை வரைந்து காட்டினார்கள். மெய்யனும் கடலனும் அவர்களைப பெரிதும் பாராட்டினார்கள். மள்ளன் அந்தப் பொறியைத் துப்பாக்கியில் வைப்பது எப்படி என்று அணியிழையைக் கேட்டான். அந்தத் துப்பாக்கிகளை வரிசையாக நகர்த்தும் அமைப்புக்குள் செலுத்தினால் அவற்றில் அவைப் பொருத்தப்படும் என்றாள் அணியிழை.

மிகச்சிறிய துப்பாக்கிகள் பொதுவாகப் பற்களில் பொருத்தப்படும் எனவும் வாயைத் திறந்தாலே எதிராளியை அவைச் சுட்டுவிடும் எனவும் அப்படிச் சுடாமலிருக்க பற்களின் உள்பக்கம் நோக்கி அவற்றைத் திருப்ப வேண்டும் எனவும் அவர்கள் சொன்னார்கள். வாய்க்குள் இருந்தால் அவைகள் தொல்லை தராதா

என்றாள் மினு. இல்லை. அவற்றிலிருந்து கரைந்துவரும் பொருள் மிகவும் சுவையாக இருக்கும் என்றார்கள் அவர்கள். குழந்தைகளுக்கும் பெரியவர்களுக்கும் அது மிட்டாயாக இருக்கும் என்ற எண்ணத் தோன்றியது.

குழந்தைகளுக்கு மேலும் பல புதிய தொழில்நுட்பங்களை அறிந்துகொள்ளும் ஆர்வம் எழுந்தது. மெய்யன், கடலன், அணியிழை பயன்படுத்தும் அலைபேசிகளை உருவாக்கும் தொழில்நுட்பத்தை அடுத்து கற்றுக் கொடுக்க அவர்கள் விரும்பினார்கள். குழந்தைகளுக்கு மிகவும் மகிழ்ச்சியாகி விட்டது. அதே போன்ற அலைபேசியை உருவாக்க முடியாவிட்டாலும் அதை விடக் குறைந்த தொழில்நுட்பம் உள்ள அலைபேசிகளாக அவை மாறிவிடும். அந்தக் குழந்தைகளுக்கு அவை போன்ற அலைபேசிகள் கூடத் தேவையாக இருந்தன. உடனடியாக அவர்கள் அந்தத் தொழில்நுட்பத்தைக் கற்றுக் கொள்ளத் தொடங்கினார்கள்.

அந்த அலைபேசிகளில் இருந்த வசதிகளை மெய்யன் உட்பட மூவரும் முதலில் பட்டியலிட்டனர். பல கிரகங்களில் இருப்பவர்களுடன் பேசக்கூடிய அலைபேசியாக அது இருந்தது. எந்த ஒரு தகவல் தொழில்நுட்ப இணைப்பு இல்லாமலும் அந்த அலைபேசி இயங்கும். பல கிரகங்களிலுள்ள வானிலையை அறியக்கூடியதாக அது இருந்தது. தொலைநோக்கியாகச் செயல்படும் புகைப்படக் கருவிகள் அதில் இருந்தன. வேறு அலைபேசிகளை இயங்கவிடாமல் செய்துவிடும் ஆற்றல் வாய்ந்ததாக அது இருந்தது. ஒரு பொத்தானைத் தட்டினால் ஒரு சிறிய துப்பாக்கி வெளியே வரும். எனவே அது பாதுகாப்புக்கான கருவியுமாக இருந்தது. அதை வைத்திருப்பவர்கள் எங்கிருக்கிறார்கள், யாருடன் பேசுகிறார்கள் என்பதை அறியவே முடியாதபடி அதில் இருந்த தொழில்நுட்பம் வேலை செய்தது. அதில் இருந்த விளையாட்டுகள் மெய்நிகர் உலகைப் படைத்துக் காட்டும் சக்தி வாய்ந்

தவை. பல மொழிகளிலுள்ள நூல்கள், கலைப்படைப்புகள், எல்லாமே அவற்றில் சேமித்து வைக்கப்பட்டிருந்தன.

இந்த வகையான அலைபேசிகளில் பேசிய அனைத்து விவரங்களும் பேச்சுகளும் பதிவு செய்து வைத்துக் கொள்ளும் திறன் அதில் இருந்தது. அதை வைத்திருப் பவர்களுடன் யாராவது பேச வந்தால் அவர்களிடம் ஆயுதம் இருக்கும் பட்சத்தில் இந்த அலைபேசி கூக்குரலிடும். அவற்றை வைத்து விமானங்களை இயக்கலாம். எந்த வாகனத்தையும் இயக்க முடியும். அந்த வாகனங்களின் சாவிகளைக் கொண்டு திறக்க வேண்டிய அவசியமே இல்லாமல் இந்த அலைபேசி கொண்டே திறந்துவிட முடியும்.

அதை வைத்திருப்பவர்களின் மரபணு எத்தகையது அதன் தொடர்ச்சி எப்படி உருவானது அவர்கள் எதிர்கொள்ளும் அபாயங்கள் உள்ளிட்டவற்றை அந்த அலைபேசிகள் ஆய்ந்து அறியக்கூடியவையாக இருந்தன.

அவற்றைக் காகிதம் போல் மடிக்க முடிந்தது. ஒரு சிறிய பெட்டி போல் அவை ஆகிவிட்டன. அவற்றைத் திறந்து பெரிய கணினி போல் மாற்ற முடிந்தது. குழந்தைகளுக்கு அந்த அலைபேசிகளைக் கண்டு வந்த ஆனந்தத்திற்கு அளவே இல்லாமல் இருந்தது.

மெய்யன், கடலன், அணியிழை மூவரும் குழந்தை களையும் பெரியவர்களையும் அலைபேசிகளைச் செய்யக் கற்றுக் கொடுத்தனர். அவற்றைக் கணினிகளில் தனித் தனியான பாகங்களாகப் பிரித்து அவற்றைச் செய்வது எப்படி என்று படம் வரைந்து காட்டினர். அதன் பின் அந்த ஒவ்வொரு பாகத்தையும் செய்வது எப்படி என்று விளக்கினர். அந்த விளக்கம் முழுவதுமே ஒரு கதையைப் போல் இருந்ததால் குழந்தைகளுக்கு எளிதாகப் புரிந்தது. பெரியவர்களுக்கு மிகவும் ஆச்சரியமாக இருந்தது.

அவர்களுக்கே தெரியாமல் ஓர் அலைபேசியைச் செய்யக்கூடிய திறன் பெற்றவர்கள் போல் அவர்கள் ஆகியிருந்தார்கள். போர் முடிந்த பின் அது போன்ற அலைபேசிகளைச் செய்ய வேண்டும் என்று அவர்கள் அனைவருக்குமே ஓர் உந்துதல் எழுந்திருந்தது.

மினு எழுந்து அந்த அலைபேசிகளில் விளையாட்டு இருக்குமா என்று கேட்டாள். அந்த அலைபேசிகளில் எப்படி விளையாடுவது என்று மெய்யன், கடலன், அணியிழை மூவரும் செய்து காட்டினார்கள். அந்த அலைபேசிகளில் சில பொத்தான்களை அழுத்தியதும் அந்த அறையே மிதப்பது போல் ஆகிவிட்டது. குழந்தை களுக்குப் பெரும் ஆச்சரியமும் அச்சமும் ஏற்பட்டது. அந்த அறையில் சட்டென்று இருளாகி வெளிச்சம் வருவதும் போவதுமாக இருந்தது. அப்போது ஓர் உருவம் பாதி இருளும் வெளிச்சமும் கலந்த அறைக்குள் அடி எடுத்து வைத்தது. குழந்தைகள் அச்சத்தில் நடுங்கினர். மினு என்று அந்த உருவம் அழைத்தது. அவள் அறியாமல் அவள் எழுந்து நின்றாள். அவளை அந்த உருவம் அந்தரத்தில் படுக்க வைத்தது. அந்த உருவம் அவளைத் தொட்டவுடன் அவள் ஓர் எந்திரமாகிவிட்டாள். குழந்தைகள் அனைவரும் இது போன்ற விளையாட்டை ஏன் விளையாடக் கேட்டோம் என்பது போல் ஆகிவிட்டனர். எந்திரமான மினு சட்டென்று தரையில் நின்றாள். அந்தக் குழந்தைகளை நோக்கி வந்தாள். அவர்கள் அனைவரும் அஞ்சி நடுங்கி ஒன்று கூடி விட்டனர். உடனடியாக அவள் திரும்பி மிளிரன் அருகே போனாள். அவனை ஒரு விரலால் தூக்கினாள். அவனைச் சுற்றி தரையில் வைத்தாள். அவன் சிரித்தான். பெரியவர்களுக்கு ஏதோ ஒரு மாயாஜாலக் காட்சியைக் காண்பது போல் அது இருந்தது. எந்திரமான மினு நவீனைத் தூக்கினாள். அவன் அமைதியாக இருந்தான்.

சட்டென்று அவன் எந்திரமாகிவிட்டான். குழந்தைகள் இப்போது கத்தினார்கள்.

அந்த அறை மிகவும் வெளிச்சமானது. குழந்தைகளுக்கும் பெரியவர்களுக்கும் கண்கள் கூசின. அவர்கள் கண்களை மூடிக் கொண்டார்கள். அவர்கள் மீண்டும் கண்களைத் திறந்த போது அறை எப்போதும் போல் சாதாரணமாக இருந்தது. மிளிரனும் நவீனும் மினுவும் அவரவர் இடங்களில் அமர்ந்திருந்தனர். அதுவரை அவர்கள் கண்ட காட்சிகள் அந்த அலைபேசிகள் உருவாக்கியது என்று பிறகுதான் குழந்தைகளுக்கும் பெரியவர்களுக்கும் புரிந்தது. இப்படிப்பட்ட காட்சிகளை அவர்கள் நினைத் தாலே அந்த அலைபேசிகள் விளையாட்டுப் பாங்கில் இருக்கும் போது உருவாக்கிவிடும் என்றார்கள் மெய்யனும் கடலனும்.

அலைபேசி விளையாட்டு முடிந்தவுடன் அலைபேசி களை ஆயுதங்களாக எப்படிப் பயன்படுத்துவது என மூவரும் பாடம் எடுக்கத் தொடங்கினார்கள். அதில் ஒரு குறிப்பிட்ட குறியீட்டை அழுத்தினால் உடனடியாக அதில் இருக்கும் வெளிச்சம் உமிழும் விளக்கு லேசர் கதிரை உமிழத் தொடங்கிவிடும். அடுத்து அதில் இருக்கும் புகைப்படக் கருவி துப்பாக்கியாகச் செயல்படும். அடுத்து அதன் திரை உருகி கொதி நிலைக்கு வந்துவிடும். அதை யார் மீது வீசினாலும் அவர்களால் அந்த வெப்பத்தைப் பொறுக்க முடியாமல் அதே இடத்தில் விழுந்துவிடுவார்கள். அதிலும் மீறி யாராவது வந்தால் அந்தத் திரை அணுக்கதிர்களை வீசத் தொடங்கும். அதனால் யாரும் கிட்டே நெருங்க அஞ்சுவார்கள்.

அந்த அலைபேசிகளை யாரும் பறிக்காமல் இருக்க வைத்திருப்பவரின் விரல்களோடு அது இணைந்து கொள்ளும். அதனால் அவற்றைப் பறிக்கவே முடியாது. அத்துடன் விரலோடு இணைந்த பின் புறத்தில் ஒரு

மெல்லிய திரை திறக்கும் அதில் வேறு என்ன ஆயுதங் களைப் பயன்படுத்தலாம் என்ற பட்டியல் வரும். அதில் ஒன்றைத் தொட்டால் உடனடியாக அந்த ஆயுதத்தை எதிராளி மீது பாய்ச்சும். அந்த ஆயுதம் மெய்நிகரானது. விளையாட்டு போன்றது. ஆனால் எதிராளியை அது உண்மை போல எண்ண வைத்து நிலைகுலையச் செய்யும்.

அந்த ஆயுதங்கள் எங்கிருந்து வருகின்றன என்று தெரியாமல் போக அலைபேசி வைத்திருப்பவர் கையிலேயே அது காணாமல் போகும். அது எங்கிருக்கிறது என்று வைத்திருப்பவர் எண்ணினால் மட்டும் அவர் கையில் இருப்பதைக் காட்டும். மற்றவர்கள் யாருக்கும் தெரியாமல் மறைந்துகொள்ளும்.

இது போன்ற அலைபேசிகள் எங்கள் அனைவருக்கும் கிடைக்குமா என்று புவி கேட்டான். உங்களுக்கும் கொடுக்கலாம். ஆனால் உங்களில் யாரும் எந்தப் பகைவரையும் பார்க்காமல் இருக்கும் படி எங்களைப் போன்றவர்கள் பணியாற்றி வருகிறோம். அதனால் எங்களுக்குத்தான் அந்தப் பாதுகாப்பும் ஆயுதங்களும் தேவை. உங்களிடம் கொடுத்தால் அவை எப்படி வேலை செய்கின்றன என்று பார்ப்பதற்காக அதன் ஆற்றலைப் பயன்படுத்துவீர்கள். அதனால் ஏதாவது விபத்து நடக்கும் வாய்ப்பு அதிகம். அதன் காரணமாக இப்போதைக்கு இந்த அலைபேசிகள் எங்களுக்கு மட்டும் கொடுக்கப் பட்டிருக்கின்றன. எனவே நாங்கள் இங்கே உங்களைப் பாதுகாக்க வந்திருக்கிறோம் என்றான் கடலன்.

அதைக் கேட்டவுடன் அனைவரும் அமைதியாகி விட்டனர். எங்களைப் பாதுகாக்க உங்களைப் போன்ற சிறுவர்களை விழியாள் இனம் அனுப்பியிருக்கிறதே என்று மள்ளன் கேட்டான். நாங்கள் இப்போது இந்த உருவத்தில் இருக்கிறோம். ஆனால் எங்களைப் போன்ற

உருவத்தில் இருப்பவர்களுக்கு எங்களுடைய ஆற்றலில் கால் பகுதி கூட இருக்காது. இங்குப் பெரிய அபாயம் வராது. வந்தால் நாங்களே சமாளித்துவிடுவோம் என்பதால் எங்களை அனுப்பியிருக்கிறார்கள் என்றான் மெய்யன்.

விழியாள் கணினியில் வந்து நவீனை அழைத்தாள். எல்லோரும் விழியாள் சொல்லப் போவதையே உன்னிப்பாகக் கவனித்துக் கொண்டிருந்தார்கள். உங்கள் கிரகத்தில் அனா இனத்தைச் சேர்ந்தவர்கள் வந்து ஏதாவது தாக்குதலை நடத்தக் கூடும். அதனால் நீங்கள் இருக்கும் தரை தளத்திற்கு வராத வகையில் உடனடியாக ஓர் ஏற்பாட்டைச் செய்யுங்கள். எங்கள் கிரகத்திற்கும் வந்தார்கள். அவர்களால் எதுவும் செய்ய முடியாதபடி நாங்கள் சிலவற்றைச் செய்திருக்கிறோம். நீங்களும் செய்யுங்கள். இது அவசரம் என்று சொல்லி முடித்தாள்.

நவீன், ஆசிரியர் வாழியனையும் மிளிரனையும் பார்த்தான். மற்ற எல்லோரும் நடுங்கிப் போனார்கள். மெய்யன், கடலன், அணியிழை மூவர் மட்டும் கலங்கவே இல்லை. அவர்கள்தான் ஒரு திட்டத்தைச் சொன்னார்கள். நாம் இறங்கி வந்த வாயில் மீது ஒரு மலையை உருவாக்கி விட்டால் அவர்களுக்கு அந்த வாயில் வரை எட்ட முடியாமல் செய்துவிடலாம். ஆனால் நாம் திரும்பிச் செல்வதற்குரிய வகையில் அந்த மலை நமக்கு வழிவிட வேண்டும். அதனால் இப்போது உருவாக்கிய மலையைப் பிறகு தரைமட்டமாக்கிவிடலாம் என்றார்கள் அவர்கள். அது எப்படி உடனடியாக ஒரு மலையை உருவாக்க முடியும் என ஆசிரியர் வாழியன் கேட்டார்.

அதற்கு அவர்கள் அலைபேசிகளையும் அவர்கள் கணினிகளையும் வேறு சிறிய கருவிகள் இருந்த பெட்டிகளையும் திறந்தார்கள். அந்தக் கிரகத்தில் அவர்கள் இருந்த பகுதியின் மேற்புற வரைபடம் கணினியில்

தெரிந்தது. அருகில் பெரிய கற்கள் இருக்கும் இடங்களை ஆராய்ந்தார்கள். அந்தக் கற்களை உருட்டுவதற்கு அலைபேசியில் இருந்த காந்த விசையை அழுத்தினார்கள். அந்தப் பெரிய கற்கள் அவர்கள் இருந்த நிலப்பகுதி வரை உருண்டோடி வந்து நின்றன. அவர்கள் பெட்டியில் இருந்த கருவிகள் வழியாக அந்தக் கற்களை சில குவி மையப்படுத்தப்பட்ட ஈர்ப்பு விசையைப் பயன்படுத்தி அவர்கள் இருந்த வாயில் நோக்கி நகர்த்தினார்கள். அந்தக் கற்களை ஒன்றன் மீது ஒன்று அடுக்கி வைத்தார்கள். அது ஒரு பெரிய மலை போல் உருவாகும் வரை அடுக்கினார்கள். இடைவெளிகளில் மேலும் சில கற்களை உருட்டிக் கொண்டு வந்து அடுக்கினார்கள். அவர்கள் வாயில் இருந்த பெரும் பகுதி பெரிய பாறைகளால் சூழப்பட்டது. அவர்கள் அது போன்ற இடத்தில் இருப் பார்கள் என்றே எண்ண முடியாத அளவுக்கு நிலத்தின் மேற்புறத்தை மாற்றி அமைத்தார்கள்.

எந்தக் கருவி மூலமும் அவர்கள் நுழைந்த வாயிலைத் திறக்க முடியாத படி ரப்பர் போன்ற ஒரு பெரிய வட்ட வடிவ குழாயை சில நிமிடங்களில் ஊதிப் பெரிதாக்கி அந்த வாயிலின் மீது ஒட்டினார்கள். அது லேசர், புறஊதாக் கதிர்கள், அணுக்கதிர்கள் உள்ளிடவற்றைத் தாங்கும் வகையிலான ஒரு ரப்பர் என்று அவர்கள் மூவரும் சொன்னார்கள். அப்போது அவர்களுக்கு வந்த அபாயம் நீங்கிவிட்டது போல் நவீனும் மிளிரனும் உணர்ந்தார்கள். விழியாளை நவீன் அழைத்து தங்கள் ஏற்பாடுகளைச் சொன்னான். அதே போன்ற ஏற்பாட்டைத்தான் தங்கள் கிரகத்திலும் செய்திருப்பதாக விழியாள் சொன்னாள். தேவைப்பட்டால் ஒழிய அவளைக் கணினியில் கூட அழைக்கவேண்டாம் எனவும் வெளியில் யாரிடமும் பேசவேண்டாம் எனவும் கூறி விழியாள் முடித்தாள்.

மெய்யனும் கடலனும் தங்கள் அலைபேசிகளில் வெளியில் நடப்பவற்றைக் கண்காணித்துக் கொண்டு அமர்ந்திருந்தார்கள். மிளிரனின் கருவியில் அவர்கள் கிரகத்தைச் சுற்றி நடப்பதை அவனும் நவீனும் பார்த்தபடி இருந்தார்கள். அணியிழை ஏதாவது தேவை வந்தால் என்ன செய்வது என்று தங்களிடம் இருந்த ஆயுதங்களை வாயில் நோக்கிக் குறி பார்த்து வைத்துக் கொண்டிருந்தாள். இந்த ஏற்பாடுகளைப் பார்த்து பெரியவர்களும் குழந்தைகளும் அச்சத்தில் ஒடுங்கி அமர்ந்திருந்தார்கள்.

மிளிரனும் நவீனும் அவர்கள் கிரகத்தைச் சுற்றி ஒரு விமானம் பறப்பதைக் கண்டார்கள். மெய்யனும் கடலனும் அவர்கள் அலைபேசியில் அது இறங்கும் இடத்தைக் கண்காணித்தார்கள். அது அவர்கள் கட்டிய மலையின் அருகில் இறங்கியது. அதிலிருந்து சிலர் இறங்கினார்கள். அவர்கள் மலையைச் சுற்றி சுற்றி வந்தார்கள். அவர்களால் அந்த மலையை நகர்த்த முடியாது என்று புரிந்தது. அதனால் அந்த மலையை நகர்த்தும் கருவிகள் ஏதாவது இருக்கிறன்றனவா என்று பார்த்தார்கள். அதன் பின் மலையை விட்டுவிட்டு வேறிடம் தேடிச் சென்றார்கள். வேறு எங்கும் உயிரினங்கள் இருக்கும் தடயம் இல்லாததால் அவர்கள் மீண்டும் விமானத்தில் ஏறி அமர்ந்தார்கள்.

மெய்யனும் கடலனும் அவர்களின் அலைபேசியில் அந்த விமானத்தைச் சட்டென்று மேலேயும் கீழேயும் சுழற்றி அடித்தார்கள். அந்த விமானத்தில் இருந்தவர்களால் அதைக் கட்டுபடுத்த முடியவில்லை. அது அவர்களின் மலையின் மீது வந்து நொறுங்கி விழுந்தது. அதில் இருந்தவர்கள் உடனடியாக மேலே பறக்கும் கருவி கொண்டு அங்கிருந்து தப்பித்துச் சென்றார்கள்.

மெய்யனும் கடலனும் அந்த அறைகளிலிருந்து வெளியே வர மிகச்சிறிய வாயில்களை அமைத்தார்கள். அவர்கள் மட்டும் வெளியில் வந்து அலைபேசி மூலம்

ரப்பர் மலைகளை உருவாக்கி அந்த வாயில்கள் மேல் வைத்துவிட்டு மீண்டும் உள்ளே போனார்கள். அடுத்த விமானம் வந்திறங்கினால் என்ன செய்வது என்று இருவரும் விவாதித்தார்கள். இறங்குவதற்கு முன்பே அவர்களைத் தடுத்து அங்கிருந்து ஓட வைப்பது என்று இருவரும் முடிவெடுத்தார்கள்.

அதே போல் மேலும் ஒரு விமானம் அவர்களின் கிரகத்தைச் சுற்றி வந்தது. உடனடியாக அலைபேசிகள் மூலம் அந்த விமானங்களின் தடங்களை அவர்கள் மாற்றி அமைத்தார்கள். அந்த விமானங்கள் தடம் புரியாமல் அந்தக் கிரகத்தைச் சுற்றிக் கொண்டிருந்தன. அவர்களால் அந்தக் கிரகத்தில் இறங்கவே முடியவில்லை. மெய்யன் அந்த அலைபேசியில் இருந்தக் காத்திரமான ஒரு கதிர்வீச்சை அந்த விமானத்தின் மீது ஏவினான். அது வான்வெளியில் சுக்குநூறாக உடைந்தது.

அனா இனம் விழியாள் இனத்தின் மீது முழுமையாகத் தாக்குதல் தொடுக்க நினைத்தது. விழியாள் இனம் அவர்களின் இரு விமானங்களைத் தாக்கியது அவர்களைக் கோபத்திற்கு ஆளாக்கியிருந்தது. மேலும் விழியாள் இனத் திற்கு ஆயுதங்கள் வழங்கியும் அவற்றுக்கான பயிற்சி வழங்கியும் அவள் இனம் தங்களுக்கு எதிராக மாறி யிருப்பது அனா இனத்தால் சகிக்க முடியாதபடி இருந்தது. அது தவிர மிகவும் துல்லியமாக அனா இனத்தின் விமானங்களை விழியாள் இனம் தாக்கியதைப் பார்த்தால் அவர்களின் தொழில்நுட்பம் அவர்களுடை யதை விட மேம்பட்டதாக இருப்பது புரிந்தது. அது அனா இனத்தால் சகிக்க முடியாத ஒன்றாக இருந்தது. விழியாள் இனத்தின் கிரகத்தை முழுமையாக அழித் தொழிக்க அனா இனம் முடிவு செய்தது. தங்களிடம் இருக்கும் ஆயுதங்களை எடுத்துக் கொண்டு பல விமானங்கள் விழியாள் கிரகத்தை நோக்கிப் பறந்தன.

ஆனால் அண்டவெளியில் அவள் கிரகத்தை அடையும் முன்னே அவை அனைத்தும் வழி தவறிப் போகும் படியாகப் பல தடைகள் வந்தன. மீண்டும் அனா இனம் அடுத்தத் தாக்குதலைத் தொடுக்கும் முன் பல திட்டமிடல் களைச் செய்தது.

விழியாள் பாதுகாக்கும் குழந்தைகள் இருக்கும் கிரகத்தைத் தாக்கி அழிக்கலாம் என்று அனா இனம் திட்டமிட்டது. அதே போல பல ஆயுதங்களை ஏந்திக் கொண்டு விமானங்கள் அந்தக் கிரகத்தை நோக்கிப் பறந்தன. ஆனால் வழியிலேயே அவை பல தடைகளைச் சந்தித்துத் திரும்பிவிட்டன.

அனா இனம் தங்கள் இனத்தில் உள்ள அனைவரிடமும் விழியாள் இனத்தை எப்படி அழிப்பது என்று ஆலோசனை கேட்டது. எல்லோரும் எதுவும் பேசாமல் அமைதியாக இருந்தார்கள். அனா இனத்தின் தலைமை மிகவும் பொறுமை இழந்திருந்தது. அது மட்டுமே வளர்ந்த இனம் யாரும் அந்த இனத்தை எதிர்க்க முடியாது என்றிருந்த நிலையை விழியாள் இனம் இப்படி மாற்றிவிட்டது என்பதை அனா இனத்தால் சகிக்க முடியவில்லை. தங்கள் மேம்பட்ட தொழில்நுட்பத்திற்கு எதிரான தொழில்நுட்பத்தை விழியாள் இனம் எப்படிப் பெற்றது என்பதை ஆராயவேண்டும் என்று அனா இனம் முடிவு செய்தது. வேறு ஏதோ ஓர் இனம் விழியாள் இனத்திற்கு உதவி செய்கிறார்கள் என்பது மட்டுமே அனா இனத்தின் தலைமைக்குப் புரிந்த ஒரு செய்தியாக இருந்தது. ஆனால் அது யார் என்பது அனா இனத்தால் அறிய முடியாது என்பதை அதன் தலைமையால் ஏற்க முடியவில்லை.

அனா இனம் விழியாள் இனத்தின் மீது தற்காலிகமாகத் தாக்குதலை நிறுத்திவிட்டு அவர்களின் போக்குவரத்தைக் கண்காணிக்கலாம் என்று முடிவு செய்தது. மேலும் எப்போது வேண்டுமானாலும் தாக்குதல் தொடுக்கும்

ஆயத்தத்தில் இருக்கலாம் எனவும் எண்ணியது. அனா இனம் தற்காலிகமாகத் தாக்குதலை நிறுத்தியதே விழியாள் இனத்திற்கு மிகப்பெரிய வெற்றி என அவள் இனத்துடன் இணைந்திருக்கும் மற்ற இனங்கள் எல்லாம் கருதின. அதனால் விழியாளை இனி அனா இனத்தின் தலைமையை விட அதிக ஆற்றலுடைய தலைமை என எண்ணலாம் என அவைப் பிரகடனம் செய்தன. அனா இனம் அந்த அவமானத்தைச் சகிக்க முடியாமல் விழியாளை மட்டும் தீர்த்து கட்ட வேண்டும் என்று முடிவு செய்தது.

விழியாள் கண்ணாடிக் கோட்டையில் அமர்ந்து அனா இனத்தின் விமானங்களை எப்படித் தங்கள் இனம் அழித் தொழித்தது என்பதைக் காணொலிக் காட்சியில் ஆராய்ந்து கொண்டிருந்தாள். அப்போது பூமிக்கடியில் இருக்கும் குழுவின் உறுப்பினர் அவள் அறையில் நுழைந்தார். விழியாளுக்கு மிகவும் அதிர்ச்சி ஆகிவிட்டது. அச்சப்பட வேண்டாம். உன்னை ஒழிக்க அனா இனம் தீர்மானித் திருக்கிறது. அது பல ஆற்றல்களை உன் மீது ஏவும். நீ எங்குப் போவதாக இருந்தாலும் நாங்கள் கொடுக்கும் இந்தப் பொறியை அழுத்திவிட்டுப் போகவேண்டும். உன் கோட்டையைச் சுற்றி எங்கள் உணர் பொறிகள் இருக் கின்றன. அதனால் இங்கு நீ பாதுகாப்பாக இருப்பாய். விமானத்தில் போகும் போதும் பிற கிரகங்களுக்குப் போகும் போதும் தான் அவர்கள் தாக்குதல் நடத்த வாய்ப் பிருக்கிறது. நீ அறியாத இனங்களுடன் எந்தத் தொடர்பையும் சில காலத்துக்கு வைக்க வேண்டாம். உன் இனத்தில் இருக்கும் சிலரை அண்ட விடாமல் இருப்பது நல்லது. அனா இனம் எந்த ரூபத்திலும் வரலாம். அதனால் உன் கிரகத்திற்குச் செல்லாமல் இருப்பது சிறந்த முடிவாக இருக்கும். உன்னைப் பார்க்க உன் இனத்தினர் விரும்பினால் அவர்களை இங்கு வரவழைத்துவிடு. இங்கிருக்கும் உணர் பொறிகள் அவர்களில் யார் அபாயமானவர்கள் என்று

எங்களுக்குக் காட்டிக் கொடுத்துவிடும். மொத்தத்தில் உங்கள் இனம் இப்போது அனா இனத்தை விட அதிக சக்தி வாய்ந்த இனம் போலப் பார்க்கப்படுகிறீர்கள். அதனால் பல தாக்குதல்கள் பலரிடமிருந்தும் வரலாம். இதைப் பற்றி மட்டுமே நாங்கள் கவனத்தை வைத்திருக்க முடியாது. அதனால் உன் நண்பர்களிடம் கண்காணிப்பை அதிகரிக்கச் சொல்வது நல்லது. உன் இனத்தை நாங்கள் கட்டுப்படுத்த விரும்பவில்லை. ஆனால் உங்கள் இனத்திற்கு ஒரு திசையைக் காட்ட விரும்புகிறோம். நீ புரிந்து கொள்வாய் என நம்புகிறோம். மீண்டும் சந்திப்போம் என்று கூறிவிட்டு அவர் கிளம்பிச் சென்று விட்டார்.

விழியாளுக்கு அடுத்து என்ன செய்வது என்று புரியாமல் அமைதியாக அவர் கொடுத்த அந்தப் பொறியைப் பார்த்துக் கொண்டு அமர்ந்திருந்தாள். மிளிரன் கணினியில் தொடர்பு கொண்டான். விழியாள் அவனுடன் பேசினாள். நீ எல்லா இனங்களுக்கும் தலைமை ஏற்றிருப்பது பெரு மகிழ்ச்சி அளிக்கிறது. உனக்கு இதனால் பல தொல்லைகள் வரும். அதை நீ நன்றாகச் சமாளிக்கவேண்டும். உனக்கு எப்போதும் உதவ ஆயத்தமாக இருக்கிறேன் என்றான் மிளிரன். விழியாள் அவனைப் பார்த்து சிரித்தாள். நவீன் இருந்தால் அவனுடன் பேசவேண்டும் என்றாள். உடனடியாக நவீன் திரையில் வந்தான். என்ன விழியாள் என்றான். விழியாள் அமைதியாக நவீனைப் பார்த்தாள். விழியாள் நீ ஏதோ துயரத்தில் இருக்கிறாய் என்றான் நவீன். விழியாள் ஆம் என்று தலையாட்டினாள். என்ன துயரம் என்னிடம் சொல் என்றான் நவீன். உன்னைச் சந்திக்கும் போது சொல்கிறேன் என்றாள். நான் கண்ணாடிக் கோட்டைக்கு வரவா என்றான். சரி என்றாள். மிளிரனும் நவீனும் கிளம்பி கண்ணாடிக் கோட்டைக்கு வந்தார்கள்.

மிளரனையும் நவீனையும் கண்ட பின்தான் விழியாளுக்கு ஓரளவு நிம்மதியாக இருந்தது. என்னை ஒழிக்க

அனா இனம் திட்டம் தீட்டி இருக்கிறதாம் என்றாள் விழியாள். நவீனுக்கு அது பெரும் அதிர்ச்சியைத் தந்தது. மிளிரன் அமைதியாக விழியாளைப் பார்த்தான்.

மிளிரன் விழியாளுக்கு வந்திருக்கும் அபாயத்தை எப்படி எதிர்கொள்ளலாம் என்ற சிந்தனையில் மூழ்கி இருந்தான். நவீனுக்கு எதுவும் பேசவே தோன்றவில்லை. விழியாள் அமைதியாக இருந்தாள். நீ எங்கு இருந்தால் உனக்குப் பாதுகாப்பு விழியாள் என்றான் மிளிரன். இந்தக் கண்ணாடிக் கோட்டையில் இருந்தால்தான் பாதுகாப்பு என்றாள் அவள். அப்படி என்றால் நீ எங்கேயும் போகாதே விழியாள் இங்கேயே இருந்து விடு என்றான் நவீன். அது எப்படி முடியும் என்றாள் விழியாள்.

உன் கிரகத்திற்குப் போவதை முதலில் தவிர்த்துவிடு விழியாள் என்றான் மிளிரன். ஆம் அதுதான் எனக்கும் தோன்றுகிறது என்றாள் அவள். உன் கிரகத்தில் உனக்கிருக்கும் அச்சுறுத்தலை முதலில் எப்படி நீக்குவது என்று பார்க்கலாம் என்றான் அவன். பாடினிதான் முதல் அச்சுறுத்தல் என்றாள் அவள். நான் போய் பாடினியிடம் சமாதானமாகப் பேசிவிட்டு வரட்டுமா என்றான் நவீன். இல்லை இப்போது நிலைமை கைமீறி உள்ளது. பேச்சு வார்த்தை மூலம் எதுவும் செய்ய முடியாது என்றான் மிளிரன். பாடினி உன்னைத் தாக்கத் திட்டமிட்டிருக்கிறாளா என்றான் நவீன். அப்படி இருக்க வாய்ப்பு அதிகம் என்றான் மிளிரன். அவள் நேரடியாகத் தாக்குதலைத் தொடுக்காவிட்டாலும் மறைமுகமாக வேறு யாராவது தாக்குதலைத் தொடுக்க உதவி புரிவாள் என்றான் மிளிரன். பாடினி இப்போது அனா இனத்தின் கையில் இருக்கிறாளா என்றான் நவீன். அப்படித்தான் தெரிகிறது என்றான் மிளிரன். தொடர்ந்து விழியாள் அவள் கிரகத்திற்குச் செல்லாமல் இருந்தால் அனைவருக்கும்

சந்தேகம் ஏற்படும் என்றான் மிளிரன். ஏற்படட்டும் என்றான் நவீன். அது விழியாளின் தலைமைக்கு இழுக்கை ஏற்படுத்தும் என்றான் மிளிரன். பாடினி இங்கு வந்து தாக்குதலைத் தொடுக்கமாட்டாள் என்பது என்ன நிச்சயம். இல்லை இங்கு யாரும் தாக்குதலைத் தொடுக்க முடியாது என்றாள் விழியாள்.

இப்போதைக்கு பாடினி தவிர வேறு யாரும் உன் மீது தாக்குதலைத் தொடுக்கக்கூடியவர்கள் இல்லை என்று கருதலாமா என்றான் மிளிரன். அப்படித்தான் நான் நினைக்கிறேன் என்றாள் விழியாள். ஆனால் நீ பயணம் செய்யும் போது அனா இனத்தின் தாக்குதல் வரக்கூடிய வாய்ப்பிருக்கிறதுதானே என்றான் அவன். ஆம் அதுதான் இப்போது சிக்கலாக உள்ளது என்றாள் விழியாள்.

அதற்கு என்ன செய்யலாம் என்று எங்கள் கிரகத்திற்குச் சென்று மெய்யன், கடலன், அணியிழையிடம் பேசிவிட்டுச் சொல்கிறேன் என்றான் மிளிரன். நவீனுக்கும் அது உகந்ததாகப்பட்டது. இருவரும் கிளம்பி தங்கள் கிரகத்திற்கு வந்தார்கள். விழியாளுக்கு வந்திருக்கும் சோதனை பற்றி மெய்யன் உட்பட மூவரிடமும் சொன்னார்கள். மெய்யன் அதற்கு ஒரு யோசனையைச் சொன்னான். விழியாள் போன்ற ஒரு மெய்நிகர் உருவத்தை உருவாக்கி அனா இனத்தை ஏமாற்றலாம் என்றான். பல விமானங்களில் அவள் போன்ற உருவங்கள் சென்றால் அவர்களால் எளிதில் கண்டுபிடிக்க முடியாதபடிச் செய்துவிடலாம் என்றான் அவன். எல்லாச் சமயங்களிலும் அதே தொழில்நுட்பத்தைப் பயன்படுத்த முடியாது என்றான் மிளிரன். ஒவ்வொரு முறையும் ஒரு தொழில்நுட்பத்தைக் கண்டுபிடிக்கலாம் என்றார்கள் அவர்கள் மூவரும்.

பாடினி தன் கிரகத்தின் மீது அனா இனம் தாக்குதல் தொடுக்காமல் பின் வாங்கியிருப்பதற்குக் காரணம் என்னவென்று புரியாமல் இளமாலையைச் சந்தித்தாள்.

அனா இனம் பின் வாங்கிவிட்டது பெரும் மகிழ்ச்சியைத் தந்திருப்பதாக பாடினி சொன்னாள். இளமாலையும் அதை ஆமோதித்தாள். எப்படி அவர்களின் விமானங்கள் தாக்கப்பட்டன என்று கேட்டாள் பாடினி. அது தனக்குத் தெரியாது என்று இளமாலை சொல்லிவிட்டாள். விழியாள் தங்கள் கிரகத்திற்கு வருவதே இல்லையே என்று பாடினி ஆதங்கப்பட்டாள். இளமாலை அதனையும் ஆமோதித்தாள். அவளுடன் ஒரு முறை பேசிவிட்டு வருகிறேன் என்று சொல்லிவிட்டுப் போனாள்.

பாடினி விழியாளை அழைத்தாள். விழியாள் பேசி னாள். அனா இனம் பின்வாங்கிவிட்டதில் பெரு மகிழ்ச்சி என்றாள். விழியாள் சிரித்தாள். நீ உடனே இங்கு வர வேண்டும் என்றாள் பாடினி. எதற்கு என்றாள் விழியாள். இந்த வெற்றியைக் கொண்டாடவேண்டும். உன் தலைமையால்தான் வெற்றி கிடைத்திருக்கிறது. அது நம் இனத்தின் வெற்றி அதனால் கொண்டாட வேண்டும் என்றாள். இல்லை இப்போது வேறு சில இனங்களைச் சந்திக்க வேண்டியிருப்பதால் உடனடியாக வரமுடியாது பிறகு வருவதாகச் சொன்னாள் விழியாள். தான் அவளைப் பார்க்க வருவதாக பாடினி கூறினாள். விழியாள் அதற்கு வேறு வழியின்றி ஒத்துக் கொண்டாள்.

கண்ணாடிக் கோட்டையில் விழியாள் காத்திருந்தாள். பாடினியின் விமானம் வந்து நின்று அவள் இறங்கியவுடன் அபாயச் சங்குகள் ஒலிக்கத் தொடங்கின. பாடினி தடுமாறி நின்றுவிட்டாள். கண்ணாடிக் கோட்டையில் இருந்தவர்கள் உடனடியாக விமானத் தளத்திற்கு வந்து பார்த்தார்கள். பாடினி நின்று கொண்டிருந்தாள். கண்ணாடிக் கோட்டையில் இருந்தவர்களில் ஒருவர் பாடினியிடம் இருக்கும் ஏதோ ஒரு பொருள் கண்ணாடிக் கோட்டைக்குள் நுழைய அனுமதி இல்லை என்றார். பாடினி தன்னிடம் எந்தப் பொருளும் இல்லை என்றாள்.

மீறி பாடினி நுழைந்தால் அந்தப் பொருள் செயல் இழக்கும் என்றார் அவர். பாடினிக்கு ஆச்சரியமும் அதிர்ச்சியுமாக இருந்தது. அவள் எதுவும் பேசாமல் அமைதியாகக் கண்ணாடிக் கோட்டைக்குள் நுழைந்தாள். அபாயச் சங்கொலி நின்றது. விழியாளின் அறைக்கு வந்தாள் பாடினி. விழியாள் அமைதியாக பாடினியைப் பார்த்தாள்.

பாடினி அவள் எதிரே அமர்ந்தாள். ஏன் இந்தக் கோட்டையில் அபாய சங்குகள் ஒலிக்கின்றன என்றாள். உன்னிடம் ஏதாவது ஒரு பொருள் இருந்திருக்க வேண்டும். அதை இந்தக் கோட்டையில் இருக்கும் பொறிகள் காட்டிக் கொடுத்துவிடும் என்றாள் விழியாள். பாடினி தலை குனிந்தாள். தன் கையில் கட்டியிருந்த கடிகாரம் போன்ற கருவியை விழியாள் அறியாமல் திறந்து வைத்தாள்.

தொடர்ந்து விழியாள் கவனிக்காத வகையில் பேச்சைத் தொடர்ந்தாள் பாடினி. எப்படி இந்த வெற்றி சாத்திய மாயிற்று என்றாள் அவள். நம்முடைய இனத்துடன் பல இனங்கள் இணைந்து போரிட்டதால் சாத்தியமாயிற்று என்றாள் விழியாள். பாடினி தொடர்ந்து விழியாளைக் கவனித்துக் கொண்டிருந்தாள். அவளிடம் எந்த மாற்றமும் இல்லை. விழியாள் அறியமாட்டாள் என்று எண்ணி தன் கையில் இருந்த கடிகாரம் போன்ற பொறியை அவளை நோக்கி நன்றாகத் திருப்பினாள். விழியாளுக்கு அப்போதும் எந்தச் சிக்கலும் ஏற்படவில்லை என்பதைத் தெரிந்து கொண்டாள் பாடினி.

கண்ணாடிக் கோட்டையில் இருந்த ஏதோ ஓர் அம்சம் அவள் கொண்டு வந்திருந்த ஆயுதம் வேலை செய்யாமல் தடுத்திருக்கிறது என்பதை பாடினி புரிந்து கொண்டாள். உடனடியாக அங்கிருந்து கிளம்ப அவசரப்பட்டாள். விழியாள் பாடினியின் அவசரத்தையும் குழப்பத்தையும் கவனித்துச் சிரித்தாள். என்ன பாடினி நீ கையில் கட்டியிருந்த பொறி வேலை செய்யவில்லையா என்றாள்.

பாடினி நிலைகுலைந்து போனாள். உனக்கு எப்படித் தெரியும் என்றாள் அவள். அப்படி என்றால் நீ தெரிந்து தான் அதைக் கொண்டு வந்து என்னைத் தாக்கப் பார்த் திருக்கிறாய் அல்லவா என்றாள் விழியாள். பாடினி அமைதியாக இருந்தாள். நம் இனத்தை அடுத்த கட்டத்திற்குக் கொண்டு செல்லாமல் இருக்க அனா இனம் செய்யும் சதிக்கு நீ ஈடுகொடுக்கலாமா என்றாள் விழியாள். பாடினி எதுவும் பேசாமல் அங்கிருந்து கிளம்பினாள். விமானம் ஏறி அவளுடைய கிரகத்திற்கு வந்திறங்கினாள். அங்கு பாடினியைத் தனிமைப்படுத்தி எந்தத் தொடர்பும் இன்றி வைக்குமாறு விழியாள் இட்டிருந்த ஆணையை நிறைவேற்ற சிலர் காத்திருந்தனர்.

பாடினி தனிமைப்படுத்தப்பட்டதைக் கண்டு விழியாள் இனத்தினர் ஆச்சரியமும் அதிர்ச்சியும் அடைந்தனர். பாடினிக்கு வேறு இனத்திலிருந்து ஏதோ ஒரு தூண்டுதல் கிடைத்து அவள் தங்கள் இனத்திற்கு எதிராகச் செயல் பட்டுக் கொண்டிருந்தாள் என்பதை அவர்களால் ஏற்கமுடியவில்லை. பாடினியைத் தனிமைப்படுத்தினாலும் அவளுடன் அவர்கள் தொடர்பு கொள்வார்கள் என்று விழியாள் இனத்தினர் எண்ணினார்கள். விழியாளுடன் பேசவேண்டும் என்று பலரும் முனைந்தார்கள்.

விழியாள் கணினித் திரையில் அவர்கள் முன் ஓர் அரங்கில் பேச முன் வந்தாள். பாடினிக்கு வேறு ஓர் இனத்துடன் தொடர்பு இருந்தது உண்மை. இனியும் இருக்கலாம். அதற்காக அவளை என்ன செய்யமுடியும் என்றாள் விழியாள். அவள் யாருக்குச் சார்பாக இருக் கிறாளோ அங்கேயே அனுப்பலாம் என்றார்கள் சிலர். அவளை இந்தக் கிரகத்தை விட்டு வெளியேற்றவேண்டும் என்றார்கள் சிலர். அவளால் தொடர்ந்து அச்சுறுத்தல் மட்டுமே ஏற்படும் என்றார்கள் சிலர். பாடினி போன்ற உறுப்பினரை உடன் வைத்துக் கொண்டு எப்படி

அச்சமில்லாமல் இருப்பது என்று பலர் கேள்வி எழுப்பினார்கள்.

பாடினியை வெளியே அனுப்பிவிட்டாலும் அவள் நமக்கு எதிராகத்தான் செயல்படுவாள். மேலும் தீவிர மாகச் செயல்படுவாள். அது மட்டுமல்லாமல் நம்மை வீழ்த்தும் எல்லா உத்திகளையும் எதிராளிகளுக்குக் கற்றுத் தருவாள். பாடினி இங்கேயே இருந்தால் யார் அவளிடம் தொடர்பு கொள்கிறார்கள் என்று தெரிந்துகொள்ளலாம். அவளுடைய நடவடிக்கையைக் கண்காணிக்கலாம். அவளும் தனிமைப்படுத்தப்பட்ட அச்சத்தில் தீவிரமாகச் செயல்பட முடியாமல் இருப்பாள். மேலும் பாடினியிட மிருந்து என்ன தகவல்கள் வெளியே செல்கின்றன என்பதும் நமக்குத் தெரியவரும். பாடினியை வெளியே அனுப்புவது பாதுகாப்பானதா அல்லது உடன் வைத் திருப்பது பாதுகாப்பானதா என்று கேட்டாள் விழியாள். எல்லோரும் அமைதியாக இருந்தார்கள். நம் இனத்தின் பாதுகாப்பு என்னுடைய பொறுப்பு. பாடினி போல் மேலும் சிலர்கூட நம் கிரகத்தில் இருக்கலாம். அவர் களையும் கண்டுபிடிக்க பாடினியை இங்கே வைப்பது உதவக்கூடும். அவசரப்பட்டு எந்த முடிவையும் எடுத்து விடக்கூடாது. பொறுமையாகத்தான் பார்க்கவேண்டும் என்றாள் விழியாள்.

உன்னை நம்பித்தான் நாங்கள் இருக்கிறோம். உன்னைத் தாக்க அவள் முற்பட்டிருக்கிறாள் எனும் போது எங் களைத் தாக்குவது அவளுக்கு மிகவும் சுலபம். அதனால் தான் அவளை இங்கே வைத்துக் கொள்ளக் கூடாது என்றோம். உன்னுடைய கண்காணிப்பில் அவள் இருக்கிறாள் என்பதால் ஓரளவு அமைதி அடைகிறாம். இனி அவளால் ஏதாவது ஆபத்து வந்தால் நீ தான் பொறுப்பு என்று பலரும் சொன்னார்கள்.

ஒரே ஓர் உறுப்பினர் மட்டும் பாடினியை குழந்தைகள் இருக்கும் கிரகத்தில் தனிமைப்படுத்தினால் என்ன என்று கேட்டார். அந்தக் கிரகத்தில் கண்காணிப்பு வசதிகள் சற்று குறைவாக உள்ளன அதனால் இங்குதான் பொருத்தமாக இருக்கும் என்றாள் விழியாள். அவளிடம் பேசியது பலருக்கும் திருப்திகரமாக இருந்தாலும் பாடினி அவர்கள் கிரகத்தில் இருப்பது அவர்கள் அனைவருக்குமே உறுத்தலாகத்தான் தோன்றியது.

விழியாள் எப்போதும் பூமிக்கடியில் இருப்பவர்கள் கொடுத்த பொறியைக் கையில் வைத்திருந்தாள். குழந்தைகள் இருக்கும் கிரகத்திற்குப் போகவேண்டும் என்ற ஏக்கம் அவளுக்குள் அதிகரித்துவிட்டதால் அவள் அங்குக் கிளம்பினாள். விமானம் உயரப் பறக்கும் போது சட்டென்று அருகில் இரு விமானங்கள் வந்தன. அவளுடைய விமானத்தின் முன்னும் பின்னும் பறந்தன. விழியாள் கையில் இருந்த பொறியை அழுத்தினாள். உடனடியாக அவளுடைய விமானம் தாழ்ந்த உயரத்தில் பறக்கத் தொடங்கியது. முன்னும் பின்னும் பறந்த விமானங்கள் அவளுடைய விமானத்தை மீண்டும் துரத்தி வந்து முன்னும் பின்னும் பறக்க முயன்றன. மீண்டும் அவள் பொறியை அழுத்தினாள். அவளுடைய விமானம் மிகவும் உயரமாகப் பறந்துவிட்டது. முன்னும் பின்னும் பறந்த விமானங்கள் அவளுடைய விமானத்தைத் தேடி அலைந்தன. அவள் குழந்தைகள் கிரகத்தில் இறங்குவாள் என்று எண்ணி அந்தக் கிரகத்தை அவை வட்டமடித்துக் கொண்டிருந்ததை மிகவும் உயரத்திலிருந்து கவனித்த விழியாள் அப்படியே திரும்பி கண்ணாடிக் கோட்டைக்கு வந்து சேர்ந்தாள்.

தன் கணினியைத் திறந்து குழந்தைகள் கிரகத்தில் என்ன நடக்கிறது என்று படபடப்புடன் பார்த்தாள். அந்த விமானங்கள் குழந்தைகள் கிரகத்தை வட்டமடித்து

விட்டுத் திரும்பிச் சென்று கொண்டிருந்தன. தான் ஒரு சிறை கைதி போல் ஆகிவிட்டதை எண்ணி விழியாள் வேதனை அடைந்தாள். மிளிரன் கணினித் திரையில் வந்தான். இரண்டு விமானங்கள் இங்கே வட்டமிட்டன பார்த்தாயா விழியாள் என்றான். ஆம் நான் உங்கள் கிரகத்திற்குக் கிளம்பி வந்துகொண்டிருந்த போது என்னைத் துரத்தி வந்தன. உடனே நான் திரும்பிவிட்டேன். நான் அங்கே இறங்குவேன் என்று அவை வட்டமடித்துக் கொண்டிருந்தன என்றாள் விழியாள். ஆனால் எங்கள் அனைவருக்கும் மிகவும் அச்சமாக இருந்தது. ஏதாவது விபரீதமாக நடந்துவிடுமோ என்று நவீனும் மிகவும் பயந்துவிட்டான் என்றான் மிளிரன். இல்லை எதுவும் செய்யமாட்டார்கள். அவர்களின் குறி இப்போது நான் மட்டுமே. உங்கள் கிரகத்தின் மீது தாக்குதல் நடத்தினால் அவர்கள் சந்திக்கக்கூடிய இழப்பு அதிகமாக இருக்கும் என்பது அவர்களுக்குத் தெரியும். அதனால் எதுவும் செய்ய மாட்டார்கள் என்றாள் விழியாள்.

நவீனும் பேச வந்தான். நீ எதற்காக அங்கிருந்து கிளம்பி னாய் என்றான் அவன். உங்கள் அனைவரையும் பார்க்க வேண்டும் போல் இருந்தது, அதனால் கிளம்பினேன். இனிமேல் அந்தத் தவறைச் செய்யாதே என்றான் நவீன். விழியாள் அமைதியாக இருந்தாள். எங்கேயும் போகாமல் ஒரே இடத்தில் இருக்க முடியவில்லை என்றாள் அவள். எதற்கு அவசரப்படுகிறாய் விழியாள் என்றான் நவீன். நாங்கள் எப்போதும் உன்னுடன் பேச ஆயத்தமாக இருக்கிறோம். நீ எப்போது சொன்னாலும் உன்னை வந்து சந்திக்கிறோம் என்றான் மிளிரன். தொடர்ந்து இப்படி மறைந்து வாழ முடியாது. இந்த எதிர்ப்பை முறியடிக்க வேண்டும் என்றாள் விழியாள். அதற்கு என்ன வழி என்று சிந்திப்போம் என்றான் மிளிரன்.

33

இறுதிப் போர்

விழியாளைப் பார்க்க நவீனும் மிளிரனும் கண்ணாடிக் கோட்டைக்கு வந்தார்கள். விழியாள் அவர்களிடம் தன் திட்டத்தை விவரித்தாள். அனா இனத்தின் தலைமையைச் சிறை பிடித்து வைத்துவிட்டால் அவளைத் தாக்கவேண்டும் என்ற எண்ணத்தை எல்லா இனங்களிடமிருந்தும் நீக்கிவிடலாம் என்றாள் அவள். அனா இனத்தின் தலைமையை எப்படிச் சிறைபிடிப்பது என்றான் மிளிரன். பாடினியைப் பயன்படுத்தினால் என்ன என்றான் நவீன். ஆம் அதுதான் சரியான முறையாக இருக்கும் என்றாள் விழியாள்.

பாடினியை எப்படிப் பயன்படுத்துவது என்றான் மிளிரன். பாடினியிடம் அனா இனத்தின் தலைமையை விழியாள் கிரகத்திற்கு அழைத்து வருவதாக உறுதி கூறினால் தனிமைப்பட்டிருப்பதிலிருந்து விடுதலைக் கிடைக்கும் என்று சொல்லலாமே என்றான் நவீன். அதுவும் சரிதான் என்றாள் விழியாள். அவள் அப்படி அழைத்து வருவாளா என்றான் மிளிரன். அழைத்து வருவாள் ஆனால் விழியாளைச் சிறைப் பிடித்து கொண்டு போகலாம் என்ற அவர்களின் திட்டத்தில் பங்கெடுத்துக் கொண்டு அதற்கான காய்களை நகர்த்திய

படி வருவாள் என்றான் நவீன். உண்மை என்றாள் விழியாள்.

அனா இனம் உன் கிரகத்திற்கு வருவது நல்லதா என்றான் மிளிரன். அவர்கள் இருவரும் நம் கிரகத்திற்கு வரும் போதே சிறை பிடிக்க முடியாதா என்றான் நவீன். முடியும் என்றாள் விழியாள். பாடினி மூலம் அதைச் செயல்படுத்த பாடினிக்குச் சில சலுகைகளைக் காட்ட வேண்டும் என்றாள் விழியாள். நீ சலுகை காட்டுவாயா என்றான் மிளிரன். அவள் மூலம் காரியம் ஆவதற்கு சலுகைகள் காட்டித்தான் ஆகவேண்டும் என்றாள் விழியாள்.

பாடினியை அனா இனத்தின் கிரகத்திற்கு அனுப்புவது உன் கிரகத்திற்கு அச்சுறுத்தல் இல்லையா என்றான் மிளிரன். அவள் என்னைப் பிடிக்கும் முயற்சியில் அதிகமான கவனம் வைக்கக்கூடும் என்பதால் என் கிரகத்தைத் தாக்கும் எண்ணம் இருக்காது என்றாள் விழியாள். மேலும் தப்பித்துச் செல்ல வாய்ப்பு கிடைக்கும் போது மீண்டும் சிக்கிக் கொள்ளக் கூடாது என்றும் நினைப்பாள் என்றான் நவீன்.

பாடினியிடம் எப்படி இதைச் சொல்வது யார் சொல்வது என்றான் மிளிரன். இளமாலையிடம் சொல்லலாமா என்றான் நவீன். ஆம் அவளை நான் இங்கு வரவழைத்து இதைச் செயல்படுத்தச் சொல்லலாம் என்றே யோசிக்கிறேன் என்றாள் விழியாள்.

அனா இனம் தவிர வேறு யாரும் உன் மீது தாக்குதல் தொடுக்கும் முனைப்பில் இல்லை என்று உனக்கு உறுதியாகத் தெரியுமா என்றான் மிளிரன். உறுதியாகத் தெரியாது ஆனால் அவர்களைத் தவிர வேறுயாரும் அந்த எண்ணத்தில் இருப்பது போன்ற தகவல் எதுவும் இல்லை என்றாள் விழியாள். பாடினி மூலம் உருவாகியிருக்கும்

திட்டத்தை உடனடியாகச் செயல்படுத்து என்றான் மிளிரன்.

விழியாள் இளமாலையைக் கண்ணாடிக் கோட்டைக்கு அழைத்தாள். அவளிடம் அனா இனத்தின் தலைமையைத் தங்கள் கிரகத்திற்கு அழைத்து வரவேண்டும். அதற்குச் சம்மதித்தால் விடுதலை அடையலாம் என்று பாடினியிடம் சொல்லவேண்டும் என இளமாலையிடம் விளக்கினாள் விழியாள். அவள் அமைதியாகக் கேட்டுக் கொண்டாள். எதற்காக இந்தத் திட்டம் என்று அவள் கேட்கவில்லை. அதைச் செயல்படுத்த அவள் அங்கிருந்து கிளம்பினாள்.

பாடினியிடம் இளமாலை பேசத் தொடங்கினாள். உன்னை விடுதலைச் செய்ய விழியாள் உத்தேசித்திருக்கிறாள் என்றாள் இளமாலை. மிகவும் மகிழ்ச்சி அடைந்தாள் பாடினி. ஆனால் அதற்கு நீ ஒரு காரியம் செய்ய வேண்டும் என்றாள் அவள். என்ன செய்யவேண்டும் என்று கேட்டாள் பாடினி. அனா இனத்தின் தலைமையை நம் கிரகத்திற்கு அழைத்து வரவேண்டும் என்றாள் அவள். அதைப் பற்றி யோசித்துச் சொல்கிறேன் என்று கூறிவிட்டாள் அவள்.

இளமாலை சிறிது அவகாசம் கொடுத்து பின் மீண்டும் அவளிடம் சென்று அவள் முடிவைக் கேட்டாள். அழைத்து வருவதாக பாடினி கூறினாள். உடனடியாக அவளை அந்தக் கிரகத்திற்கு விமானம் மூலம் அனுப்பி வைத்தாள் இளமாலை. பாடினி அனா இனத்தின் கிரகத்திற்குப் போய்ச் சேர்ந்தது பற்றி விழியாளிடம் தகவலைச் சொன்னாள் இளமாலை.

அனா இனத்தின் கிரகத்திலிருந்து விமானம் புறப்பட்டு விழியாள் கிரகத்திற்கு வரப் போகும் கணத்தை விழியாள் கண் கொட்டாமல் பார்த்துக் கொண்டிருந்தாள். மெய்யன், கடலன், அணியிழை தவிர அவர்களைப்

போலவே வளர்ந்த உயிரினங்கள் விழியாள் கிரகத்திலும் பார்த்துக் கொண்டிருந்தார்கள். சரியான கணத்தில் அந்த விமானத்தை வழி மறித்து வேறு திசைக்குத் திருப்பி அவர்கள் கையகப்படுத்தியிருக்கும் கிரகத்தில் தரை இறக்கவேண்டும் என்பது திட்டம்.

பாடினியுடன் அனா இனத்தின் தலைமை பேசிக் கொண்டிருந்தது. விழியாள் கிரகத்திற்கு எதற்காகத் தான் வரவேண்டும் என்று அது கேட்டது. விழியாளைச் சிறை பிடிக்க அதுவே தக்கத் தருணமாக இருக்கும் என்றாள் பாடினி. அனா இனத்திற்கு அது பெரும் மகிழ்ச்சியைத் தந்தது. விழியாள் அவள் கிரகத்திற்கு வந்து அனா இனத்தின் தலைமையை வரவேற்பாள். அவளிடம் பேசிக் கொண்டிருக்கும் போது மறைத்து வைத்திருக்கும் ஆயுதத்தால் அவளை வசியம் செய்து அனா இனத்தின் கிரகத்திற்கு அழைத்து வந்துவிடவேண்டும் என்று பாடினியுடன் இணைந்து அனா இனத்தின் தலைமை திட்டமிட்டது. அதன் பின் இருவரும் இணைந்து விமானத்தில் புறப்பட்டார்கள்.

அனா இனத்தின் விமானம் விழியாளின் கிரகத்தை நோக்கி மிக வேகமாக வந்து கொண்டிருந்தது. அப்போது மெய்யனும் கடலனும் அந்த விமானத்தின் இயங்கு பொறியைத் தங்கள் கட்டுப்பாட்டில் கொண்டுவந்தார்கள். அதனால் அந்த விமானம் விழியாள் கிரகத்தின் கட்டுப்பாட்டில் இருந்த யாரும் இல்லாத கிரகத்தில் போய் இறங்கிவிட்டது. அனா இனத்தின் தலைமைக்கும் பாடினிக்கும் விமானம் இறங்கியபின் வெளியே வந்து பார்த்த போது அது வேறு ஏதோ கிரகத்திற்கு வந்து விட்டது புரிந்தது. உடனடியாக மீண்டும் விமானத்தில் அமர்ந்து அதைக் கிளப்பப் பார்த்த போது அது இயங்கவில்லை. அனா இனத்தின் தலைமை ஏதோ சதி நடப்பதைப் புரிந்து கொண்டது. பாடினிதான் அந்தச்

சதியைச் செய்திருப்பாள் என்று அவளைச் சந்தேகப்பட்டது அது. ஆனால் பாடினியின் நடவடிக்கையிலிருந்து அவளுக்கே தெரியாமல் இது நடந்திருப்பதை அறிந்து கொண்டது அது. அடுத்து என்ன நடக்கும் என்று புரியாமல் விமானத்தில் இருந்த அபாய பொத்தான்களை அழுத்திப் பார்த்தது. ஆனால் அதில் எதுவுமே வேலை செய்யவில்லை. தன் கையில் இருந்த அலைபேசியை எடுத்து தன் கிரகத்திற்கு அழைக்க முனைந்தது. அந்த அழைப்பு போகவே இல்லை. எந்தத் தொடர்பும் இன்றி தனியாக ஒரு கிரகத்தில் சிக்கித் தவிப்பது அதற்குப் பெரும் அவமானத்தையும் கோபத்தையும் கொடுத்தது. பாடினிக்கு அப்போதுதான் அந்தத் திட்டம் புரிந்தது. தன்னை வைத்து அனா இனத்தின் தலைமையை அழைத்து வந்து இருவரையும் ஒரு தனியான கிரகத்தில் சிறைவைத்துவிட்டார்கள் என்று அவள் புரிந்து கொண்டாள். அதை அனா இனத்தின் தலைமையிடம் கூறினாள். எப்படி அங்கிருந்து தப்பிக்கலாம் என்று இருவரும் திட்டமிட்டபடி இருந்தார்கள்.

மெய்யன் அனா இனத்தின் தலைமையின் அலைபேசியை இயங்கவிடாமல் பார்த்துக் கொள்வதை முழுநேர வேலையாகச் செய்து வந்தான். கடலன் பாடினியின் விமானத்தை முழுமையாகப் பயனற்ற தாக்கிவிட்டான். அணியிழை அனா இனத்தின் தலைமை காணாமல் போய்விட்டதைப் பற்றி அந்தக் கிரகத்தில் என்ன நடவடிக்கைகள் எடுக்கப்பட்டு வருகின்றன என்பதைக் கண்காணித்துக் கொண்டிருந்தாள்.

விழியாள் தனது கிரகத்திற்குப் போய் இறங்கினாள். இளமாலையை அழைத்து அடுத்து மேம்பட்ட உயிரினங்களை மேலும் அதிகமாக உருவாக்கவேண்டும் என்று கூறினாள். பாடினி எங்குப் போனாள் என்று அவள் கேட்டாள். தெரியவில்லை. அவள் அனா இனத்தின் கிரகத்திலேயே தங்கிவிட்டிருக்கலாம் என்று

சொல்லிவிட்டாள் விழியாள். பாடினியும் அனா இனத்தலைமையும் எங்கிருக்கிறாள் என்று யாரும் அறியக்கூடாது என்பதில் விழியாள் உறுதியாக இருந்தாள். அவள் கிரகத்தில் இருந்த மெய்யன், கடலன் போன்ற மேம்பட்ட உயிரினங்களுக்கு அவ்வப்போது சந்தேகம் வரலாம் என்பதற்காக அவர்களைப் போன்ற இனங்கள் வேறெங்காவது இருக்கிறதா என்று தேடச் சொல்லி அவர்களுக்கு வேலை கொடுத்து வைத்திருந்தாள் விழியாள்.

பாடினி அங்கிருந்து போனது விழியாள் கிரகத்தின் உறுப்பினர்கள் பலருக்கும் பெரும் மகிழ்ச்சியைத் தந்திருந்தது. விழியாள்தான் அதைச் செய்திருப்பாள் என்று அவர்கள் ஊகித்திருந்தனர். பாடினி இனி வருவாளா என்று அவளை சிலர் கேட்டனர். தெரியாது என்று அவள் சொல்லிவிட்டாள். பாடினி எங்கிருக்கிறாள் என்று தனக்குத் தெரியாது என்றும் விழியாள் அவர்களிடம் சொல்லிவிட்டாள்.

குழந்தைகள் கிரகத்திற்கு அடுத்துச் சென்றடைந்தாள் விழியாள். பல நாட்கள் கழித்து அவள் வந்ததை அங்கிருந்த குழந்தைகள் கொண்டாடினார்கள். ஆசிரியர் வாழியனை அழைத்துக் கொண்டு தனி அறைக்குப் போனாள் விழியாள். மெய்யன், கடலன், அணியிழை மூவரையும் தன் கிரகத்திற்கு அனுப்பக் கூடாது என்று சொல்லி அவரைப் போகச் சொன்னாள். விழியாள். மிளிரனையும் நவீனையும் அழைத்தாள்.

மீண்டும் ஒரு வெற்றி பெற்றுவிட்டாய் விழியாள், மிக்க மகிழ்ச்சி என்றான் மிளிரன். பாடினியும் அனா இனத்தின் தலைமையும் எங்கிருக்கிறார்கள் என்பதை நீங்கள் இருவரும் யாரிடமும் சொல்லக் கூடாது என்றாள் விழியாள். அவர்கள் அதற்கு ஒப்புக் கொண்டனர். சில காலத்திற்கு மட்டும் இந்த ரகசியத்தைக் காப்பாற்றுங்கள் என்றாள் விழியாள்.

அடுத்து என்ன திட்டம் என்றான் மிளிரன். பல கிரகங்களுக்கும் போய் வரவேண்டும். ஒவ்வொரு கிரகத்தில் இருக்கும் உறுப்பினர்களிடமும் நம் இனத்தை அறிமுகப்படுத்தவேண்டும். மேலும் அவர்கள் என்ன வகையில் வளர்ச்சி அடைந்திருக்கிறார்கள் என்று பார்க்கவேண்டும். அவர்களிடமிருந்து நமக்கு என்ன நன்மை அல்லது தீமை விளையும் என்பதையும் கணிக்கவேண்டும் என்றாள் விழியாள். அதற்கு நானும் உடன் வருகிறேன் என்றான் மிளிரன். அது மிகவும் பலன் தரும். நவீனையும் அழைத்துச் செல்லலாம் என்றாள் விழியாள்.

விழியாள் பயணிக்க மிகவும் நவீனத் தொழில்நுட்பத்துடன் கூடிய விமானத்தை விழியாள் கிரகத்தில் இருந்த மெய்யன் போன்ற மேம்பட்ட உயிரினங்கள் கட்டமைத்தன. அது குழந்தைகள் இருக்கும் கிரகத்தில் கொண்டுவந்து வைக்கப்பட்டது. அங்கிருந்த எல்லோருக்கும் அது வேடிக்கை பொருளானது. அதில் இருந்த வசதிகள் மிளிரனுக்கும் புரியவில்லை. மெய்யனும் கடலனும் அதனை மிளிரனுக்கு விளக்கினார்கள். அந்த விமானம் எந்தனை வேகமாக வேண்டுமானாலும் செல்லும். காற்றைப் போல் கடந்து சென்று விடும். மேலும் அண்டம் முழுக்க சில மணித்துளிகளில் கண்டு வந்துவிடலாம் என்றான் மெய்யன். அதன் மீது எது மோதினாலும் விமானத்திற்கு எந்தச் சேதமும் ஏற்படாது. ஏனெனில் அது பஞ்சு போன்ற பொருளால் செய்யப்பட்டிருந்தது. மேலும் அது தீ பிடிக்கவே பிடிக்காது. விழியாளின் எண்ண ஓட்டப்படி செல்லும் வகையில் அது வடிவமைக்கப்பட்டிருக்கிறது. அதனால் வேறு யார் இயக்கினாலும் அது தரை இறங்கிவிடும்.

விழியாளின் கிரகத்திலிருந்து அதனை வேறொரு விமானம் சிறியதாக மடித்து கொண்டு வந்து குழந்தைகள்

கிரகத்தில் இறக்கி இருந்தது. அங்கு வந்த பின் மெய்யனும் கடலனும் அதனை விரித்து பெரிதாக்கினார்கள். அதில் அலைபேசிகள் பல உண்டு. அதனால் எங்கிருந்து வேண்டுமானலும் தொடர்பு கொள்ளலாம். அதில் யார் பயணிக்கிறார்கள் அவர்களிடம் என்ன ஆயுதம் இருக்கிறது உள்ளிட்டவற்றைச் சொன்னால்தான் அந்த விமானம் கிளம்பும்.

அந்த விமானத்திலேயே எப்போதும் தங்கிவிடலாம். அந்த அளவுக்கு வசதிகள் உள்ளே இருந்தன. அதில் தேவையான உணவுப் பொருள்களைச் சேமிக்கலாம். அது கெடாமல் பாதுகாக்கும் கருவிகள் இருந்தன. பயணிக்கும் சோர்வே தெரியாத வகையில் அதன் உள்ளே கட்டமைக்கப்பட்டிருந்தது. அதனைக் கட்டமைக்க விழியாள் கிரகத்தில் இருந்த மேம்பட்ட உயிர்கள் பல்வேறு இனங்கள் பயன்படுத்திய விமானங்களை ஆய்வு செய்து இத்தகைய ஒரு விமானத்தை உருவாக்கி இருந்தார்கள்.

அந்த விமானத்தில் பயணிக்கக் குழந்தைகள் அனைவருக்கும் ஆசையாக இருந்தது. மூன்று பேர் மட்டுமே அதில் பயணிக்க முடியும். அதனால் விழியாள் வந்த பின் பயணிக்க அனைவரும் காத்திருந்தனர். விழியாள் அங்கு வந்திறங்கினாள். எல்லோருக்கும் அதில் பயணிக்க ஆவலாக இருப்பதைச் சொன்னார்கள். ஆனால் விழியாளுக்கு ஒவ்வொரு கிரகமாகப் பார்த்துவிட்டு உடனே பூமிக்கும் திரும்பவேண்டிய நிர்பந்தம் இருந்தது. அதனால் மெய்யன், கடலன், அணியிழை மூவரையும் அதே போன்ற விமானத்தை உருவாக்கச் சொல்லிவிட்டு மிளிரனையும் நவீனையும் அழைத்துக் கொண்டு அருகில் இருந்த ஒரு கிரகத்திற்கு விழியாள் புறப்பட்டாள்.

விழியாளும் மிளிரனும் நவீனும் அந்தக் கிரகத்திற்குச் சென்று இறங்கினார்கள். அந்தக் கிரகத்தில் இருப்பவர்கள்

அவர்களை வரவேற்றனர். விழியாள் அனா இனத்துடன் மோதலை ஏற்படுத்தியிருப்பதை அவர்கள் ஆதரித்தனர். அவர்களும் அந்த மோதலில் பங்கெடுக்க விரும்புவதாகச் சொன்னார்கள். விழியாள் இனத்தைப் போன்று அவர்கள் வளர்ச்சி அடைந்த இனம் அல்ல. விழியாள் இனத்தின் வளர்ச்சி சட்டென்று நிகழ்ந்திருப்பது என்பதை மிளிரனும் நவீனும் கவனித்திருக்கிறார்கள். அந்த இனத்தைச் சேர்ந்தவர்களும் அதைச் சொன்னார்கள். விழியாள் அதைக் கேட்டுச் சிரித்துக் கொண்டாள். விழியாள் இனத்திற்குத் தங்களால் ஆன உதவிகள் செய்ய முடியும் என்றார்கள். விழியாள் தங்கள் இனத்தைச் சேர்ந்தவர்கள் அங்கு ஆயுதங்களை வைத்துக் கொண்டு பயிற்சி செய்ய அனுமதி கேட்டாள். அதற்கு அவர்கள் ஒப்புக் கொண்டார்கள். விழியாளும், மிளிரனும் நவீனும் அங்கிருந்து கிளம்பி வந்தார்கள்.

விழியாள் அவர்களைக் குழந்தைகள் கிரகத்தில் இறக்கிவிட்டு பூமிக்குச் செல்வதாகச் சொன்னாள். விமானத்தில் மிளிரன் விழியாளிடம் பேசினான். எதற்காக உன் இனத்தைச் சேர்ந்தவர்கள் அங்கு ஆயுதங்களைக் குவிக்கவேண்டும் என்றான். அனா இனமும் அதற்குச் சார்பான பிற இனங்களும் எங்கள் இனத்தின் மீது எப்போது வேண்டுமானாலும் போர்த் தொடுக்கக்கூடும். எங்கள் கிரகத்தில் மட்டும் ஆயுதங்கள் இருந்தால் போதாது. அதே போல உதவுவதற்கான இனங்களும் தேவை. அதனால்தான் என்றாள் விழியாள். நீ எல்லாமே திட்டமிட்டுவிட்டாயா விழியாள் என்று கேட்டான் மிளிரன். இல்லை ஆயத்தப்படுத்தி வைக்கிறேன் என்றாள் அவள்.

விழியாள் மீண்டும் மீண்டும் போருக்கு ஆயத்தமாகி இருப்பது நல்ல செய்தியாக இல்லை என்றான் நவீன். ஆம் எனக்கும் அது புரிகிறது. ஆனால் என்ன செய்வது

எங்கள் இனத்தின் வளர்ச்சியைப் பொறுக்காமல் பல இனங்கள் பொருமிக் கொண்டிருக்கின்றன. அதனால் போருக்கு ஆயத்தமாகவே இருக்க வேண்டியுள்ளது என்றாள் விழியாள். அடுத்து எந்தக் கிரகம் என்றான் மிளிரன். அடுத்த முறை பயணிக்கும் போது சொல்கிறேன் என்றாள் விழியாள்.

கண்ணாடிக் கோட்டைவரை நாங்களும் வருகிறோம் என்று நவீன் சொன்னான். அதனால் மூவரும் கண்ணாடிக் கோட்டைக்கு வந்தார்கள். மிளிரன் அவள் திட்டத்தைப் பற்றி விவாதிக்கும் விருப்பத்தில் கண்ணாடிக் கோட்டைக்கு வர விரும்பினான். நவீனுக்கு விழியாளுடன் அதிக நேரத்தைச் செலவழிக்கவேண்டும் என்ற ஆசையில் உடன் வந்தான்.

மூவரும் கண்ணாடிக் கோட்டைக்கு வந்திறங்கினார்கள். விழியாளின் கணினிக்குப் பல தகவல்கள் வந்திருந்தன. அவற்றில் அனா இனத்தின் தலைமைக் காணாமல் போனது பற்றி அதற்கு நெருக்கமான இனம் விழியாளிடம் விசாரித்திருந்தது. மேலும் அதில் மிரட்டல் தொனியும் இருந்தது. மிளிரனிடமும் நவீனிடமும் அதைக் காட்டினாள் விழியாள். இதற்காகத்தான் ஆயத்தம் செய்கிறேன் என்றாள் விழியாள்.

அனா இனத்தின் தலைமை எங்கிருக்கிறது என்று கண்டுபிடிக்க முடியாத தகவல் யாருக்கெல்லாம் தெரியும் என்று கேட்டான் மிளிரன். பாடினிக்கு, என் கிரகத்தில் இருந்த மேம்பட்ட உயிர்கள் இருவருக்கு என்றாள் விழியாள். எனக்கும் நவீனுக்கும் தெரியும். மற்ற யாருக் காவது தெரிய வந்தால் என்ன ஆகும் என்றான் மிளிரன். எங்கள் மீது போர்த் தொடுப்பார்கள் என்றாள் விழியாள். அவர்கள் அறியாமல் இருக்க என்ன செய்வாய் விழியாள் என்றான் நவீன்.

அந்தக் கிரகம் யாருடைய கண்ணிலும் படாமல் இருப்பது நமக்குச் சாதகமாக உள்ளது. அது தவிர அதை அடைவது சற்று சிரமம். மேலும் யாருக்குமே அது ஒரு கிரகம் என்றே முதலில் தெரியாது. அந்தக் கிரகத்தைச் சுற்றி ஒரு படலம் இருக்கிறது. அது மட்டுமல்லாமல் எங்கள் உறுப்பினர்கள் அதைச் சுற்றி ஓர் ஆற்றல் புலத்தை உருவாக்கியிருக்கிறார்கள். அதனால் எந்த விமானமும் அதைத் தாண்டிச் செல்ல முடியாது. இதெல்லாம் நாங்கள் உருவாக்கியிருக்கும் பாதுகாப்பு நடவடிக்கைகள். மேலும் அந்தக் கிரகத்தில் அனா இனம் வசதியாக இருக்க எல்லா ஆயத்தங்களும் செய்யப்பட்டிருக்கின்றன. ஆனால் தகவல் தொடர்பு மட்டும் இல்லை என்றாள் விழியாள்.

அனா இனத்தின் தலைமையை எப்போது வரை அங்கேயே வைத்திருக்க உத்தேசித்திருக்கிறாய் விழியாள் என்றான் மிளிரன். தெரியவில்லை. அதற்காக இன்னும் திட்டமிடவில்லை என்றாள் அவள். அனா இனத்தின் தலைமை இல்லாமல் அந்த இனம் என்ன செய்கிறது என்று கண்காணித்துக் கொண்டிருக்கிறோம் என்றாள் விழியாள். பாடினியும் அவளுடன் இருப்பதால் உங்கள் மீது சந்தேகம் ஏற்படாத வகையில் நீங்கள் சாதகமான நிலையில் இருக்கிறீர்கள் அல்லவா என்றான் மிளிரன். விழியாள் ஆம் என்று தலையாட்டினாள்.

நம்முடன் போருக்கு வந்த ருது இனம் இப்போது என்ன நிலையில் இருக்கிறது என்றான் மிளிரன். அவர்களை அனா இனம் அடக்கிவிட்டதால் அவர்களால் அடுத்து எதுவுமே செய்ய முடியாத நிலையில் இருக்கிறார்கள். ஆனால் அனா இனத்தைச் சேர்ந்தவர்கள் அவர்களுடன் தொடர்பை ஏற்படுத்தினால் அவர்கள் எங்களைப் பற்றிய தவறான அபிப்பிராயத்தை உண்டாக்க வாய்ப்பிருக்கிறது என்றாள் விழியாள். அது நடக்காது என்றான் மிளிரன்.

அடுத்து என்ன செய்யப் போகிறாய் விழியாள் என்றான் நவீன். அனா இனத்திடம் இருக்கும் எல்லா தொழில் நுட்பங்களும் அதற்கு மேம்பட்ட தொழில் நுட்பங்களும் எங்களிடம் இருக்க என்ன செய்யவேண்டும் என்ற ஆய்வு போய்க் கொண்டிருக்கிறது. அதில் எங்களுக்குக் கிடைக்கப் போகும் வெற்றி அனா இனத்தை விட மேம்பட்ட இனமாக மாற்றிவிடும். அதன் பின்தான் எங்களுடைய இலக்குகள் மாறும் என்றாள் விழியாள்.

34

புதிய திசை

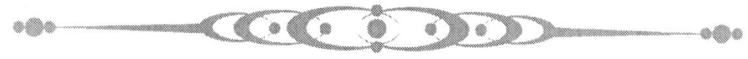

மிளிரனும் நவீனும் குழந்தைகள் கிரகத்திற்குத் திரும்பி வந்தார்கள். மிளிரன்தான் விழியாள் பேசியதைக் குறித்து ஆராய்ந்து கொண்டே வந்தான். விழியாள் எதற்காக எல்லா இனங்களைவிட மேம்பட்ட இனமாக மாற வேண்டும் என விரும்புகிறாள் என்று மிளிரனிடம் கேட்டான் நவீன். ஏனெனில் மற்ற வளர்ந்த இனங்கள் விழியாள் போன்ற இனங்களை வளர அனுமதிப்பதில்லை. அவர்களின் அதிகாரத்தின் கீழ் விழியாள் இனத்தைப் போன்றவர்கள் இருக்கவேண்டும் என்று கருதுகிறார்கள் என்றான் மிளிரன். அது மட்டும்தான் காரணமா என்றான் நவீன். இது ஒரு காரணம், வேறு காரணங்களும் இருக்கலாம் என்றான் மிளிரன்.

விழியாள் பேராசைக்காரியாக மாறிவிட்டாளா என்றான் நவீன். அப்படிச் சொல்ல முடியாது. அவளுக்குச் சில நிர்பந்தங்கள் இருக்கின்றன என்றான் மிளிரன். என்ன நிர்பந்தங்கள் என்றான் நவீன். அவள் தலைமையில் அவளுடைய இனம் பெரிய பாய்ச்சலைக் காட்டவேண்டும் என்ற நிர்பந்தம். அவள் தொடர்ந்து தன் இனத்தை மேம்பட்ட இனமாக வளரச் செய்வதற்கு உழைக்கப் போவதாகச் சொல்லி தலைமைப் பொறுப்பை ஏற்றதால்

அவள் அதைச் செய்தாக வேண்டிய நிர்பந்தம். இதே நிலையில் நீடித்தால் மற்ற யாரவது தலைமைப் பொறுப்புக்கு வந்துவிடுவார்கள். அது அவள் இனத்திற்குப் பாதகமாகலாம் என அவளை இயக்குபவர்கள் அவள் மீது காட்டும் நிர்பந்தம். இப்படிப் பலவற்றைச் சொல்ல லாம் என்றான் மிளிரன். அவளை யார் இயக்குகிறார்கள் என நினைக்கிறாய் என்றான் நவீன். எனக்குத் தெரிய வில்லை. ஆனால் யாரோ இருக்கிறார்கள் என்று மட்டும் உறுதியாக நம்புகிறேன் என்றான் மிளிரன். அதை ஏன் விழியாள் தொடர்ந்து மறைக்கிறாள் என்றான் நவீன். அவர்களைக் காட்டிக் கொடுக்கக்கூடாது என விழி யாளிடம் அவர்கள் சொல்லியிருப்பார்கள் என்றான் மிளிரன். அவர்களின் பேராசையைத்தான் விழியாள் மூலம் நிகழ்த்திக் கொண்டிருக்கிறார்களா என்றான் நவீன். இது பேராசை அல்ல. எந்த ஓர் இனமும் இது போன்ற வளர்ச்சியைத்தான் மேற்கொள்ள விரும்பும். அனா இனம் எப்படி இந்த நிலையை வந்தடைந்தது. அப்படித்தான் விழியாள் இனமும் மாறிக் கொண்டிருக்கிறது என்றான் மிளிரன்.

நவீன் அமைதியாக இருந்தான். அவனால் விழியாளின் மாற்றத்தை ஏற்க முடியவில்லை. அது நல்ல மாற்றமாக இருக்குமா என்று தொடர்ந்து சந்தேகப்பட்டான் அவன். மிளிரன் அவனைத் தேற்றினான். விழியாள் அதிகாரத்தைக் காட்டுகிறாள். தொடர்ந்து பல இனங்களை அடக்குகிறாள் என்று நினைத்து அவள் மீது அதிருப்தி கொள்ள வேண்டிய அவசியமில்லை என்றான் மிளிரன். அவள் தன் இனத்தை அபரிமிதமான வளர்ச்சிக்குக் கொண்டு சென்றிருப்பதற்கு மிகவும் பாடுபட்டிருக்கிறாள். அவளின் திறனை நீ பாராட்ட வேண்டும். அது அவளுக்கு அதிகாரத்தைக் கொடுத்திருக்கிறது என்பதற்காக ஏன் மனம் வருந்துகிறாய் என்றான் மிளிரன். அவள் சரியான பாதையில் போகிறாளா என்றான் நவீன். அதை நம்மால்

கணிக்க முடியுமா என்றான் மிளிரன். இப்போது அவள் செய்து கொண்டிருப்பதில் உனக்கும், குழந்தைகளுக்கும் அவள் இனத்திற்கும் அவளைச் சார்ந்திருக்கும் இனத் திற்கும் ஏதாவது பாதகமாக உள்ளதா என்றான் மிளிரன். இல்லை என்றான் நவீன். அப்புறம் ஏன் அவள் செய்வது சரியா தவறா என்று குழம்புகிறாய் என்றான் மிளிரன். அவள் சரியான பாதையில் போகவேண்டும் என்ற ஆதங்கம்தான் என்றான் நவீன். அவளிடம் கனிவுடன் பழகு. அவளைப் பாராட்டு. அவளுடன் எப்போதும் இருக்கும் நட்பைத் தொடர்ந்திரு என்றான் மிளிரன்.

விழியாள் பூமிக்கடியில் இருக்கும் குழுவைச் சந்திக்கச் சென்றாள். அந்தக் குழுவில் அவளுடன் பேசுபவர் வெளியே வந்தார். அனா இனத்தலைமையை ஒரு கிரகத்தில் பாதுகாப்பாக வைத்திருப்பதை எது வரைத் தொடவேண்டும் என்று கேட்டாள். அதற்கு இன்னும் அவகாசம் உள்ளது என்றார் அவர். பல இனங்களும் விழியாள் இனத்தின் வளர்ச்சியைக் கண்டு பொருமிக் கொண்டிருப்பதாக அவள் அவரிடம் கூறினாள். அதைக் கண்டுகொள்ள வேண்டாம் எனவும் மேலும் பல இனங்களை ஒன்றிணைக்கும் வேலையை உடனடியாக மேற்கொள்ளுமாறும் அவர் கூறினார்.

விழியாள் தங்கள் ஆயுதங்களை மேம்படுத்த ஆய்வு மேற்கொண்டு வருவதாகச் சொன்னாள். அதற்கான சில யோசனைகள் அடங்கிய ஒரு பதிவை அவர் தந்தார். அவளுக்காக உருவாக்கப்பட்ட விமானத்தைப் பற்றிக் கூறினாள். அது பெரும்பாலும் பாதுகாப்பானது என்றாலும் அதற்குள் இருக்கும் தொழில்நுட்பத்தைக் கட்டுப்படுத்தக் கூடிய திறனை யாராவது பெற்றால் விமானத்தை அவர்கள் கடத்திவிடுவார்கள் என்றார் அவர். அதற்கு அந்த விமானத்தின் தொழில்நுட்பத்தை மாற்றியமைக்கக்கூடிய மற்றொரு பதிவை அவர் தந்தார்.

புதிய மேம்பட்ட உயிர்கள் பல தங்கள் இனத்தில் உருவாகி வருவதாகச் சொன்னாள் விழியாள். அவளுடைய இனத்தின் உறுப்பினர்கள் எண்ணிக்கை அளவுக்கு அவர்களும் உருவாகவேண்டும் என்றார் அவர். அவர்களை அவள் கிரகத்திலேயே வைத்திராமல் வேறு கிரகங்களுக்கு அனுப்பிவிடச் சொன்னார் அவர். அந்தக் கிரகங்களை அவர்கள் தங்கள் கட்டுப்பாட்டில் கொண்டு வந்தால் அதன் பின் பூமிக்கடியில் இருக்கும் குழு அவர்களைப் பராமரித்துக்கொள்ளும் என்றார் அவர்.

விழியாளின் இனத்தை வைத்துக் கொண்டு அவர்கள் தங்களின் ஆதிக்கத்தை விரிவாக்கும் முயற்சியா இது என்று கேட்டாள். எங்களிடம் இருக்கும் ஆற்றலை உங்கள் இனத்திற்குத் தரவேண்டும் என்று எண்ணுகிறோம். எங்கள் குழுவின் ஆதிக்கம் யார் மீதும் இருக்காது என்றார் அவர். அவளுடைய இனம் எதிர்பாராவிதத்தில் வளர்ச்சி அடைந்திருப்பதைப் பற்றி அவள் இனத்திலேயே கேள்விகள் எழுவதால் அவளுக்கு இதை எப்படி கையாள்வது என்று தெரியாமல் இருப்பதாகச் சொன்னாள். அதனால்தான் அவர் குழுவின் ஆதிக்கத்தை விரிவு படுத்தும் எண்ணமா என்று கேட்டுவிட்டதாகக் கூறினாள். அதனைப் பொருட்படுத்த வேண்டாம் என்றும் விழியாள் கேட்டுக்கொண்டாள். எதைப் பற்றியும் கவலைப் படவேண்டாம் எனவும் அவர்கள் தரும் அறிவுரைகளை மட்டும் பின்பற்றுமாறும் சொல்லி அவளை அனுப்பிவைத்தார் அவர்.

இளமாலையிடம் பேசினாள் விழியாள். உடனடியாக மேம்பட்ட உயிர்களை அதிகமாக உருவாக்குமாறு கூறினாள். அதிகப் பெருக்கம் ஆனவுடன் தன்னிடம் சொல்லுமாறு கூறிவிட்டு பேச்சை முடித்தாள். தன் கிரகத்திற்குச் செல்ல முடிவெடுத்தாள். புதிய விமானத்தில் ஏறிக் கிளம்பினாள். அந்த விமானத்தில் பயணிக்கும்

போது அவளுக்கு ஒரு சிறிய அதிர்வு கூட இல்லை. அவள் கிரகத்தில் வந்திறங்கிய பின்தான் பயணம் முடிந்ததே அவளுக்குப் புரிந்தது. அந்த அளவுக்கு அதன் தொழில்நுட்பம் மேம்பட்டிருந்தது. இருந்தாலும் அதிலும் சில தொழில்நுட்ப மேம்பாடுகளைச் செய்யச் சொல்லி பூமிக்கடியில் இருக்கும் குழு சொல்லியிருப்பதால் அந்த விமானத்தைச் செய்த மேம்பட்ட உயிர்களை அழைத்தாள். அவர்களிடம் அந்த விமானத்தை மேம்படுத்துவதற்கான பதிவுகளைக் கொடுத்தாள்.

அதன் பின் தங்களின் ஆயுதங்களை மேம்படுத்த என்ன செய்ய வேண்டும் என ஆயுத உற்பத்திக்கான பொறுப்பில் இருக்கும் உறுப்பினரை அழைத்துப் பேசினாள். அவரிடமும் பூமிக்கடியில் இருந்த குழு கொடுத்த பதிவைக் கொடுத்துவிட்டு அங்கிருந்து குழந்தைகள் கிரகத்திற்கு வந்து சேர்ந்தாள். மிளிரனிடமும் நவீனிடமும் தன் கிரகத்தில் மேற்கொள்ளப்பட்டிருக்கும் நடவடிக்கை களைக் குறிப்பிட்டாள். மிளிரனும் நவீனும் அவள் பாதுகாப்பற்ற விமானத்தில் வருவது சரியல்ல என்று கடிந்துகொண்டார்கள். தன் விமானம் ஒரு தொழில்நுட்ப மேம்பாட்டை அடைவதற்கான நிலையில் இருப்பதால் அதில் வரவில்லை என்றாள். அந்த விமானத்தில் பூமிக்கடியில் இருக்கும் குழு கொடுத்த பதிவைப் பொறுத்திய பின் குழந்தைகள் கிரகத்திற்குக் கொண்டு வந்து நிறுத்தப்பட்டது. அதனை இயக்கி வந்த மேம்பட்ட உயிர்களை மிளிரனுக்கும் நவீனுக்கும் விழியாள் அறிமுகம் செய்தாள். அவர்களுக்கு நவீன் தத்தன், குன்றன் எனப் பெயரிட்டான். விழியாளுக்கும் மிளிரனுக்கும் அந்தப் பெயர்கள் மிகவும் பிடித்தன.

மெய்யனும் கடலனும் அந்த விமானத்தில் ஏற்படுத்தப் பட்ட புதிய தொழில்நுட்பத்தைக் கண்டறிந்தார்கள். அதைக் கொண்டு அவர்கள் உருவாக்கிய விமானத்திலும்

அந்தத் தொழில்நுட்பத்தை மேம்படுத்த அவர்கள் முடிவு செய்தார்கள். அவர்கள் உருவாக்கிய விமானமும் விழியாளின் விமானம் போலவே இருந்தது. இன்னும் பல விமானங்களை அதே போல் உருவாக்க அவர்களைப் பணித்தாள் விழியாள். அங்கிருந்த குழந்தைகள் அதில் பயணித்து பல அண்டங்களுக்கும் போய் வரலாம் என்றாள் விழியாள். மிளிரனுக்கும் நவீனுக்கும் மிகவும் மகிழ்ச்சியாக இருந்தது.

விழியாள் அங்கிருந்து தன் விமானத்தில் கிளம்பி கண்ணாடிக் கோட்டைக்கு வந்து சேர்ந்தாள். அவளுடைய கணினிக்கு மீண்டும் ஒரு தகவல் வந்திருந்தது. அதில் அனா இனத்தின் தலைமையை உடனடியாக விடுதலை செய்யாவிட்டால் விழியாள் கிரகம் தூளாகிவிடும் என்று ஏதோ ஓர் இனம் மிரட்டியிருந்தது.

● ● ●

விழியாள் முன்பு போல நவீனின் குடும்பத்தில் நவீன் போலவே இருக்க முடியாத வகையில் அவளுக்கு வேலைகள் அழுத்தின. எப்படி அந்தக் குடும்பத்தை விட்டு விலகுவது என்று தீவிரமாக யோசித்துக் கொண் டிருந்தாள். ஆனால் நவீனிடம் அதைச் சொல்லாமல் செய்யக்கூடாது என்று முடிவு செய்தாள். மிளிரனையும் நவீனையும் கண்ணாடிக் கோட்டைக்கு அழைத்தாள். புதிதாக உருவாக்கப்பட்ட விமானத்தில் அவர்கள் வந்திறங்கினார்கள்.

தனக்கிருக்கும் நெருக்கடியைச் சொன்னாள். நீ என்னத் திட்டமிட்டிருக்கிறாய். நீ என் குடும்பத்தில் என்னைப் போலவே இருக்கவேண்டும் என்று நான் எதிர்பார்க்க வில்லை. என் பெற்றோர் ஏமாற்றமடையாமல் இருக்கும் வகையில் உன்னால் திட்டமிட முடியுமா என்று கேட்டான் நவீன். அடுத்து ஒரு நிகழ்ச்சிக்கு உன்

குடும்பத்தினர் செல்லவிருக்கிறார்கள். அது ஒரு பெரிய கோயில் திருவிழா. அந்தத் திருவிழாவில் நீ தொலைந்து விடுகிறாய். அத்துடன் உன் குடும்பத்திலிருந்து நான் விலகிவிடுவேன். உனக்குச் சம்மதமா என்று கேட்டாள் விழியாள். அவர்கள் தேட மாட்டார்களா என்றான் நவீன். தேடுவார்கள் ஆனால் தொடர்ந்து தேடிக்கொண்டே இருக்கமாட்டார்கள் அல்லவா என்றாள் விழியாள். உங்கள் குடும்பத்தினர் நம்பும் தெய்வம் உன்னை மீண்டும் அழைத்துக் கொண்டது என்று அவர்களை எண்ண வைத்துவிடலாம் என்றாள் விழியாள். என் பெற்றோர் அந்த நிகழ்வை எண்ணி வருந்தாத வகையில் நீ அதைச் செய்யவேண்டும் என்றான் நவீன். உன்னை அவர்கள் காப்பாற்றிக் கொண்டிருப்பது பற்றிப் பல முறை அவர்கள் பேசியதை நான் கேட்டிருக்கிறேன் என்றாள் விழியாள். அப்போது என்ன சொன்னார்கள் என்றான் நவீன். அவர்கள் இருக்கும் வரை உன்னைக் காப்பாற்றுவது எளிது என்றும் அவர்கள் பலமிழக்கும் போதும் அவர்கள் மறைந்த பின்னும் உன்னை உன் தம்பி காப்பாற்றமாட்டான் என்றும் அடிக்கடி சொல்வதைக் கேட்டிருக்கிறேன். அதன் மூலம் என்ன சொல்ல வருகிறாய் என்றான் நவீன். அவர்கள் உன்னைப் பாரமாகக் கருதுகிறார்கள் என்றாள் விழியாள். அதனால் இந்த விழாவில் நீ தொலைந்து போவாய். அதாவது நான் தொலைந்து போவேன். அதன் மூலம் அவர்கள் பாரத்திலிருந்து விடுதலைப் பெற்றது போல் உணர்வார்கள் என்கிறாய் அல்லவா என்றான் நவீன். ஆம் அதிலென்ன சந்தேகம் என்றாள் விழியாள். அதுவும் நல்ல திட்டம்தான். உன்னால் எல்லா பொறுப்புகளிலும் ஆட்பட்டிருக்க முடியாதுதான். நீ எதைச் செய்தாலும் திறமையுடன் செய்வாய். அதனால் இதையும் சிறிது கூட சந்தேகம் வராத வகையில் செய்து முடி என்றான் நவீன். விழியாள் சிரித்தாள். நவீன் உனக்கு என் மேல் எவ்வளவு பற்றிருந்தால் இப்படிச் சொல்வாய்

என்று எண்ணி எனக்குப் பெரு மகிழ்ச்சி ஏற்படுகிறது. உன் நம்பிக்கையை நான் வீணாக்கமாட்டேன். நீ கவலைப்படாதே. உன் குடும்பத்தினர் எந்த வகையிலும் பாதிக்கப்படாத வகையில் நான் காப்பாற்றுவேன் என்றாள் விழியாள். இந்தப் பூமியில் என் குடும்பத்தினரைப் போல் பலர் இருக்கிறார்கள். அவர்களையும் காப்பாற்று விழியாள் என்றான் நவீன். ஆம் உனக்கு இருந்த ஆட்டிசம் போன்ற மதியிறுக்க நோயே குழந்தைகளைத் தாக்காத வகையில் ஒரு மாற்றத்தை இங்குக் கொண்டு வர என் இன உறுப்பினர்களை ஆய்வு செய்யக் கோரியிருக்கிறேன் என்றாள் விழியாள். நவீன் சிரித்தான்.

எதற்காக நீ என் குடும்பத்திலிருந்து விலக முடிவெடுத்தாய் என்று நான் தெரிந்துகொள்ளலாமா என்றான் நவீன். ஆம் அதையும் சொல்லத்தான் உங்கள் இருவரையும் அழைத்தேன். அனா இனத்தின் தலைமையை விடுதலை செய்யாவிட்டால் எங்கள் கிரகம் தூளாகிவிடும் என்று ஒரு மிரட்டல் வந்திருக்கிறது. எந்த இனம் அந்த மிரட்டலை விடுத்திருக்கிறது என்று இன்னும் தெரியவில்லை. அதைக் குறித்து உங்கள் இருவரிடமும் சொல்லவேண்டும் என்றும் அழைத்தேன். இந்த நிலையில் என் பொறுப்புகள் கூடிவிடுகின்றன. அதனால்தான் உன் குடும்பத்தை விட்டு விலக முடிவெடுத்தேன் என்றாள் விழியாள். முதலில் அந்த மிரட்டலைப் பற்றிக் கவனம் எடு. என் குடும்பத்தை விட்டு உடனடியாக விலகிவிடு என்று சொன்னான் நவீன்.

விழியாள் மீண்டும் பூமிக்கு அடியில் இருக்கும் குழுவைப் பார்க்கப் போனாள். புதிதாக வந்திருக்கும் மிரட்டலைப் பற்றிச் சொன்னாள். அவளுடன் பேசுபவர் நீங்கள்தான் அனா இனத்தை வைத்திருப்பதாக வெளியே தெரிந்துவிட்டது என்று எண்ணி உங்கள் இனத்தைப் பதற்றமடைய வைக்க அனா இனத்தைச் சேர்ந்தவர்கள்தான்

இந்த மிரட்டலை விடுத்திருக்கிறார்கள். எங்களுக்கு அது பற்றி ஒன்றும் தெரியாது. எங்கள் உறுப்பினரையும் காணவில்லை. அதனால் நாங்களும் அவர்களைத் தேடிக் கொண்டிருக்கிறோம். உங்களுக்கு அவர்கள் இருக்கும் இடம் தெரிந்தால் எங்களுக்குச் சொல்லுங்கள் என்று பதில் அளித்துவிடு என்றார் அவர்.

வேறு எந்தச் சிக்கலும் வர வாய்ப்பில்லையா என்று கேட்டாள் விழியாள். அச்சம் வேண்டாம். நாங்கள் கவனித்துக் கொண்டிருக்கிறோம் என்றார் அவர். எங்கள் இனத்தில் உருவாக்கப்பட்ட மேம்பட்ட உயிர்களைப் பல கிரகங்களுக்கும் அனுப்பிக் கொண்டிருக்கிறோம். நீங்கள் கொடுத்தப் பதிவைக் கொண்டு புதிய ஆயுதங்களை உற்பத்தி செய்துகொண்டிருக்கிறோம். அவற்றைக் குவிக்கப் மேம்பட்ட உயிர்கள் செல்லும் கிரகங்களிலுள்ள இனங்களைக் கேட்டிருக்கிறோம் என்றாள் விழியாள். மிக வேகமான முன்னற்றம்தான் என்று சொல்லிவிட்டு அவர் மறைந்து போனார்.

விழியாளுக்கு அவர் சொன்னது போன்ற ஒரு பதிலை அந்த மிரட்டல்விடுத்தவர்களுக்கு அனுப்புவது பற்றி தொடர்ந்து சந்தேகமாகவே இருந்தது. எப்படியாயினும் பூமிக்கடியில் இருக்கும் குழு பார்த்துக் கொள்ளும் என்ற எண்ணத்தில் அவர் சொன்ன அதே பதிலை அனுப்பி வைத்துவிட்டாள். அதன் பின் அவர்களிடமிருந்து எந்த எதிர்வினையும் இல்லை.

விழியாள் நவீனின் குடும்பத்திலிருந்து விடுபடும் எண்ணத்தில் உறுதியாக இருந்தாள். ஆனால் நவீன் இல்லாமல் அந்தக் குடும்பத்தில் பெரும் துயரம் ஏற்படக் கூடிய வாய்ப்பிருப்பது போல் அவளுக்குத் தோன்றியது. தன் கிரகத்திலிருந்து ஒரு மேம்பட்ட உயிரை வரவழைத் தாள். அதனிடம் நவீன் பற்றிய எல்லா விவரங்கள் அடங்கிய தொகுப்பையும் நவீன் போல் தான் அந்த

வீட்டில் நடந்துகொண்டது பற்றிய பதிவையும் கொடுத்தாள். அதனை அந்த உயிர் முழுக்க உள்வாங்கிக் கொண்டது. இனி நீதான் நவீன். அந்தக் குடும்பம் ஒரு கோயில்விழாவில் கலந்துகொள்ளப் போகிறது. அதில் நான் அவர்களிடமிருந்து விலகிவிடுவேன். அவர்கள் உன்னை நவீன் என்று எண்ணி அழைத்துச்சென்று விடுவார்கள் என்றாள். அந்த உயிர் அதை ஆமோதித்தது. புதிய நவீனிடம் பொறுப்பை ஒப்படைத்தது அவளுக்கு மிகவும் நிம்மதியாக இருந்தது. நவீனிடம் பேசி இந்த விவரத்தைச் சொன்னாள். புதிய நவீனைப் பாரத்த நவீனுக்கு அந்தச் சிறுவனை மிகவும் பிடித்துவிட்டது.

அன்று நவீன் வீட்டில் கோயில் திருவிழாவுக்குக் கிளம்பிக் கொண்டிருந்தார்கள். கண்ணாடிக் கோட்டையில் நவீனாக அந்தக் குடும்பத்துடன் இணையப் போகும் சிறுவன் காத்திருந்தான். விழியாள் அந்தக் குடும்பத்துடன் கிளம்பினாள். அது ஒரு பெரிய கோயில் திருவிழா. நவீன் குடும்பத்தினர் மிகவும் மகிழ்ச்சியாக இருந்தனர். விழியாள் அங்கிருந்து நழுவ சமயம் பார்த்துக் கொண்டிருந்தாள். அந்தத் திருவிழாவில் தேரோட்டமும் ஒரு பகுதியாக இருந்தது. விழியாளுக்கு அந்தத் தேரோட்டம் நடக்கும் போது அங்கிருந்து கிளம்பிவிடுவதுதான் சரியான சமயமாக இருக்கும் என்று தோன்றியது. அவளிடமிருந்த மிகச்சிறிய அலைபேசி வழியாகக் கண்ணாடிக் கோட்டையில் இருந்த சிறுவன் நவீன் அவள் இருக்கும் இடத்திற்கு வருவதற்கு ஆயத்தமாக இருக்கும்படி தகவல் கொடுத்தாள். அவளுடைய படத்தையும் அதில் அனுப்பியிருந்தாள். அவள் அணிந்திருந்த உடைகளைப் போல் பலவற்றைக் கண்ணாடிக் கோட்டையில் அவள் வைத்திருந்தாள். விழியாளின் படத்தைப் பார்த்துவிட்டு சிறுவன் நவீன் அதே போன்ற உடையணித்து ஆயத்தமாக இருந்தான்.

சில மணி நேரங்களில் தேரோட்டம் தொடங்கியது. நவீன் குடும்பத்தினர் அந்தத் தேரோட்டத்தில்

பங்கேற்றனர். விழியாள் மெதுவாக நழுவிவிட்டாள். கண்ணாடிக் கோட்டையிலிருந்து சிறுவன் நவீனை உடனடியாகக் கோயில் திருவிழாவுக்கு வரச் சொல்லி விட்டாள். அவன் அந்தக் குடும்பத்தினர் இருந்த இடத்திற்கு வந்து சேர்ந்துவிட்டான். தேரோட்டத்தில் ஈடுபட்டு பக்திப் பரவசத்தில் இருந்த நவீன் குடும்பத்தினர் அவன் வந்ததையோ விழியாள் அங்கிருந்து போனதையோ பார்க்கவில்லை. தேரோட்டத்தில் சாமிக்கு அவர்கள் பல பொருள்களைத் தட்டில் வைத்துக் கொடுத்தனர். நவீன் கையில் கொடுத்து அதைக் கொடுக்கச் சொன்னார்கள். அவனும் அதைச் சாமிக்கருகில் இருந்த பூசாரியிடம் கொடுத்தான்.

விழியாள் கண்ணாடிக் கோட்டைக்குச் சென்று அந்தத் திருவிழாவில் சிறுவன் நவீன் என்ன செய்து கொண்டிருக்கிறான் என்று அவனிடமிருந்த அலைபேசி வழியே அவன் அனுப்பியிருந்த காணொலிகளைப் பார்த்துக் கொண்டிருந்தாள். அவற்றை நவீனுக்கும் அனுப்பினான். நவீனுக்கு மிகவும் மகிழ்ச்சியாக இருந்தது. தன் குடும்பத்தில் அந்தச் சிறுவன் இணைந்திருப்பது அவனே அங்கிருப்பது போல் நவீனுக்குத் தோன்றியது. அவனுடைய அம்மா சிறுவன் நவீனைக் கவனமாக அழைத்துச் செல்வதும் அவனுக்குத் தேவையான தின்பண்டங்களை வாங்கித் தருவதும் நவீனுக்கு மிகவும் நெகிழ்ச்சியாக இருந்தது. விழியாளிடம் பேசி தன் மகிழ்ச்சியைத் தெரியப்படுத்தினான் நவீன்.

35

விண்கல்லின் வினை

பூமிக்கடியில் இருந்த குழுவின் உறுப்பினர் விழியாளைச் சந்திக்க வந்திருந்தார். அவர் சட்டென்று விழியாளின் அறையில் நுழைந்தவுடன் அவளுக்கு அதிர்ச்சியாகிவிட்டது. அச்சம் வேண்டாம். ஓர் அவசர வேலை செய்ய வேண்டும். அதனால்தான் வேகமாக வந்தேன் என்றார் அவர். விழியாள் அவரைக் கூர்ந்து பார்த்தாள். இந்தப் பதிவைப் பயன்படுத்தி ஓர் அதி ஆற்றல் வாய்ந்த தொலை நோக்கியை உருவாக்க முடியும். மேலும் உங்கள் கிரகத் திற்கு அருகில் வரும் எல்லா விண்கற்கள், வால்நட்சத் திரங்கள் திசை மாறிப் போகும்படி செய்வதற்கான தொழில்நுட்பமும் அந்தப் பதிவில் உள்ளது. எங்கள் குழுவுக்கு ஒரு குறிப்பிட்ட விண்கல் தேவைப்படுகிறது. அது உங்கள் மேம்பட்ட உயிர்கள் இருக்கும் சில கிரகங்களுக்கு அருகில் வருகிறது. அதை எப்படியாவது கைப்பற்றி எங்களிடம் கொண்டு வந்து தரவேண்டும். அதற்காகத்தான் இந்தத் தொலைநோக்கி உருவாக்குவதற் கான தொழில்நுட்பமும் அருகில் வரும் கற்களைத் திசை மாற்றும் தொழில்நுட்பமும் உங்களுக்கு நாங்கள் தருகிறோம். அந்த விண்கல் அருகில் வரும் கிரகங்களின் வரைபடமும் அந்தக் கல்லின் வேகம், பயணிக்கும் திசை உள்ளிட்டவற்றை இந்தப் பதிவில் கொடுக்கிறோம் என்று

இரு பதிவுகளை அவர் கொடுத்தார். இந்த விண்கல் எதற்காகத் தேவைப்படுகிறது என்பதை நீங்கள் ஆராயக் கூடாது. நேரடியாக எங்களிடம் சேர்ப்பித்துவிடவேண்டும். உங்கள் சோதனைக்கு அது உட்பட்டால் அது வீணாகி விடும். அது மட்டுமல்லாமல் எங்களிடம் வாக்கைக் கொடுத்து மீறக் கூடாது. அதன் விளைவு அபாயகர மானதாக இருக்கும் என்றும் அவர் எச்சரித்தார். விழியாள் மௌனமாக அனைத்தையும் கேட்டுக் கொண்டு அந்தக் கிரகங்கள் எவை என்று தன் கணினியில் அடையாளமிடும்படி அவரிடம் சொல்லி அதைக் குறித்துக் கொண்டு அவர் சொன்னதைச் செய்ய இசைவு தெரிவித்தாள். உடனடியாக அவர் எழுந்து சென்றுவிட்டார்.

அவர் குறிப்பிட்ட கிரகங்களில் இருக்கும் மேம்பட்ட உயிர்களை அலைபேசியில் அழைத்தாள். அவைகள் உடனடியாக அவளுடன் பேசின. அவள் தகவலைப் பரிமாறினாள். அந்தப் பதிவின் மூலம் உருவாக்கப்படும் தொலைநோக்கி அவர்களிடம் சேர்ப்பிக்கப்படும் எனவும் அந்த விண்கல்லை எடுத்துக் கொண்டு கண்ணாடிக் கோட்டைக்கு வரும்படியும் அவள் சொன்னாள்.

இளமாலையை அழைத்து அவளிடமிருந்த பதிவுகளைப் பெற்றுச் செல்லும்படி சொன்னாள். அவள் உடனடியாக கண்ணாடிக் கோட்டைக்கு வந்தாள். அந்தப் பதிவுகளைப் பெற்றுக் கொண்டு அதன் மூலம் என்ன செய்ய முடியும் என்பதை அறிந்துகொண்டு சென்றாள். அவள் போய்ச் சேர்ந்தவுடன் அந்த வேலை தொடங்கியது. மிக விரை வாக ஒரு தொலைநோக்கி உருவானது. அதில் பார்த்தால் மிகத் துல்லியமாக அண்டம் முழுமையும் தெரிந்தது. விண்கற்களும் வால்நட்சத்திரங்களும் தெளிவாகத் தெரிந்தன. உடனடியாக அது போல் மூன்று தொலை நோக்கிகளைச் செய்து மூன்று மேம்பட்ட உயிர்கள் இருக்கும் கிரகத்திற்குக் கொண்டு போய் விழியாள் கிரக

உறுப்பினர்கள் தந்தார்கள். அதை வைத்துப் பார்க்கையில் அந்தக் குறிப்பிட்ட விண்கல் ஒரு கிரகத்தின் அருகே வந்து கொண்டிருந்தது. அதை எப்படி கைப்பற்றுவது என்று அந்த உயிர் திட்டமிட்டது. அதன் வேகத்திற்கு இணையாகப் பயணித்து அதனைத் திசை மாற்றி ஒரு பெரிய கிரகத்தில் விழச் செய்யவேண்டும். அதன் பின் அதனை எடுத்துக் கொண்டு போய் விழியாளிடம் கொடுக்கவேண்டும் என்று அது திட்டமிட்டது.

தொலைநோக்கியுடன் வந்த தொழில்நுட்பத்தைப் பயன்படுத்தி அந்த விண்கல்லுடன் பயணித்து அதனைத் திசை மாற்றி ஒரு பெரிய கிரகத்தில் மிகவும் மெதுவாக விழச் செய்தது. அது பெரிய எடையுடன் கூடிய விண் கல்லாக இல்லை. மிகவும் சாதாரண எடையுடன் இருந்த தால் அதனைத் தன் விமானத்தில் எடுத்துக் கொண்டு கண்ணாடிக் கோட்டைக்கு வந்து விழியாளிடம் அதை ஒப்படைத்தது அந்த மேம்பட்ட உயிர்.

விழியாள் அந்தக் கல்லை எடுத்து திருப்பிப் பார்த்தாள். எதற்காக அந்தக் கல்லை பூமிக்கடியில் இருப்பவர்கள் கேட்டார்கள் என்று கேள்வி அவளுக்குள் ஓடிக் கொண்டிருந்தது. அதைக் கொண்டு வந்து கொடுத்த உயிரை அனுப்பிவிட்டு பூமிக்கடியில் இருந்த குழுவைப் பார்க்கக் கிளம்பினாள் விழியாள். அவளுடன் பேசுபவர் அவளைச் சந்தித்தார். கல் வந்துவிட்ட தகவலைச் சொன்னாள். கண்ணாடிக் கோட்டைக்கு வருவதாகச் சொல்லி அவளை அனுப்பிவைத்தார். அவள் கண்ணாடிக் கோட்டைக்கு வந்து சேர்ந்தவுடன் அவர் வந்தார். அந்தக் கல்லைப் பார்த்தார். அவருக்கு மிகவும் நிம்மதியாக இருந்தது. இனிமையாகப் புன்னகைத்தார்.

அந்தக் கல் எதற்காகப் பயன்படும் என்று விழியாள் கேட்டாள். அதை அடுத்து நடக்கப் போகும் நடவடிக்கை களை வைத்துப் புரிந்துகொள் என்று சொல்லிவிட்டு அவர் அந்தக் கல்லுடன் கிளம்பிவிட்டார்.

விழியாள் நவீனையும் மிளிரனையும் கண்ணாடிக் கோட்டைக்கு வரவழைத்தாள். மிளிரனிடம் விண்கற்கள் எதற்காகப் பயன்படும் என்று கேட்டாள். பல விண்கற்கள் பல வகையான பயன்களைத் தரும் என்றான் அவன். சிலவற்றில் இருக்கும் கனிமங்களைக் கொண்டு புதிய கருவிகளை உருவாக்கலாம். ஒரு சில விண்கற்கள் பல நூறு ஆண்டுகளில் அண்டத்தில் நடத்தவற்றைக் குறித்த ஆவணங்களாக இருக்கும். அவற்றை எதற்குப் பயன் படுத்தலாம் என்று கேட்டாள் விழியாள். முற்காலத்தில் இருந்த உயிர்களை உயிர்ப்பிக்க அவற்றில் இருக்கும் தகவல்கள் உதவலாம் என்றான் அவன். எதற்காக இவற்றைக் கேட்கிறாய் என்றான் நவீன். என்னிடம் ஓர் இனத்தைச் சார்ந்தவர் ஒரு சந்தேகத்தை எழுப்பினார். விண்கற்களை வைத்து எங்கள் இனம் ஆய்வு செய்கிறதா என்று கேட்டார். எங்கள் இனம் அது போல் எதுவும் செய்வதில்லை என்பதால் அதிலிருந்து என்ன தெரிய வரும் என்று அறிந்து கொள்வதற்காகத்தான் உங்களை அழைத்துப் பேசினேன் என்றாள்.

மிளிரன் சிரித்தான். ஏன் சிரிக்கிறாய் என்றாள் விழியாள். சொன்னால் உனக்குக் கோபம் வரும் என்றான் அவன். இல்லை சொல் என்றாள். விண்கல் விவகாரத்தில் நீ எதையோ மறைக்கிறாய் அதை நினைத்துச் சிரிக்கிறேன் என்றான் அவன். விழியாள் தலைகுனிந்தாள். சரி நீ அதைச் சொல்ல வேண்டாம். உனக்கு ஆர்வம் இருந்தால் விண்கற்களை எடுத்து ஆய்வு செய்யச் சொல் என்றான் மிளிரன். அவனைக் கூர்ந்து பார்த்தாள் விழியாள்.

விண்கற்கள் பற்றி எங்கள் இனத்தைச் சேர்ந்தவர்களுக்கு மரபான அறிவு உள்ளது அதைத்தான் உனக்குச் சொன் னேன் என்றான் மிளிரன். எங்கள் இனத்தைச் சார்ந்த வர்கள் ஒரு முறை ஒரு சிறிய விண்கல் எங்கள் கிரகத்தில் விழுந்ததை எடுத்து வைத்துக் கொண்டு அதை உரசிப் பார்த்திருக்கின்றனர். அதில் தீப்பொறி கிளம்பி இருக்

கிறது. உடனே அவர்கள் அச்சமடைந்துவிட்டார்கள். அதன் பின் அதனைக் கரைப்பதற்கான ஒரு திரவத்தில் போட்டு வைத்திருக்கிறார்கள். அது கரையவே இல்லை. அதுவும் அவர்களுக்கு அச்சமூட்டியிருக்கிறது. அதன் பின் அதை எப்படியாவது பிளந்து பார்க்கலாம் என்று நினைத்திருக்கிறார்கள். அதற்குரிய கருவிகளைக் கொண்டு அதை இரு பாதிகளாகப் பிளந்திருக்கிறார்கள். அப்போது அதில் மறைந்திருந்த ஒரு சிறிய விலங்கு மிகவும் பெரிதாக உருமாறி பறந்து சென்றுவிட்டது. அதைக் கண்டு அச்சப் பட்டு விண்கற்கள் மிகப்பெரிய பாதிப்பைக் கொடுக்கும் என்று எண்ணி அவை தீமையின் வடிவங்கள் என்று நம்பிவருகிறார்கள் என்றான் மிளிரன். இருவரையும் அவர்கள் கிரகத்திற்கு அனுப்பிவைத்தாள் விழியாள்.

அனா இனத்தின் கிரகத்தின் மீது ஏதோ பனிப்படலம் போன்ற ஒன்று படிந்திருந்ததை விழியாள் தன் கணினியில் பார்த்தாள். ஏன் அந்தக் கிரகம் முழுமையாகத் தெரிய வில்லை என்று புரியாமல் விழியாள் இளமாலையிடம் பேசி அதற்கான காரணத்தை அறியச் சொன்னாள். மிளிரன் கணினியில் விழியாளுடன் பேசினாள். அனா இனத்தின் கிரகம் காணாமல் போய்க் கொண்டிருக்கிறதைக் கவனித்தாயா என்றான் அவன். அதைத்தான் பார்த்துக் கொண்டிருக்கிறேன் என்றாள் விழியாள். இது வரை தான் இது போல் ஒரு கிரகம் காணாமல் போனதைப் பார்த்ததில்லை என்றான் அவன். இதற்கு என்ன காரணம் என்று அவனிடம் கேட்டாள். ஈர்ப்பு விசையின் மாற்றம் காரணமாக இருக்கலாம் அல்லது வேறு ஏதாவது இனத்தின் சதியாக இருக்கலாம் என்றான் அவன். இளமாலையிடம் பேசப்போவதாகக் கூறி தொடர்பை விழியாள் துண்டித்தாள்.

விழியாளுக்கு ஓரளவு அந்தக் கிரகம் காணாமல் போய்க் கொண்டிருப்பதற்கான காரணம் புரிந்தது.

பூமிக்கடியில் இருக்கும் குழு அந்தக் கிரகத்தைக் காணாமல் போகச் செய்கிறார்கள் என்று அவளுக்குப் புரிந்தது. அந்தக் கிரகத்தில் அவர்கள் கண்டுபிடித்த தொழில்நுட்பம் அண்டத்தையே அழிக்கும் ஆயுதங்கள் உள்ளிட்ட பலவும் இருந்ததால் அந்தக் கிரகத்தை வேறிடத்திற்குக் கொண்டு போவது அல்லது அதைத் தூளாக்குவது மட்டுமே அண்டத்தைப் பாதுகாக்க ஒரே வழி என்று பூமிக்கடியில் இருந்த குழு எண்ணியிருக்கும் என்று அவளுக்குப் புரிந்தது. அவர்களுக்குத் தன் இனம் கொண்டு வந்து கொடுத்த விண்கல் இதில் ஏதோ ஒரு வேலையைச் செய்திருக்கிறது என்பதையும் அவள் தெரிந்துகொண்டாள்.

இன்னும் விண்கற்களின் செயல்பாடுகள் தங்கள் இனத்திற்குத் தெரியாது, ஒரு கிரகத்தைக் காணாமல் போகச் செய்வது எப்படி என்று தெரியாது இப்படி இருக்கையில் தங்களால் அதிக வளர்ச்சி பெற்ற இனமாக எப்படி மற்ற இனங்கள் மீது ஆதிக்கம் செலுத்த முடியும் என்று விழியாளுக்குக் கவலையாக வந்தது. மற்ற இனங ்களை ஆதிக்கம் கூட செலுத்த வேண்டாம். அவர்கள் விழியாளின் இனத்தை மதிப்பதற்காகவாவது இவை எல்லாம் தெரிந்திருக்கவேண்டிய தேவையை விழியாள் ஏக்கத்துடன் விரும்பினாள்.

பூமிக்கடியில் இருக்கும் குழு அந்த ஞானத்தை அவளுடைய இனத்திற்குத் தருமா என்ற அவளுக்குச் சந்தேகமாக இருந்தது. இப்போதிருக்கும் நிலைமையில் பூமிக்கடியில் இருக்கும் குழு மட்டுமே அதிக ஆற்றல் வாய்ந்த இனம் என்பது தெரிகிறது. அவர்கள் நினைத்தால் மட்டுமே தன் இனம் மேம்பட முடியும் என்றும் அவளுக்குப் புரிந்தது. ஆனால் அவர்களில் ஒருவரைத் தவிர மற்ற யாரையும் தனக்குத் தெரியாது என்பதால் விழியாளுக்குக் கவலையாக இருந்தது. பூமிக்கடியில்

இருக்கும் குழுவைச் சேர்ந்தவர் அவளுடைய அறையில் நுழைந்தார். அவள் அதிர்ச்சியுடன் அவரைப் பார்த்தாள். அனா இனத்தின் கிரகம் காணாமல் போய்விட்டது பற்றி உனக்குத் தெரியுமா என்றார். சரி அவர்கள் வைத்திருந்த தொழில் நுட்பத்தைப் போன்ற பல தொழில்நுட்பங்கள் அடங்கிய பதிவு இது. இதைக் கொடுத்துப் போக வந்தேன் என்று கூறிவிட்டு அவர் மறைந்தார்.

விழியாள் பூமிக்கடியில் இருக்கும் குழுவின் வேலை என்ன என்பது புரியாமல் தத்தளித்தாள். தங்கள் இனத்தை முன்வைத்து அவர்களின் தேவைகளை, இலக்குகளை அவர்கள் நிறைவு செய்கிறார்கள் என்பது போல முதலில் அவளுக்குத் தோன்றியது. எதற்காக அந்தக் குழுவுக்கு உதவவேண்டும் என எண்ணிப் பார்த்தாள் விழியாள். அவர்கள் விழியாளின் இனத்தைப் பல அபாயங்களிலிருந்தும் காத்திருக்கிறார்கள். இப்போது அனா இனத்தை விட மேம்பட்ட இனமாக வளர்த்தும் விட்டிருக்கிறார்கள். அதற்காக அவர்கள் கேட்ட விலை குறைவுதான். அனா இனத்துடன் நேரடியாக மோதலில் இறங்காமல் விழியாளின் இனத்தை விட்டு மோதவிட்டார்கள். அதில் விழியாளின் இனம்தான் வெற்றி பெற்றது. அடுத்து எல்லா இனங்களுக்கும் தலைமையாக விழியாளை உருவாக்கியதும் அவர்கள்தான். அடுத்து அவளுடைய இனத்தில் மேம்பட்ட உயிர்களை உருவாக்கியதும் அவர்கள்தான். இப்போது புதிய தொழில்நுட்பங்களைக் கொடுத்து மற்ற எந்த இனத்திடமும் இல்லாத அளவுக்கான ஆயுதங்களை உற்பத்தி செய்யவும் உதவியிருக்கிறார்கள். ஆனால் அவை எல்லாமே அவர்களின் லாபத்திற்காகவும்தான். உதவி செய்பவர் எந்த எதிர்பார்ப்பும் இல்லாமல் இருக்கவேண்டும் என்று ஏன் நினைக்கவேண்டும் என்று சமாதனப்படுத்திக் கொண்டாள் விழியாள். இருந்தாலும் அவர்கள் ஒரு கட்டத்தில் தன் இனத்தைக் கைவிட்டுவிடுவார்களோ என்று அச்சமாக இருந்தது

கண்ணாடிக் கோட்டை ❖ 423

அவளுக்கு. யாரிடமும் அவர்களைப் பற்றிச் சொல்ல முடியாமல் புழுங்கித் தவித்தாள் அவள்.

பூமிக்கடியில் இருக்கும் குழுவை முழுமையாக நம்புவது அல்லது விலகுவது ஏதாவது ஒரு முடிவைத்தான் எடுக்க முடியும் என்று விழியாள் நினைத்தாள். முழுமையாக நம்பினால் தன் இனம் மேம்படும் என்பது நிச்சயம். விலகினால் கடும் விளைவுகளைச் சந்திக்கும். எனவே முடிந்த அளவுக்கு அவர்களைச் சந்தேகப்படாமல் நம்பலாம் என்று சமாதானம் அடைந்தாள் விழியாள். அதை வெளியே கூற முடியாத குற்றவுணர்வுதான் அவளை ஆட்டிப் படைத்தது. ஆனால் தன் இனத்திற்காக அப்படி நடப்பது தவறில்லை என்று அவளுக்குள்ளேயே சொல்லிக் கொண்டாள். இளமாலையை அழைத்து அவர்கள் கொடுத்த புதிய ஆயுதங்களுக்கான தொழில் நுட்பத்தின் பதிவைத் தந்து அவற்றை உடனடியாக உருவாக்குமாறு சொல்லி அனுப்பினாள்.

இளமாலை உடனடியாகக் கிளம்பிச் சென்று ஆயுத உற்பத்தியின் ஆய்வாளரை அழைத்து அந்தப் பதிவைக் கொடுத்து அதைப் பயன்படுத்துமாறு கூறினாள். முதலில் அந்தப் பதிவில் இருந்த ஆயுதத்தின் மிகச்சிறிய வடிவத்தை உருவாக்கிப் பார்த்தார்கள். அதுவே பெருந் தொலைவில் இருந்த ஒரு கல்லைத் துளைத்து தூளாக்கியது. அந்த ஆயுதத்திலிருந்து வெளிப்பட்ட ஆற்றல் அதுவரை அவர்கள் அறியாத ஒன்றாக இருந்தது. அணு ஆற்றல் போல் அது தெரிந்தது. ஆனால் அதைவிட சக்தி வாய்ந்த தாக அது இருந்தது. அது போன்ற ஆயுதத்தைப் பெரிய அளவில் உருவாக்கினால் அது பல கிரகங்களைத் தூளாக்கிவிடும் என்று விழியாளின் இனத்தினருக்குப் புரிந்தது.

விழியாளின் இனத்தினர் அந்தப் பதிவில் இருந்த தகவல்களைக் கொண்டு பல்வேறு வகையான ஆயுதங்

களை வடிவமைத்தனர். புதிய மேம்பட்ட உயிர்களையும் அந்த ஆயுதங்களையும் பல்வேறு கிரகங்களுக்கு அனுப்பி வைத்தனர். அவர்கள் பயணப்படக்கூடிய அண்டம் முழுவதும் அவர்களின் ஆக்கிரமிப்பில் வரும் வகையில் அவர்களின் உறுப்பினர்களையும் ஆயுதங்களையும் அனுப்பி வைத்தனர். அத்துடன் அண்டத்தில் இருந்த எல்லா இனங்களையும் தங்கள் ஆளுகையின் கீழ் இருப்பது போன்ற கட்டுப்பாட்டையும் மெதுவாக வளர்த்தனர். அந்த இனங்களுக்குத் தேவையானவற்றைக் கொடுத்துத் தங்கள் பக்கம் வைத்துக் கொண்டனர். இவர்களின் மேம்பட்ட வளர்ச்சி அவர்களுக்கு அச்சுறுத்தலையும் கொடுத்தது. அதே சமயத்தில் இவர்கள் தொழில்நுட்ப ரீதியிலும் மற்ற வகையிலும் உதவுவது பெரும் ஆதரவாகவும் இருந்தது.

36

வேரின் மாயம்

விழியாள் தன் கணினியில் தன் இன உறுப்பினர்கள் இருக்கும் கிரகங்களையும் அவர்கள் வைத்திருக்கும் ஆயுதங்களையும் கொண்ட ஒரு வரைபடத்தை உரு வாக்கினாள். அண்டம் முழுவதும் வியாபித்திருக்கும் அவள் இனம் பெரிய அதிகாரத்தைக் கொண்டிருப்பதாக மாறியிருப்பதை அவள் புரிந்துகொண்டாள். பூமிக்கடியில் இருக்கும் குழுவைச் சேர்ந்தவர் அவளைச் சந்திக்க வந்தார். அவரிடம் அந்த வரைபடத்தைக் காட்டினாள். அவர் மகிழ்ச்சி அடைந்தார்.

ஆனால் அண்டத்தில் இருக்கும் ஒரு கிரகத்திலிருந்து ஒரு குறிப்பிட்ட மரத்தின் வேரையும் அங்கிருந்த மண்ணையும் எடுத்து வந்து தரும்படி கோருவதற்காகவே அவர் வந்திருந்தார். அந்தக் கிரகம் அண்டத்தின் விளிம்பில் இருந்தது. விழியாளின் கிரகத்திலிருந்து பயணித்து அங்குச் சென்றடைய அதிகமான காலம் எடுக்கும். அதனால் அந்தக் கிரகத்தை அடைய அவர் ஒரு சுருக்கு வழியைச் சொன்னார். விழியாளின் கிரகத்தி லிருந்து சற்று தூரத்திலிருந்த ஒரு கிரகத்தை அடைந்த பின் அங்கிருந்து அந்தக் கிரகத்தை அடைவது எளிதாக இருக்கும் என்று வழி காட்டினார். அது மட்டுமல்லாமல்

அவர்கள் வைத்திருக்கும் விமானத்தை விட ஆற்றல்வாய்ந்த விமானத்தைத் தயாரிப்பதற்கான தொழில்நுட்பத்தையும் கொடுத்துச் சென்றார்.

விழியாள் உடனே இளமாலையை அழைத்து அந்தத் தொழில்நுட்பங்களைக் கொடுத்தாள். மேம்பட்ட உயிர்களை வேறொர் கிரகத்திற்குப் பயணிக்க ஆயத்தப்படுத்தும்படியும் அவளிடம் கூறினாள். அந்த விமானம் மிகவும் வேகமாக உருவாக்கப்பட்டது. அதில் விழியாள் இனத்தின் உறுப்பினர்களான மேம்பட்ட உயிர்கள் பயணிக்க இருந்தார்கள். அவர்களிடம் விழியாள் பேசினாள். அங்கு வளர்ந்திருக்கும் ஒரு மரத்தின் வேரையும் அந்தக் கிரகத்தின் மண்ணையும் எடுத்து வருமாறு கோரினாள். அந்த மரத்தின் எல்லா பரிமாணப் படங்களையும் அனுப்பிவைத்தாள். அவர்கள் அந்த விமானத்தில் கிளம்பிச் சென்றார்கள். அதிவேக விமானமான அது மிகவும் விரைவாக அந்தக் கிரகத்தை அடைந்தது. அதில் இறங்கி அவர்கள் மண்ணை எடுத்துக் கொண்டார்கள். ஆனால் அந்த மரத்தைக் கண்டுபிடிக்க முடியாமல் கிரகம் முழுவதும் சுற்றி வந்தார்கள். விழியாளுக்குத் தகவலைக் கொடுத்தார்கள். அந்தக் கிரகம் மிகவும் விசித்திரமான ஒன்றாக இருப்பதாகவும் அவர்கள் சொன்னார்கள். அந்த மண் ஊதா நிறத்தில் இருந்தது. அங்கு மரங்களே இல்லை என்றார்கள். வேறு எந்த இனங்களும் அங்கு இல்லை என்றும் அவர்கள் சொன்னார்கள். அந்த மரத்தின் வேர் எங்கிருக்கும் என்று விழியாள் பூமிக்கடியில் இருக்கும் குழுவினரிடம் கேட்கப் போனாள். அவளைச் சந்தித்த அந்தக் குழுவின் உறுப்பினர் அந்த வேர் அந்தக் கிரகத்தின் மையத்தில் ஒரு குகைக்குள் இருப்பதாகச் சொன்னார். விழியாள் அவளுடைய இன உறுப்பினர்களிடம் தகவலைத் தெரிவித்தாள். அவர்கள் கிரகத்தின் மையத்திற்கு வந்தார்கள். அங்குப் பல இடங்களையும் தேடி குகையை அவர்களால் காண

முடியவில்லை. ஒரு சிறிய மலை போன்ற அமைப்பு இருந் ததைக் கண்டார்கள். அதை மெதுவாக நகர்த்தினார்கள். அது சட்டென்று திறந்து கொண்டது. அதற்குள் இருளான குகை தெரிந்தது. அதில் இறங்கி வெகு தூரம் சென்று பார்த்த போது அந்தக் குகையின் மேல் புறத்தில் மிகச்சிறிய வேர் போன்ற ஒன்று காணப்பட்டது. அதை எட்ட முடியாமல் தவித்தார்கள். திரும்பி வந்து பாறை களை எடுத்துப் போய் அடுக்கினார்கள். அந்தக் குகையின் மேற்புறத்தில் இருந்த மெல்லிய சல்லிவேரை எடுத்துக் கொண்டு வந்தார்கள். அதன் படத்தை விழியாளுக்கு அனுப்பினார்கள். அவள் மீண்டும் பூமிக்கடியில் இருக்கும் குழுவைச் சந்திக்கச் சென்றாள். அந்த வேர்தான் என்று அவர்கள் உறுதி செய்த பின் அவள் இன உறுப்பினர்கள் அங்கிருந்து கிளம்பி கண்ணாடிக் கோட்டைக்கு வந்து விழியாளிடம் மண்ணையும் அந்த வேரையும் சேர்ப்பித்தார்கள்.

பூமிக்கடியில் இருந்த குழுவைச் சேர்ந்தவர் வெகு தூரத்திலிருந்த கிரகத்திலிருந்து எடுத்து வரப்பட்ட மண்ணையும் வேரையும் கொண்டு போக வந்திருந்தார். விழியாள் அவரிடம் சில சந்தேங்களைக் கேட்க வேண்டும் என்றாள். அவர் அமைதியாகப் புன்னகைப் பூத்துக் கொண்டே அவள் கேள்விகளை எதிர்பார்த்திருந் தார். அவளுக்குத் தயக்கமாக இருந்தாலும் தன் குழப்பங் களைக் கேட்டுத் தெளிவடைய வேண்டும் என்ற எண்ணம் மேலோங்கி இருந்தது. எங்கள் இனத்திற்காக நீங்கள் பல உதவிகளைச் செய்திருக்கிறீர்கள். என்னை இந்த அண்டத்திலுள்ள எல்லா இனங்களுக்கும் தலைமை யாக வைத்திருக்கிறீர்கள். ஆனால் எங்கள் இனம் அந்த அளவுக்கு வளர்ந்துவிட்டதா என்று எனக்கே சந்தேகமாக இருக்கிறது என்றாள். உண்மையில் உங்கள் இனம்தான் சரியான வளர்ச்சியைக் கண்டிருக்கிறது. மேலும் எல்லா

இனத்திற்கும் தலைமையாக நீ இருப்பதுதான் பொருத்த மானது என்றார் அவர்.

எங்கள் இனத்திற்கு விண்கல் பற்றி எதுவும் தெரிய வில்லை, பல கிரகங்களிலுள்ள கல், மண், மரம் உள்ளிட்டவற்றின் ஆற்றல் என்னவென்று தெரியவில்லை. அப்படி இருக்கையில் நாங்கள் எப்படி வளர்ந்த இன மாகச் சொல்லிக் கொள்ள முடியும் என்றாள் விழியாள். வளர்ந்த இனங்கள் என்று சொல்வது அவர்கள் எந்தக் கிரகத்திற்குச் சென்றாலும் உயிர் பிழைக்கும் வழியைத் தெரிந்து வைத்திருப்பார்கள். அவர்களுக்கு மற்ற இனங ்களின் அச்சுறுத்தல் பெரிதாகத் தெரியாது. எப்போதும் புதிய அம்சங்களைத் தெரிந்து கொள்ளும் ஆர்வம் இருக்கும். ஆனால் பெரிய அகந்தை கொண்டு மற்ற இனங்களை அழிக்க வேண்டும் என்ற எண்ணத்தில் இருக்கமாட்டார்கள். இது போன்ற அம்சங்கள் உங்கள் இனத்திற்கும் இருப்பதால் நீங்கள் வளர்ந்த இனம்தான் என்றார் அவர். எங்கள் அறியாமை பற்றி நீங்கள் எதுவும் சொல்லவில்லையே என்றாள். அதற்கு அவர் சிரித்துவிட்டு எங்கள் அறிவை எப்படிப் பெறுவது என்று மறைமுகமாகக் கேட்கிறாய். போகப் போக அதுவும் உங்கள் வசமாகும் என்றார்.

இந்த வேரும் மண்ணும் எதற்கு என்று தெரிந்து கொள்ளலாமா என்றாள் அவள். பொதுவாக நாங்கள் இது போன்ற அம்சங்களை வெளியில் சொல்வதில்லை. ஏனெனில் இதை வைத்து நாங்கள் செய்யும் பரி சோதனைகள் வெற்றி அடைந்தால் மட்டுமே அவற்றை வெளியே பகிர்கிறோம் என்றார் அவர். இதை வைத்து என்ன சோதனை செய்யப் போகிறீர்கள் என்றாள். அந்தச் சோதனை முடிந்தவுடன் உடனடியாக உனக்குத் தெரிவிக் கிறேன் என்றார் அவர். அவள் அமைதியாக அவரைப் பார்த்தாள். உனக்குக் குழப்பம் அதிகமாக உள்ளது.

நாங்கள் உங்களைப் பயன்படுத்தவில்லை. உங்களுக்கு உதவுகிறோம். ஏனெனில் மற்ற இனங்கள் சுயநலமாக சில காரியங்களைச் செய்துவிடும். அது உங்கள் இனத்தில் இல்லை என்பதால் உதவுகிறோம். அதை நீ நம்ப முடியா விட்டால் உங்கள் இனம் எங்களின் ஆலோசனைகளைத் தவிர்த்துவிட்டு விலகிவிடலாம் என்றார் அவர். இல்லை நாங்கள் முழுமையாக நம்புகிறோம். ஆனால் எங்களுக்குள் ஒவ்வொரு செயல்பாடும் எதற்காக என்ற கேள்வி எழுகிறது. அதனால் அது குழப்பத்தை உருவாக்குகிறது. எங்கள் நிலையை நீங்கள் புரிந்துகொள்வீர்கள் என்று நம்புகிறேன் என்றாள். ஆம் புரிகிறது. உன் குழப்பங்கள் தீரும் வரை நீ சந்தேகங்களைக் கேட்கலாம் என்றார் அவர். இல்லை எனக்கு இப்போது எந்தச் சந்தேகமும் இல்லை. உங்கள் சோதனையின் முடிவை மட்டும் எனக்குச் சொல்லுங்கள் என்றாள். அவர் உடனடியாக மறைந்து போனார்.

விழியாள் மிளிரனையும் நவீனையும் கணினியில் அழைத்தாள். அவர்கள் கிரகத்தில் என்ன நடக்கிறது என்று கேட்பதற்காக அவர்களிடம் பேசினாள். குழந்தை கள் புதிய தொழில்நுட்பங்களைக் கற்று வருகிறார்கள் என்று நவீன் கூறினான். மெய்யன், கடலன், அணியிழை மூவரும் புதிய விமானங்களை உருவாக்க அவர்களுக்குப் பயிற்சி கொடுக்கிறார்கள் என்று மிளிரன் சொன்னான். மேலும் ஒரு புதிய விமானம் செய்ய வேண்டியிருக்கிறது என்றாள் விழியாள். எதற்காக என்றான் மிளிரன். இரு வரையும் கண்ணாடிக் கோட்டைக்கு அழைத்தாள் விழியாள்.

மிளிரனும் நவீனும் விழியாள் அறையில் நுழைந்து அமர்ந்தவுடன் விழியாளுக்கு நிம்மதியாக இருந்தது. என்ன ஆயிற்று என்றான் மிளிரன். எங்கள் மீது போர்த் தொடுக்கப் பெரு முயற்சி எடுத்துக் கொண்டிருந்த ருது

இனத்தை அனா இனம் அவர்கள் கிரகத்திலேயே கட்டுப்படுத்தி வைத்துவிட்டார்கள் அல்லவா? ஆம் தெரியும் என்றான் மிளிரன். இப்போது அனா இனத்தின் கிரகம் காணாமல் போய்விட்டதால் அந்த இனம் கட்டுப் படுத்தி வைத்திருந்த எல்லாமே தளர்ந்துவிட்டிருக்கும். அதனால் அந்த ருது இனம் மீண்டும் எங்கள் மீது போர்த் தொடுக்க வாய்ப்பிருக்கிறது. அதனால் என்ன செய்ய உத்தேசம் என்றான் நவீன்.

எங்கள் இனத்திற்கு நெருக்கமான இனம் ஒன்று ஓர் ஆயுதத்தைக் கொடுத்திருக்கிறது. அதனை அந்தக் கிரகத்தின் வளிமண்டலத்தில் கலந்துவிட்டால் அவர்கள் அனைவரும் உருமாறிவிடுவார்கள். எங்களுடன் போர்ப் புரியும் எண்ணம் அவர்களிடமிருந்து மறைந்துவிடும் என்று சொன்னார்கள் என்றாள் விழியாள். அதனை வளிமண்டலத்தில் கலக்க ஒரு புதிய விமானத்தை உருவாக்கும் முயற்சி எங்கள் கிரகத்தில் நடந்து கொண் டிருக்கிறது என்றாள் விழியாள். எப்போதும் ஏதோ ஓர் அச்சுறுத்தல் வந்து கொண்டே இருக்கிறதே என்றான் நவீன். ஆம் எல்லா இனங்களும் போராடித் தான் பல நிலைகளை எட்டும் என்றான் மிளிரன். அதைப் பற்றிச் சொல்வதற்குத்தான் உங்கள் இருவரையும் அழைத்தேன் என்றாள் விழியாள்.

அந்த இனம் கொடுக்கும் ஆயுதம் இதற்கு முன்பு வேறெங்காவது பயன்படுத்தப்பட்டிருக்கிறதா என்று கேட்டான் மிளிரன். அப்படித்தான் நினைக்கிறேன் என்றாள் விழியாள். ஒரு வேளை அது எதிர்பார்த்த பலன் அளிக்காவிட்டால் என்ன செய்வாய் என்றான் மிளிரன். அது குறித்து பிறகுதான் யோசிக்கவேண்டும் என்றாள் அவள். இந்த விமானத்தை இயக்கப் போவது யார் என்று கேட்டான் மிளிரன். எங்கள் இன உறுப்பினர் ஒருவர் இயக்குவார் என்றாள் அவள். உன் முயற்சி வெற்றி

பெறவேண்டும் என்றான் நவீன். விழியாள் அமைதியாகப் பார்த்தாள்.

உனக்கு இதே வேலையாக இருக்கிறது. குழந்தைகள் கிரகத்திற்கு எங்களுடன் வந்து சிறிது இளைப்பாறுதல் அடைந்தால் உற்சாகமாவாய் என்றான் நவீன். அவளும் அவர்களுடன் கிளம்பினாள். விழியாளைப் பார்த்தவுடன் குழந்தைகளுக்கு ஏக உற்சாகம் ஆகிவிட்டது. உடனே அவளை அழைத்துக் கொண்டு அவர்கள் உருவாக்கியிருந்த சிறிய தொலைநோக்கிகள், சிறிய விமானங்கள், சிறிய அலைபேசிகள் உள்ளிட்டவற்றைக் காட்டினார்கள். விழியாளுக்கு மிகவும் மகிழ்ச்சியாக இருந்தது. மீண்டும் கண்ணாடிக் கோட்டைக்கு வந்து சேர்ந்தாள்.

❋❋❋

பூமிக்கடியில் இருந்த குழுவின் உறுப்பினர் வந்தார். அந்த வேரின் மகிமையை நீ காணப் போகிறாய். உங்கள் மீது போர்த் தொடுக்க வந்த கிரகத்தினர் இருக்கும் கிரகத்தின் வளிமண்டலத்தில் அந்த வேரால் செய்யப்பட்ட பொடியைத் தூவினால் அந்தக் கிரகத்தினர் உருமாறிவிடுவார்கள். அவர்களுக்கு உங்கள் மீதிருந்த பகை போய்விடும் என்றார்.

விழியாளுக்கு வேரிலிருந்து உருவாக்கப்பட்ட பொடியைத் தூவிய பின் அந்தக் கிரகத்தினர் எப்படி உருமாறி இருக்கிறார்கள் என்பதைப் பார்க்கப் பெரும் ஆர்வம் ஏற்பட்டது. அந்தக் கிரகத்தைச் சேர்ந்தவர்களை அவர்கள் அறியாத வகையில் மிக நுண்ணிய புகைப்படக் கருவி கொண்ட மிகச்சிறிய விமானத்தை அனுப்பி அதில் படமெடுத்து வரச் சொன்னாள். அந்தக் கிரகத்தினர் அனைவரும் சிறிய குழந்தைகள் ஆகியிருந்தனர். அவர்கள் ஓடியாடி விளையாடிக் கொண்டிருந்தனர். அவர்கள் பெரியவர்களுடைய குணாம்சத்தைக் கொண்டிருந்த குழந்தை உருவத்தினர் போல் இருந்தனர். அதைக்

கண்டதும் விழியாளுக்கு ஒரு பெரிய நகைச்சுவை போல் இருந்தது.

மிளிரனையும் நவீனையும் கண்ணாடிக் கோட்டைக்கு அழைத்தாள். அவர்களுக்கு அந்தக் கிரகத்தினரின் ஒளிப் படக் காட்சிகளைப் போட்டுக் காட்டினாள். அவர்களுக்கும் அந்தக் கிரகத்தினரின் உருமாற்றம் ஆச்சரியமும் அதிர்ச்சியும் தந்தது. அவர்கள் இந்த வகையில் உருமாற ஒரு சிறிய சல்லி வேர் காரணமாக இருந்தது என்பதை மிளிரனால் நம்ப முடியவில்லை. விழியாளுடன் தொடர்பில் இருந்த அந்த இனம் மிகவும் அசாதாரணமான காரியங்களைச் செய்யக் கூடியது என்று மிளிரன் புரிந்துகொண்டான். அவர்களைக் காணும் ஆர்வம் அவனுள் மேலோங்கியது. அதை விழியாளிடம் சொல்ல அவன் விரும்பவில்லை. அப்படிச் சொன்னாலும் அவர்கள் யாரென்று அவள் கூறமாட்டாள் என்பதால் அமைதியாக இருந்தான். அவள் அறியாமல் அவர்களைக் கண்டுபிடிப்பது என்று முடிவு செய்தான்.

விழியாள் ஓரளவு நிம்மதியாக இருந்தாள். அடுத்து உடனடியாக எந்தப் பகையும் தாக்காது என்ற எண்ணம் அவளுக்கு நிம்மதியைக் கொடுத்தது. அவர்கள் இரு வருடன் மீண்டும் குழந்தைகளின் கிரகத்திற்குப் பயணமானாள். அங்கு அந்தக் குழந்தைகளுடன் விளையாட்டில் ஈடுபட விரும்பினாள். அவர்களுடன் இணைந்து பாடினி அமைத்த சிரமமான விளையாட்டுகளை விளையாடச் சென்றாள். மிளிரன் அவளைக் கவனித்துக் கொண்டே இருந்தான். மிளிரன் அமைதியாக இருந்தது விழியாளுக்குச் சந்தேகத்தை ஏற்படுத்தியது. மிளிரன் ஏன் அமைதியாக இருக்கிறான் என்று அவனிடம் தொடர்ந்து கேட்டுக் கொண்டிருந்தாள். அவன் எதுவும் சொல்லாமல் சிரித்துக் கொண்டே இருந்தான். அவள் ஆசை தீர விளையாடிவிட்டு கண்ணாடிக் கோட்டைக்குத் திரும்பினாள்.

மிளிரனிடம் ஏதோ ஒரு மாற்றம் இருப்பதைப் பற்றித் தொடர்ந்து எண்ணிப் பார்த்தாள். தனக்கு உதவும் இனம் பற்றி சொல்லாமல் இருப்பதை மிளிரன் எப்போதும் கேள்விக் கேட்டுக் கொண்டே இருந்திருக்கிறான் என்பதும் அவளுக்குத் தோன்றியது. அதனால் மிளிரனுக்குக் கோபம் வந்திருக்கும் என அவளால் கணிக்க முடியவில்லை. வேறு என்ன மாற்றமாக இருக்கும் என்று எண்ணிப் பார்த்து அவளால் அதைத் தீர்மானிக்க முடியவில்லை. பூமிக்கடியில் இருக்கும் குழுவைக் காண்பதற்காகக் கிளம்பினாள். கண்ணாடிக் கோட்டைக்கு வெளியே கடலில் நீந்திக் கொண்டிருந்த மிளிரன் அவள் அறியாமல் அவளைப் பின் தொடர்ந்தான்.

விழியாள் பூமிக்கடியில் இருக்கும் குழுவினரைச் சந்திக்கக் காத்திருந்தாள். அவளைச் சந்திக்கும் உறுப்பினர் வெகுநேரம் கழித்து வந்தார். அவர்களின் இனத்திற்குப் புதிய ஆற்றலை வழங்கும் தொழில்நுட்பத்தைக் கொடுப்பதாக அவர் கூறியிருந்ததால் அங்குச் சென்றிருந்தாள் விழியாள். அந்த உறுப்பினர் அவளைப் பார்த்து கண்ணாடிக் கோட்டைக்குச் செல்லுமாறு சைகைக் காட்டி விட்டு மறைந்தார். ஏன் அவர் பேசவில்லை என்பது புரியாமல் ஏமாற்றத்துடன் விழியாள் திரும்பினாள்.

மிளிரன் தொலைவிலிருந்து இதைப் பார்த்துக் கொண்டிருந்தான். அந்த இனம் எங்கிருக்கிறது என்ன செய்கிறது என்பதை அறிந்து கொள்ளும் ஆர்வத்தில் அவரைப் பின்தொடர்ந்தான். ஆனால் அவர் சட்டென்று மறைந்தவுடன் அவனுக்குக் குழப்பமாகிவிட்டது. உண்மையில் தான் ஒரு நபரைப் பார்த்தோமா அல்லது அது வெறும் கற்பனைக் காட்சியா என்று புரியாமல் தவித்தான். மீண்டும் விழியாளைப் பார்க்கலாமா என்று ஒரு கணம் யோசித்தான். ஆனால் அவள் தன் மீது சந்தேகம் கொள்வாள் என்று நினைத்து அந்த எண்ணத்தைக்

கைவிட்டு அந்த இடத்தில் மேலும் தேடிப் பார்க்கலாம் என்று சுற்றிச் சுற்றி வந்தான்.

சட்டென்று அவனால் கடலில் நீந்த முடியவில்லை. அப்படியே கடலின் ஆழம் வரைச் செல்வது போல் இருந்தது. அவனுக்கு என்ன நடக்கிறது என்று புரியாமல் தத்தளித்தான். கடல் நீரில் மிக வேகமாக அவனது உடல் சுற்றியது. அவனுக்கு நினைவை இழக்கும் நிலை வருவது போல் இருந்தது. அவன் விழியாளைப் பின் தொடர்ந்து தவறு என்று உணர்ந்தான். மெதுவாக அந்த இடத்தை விட்டு நகர்ந்தான். வெகு தூரம் வந்த பின்தான் அவனால் நீந்த முடிந்தது.

மிளிரன் குழந்தைகள் கிரகத்திற்கு வந்து சேர்ந்தான். நவீனைப் பார்த்தான். நான் ஒரு தவறைச் செய்துவிட்டேன் என்றான் மிளிரன். என்னது என்றான் நவீன். விழியாளுக்கு வேறு ஏதோ ஓர் இனம் உதவி புரிகிறது என்று எனக்குப் புரிந்தது. அவர்கள் யாரென்று கண்டுபிடிக்க முனைந்தேன். அப்போது நிலைத்தடுமாறிவிட்டேன். அவர்களைக் கண்டுபிடிக்க முடிந்ததா என்றான் நவீன். இல்லை. நான் கண்ட காட்சி உண்மையா பொய்யா என்றே தெரியவில்லை என்றான் மிளிரன். விழியாளிடம் இதைச் சொன்னாயா என்றான் நவீன். இல்லை என்றான் அவன். விழியாள் உன்னை எவ்வளவு நம்புகிறாள். நீ ஏன் இப்படி நடந்துகொண்டாய் என்றான் நவீன். நீ முதலில் என்னை மன்னித்துவிடு என்றான் அவன். விழியாளிடம் நேரில் சென்று செய்த தவறைச் சொல்லி மன்னிப்புக் கேள் என்றான் நவீன். உடனடியாக இருவரும் விழியாளைப் பார்க்கச் செல்லலாம் என்றான் மிளிரன்.

நவீனும் மிளிரனும் கண்ணாடிக் கோட்டைக்கு வந்தது விழியாளுக்கு மிகவும் மகிழ்ச்சியை அளித்தது. இருவரும் எதுவும் பேசாமல் அமைதியாக இருந்தார்கள். உனக்கு உதவும் இனம் மிகவும் அசாத்திய ஆற்றல் கொண்டது

என்றான் நவீன். விழியாள் புன்னகைத்தாள். மிளிரன் ஏன் எதுவும் பேசவே இல்லை என்றாள் அவள்.

நவீன் மெதுவாக அவர்கள் வந்த காரணத்தைச் சொன்னான். விழியாள் நாங்கள் உன்னைச் சந்திக்க வந்ததற்கு ஒரு முக்கியமான காரணம் உள்ளது. அப்படியா என்ன அது என்றாள் அவள். நாங்கள் அதைச் சொன்னால் உனக்குக் கோபம் வரும் என்றான் நவீன். இல்லை சொல்லுங்கள் எதுவாக இருந்தாலும் நான் பொறுத்துக் கொள்கிறேன் என்றாள் அவள். மிளிரன் தலைகுனிந்து சொல்லத் தொடங்கினான். உனக்கு உதவும் இனம் யாரென்று அறிய நீ கடலில் நீந்திச் சென்ற போது நானும் பின்தொடர்ந்தேன். அப்போது எனக்குத் தெரிந்த காட்சி உண்மையா பொய்யா என்று தெரியவில்லை. அதற்குள் என் உடல் என் கட்டுப்பாட்டில் இல்லாதது போலாகி விட்டது. நான் நிலைதடுமாறி மீண்டு குழந்தைகள் கிரகத் திற்குப் போய்ச் சேர்ந்தேன். என் ஆர்வக் கோளாறால் உன் நம்பிக்கையைக் குலைத்துவிட்டேன். என்னை மன்னித்துவிடு என்றான் மிளிரன்.

விழியாள் அமைதியாகக் கேட்டாள். நீ கண்ட காட்சி உண்மையாக இருக்காது. எனக்கு உதவும் இனம் நான் நினைக்கும் போது அவர்களைக் காண முடியாது. அவர்கள் நினைக்கும் போதுதான் என்னை வந்து சந்திப்பார்கள். நீ அவர்களைச் சந்திக்க முயன்றாலும் முடியாது. அவர்கள் விரும்பினால்தான் நீ அவர்களைப் பார்க்க முடியும் என்றாள் அவள். மிளிரன் அமைதியாக இருந்தான். நீ செய்தது தவறுதான். இனிமேல் இது போன்ற அத்துமீறல்களைச் செய்யாதே என்றாள். மிளிரன் சரி என்று தலையாட்டினான். எனக்கு உங்கள் இருவரைத் தவிர வேறு யார் மீதும் நம்பிக்கை இல்லை. மிளிரன் உன்னுடைய அறிவாற்றல் காரணமாக உன்னைப் பெரிதும் நம்பி இருக்கிறேன். நீ இது போன்ற

செயல்களில் ஈடுபடாதே. அது ஆபத்தாக முடியும் என்று சொன்னாள் விழியாள். மிளிரன் அவளை நிமிர்ந்து பார்த்தான். என் மீது கோபம் இல்லையே என்றான். இல்லை என்றாள். அவன் சிரித்தான்.

நாம் மூவரும் பல கிரகங்களுக்கும் போய் வருவோமா என்று கேட்டாள் விழியாள். உடனே இருவரும் தலை யாட்டினார்கள். நான் முதலில் ஒரு திட்டத்தை வகுக் கிறேன். பிறகு கிளம்பலாம் என்றாள் அவள்.

37

புதிய ஆற்றல்கள்

மிளிரனும் நவீனும் கிளம்பிய பின் விழியாள் பூமிக்கு அடியில் இருக்கும் குழுவைப் பற்றி யோசித்துக் கொண்டிருந்தாள். மிளிரன் தன்னைப் பின் தொடர்ந்த போது அதைப் புரிந்துகொண்டு தன்னிடம் பேசாமல் அவர்கள் தன்னைத் திருப்பி அனுப்பிவிட்டார்கள் என்று அவளுக்கு அப்போதுதான் தோன்றியது. மிளிரனை அவர்கள் காண விரும்பாமல் இருந்திருக்கிறார்கள் என்றும் நினைத்தாள். மற்ற எந்த இனத்துடனும் அவர்கள் எந்தத் தொடர்பையும் வைக்க விரும்பவில்லை என்பதும் அவளுக்குப் புரிந்தது. அவள் இனம் அண்டத்தின் ஆற்றல்களைத் தன்வயப்படுத்த என்ன செய்யவேண்டும் என்பதை அவர்கள் அடுத்து சொல்லப் போகிறார்கள் என்பதால் அவர்களைச் சந்திக்கவேண்டும் என்று எண்ணியிருந்தாள்.

புதிய நவீன் அவன் வீட்டில் எப்படி இருக்கிறான் என்று பார்க்கும் ஆர்வமும் அவளுக்குள் இருந்தது. மிகவும் சாதாரணமான சிறுமி போல் மாறி அவன் வீட்டுப் பக்கம் போனாள். எதிரில் இருந்த ஒரு கட்டடத்தின் உச்சிக்குச் சென்று அவளிடம் வைத்திருந்த சுவர்களை ஊடுருவிப் பார்க்கும் தொலைநோக்கி மூலம்

அவன் வீட்டைக் கண்காணித்தாள். புதிய இடத்தில் தன் இனத்தைச் சேர்ந்த மேம்பட்ட உயிர் எப்படி பொருந்தி இருக்க முடியும் என்று அவளுக்கு ஆச்சரியமாக இருந்தது. புதிய நவீன் மிகவும் அமைதியாக அவன் வீட்டில் அமர்ந்திருந்தான். சட்டென்று அவன் வெளியே வந்தான். எதிரில் இருந்த கட்டடத்தின் மேலே பார்த்தான். விழியாள் அங்கு நின்றிருப்பதைப் பார்த்து தன்னை யாரும் பார்க்கவில்லை என்பதை உறுதி செய்து கொண்டு கையசைத்தான். விழியாளும் கை அசைத்தாள். அவன் உள்ளே போய்விட்டான். தொடர்ந்து விழியாள் அவன் வீட்டில் நடப்பதைப் பார்த்துக் கொண்டு அங்கே நின்றிருந்தாள். நவீனின் அம்மா அவனுக்கு ஏதோ சாப்பிடக் கொடுத்தாள். அதை வாங்கி அவன் சாப்பிடுவதையும் அவள் அம்மா அவன் தலையைத் தேய்ப்பதையும் விழியாள் கவனித்தாள். அவளுக்குச் சிரிப்பு வந்தது. புதிய நவீன் அங்குத் தேறிவிட்டான் என்று எண்ணிக் கொண்டு கண்ணாடிக் கோட்டைக்கு விரைந்து வந்து சேர்ந்தாள்.

அவள் வந்து நுழைந்த சிறிது நேரத்தில் பூமிக்கடியில் இருந்த குழுவைச் சேர்ந்த உறுப்பினர் வந்தார். நீ அன்று வந்த போது வேறொரு இனத்தைச் சேர்ந்தவர் அங்கு வந்துவிட்டார் என்றார். ஆம் அது மிளிரன். அது எனக்குத் தெரியாது. இப்போதுதான் எனக்கு அது புரிந்தது என்றாள். அவர்கள் இனம் எந்த செயலையும் செய்ய முடியாதவர்கள். ஆனால் அவர்களுக்குக் கூர்மை யான அறிவு உண்டு. அவன் உங்களுடன் இருப்பது நல்லதுதான். ஆனால் எங்களைப் பற்றி அவர்களிடம் சொல்லாமல் இருப்பது நல்லது என்றார் அவர். நான் யாரிடமும் உங்களைப் பற்றிச் சொல்லவில்லை. அதனால்தான் அதைப் பற்றித் தெரிந்துகொள்ள அவன் வந்திருக்கிறான் என்றாள் விழியாள். உங்கள் இனத்திற்குத் தேவையான ஆற்றலைப் பெற இந்தப் பதிவில் இருக்கும்

கண்ணாடிக் கோட்டை ❖ 439

தொழில்நுட்பத்தைப் பயன்படுத்திக் கொள்ளுங்கள் என்றார். இந்த ஆற்றலை வேறு சில இனங்களும் பயன் படுத்துகின்றனவா என்றாள் அவள். ஆம். அதனால் நீங்கள் அவர்களின் பகையைச் சம்பாதிக்க வேண்டி யிருக்கும். ஆனால் நீங்கள் தொடர்ந்து முன்னேறிக் கொண்டிருப்பதால் வேறு ஆற்றல் உங்களுக்குக் கை வந்துவிடும். அவர்களும் அங்கிருந்து வேறு இடங்களில் அவர்களுக்கான ஆற்றலைத் தேடப் போய்விடுவார்கள் என்று கூறிவிட்டு அவர் மறைந்தார்.

விழியாள் மெய்யனையும் கடலனையும் கணினித் திரையில் பேச அழைத்தாள். அனா இனத்தின் தலைமையும் பாடினியும் இருக்கும் கிரகம் இப்போது அவர்களுக்குத் தெரியும் என்பதால் அவர்கள் இருவரும் என்ன செய்கிறார்கள் என்பதை அறியவேண்டும் எனவும், ஆனால் அவர்களைக் கண்காணிப்பது அவர்களுக்குத் தெரியக் கூடாது எனவும் சொன்னாள். அதற்கு மிக நுண்ணிய தொலைநோக்கிக் கொண்ட விமானத்தைக் கட்டமைக்கலாம் எனவும் அது அவர்களை வெகு தூரத்திலிருந்து கண் காணித்துத் தகவல் அனுப்பும் எனவும் அவர்கள் சொன்னார்கள். உடனடியாக அந்த விமானத்தைக் கட்டம்மைக்க அவர்களை அவள் கேட்டுக் கொண்டாள்.

அவர்கள் இருவரும் அது போன்ற விமானத்தைத் தொலை நோக்கியுடன் கட்டமைத்தார்கள். குழந்தை களுக்கு அது விளையாட்டு பொம்மை என்று தோன்றியது. அவர்களுக்கும் அதே போன்ற விமானமும் தொலை நோக்கியும் தேவை என்று சொன்னார்கள். அவர்களுக் காகப் பிறகு அதே போல் உருவாக்கித் தருவதாக மெய்யனும் கடலனும் கூறினார்கள். அந்த விமானத்தை விழியாளின் அறிவுரைப்படி அனா இனத்தின் தலைமையும் பாடினியும் இருக்கும் கிரகத்திற்கு அவர்கள் செலுத்தினார்கள். அந்த விமானத்தின் தொலைநோக்கித்

தரும் தகவல்களை விழியாளின் கணினியில் பகிர்ந்தார்கள். அனா இனத்தின் தலைமை அந்தக் கிரகத்தில் இருந்த கல், மண், போன்றவற்றைக் கொண்டு புதிய உயிர்களை உருவாக்கும் ஆய்வில் ஈடுபட்டிருந்தாள். மேலும் அவள் அந்த ஆய்வில் புல், பூண்டு உள்ளிட்டவற்றை உருவாக்கி விட்டிருந்தாள். பாடினி அவளுக்கு உதவிக் கொண்டிருந் தாள். இதை எல்லாம் விழியாள் அந்தத் தொலைநோக்கியின் காணொலியில் காணமுடிந்தது.

அனா இனத்தின் தலைமையின் இலக்கு அவளைப் போன்ற உயிரினங்களை உருவாக்குவதாக இருக்கும் என்று விழியாள் கணித்தாள். கல், மண் கொண்டு விமானங்களைக் கட்டமைக்க வழியுள்ளதா என்றும் விழியாள் மெய்யனையும் கடலனையும் ஆய்வு செய்து கூறுமாறு கேட்டுக் கொண்டாள். அந்த விமானம் அந்தக் கிரகத்தைச் சுற்றியே பறக்கட்டும் என்று விழியாள் சொல்லிவிட்டாள்.

அனா இனத்தின் தலைமை அந்தக் கிரகத்தில் கிடைத்த பொருள்களை உணவுப் பொருள்களாக மாற்றி விட்டிருந்தாள். அது தவிர அவர்கள் இருவரும் தங்கு வதற்கான குகைகளையும் உருவாக்கியிருந்தாள். அடுத்து உயிர்களை உருவாக்குவதற்காக அந்தக் குகைகளில் அவள் ஆய்வு செய்துகொண்டிருந்தாள். அனா இனத்தின் தலைமையின் இந்த வகையான ஆய்வு அந்தக் கிரகத்தை மீண்டும் அவள் கட்டுப்பாட்டில் கொண்டு வருவதோடு அனா இனம் மீண்டும் உருவாவதற்கான வாய்ப்பையும் தந்துவிடும் என்றும் விழியாளுக்குப் புரிந்தது. அனா இனம் அந்தக் கிரகத்தின் பொருள்களைக் கொண்டு அருகில் இருந்த விண்மீனிலிருந்து ஆற்றலை உறிஞ்சி எடுக்கும் கருவிகளையும் செய்ய முயற்சிக்கிறாள் என்பதும் விழியாளுக்கு அங்கிருந்து வந்த தொலைநோக்கியின் படங்களும் காணொலிகளும் காட்டின. இதைக் கண்டு கொள்ளாமல் விட்டுவிடலாமா அல்லது பூமிக்கு அடியில்

இருக்கும் குழுவிடம் சொல்லலாமா என்று விழியாள் யோசித்தாள். அவர்களிடம் சொல்லிவிடுவது நல்லது என்று முடிவு செய்தாள்.

விழியாள் பூமிக்கடியில் இருக்கும் குழுவைக் காணச் சென்றாள். அவளுடன் பேசும் உறுப்பினர் வந்தார். அனா இனத்தின் தலைமை அடைக்கப்பட்டிருக்கும் கிரகத்தில் அவள் செய்து கொண்டிருக்கும் செயல்களைச் சொன்னாள். அது பற்றி பிறகு வந்து விவாதிப்பதாக அவர் சொல்லி அனுப்பிவிட்டார். விழியாள் கண்ணாடிக் கோட்டைக்குத் திரும்பி வந்தாள். அனா இனத்தின் தலைமையின் செயல்களைக் கண்காணித்து அனுப்பும் காட்சிகளைத் தொடர்ந்து பார்த்துக் கொண்டிருந்தாள்.

மிளிரனும் நவீனும் பேசினார்கள். அவர்களைக் கண்ணாடிக் கோட்டைக்கு வரச் சொன்னாள். அனா இனத்தின் தலைமை செய்யும் செயல்களை அவர்களுக்குக் கணினியில் காட்டினாள். அந்தத் தனிப்பட்ட கிரகத்தில் அவர்கள் இருவர் மட்டும் எப்படி எல்லாம் போராடு கிறார்கள். அடுத்த ஓர் இனத்தை உருவாக்குவதில் அவர் கள் குறியாக இருக்கிறார்கள் என்பதையும் அவர்களுக்கும் அந்தக் கிரகத்திற்கும் தேவையான ஆற்றலைப் பெற அவர்கள் செய்யும் முயற்சியும் நவீனுக்கும் மிளிரனுக்கும் மிகவும் ஆச்சரியத்தையும் அதிர்ச்சியையும் கொடுத்தன.

வளர்ந்த இனமாக இருப்பதால் எந்தக் கிரகத்தில் இருந்தாலும் அதனைத் தனக்குச் சார்பாக மாற்றிவிடும் என்பது இதிலிருந்து தெரிகிறது என்றான் மிளிரன். ஆம் அவளை எப்படிக் கட்டுப்படுத்துவது என்று புரியவில்லை என்றாள் விழியாள். நம் அண்டத்தை விட்டு வேறு அண்டத்திற்கு அனுப்பினாலும் ஆபத்தா என்றான் நவீன். அது தெரியவில்லை என்றாள் விழியாள். எப்படியும் உங்கள் இனத்தின் மீது அவள் பழி கொண்டிருப்பாள் என்றான் மிளிரன்.

அவர்கள் இனம் இருந்த கிரகத்தைக் கரைந்து போகச் செய்தது போல இந்தக் கிரகத்தையும் கரைந்து போகச் செய்யவேண்டும் போல் இருக்கிறது என்றான் நவீன். விழியாள் அமைதியாகக் கேட்டுக் கொண்டிருந்தாள். அவளிடம் நீ பேச விரும்புகிறாயா விழியாள் என்றான் மிளிரன். பேசினால் ஏதாவது சமரசம் உருவாகுமா என்றாள் விழியாள். அவள் இப்போதிருக்கும் நிலைமையில் பேசினால் வீண் போர்தான் வரும் என்றான் நவீன்.

அனா இனத்தின் தலைமையை இப்படி ஒரு கிரகத்தில் அடைத்து வைத்திருப்பது சரியான செயல் அல்ல என்று உனக்குத் தோன்றுகிறதா விழியாள் என்றான் மிளிரன். ஆம் அப்படித்தான் தோன்றுகிறது. அவள் ஏன் மற்ற இனங்களை அவர்கள் வழியில் செல்ல அனுமதிக்க மறுக் கிறாள் என்றும் புரியவில்லை. தான் மட்டுமே எல்லா கிரகங்களையும் கட்டி ஆளவேண்டும் என்ற பேராசையை எதற்கு வைத்திருக்கவேண்டும் என்றும் தெரியவில்லை. எல்லா இனங்களையும் அழித்துவிட்டுத் தன் இனம் மட்டும் வளரவேண்டும் என்ற எண்ணம் எப்படி வளர்ந்த இனத்தின் எண்ணமாக இருக்க முடியும் என்றாள் விழியாள். அது உண்மைதான். ஆனால் அவளுடைய போக்கைப் பேசி மாற்ற முடியாதே. அதனால்தான் அவளைத் தனிமைப்படுத்த வேண்டியுள்ளது என்றான் மிளிரன். அவள் தனிமைப்படுத்தப்பட்டால் அவள் ஆற்றல்கள் குறையும் என்று கணிக்கப்பட்டது. ஆனால் அவளுக்கு மிச்சமிருக்கும் ஆற்றலில் அவள் செய்யும் காரியங்களைப் பார்த்தால் அவள் ஆற்றல் குறையவே குறையாது என்று தெரிகிறது என்றாள் விழியாள். இப்போது வந்துள்ள இந்தச் சிக்கலை எப்படி சமாளிக்கப் போகிறாய் விழியாள் என்றான் மிளிரன். தெரியவில்லை என்றாள் விழியாள். மிளிரன் அவளை அமைதியாகப் பார்த்தான். அவளுக்கு எப்போதும் உதவும் இனம் இதில் உதவும் வரை அவள் காத்திருப்பாள் என்று மிளிரனுக்குப்

புரிந்தது. அதை அவன் சொல்ல விரும்பாமல் அமைதி காத்தான். விழியாள் தலைகுனிந்து கொண்டாள்.

பூமிக்கடியில் இருக்கும் குழுவைச் சேர்ந்தவர் கண்ணாடிக் கோட்டைக்கு வந்தார். அனா இனத்தின் தலைமையின் செயல்பாடுகளைக் கணினியில் அவருக்குப் போட்டுக்காட்டினாள் விழியாள். அவள் என்ன செய்துவிடுவாள் என்று பதற்றப்படுகிறாய் என்றார் அவர். அவள் புதிய உயிரினங்களை உருவாக்கி அந்தக் கிரகத்தைக் கட்டுப்பாட்டில் கொண்டு வந்துவிடுவாள் என்ற அச்சம்தான் என் பதற்றத்திற்குக் காரணம் என்றாள். அவளால் அதைச் செய்ய முடியாது. மேலும் அவள் அங்கிருக்கும் பொருள்களைக் கொண்டு இப்படிப் பட்ட முயற்சிகளில் ஈடுபடுவாள். அப்படியும் அவள் புதிய உயிரினங்களை உருவாக்கினால் அதற்கும் வழி இருக்கிறது என்றார் அவர்.

அதைப் பற்றிக் கவலைப்பட வேண்டாம். உங்களுடைய ஆற்றலைப் பெருக்குவதற்கான வழிகளை இந்தப் பதிவில் கொடுத்திருக்கிறோம் பயன்படுத்திக் கொள்ளுங்கள் என்று ஒரு பதிவை அவர் கொடுத்தார். அடுத்து நாங்கள் பல கிரகங்களுக்கும் சென்று வரலாம் என்று நினைக் கிறோம் என்றாள் விழியாள். நாங்கள் என்றால் என்று கேட்டார் அவர். நான், மிளிரன், நவீன் என்றாள் அவள். மிளிரனைச் சற்று கவனமாக வைத்துக் கொள்ளுங்கள். எந்த இடத்திலும் தேவையற்ற சில சிக்கல்களை உருவாக்கும் அறிவு அவனுக்கு உள்ளது என்றார் அவர். அதில் கவனமெடுக்கிறேன் என்றாள் அவள். எதற்காக இப்போது பயணம் என்றார் அவர். பல கிரகங்களைப் பார்க்க வேண்டும் என்ற ஆசை உள்ளது என்றாள் அவள். இல்லை அதில் பெரிய பயன் ஏதும் இல்லை. உங்களுக்கான ஆற்றல் குவியங்கள் இருக்கும் இடத்தைத் தேடிக் கண்டுபிடியுங்கள். அதுதான் பயனுள்ளது. அப்படி

ஒவ்வோர் ஆற்றலாகக் கிடைத்தவுடன் உங்களுக்குப் பல புதிய வழிகள் தெரியும் என்றார் அவர்.

இந்தப் புதிய ஆற்றல்கள் மூலம் நாங்கள் வேறு கிரகங்களுக்கு இடம்பெயர வேண்டியிருக்குமா என்றாள் அவள். இடம்பெயர வேண்டாம். அந்தக் கிரகங்கள் எல்லாம் உங்கள் வசமாக்கிக் கொள்ளலாம். மேலும் அங்கு உங்கள் உறுப்பினர்களை அனுப்பி புதிய உயிர்கள் அங்கு வாழ்வதற்கான வழி ஏற்படுத்தலாம். இது நல்ல அம்சம்தான் ஆனால் எங்களால் அத்தனை தூரம் விமானங்களில் பயணிக்க முடியவில்லை என்றாள் விழியாள். அதற்கு உங்களின் ஆற்றல் பெருகியதும் நீங்களே வழி கண்டுபிடிப்பீர்கள் என்று அவர் சொல்லி விட்டு மறைந்தார்.

உடனடியாக இளமாலையை அழைத்து அந்தப் பதிவைக் கொடுத்துப் புதிய ஆற்றல்களை எப்படி கைக்கொள்ள வேண்டும் என்பதை அந்தப் பதிவிலிருந்து எனக்கும் பகிர்ந்துவிட்டு நீங்கள் ஆய்வைத் தொடருங்கள் என்றாள். இளமாலை அவள் கிரகத்திற்குச் சென்று பணியைத் தொடங்கினாள். அந்தப் பதிவில் இருப்பதை உடனடியாக நடைமுறைக்குக் கொண்டுவரும் அளவுக்கு அதில் எளிமையான விளக்கங்கள் இருந்தன. விழியாளின் கிரகத்தில் இருந்த புதிய மேம்பட்ட உயிர்களை அவர்களின் கிரகத்திற்குக் கிடைத்த ஆற்றல் மூலம் வேறு ஆற்றல் இருக்கும் இடங்களைத் தேட அனுப்பினார்கள்.

முதலில் விழியாளின் இனத்திலிருந்து அண்டத்தின் ஆற்றல்களைத் தேடிப் பெறக் கிளம்பியவர்கள் விண்மீன் களிலிருந்து ஆற்றலைப் பெறுவதற்கான வழிவகைகளை மேற்கொண்டார்கள். அதற்கான கட்டமைப்பை உருவாக்குவது அவர்களுக்கு எளிமையாக இருந்தது. அதன் மூலம் விழியாளின் கிரகத்திற்குப் பெரும் ஆற்றல் கிடைத்தது. அடுத்து குழந்தைகள் இருந்த கிரகத்திற்கு

ஆற்றலைப் பெறுவதற்கு அவர்கள் முயற்சித்தார்கள். அதற்கு விண்திரள்களிலிருந்து ஆற்றலைப் பெறுவதற்கான பணிகளைச் செய்தார்கள். அதுவும் அவர்களுக்கு எளிமையாக இருந்தது. குழந்தைகளின் கிரகம் இதனால் அதிக ஆற்றலைப் பெற்றது.

அதற்கு அடுத்த கட்ட ஆற்றலைப் பெறுவதற்கான வழி அவர்களுக்குத் தெரிந்திருந்தும் அது தேவைப்படும் போது பெறலாம் என்று மீண்டும் தங்கள் கிரகத்திற்கே அவர்கள் திரும்பி வந்தார்கள். விழியாளின் கிரகம் மிகவும் வளர்ச்சி அடைந்த கிரகமாக மாறியிருந்தது. எல்லாப் பொருள்களும் எல்லோருக்கும் ஒரு விரல் சொடுக்கில் கிடைத்தன. அவர்கள் அந்தக் கிரகத்தின் பல இடங்களுக்கும் போய்ச் சேர தனிப்பட்ட ஊர்திகள் உருவாக்கப்பட்டன. அவை விண்மீன்களின் ஆற்றலைக் கொண்டு நகர்ந்தன. அதனால் அவை கண் இமைக்கும் நேரத்தில் பயணித்தன.

ஒவ்வோர் உறுப்பினரும் ஒரு குறிப்பிடத்தக்க ஆய்வைச் செய்யக்கூடிய வகையில் விழியாள் அவர்களைப் பணித் திருந்தாள். அதனால் அவர்களுக்கிடையே போட்டி இல்லாமல் போனது. அவர்களின் கிரகத்தை முற்றிலும் மாற்றி அமைக்கும் வகையில் பல ஆய்வுகள் நடந்து கொண்டிருந்தன. இதுவரை அங்கில்லாத மிகவும் உயரமான கட்டடங்கள் உருவாயின. அவற்றில் பல தொழில்கள் நடந்தன. அவை எல்லாமே அண்டத்தின் ஆற்றலைக் கொண்டு இயங்கின.

நுண்ணிய தொலைநோக்கிகள், நுண்ணிய அலை பேசிகள், நுண்ணிய விமானங்கள், நுட்பமான இசைக் கருவிகள், நுட்பமான கற்றல் கருவிகள், ஆடைகளைத் தயாரிக்கும் அதிவேக தொழிற்சாலைகள், ஆடைகளை வடிவமைக்கும் அதிவேக எந்திரங்கள், கண்ணிமைக்கும் நொடியில் பயணிக்கும் ஊர்திகளை உருவாக்கும்

தொழிற்சாலைகள், உணவு உற்பத்திக்கான தொழில் நுட்பங்கள், துல்லியமான அளவைகள், நோயற்ற சூழலை உருவாக்கும் எந்திரங்கள், சுற்றுச்சூழல் மாசுபடாத வகையிலான தொழில்நுட்பங்கள், புதிய செயற்கை செடிகள், கொடிகள், பூக்கள், பழங்கள், விலங்குகள், பறவைகள் போன்றவற்றை உருவாக்கும் தொழில்நுட்பங்கள் என்று அந்த ஆற்றலைக் கொண்டு விழியாளின் கிரகம் பலவற்றை உற்பத்தி செய்தது.

விழியாள் கிரகம் அதுவரைப் பயன்படுத்திக் கொண் டிருந்த ஆற்றல்களைக் கைவிட்டு புதிய ஆற்றல்களைப் பயன்படுத்தத் தொடங்கியிருந்தது. ஆனால் அந்த ஆற்றல் விரைவில் தீர்ந்து போனதால் அதற்கடுத்த ஆற்றலைத் தேட அவர்களின் மேம்பட்ட உயிராக இருந்த உறுப் பினர்கள் கிளம்பினார்கள். அவர்கள் விண்மீன்கள் வெடித்துச் சிதறி உருமாறிய நிலையில் இருந்த போது வெளிப்படுத்தும் ஆற்றலைக் கையகப்படுத்தினார்கள். அதனால் விழியாளின் கிரகம் மேலும் அதிக வளர்ச்சியைப் பெற்றது.

விழியாளின் கிரகத்தினர் பயன்படுத்திய ஆற்றல் போல் குழந்தைகள் கிரகத்திற்கும் புதிய ஆற்றல்களைப் பயன்படுத்தியதால் அந்தக் கிரகத்திலும் மிக வேகமான வளர்ச்சி உருவானது. குழந்தைகள் கல்வி கற்க, விளை யாட, தொழில் நுட்பங்களை அறிய எந்தச் சிக்கலும் இல்லாமல் எல்லாமே அவர்களின் கையில் இருந்த கருவி களே உதவின. அவற்றுக்கான ஆற்றலை அண்டத்திலிருந்து அவைத் தருவித்துக் கொண்டன. குழந்தைகளின் வளர்ச்சியைக் கண்டு பெரியவர்களும் அதற்கேற்றபடி மாறிக் கொண்டனர். அவர்கள் யாருக்கும் எந்த நோயும் ஏற்படவில்லை. எப்போதும் பல இடங்களைச் சென்று பார்ப்பது ஏதோ ஒரு வேலையைச் செய்வது தொழில் நுட்பத்துடன் ஊடாடிக் கொண்டிருப்பது என்றே

அவர்கள் வாழ்க்கை கழிந்து கொண்டிருந்தது. பூமியில் இருந்த சோம்பலான வாழ்வு இனி அவர்களுக்குக் கிடைக்காது என்று அவர்கள் புரிந்து கொண்டார்கள்.

குழந்தைகளும் மெய்யன், கடலன், அணியிழையுடன் இணைந்து புதிய ஆற்றலைப் பயன்படுத்தி முன்பைவிட வேகமாகப் பல அடுக்கு மாடிகளை உருவாக்கும் தொழில் 'நுட்பங்களை' அவர்கள் கண்டுபிடித்தார்கள். அவற்றில் இருக்கவேண்டிய வசதிகள் அவர்கள் கற்பனை செய்ய முடியாத அளவுக்கு இருந்தன. அவர்கள் அண்டங்களைப் பற்றி அறிய விரும்பினால் அது கண்ணிமைக்கும் நேரத்தில் அவர்கள் முன் கணினித் திரையில் விரிந்தது.

மெய்யனும் கடலனும் உருவாக்கிய விமானங்கள் முன்பை விட மேம்பட்டவையாக மிக வேகமாக உருவாக்கப்பட்டன. அதிலும் குழந்தைகள் பங்கெடுத்தார்கள். அவர்கள் தாங்களாகவே புதிய கண்டுபிடிப்புகளைச் செய்ய ஆர்வம் கொண்டார்கள். சிறிய கடல், குட்டி மரங்கள், அழகான பறவைகள், சிறிய விலங்குகள் உள்ளிட்டவற்றை அவர்கள் உருவாக்கினார்கள். பூமியில் கிடைத்த தேனைப் போலவே பெறும் ஆசையில் தேனீக்களை உருவாக்கி அவை கூடுகட்ட சிறிய காடுகளை உருவாக்கினார்கள். அவற்றில் வளமான பூச்செடிகளை உருவாக்கி அவற்றில் தேன் சொட்ட வைத்தார்கள். தேனீக்கள் அதைச் சேகரித்து தங்கள் கூடுகளில் வைத்தன. அந்தக் கூடுகளிலிருந்து தேன் எடுக்கும் கருவிகளை உருவாக்கினார்கள். அதில் எடுத்த தேன் மிகவும் இனிமையாக இருந்தது. பெரியவர்களும் அதனை உண்டு அதன் சுவையில் மயங்கிப் போனார்கள்.

சிறிய பூமியை உருவாக்க வேண்டும் என்பது குழந்தைகளின் ஆசையாக இருந்தது. மெய்யனும் கடலனும் அவர்களுக்கு அதற்கான வரைபடத்தைப் போட்டுக் கொடுத்தார்கள். அதன் படி குழந்தைகள் சிறிய பூமியை

உருவாக்கிவிட்டார்கள். நவீனுக்கு மிகவும் மகிழ்ச்சியாக இருந்தது. அதில் தன் வீட்டை அவன் உருவாக்கினான். மிளிரனுக்கும் அது குதூகலத்தைக் கொடுத்தது. அண்டத் திலிருந்து பெரும் ஆற்றல் குறைந்தால் உடனடியாக மெய்யனும் கடலனும் அதைச் சீர் செய்தார்கள். குழந்தைகளைத் தாங்க முடியாத இன்பமும் மகிழ்ச்சியும் பிடித்தாட்டின. தாங்கள் உருவாக்கியவற்றை விழியாளை அழைத்துக் காட்டினார்கள்.

மெய்யனும் கடலனும் சிறிய விண்கற்களை எடுத்து வந்து ஆய்வு செய்துவந்தார்கள். அவற்றில் அவர்கள் அதுவரை அறியாத பல கனிமங்கள் இருந்தன. அனா இனத்தின் கிரகத்தை ஒரு சிறிய விண்கல்லில் இருந்த கனிமத்தை வெடிக்கச் செய்து தூளாக்கியதைப் பற்றி அவர்களுக்குத் தெரிய வந்த பின் விண்கற்கள் பற்றிய ஆய்வை அவர்கள் செய்து வந்தார்கள். அவர்கள் கொண்டு வந்த விண்கற்களில் ஒரு குறிப்பிட்ட கனிமத்தை மட்டும் பிரித்தெடுத்து அதன் பண்புகளை வரிசைப்படுத்திக் கொண்டிருந்தார்கள். அந்தப் பண்புகளை அவர்கள் சோதனைச் சாலையில் சோதித்து அறிந்திருந்தார்கள்.

அதை மிகக் குறைந்த அளவு பயன்படுத்தி வெடிக்கச் செய்து சோதிக்கக் காத்திருந்தார்கள். அந்தக் கிரகத்தில் செய்ய வேண்டாம் யாருமற்ற ஒரு கிரகத்தில் அந்தச் சோதனையைச் செய்து பார்க்க விழியாள் கூறியிருந்தாள். அதற்காக எந்த உயிரும் இல்லாத வெறும் கல், மண் மட்டும் மண்டியிருக்கும் கிரகங்களைத் தேடி வந்தார்கள். வெகு தூரத்தில் ஒரு கிரகம் அப்படி இருப்பது தெரிய வந்தது. அங்கு இந்தச் சோதனையைச் செய்ய இருவரும் கிளம்பிச் சென்றார்கள்.

அந்தச் சோதனைக்கான நேரத்தைக் குறித்துவிட்டு மிகவும் தொலைவு வந்துவிட்டு மிகச்சிறிய விமானத்தை அந்தக் கிரகத்தின் அருகில் செலுத்தி அந்தத் தனிமத்தை வெடிக்கச் செய்தார்கள். அந்தச் சோதனையை அவர்கள்

ஒரு தொலை நோக்கி மூலம் பார்த்துக் கொண்டிருந்தார்கள். அவர்கள் எதிர்பாராத வகையில் அந்தக் கிரகம் தூளாகிக் கரைந்து போனது. இருவருக்கும் ஆச்சரியம் தாங்க முடியவில்லை. இந்தக் கனிமம் அல்லது இதே போன்ற ஒரு கனிமத்தைப் பயன்படுத்தித்தான் அனா இனத்தின் கிரகத்தைத் தூளாக்க முடிந்திருக்கிறது என்று அவர்களுக்குப் புரிந்தது. அந்தச் சோதனையை அப்போது தன் இனம் செய்திருக்குமா என்பதை அறிய அவர்கள் ஆவல் கொண்டார்கள். இந்தத் தகவலை விழியாளிடம் சொல்ல உடனடியாகக் குழந்தைகள் கிரகத்திற்கு வந்தார்கள்.

விழியாளைக் கணினியில் அழைத்தார்கள். மெய்யனும் கடலனும் பேசக் காத்திருந்தது விழியாளுக்கு ஆச்சரியத்தை அளித்தது. விண்கல்லிலிருந்து எடுத்த கனிமத்தைப் பயன்படுத்தி செய்த சோதனை ஒரு கிரகத்தைத் தூளாக்கிவிட்டது என்று அவர்கள் சொன்னார்கள். விழியாளுக்கு ஆச்சரியமும் அதிர்ச்சியும் ஏற்பட்டன. அதே போன்ற கனிமத்தைப் பயன்படுத்தித்தான் அனா இனத்தின் கிரகத்தையும் தூளாக்க முடிந்திருக்கிறது. அதை அவர்கள் இனம் செய்ததா என்று அவர்கள் கேட்டார்கள். அவர்கள் இனம் செய்யவில்லை என்றாள் விழியாள். வேறு எந்த இனம் அதைச் செய்தது என்று அவர்கள் கேட்டதற்கு அவர்களுக்கு நெருக்கமான ஓர் இனம் அதைச் செய்தது என்றாள். அவர்களைக் காண முடியுமா என்றார்கள். அவர்கள் விரும்பும் போது காணலாம் என்றாள் விழியாள். அவர்களுக்கு மேலும் பல தொழில்நுட்பங்கள் தெரிந்திருக்கும் அதைப் பற்றி அறிந்தால் பலனுள்ளதாக இருக்கும் என்றார்கள். அதற்கு இன்னும் உரிய காலம் வரவில்லை என்றாள் விழியாள். அவர்கள் தொடர்ந்து அண்டத்திலுள்ள பல அம்சங்களை ஆய்வு செய்யப் போவதாகச் சொல்லி பேச்சை முடித்தார்கள்.

●●●

மெய்யனும் கடலனும் பல விண்கற்களையும் வெடித்துச் சிதறி ஆறிப் போன விண்மீன்களின் பகுதி களையும் தொடர்ந்து சேகரித்துக் கொண்டே வந்தார்கள். அவர்களுக்கு அவற்றைக் கொண்டு ஒரு சிறிய விண் திரளை உருவாக்கிப் பார்க்கவேண்டும் என்ற ஆவல் இருந்தது. அவர்கள் அதற்காக ஒரு தனிப்பட்ட சோதனைச் சாலையை உருவாக்கினார்கள். அதில் அவர்கள் எடுத்துவந்த விண்கற்கள், விண்மீன்களின் பகுதிகள் ஆகியவற்றை ஒரு குறிப்பிட்ட விசையில் தரையின் ஈர்ப்பு விசைக்கு எதிராகப் பறக்கச் செய்தார்கள். அந்தச் சோதனை வெற்றி அடைந்ததால் அடுத்தகட்டமாக அந்த விண்கற்கள், விண்மீன்களின் பகுதிகளில் மிகவும் குறைந்த அளவில் எடுத்துக் கொண்டு அந்தக் கற்களை வெடிக்கச் செய்து அவற்றை அந்தரத்தில் சுழலச் செய்யும் சோதனையைச் செய்தார்கள்.

முதலில் விண்கற்கள் ஈர்ப்பு விசைக்கு எதிராக உயரத்தில் எம்பின ஆனால் சுழலவில்லை. பறக்கவும் இல்லை. ஈர்ப்பு விசையை இன்னும் குறைக்க வேண்டும் என்று அவர்களுக்குப் புரிந்தது. அதற்கான தொழில் நுட்பத்தை மேலும் வளர்த்தெடுக்க வேண்டும் என்று அவர்களுக்குப் புரிந்தது. மெய்யனும் கடலனும் அதைக் குறித்து மிகவும் ஆழமான ஆய்வு செய்து கொண்டிருந் தார்கள். அணியிழையும் அவர்களுடன் இணைந்தாள். விண்திரளை உருவாக்கிப் பார்க்கவேண்டும் என்றால் விண்கற்கள், விண்மீன்களின் பகுதிகளை அதிகமாக எடுத்துக் கொண்டு அவை வெடித்துச் சிதறச் செய்ய வேண்டும் என்றாள். பெருவெடிப்பு போன்ற ஒரு நிகழ்வைச் செய்து பார்த்தால்தான் விண்திரளை உரு வாக்க முடியும் என்றாள் அவள். ஆனால் பெருவெடிப்பு போன்ற ஒன்றை நிகழ்த்த அந்தச் சோதனைச் சாலை பொருத்தமாக இருக்காது என்று அவர்கள் புரிந்துகொண்

டார்கள். அதனால் மற்றொரு கிரகத்திற்குச் செல்லத் திட்டமிட்டார்கள். அவர்கள் அங்கிருந்து வேறு கிரகங்களுக்குச் செல்வதால் குழந்தைகள் கிரகத்தைப் பாதுகாக்கவும் குழந்தைகளுக்குக் கற்றுக் கொடுக்கவும் விழியாள் கிரகத்திலிருந்து மேம்பட்ட உயிர்களை அங்கு வரச் செய்தார்கள். அவர்களுக்கு அம்பலன், வழுதி என்றும் பெண் உயிருக்கு உறுவை என்றும் நவீன் பெயரிட்டான்.

அம்பலனும் வழுதியும் விழியாள் கிரகத்தில் புதிய தொழில்நுட்பங்களைக் கண்டுபிடிப்பதில் ஈடுபட்டிருந் தார்கள். அதனால் குழந்தைகள் கிரகத்தில் அந்தப் பணியைத் தொடர்வதற்காக வந்திருந்தார்கள். அவற்றை அங்கிருந்த குழந்தைகளுக்கும் கற்றுத் தர அவர்கள் முடிவு செய்திருந்தார்கள். குழந்தைகள் அவர்களிடம் நட்புடன் பழகினார்கள். குழந்தைகளுக்கு அவர்களின் முன்னோர் கள் பற்றி அறியும் ஆவல் மீண்டும் எழுந்தது. அவர்களை மீண்டும் உருப்பெறச் செய்ய முடியுமா என்று கேட்டார்கள். அம்பலனும் வழுதியும் ஒவ்வொரு குழந்தையின் மரபணுவையும் எடுத்து ஆய்வு செய்து அவர்களின் முன்னோர்கள் எப்படி இருந்திருப்பார்கள் என்று கணினியில் உருவாக்கினார்கள். உறுவை அவர்களை மெய்நிகர் உருவங்களாக மாற்றி நேரில் பார்ப்பது போன்ற அனுபவத்தைக் குழந்தைகள் பெறச் செய்தாள். இந்தத் தொழில்நுட்பத்தில் பெரியவர்களும் அவர்களின் முன்னோர்களைப் பார்க்கும் ஆவல் கொண்டிருப்பதாகச் சொன்னதால் அவர்களின் மரபணுக்களும் சோதனை செய்யப்பட்டு அவர்களின் முன்னோர்களும் மெய்நிகர் உருவங்களாக மீண்டு வந்தார்கள்.

38

சிறு வெடிப்பு

மெய்யனும் கடலனும் அணியிழையும் யாருமற்ற ஒரு கிரகத்தை அடைந்தார்கள். ஒரு செயற்கை விண் திரளை உருவாக்குவதற்கு அண்டத்தில் ஒளி ஊடுருவும் வகையிலான மிக மெல்லிய இழைகளைக் கொண்டு ஒரு சோதனைக் கூடத்தைக் கட்டமைத்தார்கள். அந்தச் சோதனைக் கூடத்தின் இழைகள் எந்த ஈர்ப்பையும் அவற்றுக்குள் இருக்கும் பொருள்கள் மீது செலுத்தாதவை. அதே போல் அண்டத்தின் ஈர்ப்பையும் அந்தச் சோதனைக் கூடத்திற்குள் கடத்தாதவை. இந்த இழைகள் செயற்கையான நார் போன்ற பொருளால் மிகவும் மெல்லியதாக உருவாக்குவதற்கு மெய்யனும் கடலனும் பெரும்பாடுபட்டனர்.

அந்தச் சோதனைக் கூடத்தில் அவர்கள் விண்கற்களையும் விண்மீன்களின் துகள்களையும் இணைத்து ஒரு பந்தைப் போல் செய்திருந்தனர். அது வெடித்து விண் திரளாக மாறவேண்டும் என்பது அவர்களின் சோதனை. அது பெருவெடிப்பைப் போன்ற மிகவும் சிறிய அளவிலான சோதனை. ஆனால் பெருவெடிப்பைப் போன்ற தாக்கத்தை இந்தச் சோதனையும் ஏற்படுத்துமா என்பது இன்னும் அவர்களுக்குத் தெரியவில்லை. அவர்கள்

வைத்திருந்த விண்கல்லில் இருந்த வெடிப்புக்குக் காரண மான கனிமங்களை அவர்கள் பெருமளவு நீக்கிவிட்டார்கள். அதனால் அது மிகவும் பெரிய வெடிப்பை ஏற்படுத்தாது என்பது அவர்களின் எண்ணம். அந்தச் சோதனை அறையின் இழைகளில் அவர்கள் விசையைப் பாய்ச்சி னார்கள். விண்கற்களும் விண்மீன் பகுதிகளும் ஒன் றிணைந்த பந்து மேலெழும்பியது. சோதனை அறையின் விசையில் அந்தப் பந்து சுழன்றது. விசையை அதிகப் படுத்தினால் மிகவும் வேகமாகச் சுழன்றது. அந்த விசையில் உராய்வை அவர்கள் ஏற்படுத்தினார்கள். அந்த உராய்வின் தாக்கம் அந்தப் பந்தின் மேல் எதிரொலித்தது. அதில் ஏற்பட்ட வெப்பத்தில் அந்தப் பந்து வெடித்துச் சிதறியது. அந்தச் சிதறல் மிகச்சிறிய விண்திரளை ஏற் படுத்தியது. அதுவும் அந்தச் சோதனை அறைக்குள்ளே சுழன்று கொண்டிருந்தது. அதைப் பார்க்க மிகவும் அழகாக இருந்தது. மெய்யனுக்கும் கடலனுக்கும் அணி யிழைக்கும் மிகவும் ஆச்சரியமாகவும் மகிழ்ச்சியாகவும் இருந்தது. பெருவெடிப்பை அவர்கள் போலச் செய்து விட்டனர் என்று எண்ணினர். அவர்களால் அதை நம்ப முடியவில்லை. அவர்கள் செய்த சோதனையின் காணொலியைத் திரும்பத் திரும்பப் போட்டுப் பார்த்தனர்.

விழியாளைக் காண மூவரும் கண்ணாடிக் கோட்டைக்கு வந்தனர். தங்களின் சோதனை வெற்றி பெற்றதைப் பற்றிக் கூறினர். ஆனால் அவர்களால் இன்னும் அதை நம்ப முடியவில்லை. அதனால் அவளுக்குத் தெரிந்த நிபுணத்துவம் படைத்தவர்களிடம் அந்தக் காணொலியைக் காட்டி அதை உறுதி செய்யுமாறு கூறினர். அவள் அதை வாங்கி வைத்துக் கொண்டு அவர்களை அனுப்பினாள்.

பூமிக்கடியில் இருக்கும் குழுவின் உறுப்பினர்களைக் காணக் கிளம்பினாள் விழியாள். அவளுடன் பேசுபவர் வந்தார். அவளிடமிருந்த காணொலியைக் கொடுத்து

அது புதிய கண்டுபிடிப்பா என்று பார்த்துச் சொல்லுமாறு கூறிவிட்டு வந்தாள். கண்ணாடிக் கோட்டைக்கு வந்து தன் கணினியில் தன் இனம் எதிலிருந்து ஆற்றலைத் தருவித்துக் கொண்டிருக்கிறார்கள் என்று முதலில் ஒரு பட்டியலை எடுத்தாள்.

அருகில் இருந்த விண்திரள், சில விண்மீன்கள், எரிந்து போன விண்மீன்கள் உள்ளிடவற்றிலிருந்து ஆற்றலை எடுத்துக் கொண்டிருப்பது தெரிந்தது. மேம்பட்ட உயிர்கள் மேலும் சில ஆய்வுகளைச் அந்தத் துறையில் செய்து வருவதும் அவளுக்குத் தெரிந்தது. அதை அடுத்த கட்டத்திற்கு மேம்படுத்த வேண்டும் என்று எண்ணினாள்.

பூமிக்கடியில் இருந்த குழுவைச் சேர்ந்தவர் கண்ணாடிக் கோட்டைக்கு வந்தார். நீ கொடுத்த காணொலியில் இருக்கும் சோதனை வெற்றிதான். பெருவெடிப்பை மீண்டும் செய்து பார்த்திருக்கும் சோதனை இது. இதில் ஒரு சிறிய விண்திரள் பிறந்திருக்கிறது. அதிலிருந்து நீங்கள் தேவையான ஆற்றலை உறிஞ்சி எடுத்துக் கொள்ளலாம். அத்துடன் அது கரைந்து போகும். மீண்டும் இதே போன்ற சோதனையை நிகழ்த்தி இதே போன்ற ஒரு விண்திரளை உருவாக்கினால் உங்களுக்கு அது ஆற்றலை வழங்கும். இயற்கையின் விசையுடன் உருவாகிய விண்திரள்கள் அதிக ஆற்றல் வாய்ந்தவைகள். இது போல் செயற்கையாக உருவாக்கப்பட்டவற்றில் குறைந்த ஆற்றலே கிடைக்கும் என்றார் அவர்.

விண்கற்களே எதற்குப் பயன்படும் என்று தெரியாத எங்கள் இனம் இப்போது விண்திரளை உருவாக்கும் அளவுக்கு முன்னேறியது உங்களின் வழிநடத்தலினால்தான். நீங்கள் அடுத்து என்ன செய்யவேண்டும் என்று சொல்கிறீர்களோ அதை நாங்கள் செய்வோம். எங்களின் இனத்தை இந்த அளவுக்கு வளர்ச்சி பெறச் செய்திருக்கிறீர்கள். நாங்கள் என்ன இலக்கைக் கொண்டு முன்னேற

வேண்டும் என்றும் சொல்லிவிடுங்கள் என்றாள். சொல் கிறோம். அதற்குள் இதுவரைக் கொடுத்திருக்கும் பதிவு களைக் கொண்டு எல்லாச் சோதனைகளையும் செய்து விடுங்கள் அது உங்களுக்கு ஒரு பெரிய முன்னேற்றத்தைக் கொடுக்கும் என்று கூறிவிட்டு அவர் மறைந்தார்.

மெய்யனையும் கடலனையும் விழியாள் அழைத்தாள். அவர்கள் செய்த சோதனை வெற்றிதான் என்றாள். ஆனால் அதில் கிடைத்திருக்கும் விண்திரளுக்கு ஆயுள் மிகவும் குறைவு என்றாள். அவ்வப்போது அதே போன்ற சோதனைகளை நிகழ்த்தி விண்திரள்களை உருவாக்கி ஆற்றலை உறிஞ்சி எடுத்துக் கொள்ளலாம் என்றாள். மெய்யனுக்கும் கடலனுக்கும் மகிழ்ச்சியாக இருந்தது. அதிக ஆயுள் கொண்ட விண்திரள்களை உருவாக்க முயல்வோம் என்றார்கள். அது நல்ல ஆய்வு, தொடருங்கள் என்று கூறி அவர்களை அனுப்பினாள். அவர்கள் போவதற்கு முன் அவர்களின் ஆய்வு பற்றிய காணொலியைப் பார்த்து யார் அந்தக் கருத்தைக் கூறினார்கள் என்று கேட்டார்கள். மற்றொரு நட்பு இனம் என்று கூறி அவர்களை அனுப்பி வைத்தாள் விழியாள்.

மெய்யனும் கடலனும் தங்கள் ஆய்வு வெற்றி அடைந்தது பற்றி மகிழ்ச்சியாக இருந்தார்கள். அவர்களுக்கு தங்கள் இனத்திற்காக ஒரு பெரிய முயற்சியைச் செய்ய வேண்டும் என்ற எண்ணம் இருந்தது. ஆனால் இந்த ஆய்வை மீண்டும் மீண்டும் செய்து அதிக நாள் நீடித்திருக்கும் விண் திரள்களை உருவாக்குவது அவர் களின் இனத்திற்கான ஆற்றலைப் பெறுவதற்கு உதவும். ஆனால் அந்த ஆய்வைச் செய்வதற்கு அண்டவெளியின் அந்தரத்தில் பல முன்னெச்செரிக்கைகளுடன் மிதக்க வேண்டியுள்ளது. நார் இழைகளாலான சோதனைக் கூடத்தை அமைப்பது அதில் பெரும் போராட்டமாக உள்ளது. அதற்குள் வைக்கும் விண்கற்களாலான பந்தை

சோதனைக் கூடத்தில் உருவாக்கிவிடலாம். ஆனால் சோதனைக் கூடத்தின் நார் இழைக்குத் தேவையான விசையை ஏற்படுத்துவதில் மிகவும் துல்லியம் தேவைப்படு கிறது. இதனால் அண்டத்தில் மிதப்பதற்கு ஒரு தொழில் நுட்பம் தேவைப்படுகிறது என்பதே அவர்களின் உடனடி தேவையாக இருந்தது.

இது பற்றி அம்பலன், வாழி, உறுவையுடன் அவர்கள் கணினியில் பேசினார்கள். அம்பலன் அதற்கு சிறிய புழுத்துளைகளை உருவாக்கிக் கொண்டால் அண்டவெளி யில் ஓரிடத்திலிருந்து மற்றொர் இடத்திற்கு நகர்வது எளிதாக இருக்கும் என்றான். அது எப்படி உருவாக்குவது என்பதை இனிமேல்தான் தங்கள் இனம் கண்டுபிடிக்க வேண்டியுள்ளது என்றும் அவன் கூறினான். உறுவையும் அணியிழையும் புழுத்துளை உருவாக்குவது பற்றி அவர்களுக்கு இருந்த கருத்துகளைப் பகிர்ந்தார்கள்.

நம் உடலில் இருக்கும் வேதிப் பொருள்களையும் அண்டத்தில் இருக்கும் அதே வேதிப் பொருள்களையும் இணைக்கும் தொடர்பை உருவாக்கவேண்டும். அதற்கு அதே வேதிப் பொருள்களாலான சிறப்பான உடையைத் தயாரித்து அணிந்து கொள்ளவேண்டும். அது அண்டத்தின் வேதிப் பொருள்களையும் நம் உடலிலுள்ள வேதிப் பொருள்களையும் இணைக்கும் படியாக இருக்கும்.

அதாவது அண்டத்தில் கண்ணுக்கே தெரியாத துகள்களாக இருக்கும் அந்த வேதிப் பொருள்கள் நம் உடலின் வேதிப் பொருள்கள் போல் இருக்கும் நம் உடையுடன் இணைந்து கொள்ளும் நாம் குறிப்பிட்ட திசையில் வேகத்தில் பயணிக்கும் போது அண்டத்தின் வேதிப் பொருள்களும் அதே திசையில் வேகத்தில் பயணிக்கும். அப்போது அவை ஒரு குறிப்பிட்ட இடை வெளியை நமக்கும் அவற்றுக்கும் இடையே உருவாக்கும். அந்த இடைவெளி ஒரு சாலை போல் இருக்கும். அதை

நாம் நீளமாகப் பயணிக்கையில் நீளமாகவும் குறுகிய தூரம் பயணிக்கையில் குறுகலாகவம் அமைத்துக் கொள்ளலாம். இதுதான் எங்களுக்குப் புரிந்த புழுத்துளை உருவாக்கத்திற்கான ஒரு தொழில்நுட்பம். முதலில் இதைச் சோதித்துப் பார்க்கலாம். பிறகு இன்னும் அடுத்த கட்டத்திற்குப் போகலாம் என்றார்கள் அவர்கள். நம் உடலில் இருக்கும் வேதிப் பொருள்களைப் போன்ற உடையை நாங்கள் இருவரும் உருவாக்குகிறோம் என்றார்கள் அவர்கள். மெய்யனுக்கும் கடலனுக்கும் அவர்களின் கருத்து ஆசுவாசத்தைக் கொடுத்தது.

அணியிழையும் உறுவையும் புழுத்துளைகளை உருவாக்கவும் பயணிக்கவும் முதலில் தங்கள் உடலில் இருந்த வேதிப் பொருள்களை ஆய்ந்தறிந்தனர். அவற்றின் வரைபடத்தை உருவாக்கினர். அந்த வேதிப் பொருள் களைக் கொண்டு மற்றொரு தோல் போன்ற இறுக்கமான ஆடைகளை வடிவமைக்க வேண்டும் என்று முடிவெடுத் தனர். ஆனால் அந்த ஆடைகள் அவர்களுக்கு உணவு உட்பட எல்லா ஆற்றல்களையும் வழங்குவதாகவும் அவர்களால் ஊடுருவிப் பார்க்கத்தக்கதாகவும் பிறரால் அவர்களைப் பார்க்க முடியாததாக மாற்றக்கூடியதாகவும் இருக்கும்படி வடிவமைக்கத் திட்டமிட்டனர். அவர்கள் தங்கள் முன்னோர்களின் வரலாற்றை அதற்காக ஆழமாகப் படித்தறிந்தரனர்.

ஒரு சிலர் வேறு கிரகங்களுக்குச் செல்லும் போது கழுகின் முகமூடியை அணிந்து சென்றிருந்தனர். சிலர் சிங்க முகமூடியை அணிந்திருந்தனர். சிலர் விலங்குகள் போன்ற உடைகளைச் செய்து அணிந்து சென்றிருந்தனர். அவர்கள் தங்கள் உடலின் வேதிப் பொருள்களைக் கொண்டு உருவாக்கப்பட்டக் கவசங்களை அணிவதற்குக் காரணம் அண்டத்தில் இருக்கும் அதே போன்ற வேதிப் பொருள்களுடன் வினையாற்றத்தான் என்பதில் அணி

யிழைக்கும் உறுவைக்கும் எந்தச் சந்தேகமும் எழவில்லை. அவர்களின் படிப்பினையிலிருந்து சற்று மேம்பட்டு தங்கள் இனம் உடலோடு ஒட்டியது போன்ற சொல்லப் போனால் தோலைப் போலவே இருக்கக்கூடிய ஆடையை வடிவமைப்பதுதான் புழுத்துளைகளை உருவாக்கவும் அவற்றில் பயணிக்கவும் ஏற்ற ஒன்றாக இருக்கும் என்று முடிவு செய்தார்கள்.

தோல் போன்றிருக்கும் ஒரு புதிய பொருளை அவர்கள் சோதனைச் சாலையில் உருவாக்கினர். அதில் அவர்களின் உடலிலிருந்த வேதிப் பொருள்கள் இருந்தன. அவற்றைத் தங்கள் உடலுக்கு ஏற்ற வகையில் அவர்கள் தைத்தனர். அவற்றை அணிந்து கொண்டு முதலில் அவர்களே புழுத்துளைகளை உருவாக்கிப் பார்க்கலாம் என்று முடிவெடுத்தனர். அவர்கள் சோதனைச்சாலையின் மேல் கூடத்திற்குச் சென்று அங்கிருந்து அண்டத்தில் பயணிக்கும் படியாக அண்டத்தில் இருந்த வேதிப் பொருள்கள் அவர்கள் ஆடைகளில் இருந்த வேதிப் பொருள்களுடன் வினை புரியும் வகையில் அந்த ஆடையில் விசையை ஏற்படுத்தினர்.

சில கணங்கள் அவர்களுக்கு எதுவும் புரியவில்லை. சட்டென்று ஒரு குகையின் பாதை திறந்தது போல் அவர்களுக்கு இருந்தது. அதில் அவர்களால் பறந்து செல்ல முடிந்தது. அவர்களால் அவர்கள் வேகத்தைக் கட்டுப்படுத்த முடிந்தது. அவர்கள் விரும்பிய திசையில் பயணிக்க முடிந்தது. மீண்டும் அவர்கள் இருந்த சோதனைக் கூடத்தை நோக்கித் திரும்பி வந்துவிட முடிந்தது. அவர்களுக்கு முதல் பயணம் மிகவும் சிலிர்ப் பூட்டியது. அதைத் தொடர்ந்து செய்தால் பழகிவிடும் என்று அடிக்கடி அதைச் செய்தார்கள். இப்போது அவர்களால் அண்டத்தில் தேவையான இடத்திலிருந்து வேறொர் இடத்திற்குச் சுலபமாகப் பயணிக்க முடிந்தது.

இதனை மெய்யனுக்கும் கடலனுக்கும் கற்றுக் கொடுத்த தோடு அவர்களுக்கான ஆடைகளையும் அணியிழையும் உறுவையும் தைத்துக் கொடுத்தனர்.

மெய்யனும் கடலனும் அந்த ஆடைகளை அணிந்து கொண்டு மின் காந்தப் புலத்தின் விசையை ஏற்படுத்தி அண்டத்தின் துகள்களுடன் இணைப்பை உருவாக்கினர். அது அவர்களுக்கு ஒரு பாதையை ஏற்படுத்திக் கொடுத்தது. அந்தப் புழுத்துளையில் பயணித்து மெய்யனும் கடலனும் நார் இழைகளைக் கொண்டு ஓர் ஆய்வுக்கூடத்தை எளிமையாகக் கட்டமைத்தனர். அதில் விண்கற்களாலான பந்தை வைத்து வெடிப்பை உருவாக்கினர். அதன் மூலம் மீண்டும் ஒரு விண்திரள் ஏற்பட்டது. அதிலிருந்து அவர்களுக்குத் தேவையான ஆற்றலை அவர்கள் எடுத்துக் கொண்டனர்.

மெய்யனும் கடலனும் தொடர்ந்து புழுத்துளைகளை உருவாக்கிக் கொண்டு அதில் பயணித்து பல ஆய்வுக் கூடங்களைக் கட்டமைப்பதும் வெடிப்புகளை நிகழ்த்துவதும் விண்திரள்களை ஏற்படுத்துவதும் என பலமுறை முயற்சி செய்தனர். அவர்களுக்கு இயற்கையான விண் திரளைப் போல் அதிக ஆற்றலைக் கொண்டிருக்கும் விண்திரளை உருவாக்க வேண்டும் என்ற ஆர்வம் இருந்தது.

மேலும் அணியிழையும் உறுவையும் புழுத்துளைகளை உருவாக்குவதற்கான தொழில் நுட்பத்தை மேலும் மேம்படுத்தும் ஆய்வுகளைச் செய்துவந்தனர். ஆடைகளை வடிவமைப்பதற்குப் பதிலாக அவர்களின் தோலே அப்படி இருந்தால் மேலும் எளிமையாகப் புழுத்துளைகளை உருவாக்கிப் பயணிக்கலாம் என்று அவர்களுக்குத் தோன்றியது. அதற்காக இளமாலையுடன் பேசினார்கள். அடுத்து அவள் உருவாக்கும் மேம்பட்ட உயிர்களுக்கு தோலே ஆடை போல் இருப்பது போன்ற வடிவமைப்பு

தேவை என்றார்கள். அதற்கான ஆய்வில் அவள் தீவிரமாக ஈடுபட்டாள். அவர்களின் உருவமே முற்றிலும் மாறுபடும் என்று இளமாலை கூறினாள். அது பற்றி எந்தச் சிக்கலும் இல்லை என அணியிழையும் உறுவையும் கூறிவிட்டார்கள். அடுத்து அவள் உருவாக்கிய மேம்பட்ட உயிர் முற்றிலும் மாறுபட்டு தோலே ஆடை போல் இருப்பதான வடிவத்துடன் இருந்தது. விழியாளை அழைத்து அதைக் காட்டினாள். அவர்களின் இனத்தைச் சேர்ந்த உயிர் என்றே யாராலும் நம்ப முடியாத அளவுக்கு அது இருந்தது.

விழியாள் பூமிக்கடியில் இருக்கும் குழுவைச் சந்தித்து தங்களின் அடுத்த கட்ட வளர்ச்சியைப் பற்றிச் சொல்லப் போனாள். புழுத்துளைகளை உருவாக்க அவர்கள் இனம் செய்த முயற்சிகளைப் பற்றிச் சொன்னாள். தோலே ஆடை போல் உருவாக்கப்பட்ட புதிய உயிரினத்தைக் குறித்தும் கூறினாள். அவளுடன் பேசுபவர் இவை எல்லாம் தொடக்க நிலை முயற்சிகள்தான். இன்னும் மேம்பட்ட ஆய்வில் புழுத்துளை உருவாக்குவது மேலும் எளிமையாக இருக்கும். அதைப் பற்றிய ஒரு பதிவை அடுத்த முறை தருவதாகச் சொன்னார்.

விழியாளைக் காண வந்த பூமிக்கடியில் இருந்த குழுவின் உறுப்பினர் புழுத்துளைகளை உருவாக்குவதற்கான ஒரு பதிவைக் கொடுத்துவிட்டுச் சென்றார். மெய்யன், கடலன் வழியாக இதுவரையிலான புழுத்துளை உருவாக்க முயற்சிகளை அறிந்திருந்த விழியாள் மேம்பட்ட உயிர்கள் மட்டுமே புழுத்துளைகளை உருவாக்கும் என்பதால் எல்லோருக்கும் உதவக்கூடிய தொழில்நுட்பமாக அது இல்லை என்பதை அவர்களுக்குச் சுட்டிக்காட்டினாள். அதனால் அவள் ஒரு பதிவை மற்றொர் இனத்திடமிருந்து பெற்றிருப்பதாகவும் அதைக் கொண்டு புதிய தொழில் நுட்பத்தை உருவாக்கவேண்டும் என்றும் கூறினாள்.

இளமாலை அதை வாங்கிக் கொண்டு சென்றாள். அதிலிருந்து மிக நுண்ணிய கண்ணுக்கே தெரியாத இழை போன்ற ஒரு பொருள் உற்பத்தியானது. அதன் பயன்பாடு பற்றி இளமாலை அந்தப் பதிவிலிருந்து அறிந்தாள். அதை ஒவ்வோர் உடலிலும் பதித்துக் கொள்ளவேண்டும் என்று அந்தப் பதிவில் சொல்லப்பட்டிருந்தது. அதனால் அண்டத்தில் இயங்கும் பலவீனமான விசைகளைக் கொண்ட வேதிப் பொருள்களும் அவர்கள் உடலில் இருக்கும் அதே போன்ற பலவீனமான விசைகளைக் கொண்ட வேதிப் பொருள்களும் இணைந்து கொள்ளும். அவை இணைப்பை உருவாக்கப் புழுத்துளையில் பயணிக்க விரும்பும் ஒருவர் அவர் இருக்கும் இடத்தில் நடந்து ஒரு வட்டத்தைப் போடவேண்டும். அப்போது அந்த வட்டத்தின் மையத்தில் பலவீனமான விசைகள் இணைந்து ஒரு பாதைத் திறக்கும் அது புழுத்துளையாக மாறி எங்கு வேண்டுமானாலும் செல்லக்கூடிய வழியாக உருமாறும் என்று அந்தப் பதிவில் இருந்ததை இளமாலை விழியாளுக்குச் சொன்னாள்.

அவளே அந்த நுண்ணிய இழையைத் தன் உடலில் பதித்துக் கொண்டு அவளுடைய சோதனைக் கூடத்தின் மேலிருந்த வெட்ட வெளியில் ஒரு வட்டத்தைப் போட்டாள். அதன் மையத்தில் நின்றாள். சட்டென்று ஒரு புழுத்துளை உருவாகியிருப்பதை அவளால் உணர முடிந்தது. அதில் அவள் பயணிக்க முடிந்தது. அதே பாதை வழியாகத் திரும்பி அவள் சோதனைக் கூடத்தின் மேற்கூரையை அடைந்தாள். இளமாலைக்கு மிகவும் சிலிர்ப்பூட்டும் பயணமாக அது அமைந்தது. உடனடியாக விழியாளிடம் அதைப் பற்றிச் சொன்னாள். விழியாளுக்கும் அதில் பயணிக்கும் ஆசை வந்தது. அவளுடைய கிரகத்திற்கு வந்தாள். அந்த இழையை உற்பத்தி செய்யச் சொல்லி தன் உடலில் பதித்துக் கொண்டாள். இள மாலையின் சோதனைக் கூடத்தின் மேற்கூரையில் ஏறி

வட்டம் போட்டாள். சிறிது நேரத்தில் புழுத்துளை உருவானது. அங்கிருந்து அப்படியே கண்ணாடிக் கோட்டைக்கு வந்துவிட்டு மீண்டும் தன் கிரகத்திற்குப் போய்ச் சேர்ந்தாள். சோதனை வெற்றி அடைந்தது பற்றி விழியாளுக்குப் பெருமிதமாக இருந்தது.

அந்த நுண்ணிய இழையைத் தன் கிரகத்தில் இருக்கும் அனைவரின் உடலிலும் பதித்துவிடுமாறு கூறிவிட்டுக் கிளம்பினாள். கண்ணாடிக் கோட்டைக்கு வந்தடைந்தாள். மிளிரனையும் நவீனையும் அழைத்துத் தானும் புழுத்துளை வழியாகப் பயணித்ததைக் கூறினாள். அவர்களுக்கும் ஆசையாக இருந்தது. அடுத்து அவர்களுக்கும் அந்த நுண்ணிய இழையை உடலில் பதிக்க ஏற்பாடுகள் நடப்பதாகச் சொன்னாள். நவீனுக்கு உற்சாகம் தாளவில்லை. மிளிரன் விழியாள் இனத்தின் அந்த வளர்ச்சியைக் கண்டு அதிசயித்துப் போனான்.

நவீனும் மிளிரனும் புழுத்துளையில் பயணிக்கப் பெரும் ஆவல் கொண்டிருந்தனர். அது பற்றிய பல கதைகளை மிளிரன் அவனுக்குச் சொல்லிக் கொண்டிருந் தான். மிளிரன் பல இனங்களைச் சந்தித்திருப்பதால் அதில் சில இனங்கள் புழுத்துளைகள் வழியாகப் பயணிக்கும் ஆற்றல் கொண்டவையாக இருந்தன என்றும் அவன் சொன்னான். ஆனால் அனா இனம் புழுத்துளை வழியாகப் பயணிக்கும் ஆற்றல் கொண்டிருக்கவில்லையா என்று கேட்டான் நவீன். இருந்திருக்கலாம் ஆனால் இப்போது அதன் தலைமை இருக்கும் கிரகத்திலிருந்து புழுத்துளை வழியாகப் பயணிக்க முடியாதபடி ஏதோ ஒரு தடை இருக்கிறது. இது பற்றி விழியாளிடம் கேட்க வேண்டும் என்றான் மிளிரன்.

விழியாளை இருவரும் கணினியில் தொடர்பு கொண்டார்கள். அவர்களைப் பார்த்தவுடன் உற்சாகம் அடைந்தாள் விழியாள். மிளிரன் முதலில் பேசினான்.

எங்கள் எல்லோரையும் புழுத்துளை வழியாகப் பயணிக்கும் அனுபவத்தைக் கொடுக்க முயற்சிப்பதற்கு மகிழ்ச்சி. ஆனால் ஒரு சந்தேகம் உள்ளது என்றான் மிளிரன். விழியாள் அவனைக் கூர்ந்து கவனித்தாள். அனா இனத்தின் தலைமையும் புழுத்துளை வழியாகப் பயணிக்கும் ஆற்றல் கொண்டதுதானே. ஏன் அது இன்னமும் நீங்கள் கொண்டு போய்ச் சேர்த்த கிரகத்திலேயே இருக்கிறது என்றான் மிளிரன். விழியாளுக்கும் இந்தச் சந்தேகம் உண்டு. அதைப் பற்றி இன்னும் நாங்கள் விரிவாக ஆய்வு செய்யவில்லை என்றாள். அவள் அப்படி புழுத்துளை வழியாகப் பயணித்தால் முதலில் கண்ணாடிக் கோட்டையைத்தான் அடைவாள் என்றான் நவீன். ஆமாம். அதையும் நாங்கள் அறிந்திருக்கிறோம் என்றாள் விழியாள்.

எங்களை எப்போது புழுத்துளை வழியாக நீங்கள் பயணிக்க வைக்கப் போகிறீர்கள் என்றான் மிளிரன். விரைவில் அதற்கான ஏற்பாடுகள் நடக்க உள்ளன என்றாள் விழியாள். இங்குக் குழந்தைகள் அனைவரும் அதைப் பெரும் உற்சாகத்துடன் கொண்டாடக் காத்திருக்கிறார்கள் என்றான் நவீன். விழியாள் சிரித்தாள். இருவரும் விடைபெற்றனர்.

மிளிரனும் நவீனும் கேட்டதைப் போல அனா இனத்தின் தலைமை ஏன் புழுத்துளை வழியாகப் பயணிக்கவில்லை என்ற கேள்வி அவளையும் குடைந்து கொண்டிருந்தது. அதைப் பற்றிப் பூமிக்கடியில் இருக்கும் குழுவினரிடம் மட்டுமே விசாரிக்க முடியும் என்று எண்ணி அவர்களைப் பார்க்கப் போனாள் விழியாள். அவள் சந்தேகத்தை அவளுடன் பேசும் உறுப்பினரிடம் கேட்டாள். அவர் சிரித்துக் கொண்டு அதைக் கேட்க இவ்வளவு தூரம் பயணித்து வந்தாயா என்றார். விழியாள் அமைதியாக இருந்தாள். அந்தக் கிரகத்தின் அண்டவெளிச்

சூழலில் இருந்த பலவீனமான மின் காந்த அலைகளை ஏற்படுத்தும் வேதிப் பொருள்களின் துகள்களை நாங்கள் அகற்றிவிட்டோம். அதனால் அவளால் புழுத்துளைகளை உருவாக்கிப் பயணிக்க முடியவில்லை என்றார் அவர். விழியாளுக்கு நிம்மதியாக இருந்தது.

மெய்யனும் கடலனும் விழியாள் கிரகத்திற்குச் சென்றனர். அங்கு அனா இனத்தலைமையும், பாடினியும் எங்கிருக்கிறார்கள் என்று சொல்லக் கூடாது என விழியாள் சொல்லியிருப்பதைக் கவனமாக வைத்துக் கொண்டார்கள். இளமாலையின் ஆய்வுக் கூடத்தில் அவர்கள் உடலில் இழை பதியப்பட்டதால் மிக எளிமையாகப் புழுத்துளைகளை உருவாக்க அவர்களுக்கு முடிந்தது. அவர்களின் சோதனைக்கூடங்களை எளிமையாகக் கட்டமைத்துக் கொண்டிருந்தார்கள். அவர்கள் அடுத்து பெரிய விண்திரள்களை உருவாக்கும் சோதனையை நிகழ்த்தும் வேலையைச் செய்து கொண்டிருந்தார்கள். அவர்கள் அந்தச் சோதனைக் கூடத்தில் வெடித்து உருவாக்கும் விண் திரளிலிருந்து ஆற்றலைப் பெரும் முயற்சியைச் செய்து கொண்டிருந்தாலும் அது மிகவும் குறைவான ஆற்றலாக இருப்பதால் அதை விடப் பெரிய ஆற்றலுக்காக எப்படி சோதிப்பது என்ற ஆழ்ந்த சிந்தனையில் இருந்தார்கள்.

அணியிழையும் உறுவையும் குழுந்தைகளின் உடலில் இழைகளைப் பதிப்பிக்கும் வேலையில் மூழ்கி இருந்தார்கள். நவீனுக்கு முதலில் இழை பதிக்கப்பட்டது. அதன் பின் மிளிரன். அதன் பின் ஆசிரியர் வாழியன். அதன் பின் புவி என்று எல்லோருக்கும் இழைகள் பதியப்பட்டன. அவர்கள் ஒவ்வொருவராக புழுத்துளை களை உருவாக்கிப் பயணித்து வரவேண்டும் என்று அவர்களுக்குச் சொல்லப்பட்டது. பூமியிலிருந்து வந்த குழந்தைகளுக்குத் தலையிலிருந்து கழுத்து வரை ஒரு

முகமூடி தரப்பட்டது. அவர்களுக்குச் சுவாசம் உள்ளிட்டச் சிக்கல்கள் வராமல் இருக்க இந்த முன்னெச்செரிக்கை நடவடிக்கை எடுக்கப்பட்டது. முதலில் நவீன் புழுத் துளையை உருவாக்கி அதில் பயணித்துத் திரும்பி வந்தான். அதன் பின் மிளிரன் போய் வந்தான். அதன் பின் ஆசிரியர் வாழியன் பயணித்து வந்தார்.

ஒவ்வொருவராகப் போய் வந்த பின் அவர்களின் அனுபவத்தைச் சொல்லத் தொடங்கினார்கள். நவீன் அது ஒரு மயக்கம் போன்றிருந்ததாகச் சொன்னான். மிளிரன் அது மிகவும் உற்சாகமான அனுபவம் என்றான். மினுவுக்கு அது முடியவே கூடாது என்றிருந்தது என்றாள். அந்தக் கிரகத்திற்கு வந்த பின் குழந்தைகளுக்கும் பெரியவர்களுக்கும் கிடைத்த மிகவும் அதிசயமான அனுபவம் அது என்று எல்லோரும் குதூகலத்தில் இருந்தார்கள். நவீனும் மிளிரனும் விழியாளுடன் பேசினார்கள். எல்லா குழந்தைகளும் அவளைக் கணினி திரையில் கண்டு உற்சாகமாகக் கத்தினார்கள். அவர்களின் இனம் எல்லோரையும் சமமாகப் பாவிப்பது குறித்து பெரியவர்களுக்கு மிகவும் மகிழ்ச்சியாக இருப்பதாக விழியாளிடம் அவர்கள் கூறினார்கள்.

நவீனையும் மிளிரனையும் விழியாள் கண்ணாடிக் கோட்டைக்கு அழைத்தாள். அவர்கள் புழுத்துளை வழியாகவே பயணித்து கண்ணாடிக் கோட்டைக்கு வந்து சேர்ந்தார்கள். விழியாள் அவர்களிடம் பெருமிதமாகப் பேசினாள். இனி தங்கள் இனத்திற்கு விமானங்களின் அவசியம் இல்லாமல் போய்விட்டதைக் குறித்து மகிழ்ச்சி தெரிவித்தாள். அடுத்து என்ன வளர்ச்சி வரப் போகிறது என்று கேட்டான் மிளிரன். ஒவ்வொன்றையும் மெல்ல மெல்லத்தான் அடைய முடியும். அடுத்து என்ன செய்ய வேண்டும் என்று தங்கள் இனத்துடன் பேசிக் கொண் டிருப்பதாக விழியாள் சொன்னாள்.

39

உருமாற்றக் கூடு

விழியாள் இளமாலையை கண்ணாடிக் கோட்டைக்கு அழைத்துப் பேசிக் கொண்டிருந்தாள். தங்கள் இனத்தின் உறுப்பினர்கள் புழுத்துளை வழியாக அண்டத்தில் பயணிக்கும் ஆற்றலைப் பெற்றுவிட்டது ஒரு சிறந்த வளர்ச்சியாக விழியாள் இளமாலையிடம் சொன்னாள். அதே போல் குழந்தைகளும் பெரியவர்களும் இந்தத் திறனைப் பெற்றதும் சிறப்பான அம்சம் என்றாள் இளமாலை. விழியாளும் அதை ஆமோதித்தாள். அடுத்து ஒரு முக்கியமான வளர்ச்சி குறித்துப் பேசுவதற்காகத்தான் இளமாலையை அழைத்திருப்பதாக விழியாள் சொன்னாள்.

பல இனங்களும் தங்கள் உருவத்தை இடத்திற்கு ஏற்றபடி மாற்றிக் கொள்ளும் திறனைப் பெற்றிருப்பதாக அவர்களின் வரலாற்றைப் படித்த போது தெரியவந்ததாக விழியாள் கூறினாள். அது போன்ற உருமாற்றம் தங்கள் இனத்திற்குச் சாத்தியமா என்று ஆய்வு செய்ய வேண்டும் என்றாள் விழியாள். நவீனுக்குப் பதிலாக அவளும் இப்போது புதிய மேம்பட்ட உயிரும் நவீன் போல் உரு மாறித் தானே பூமியில் இருந்தார்கள் என்றாள் இளமாலை. இல்லை அதற்கு அந்தத் தொழில்நுட்பம்

பயன்படுத்தப்படவில்லை. பூமியில் இருப்பவர்கள் மீது நவீன் போல நினைத்துக்கொள்ள ஏற்படுத்தப்பட்ட ஒரு பொய்த் தோற்றம் அது. உருமாற்றம் அல்ல என்றாள் விழியாள்.

மெய்யன், கடலன், அணியிழை, உறுவை போன்றவர்கள் இந்த ஆய்வுக்குத் தேவை என்றாள் இளமாலை. அவர்களை அழைத்துக் கொள்ளுமாறு விழியாள் சொன்னாள். அவர்கள் இனத்தில் அதே போன்ற மேம்பட்ட உயிர்கள் இருந்தாலும் மெய்யன், கடலன் போன்றவர்கள் முதன் முதலாக உருவாக்கப்பட்டதால் அவர்களின் அனுபவம் இளமாலைக்குப் பயன்படும் என்று அவள் நம்பினாள்.

மெய்யனையும் கடலனையும் விழியாள் கணினித் திரையில் அழைத்தாள். அவர்களிடம் இளமாலையுடன் மற்றொர் ஆய்வுக்காக அவர்கள் கிரகத்திற்குச் செல்ல வேண்டும் என்றாள். விண் திரள்களை உருவாக்கும் ஆய்வில் இருப்பதால் அந்த ஆய்வு தடைபடும் என்றார்கள். அதற்கு வேறு உறுப்பினர்களை நியமிப்பதாக விழியாள் கூறிவிட்டாள். மெய்யனும் கடலனும் அதை ஏற்று விழியாளின் கிரகத்திற்குச் சென்று சேர்ந்தனர்.

இளமாலையும் புறப்பட்டுச் சென்றாள். மெய்யனையும் கடலனையும் இடத்திற்கு ஏற்றபடி உருமாறும் கட்டத்தை எப்படி அடைவது என்பதைக் குறித்த ஆய்வு பற்றிக் கூறினாள். மெய்யனும் கடலனும் தாங்களே அதில் மாதிரிகளாக இருந்து உருமாறுவதற்கான முயற்சியை எடுப்பதாகக் கூறினர். உருமாற்றம் அடையும் இனங்கள் குறித்த வரலாற்றை இளமாலை கணினியில் தேடி எடுத்தாள். அதற்குள் மெய்யனும் கடலனும் அது குறித்து முழுத் தகவல்களையும் சேகரித்து அதற்கு என்ன அடிப்படை என்பதைப் பற்றி விவாதிக்கத் தொடங்கினர்.

மெய்யனும் கடலனும் படிப்படியாக இந்த உருமாற்றம் நிகழவேண்டும் என்றனர். அதனைப் படங்களாக

வரைந்து இளமாலையிடம் காட்டினர். இளமாலைக்கு அது புரிந்தது. ஆனால் நடைமுறையில் சோதனைக்காக அதை எப்படிப் பயன்படுத்துவது என்பதில் குழப்பமும் சந்தேகமும் ஏற்பட்டது.

முதலில் உருமாற்றம் என்பதை மெய்யனும் கடலனும் அவர்கள் உடல் வேறு ஓர் உருவத்தை அடைவது என்ற நிலைக்குப் போவதற்கு முன் தங்கள் உடலை அச்சு அசலாக வேறோர் இடத்தில் தோன்றச் செய்வது என்ற நிலையை அடைய வேண்டும் என்றனர். அவர்கள் ஓர் இடத்தில் இருக்கையில் மற்றோர் இடத்திற்கு அவர்கள் அப்படியே கடத்தப்படவேண்டும். அவர்களின் முழு உருவமும் வேறோர் இடத்திற்குக் கடத்தப்படவேண்டும். இந்தச் சோதனை வெற்றி அடைந்தால்தான் அடுத்த கட்டமாக ஒருவர் வேறொரு விருப்பமான உருவத்தை அடைய முடியும் என்றனர்.

முதலில் தங்கள் முழு உடலையும் வேறோர் இடத்திற்குக் கடத்துவதற்கு அவர்கள் தங்களின் உடலிலுள்ள வேதிப் பொருள்களையும் வேறோர் இடத்திலுள்ள வேதிப் பொருள்களையும் இணைக்க வேண்டும் என்ற சோதனையை மேற்கொள்ள வேண்டும் என்று சொன்னார்கள். அப்போதுதான் உடலிலுள்ள வேதிப் பொருள்களும் வெளியிலுள்ள வேதிப் பொருள்களும் பலவீனமான விசையால் இணையும். அதன் காரணமாக வெளியிலுள்ள வேதிப் பொருள்களை உடலிலுள்ள வேதிப் பொருள்கள் போல் மாற்ற முடியும். அது முழுமையான உடல் மாற்றமாக ஆகும். அப்போது ஓர் இடத்தில் இருப்பவர் வேறோர் இடத்திற்கு முழுமையாகக் கடந்து செல்ல முடியும் என்றார்கள் மெய்யனும் கடலனும். இளமாலைக்கு இந்தச் சோதனையைச் செய்யும் வகைமையை முடிவு செய்ய இயலவில்லை. மெய்யனும் கடலனும் அணியிழையை அழைத்தார்கள். அவள் அவர்கள் உடலில் இருந்த வேதிப்

பொருள்களின் முழுமையான பட்டியலையும் வரை படத்தையும் உருவாக்கினாள்.

முதலில் அவர்கள் இருந்த அறைக்கு அருகில் இருந்த அறைக்கு அவர்கள் பெயரச் செய்யவேண்டும் என்பது தான் சோதனையாக இருந்தது. அந்த அறையில் இருந்த வேதிப் பொருள்களை அணியிழை முழுமையாக ஆய்ந்து அறிந்தாள். அவற்றின் பட்டியலை உருவாக்கினாள். மெய்யனின் உடலில் இருந்த வேதிப் பொருள்களையும் அடுத்த அறையில் இருந்த வேதிப் பொருள்களையும் இணைக்கும் முயற்சி அடுத்து தொடங்கியது.

அதற்கு இரு அறைகளிலும் கணினிகளைப் பொருத்தி அவர்கள் உடலில் இருந்த வேதிப் பொருள்கள் படத் துணுக்குகளாக மாற்றப்பட்டன. அடுத்த அறையில் இருந்த கணினிக்கு அந்தப் படத்துணுக்குகள் அனுப்பப் பட்டன. அவை மீண்டும் வேதிப் பொருள்கள் நிலைக்கு உருமாற்றப்பட்டன. அப்போது அந்த அறையில் இருந்த வேதிப் பொருள்கள் மெய்யன், கடலன் உடலில் இருந்த வேதிப் பொருள்களுடன் இணையச் செய்யப்பட்டன. அதனால் மெய்யனின் உடல் முழுமையாக அடுத்த அறைக்குக் கடத்தப்பட்டது. ஆனால் அந்த உடலில் இயக்கம் ஏற்படவில்லை. அதனால் சோதனை பாதி அளவு மட்டுமே வெற்றி பெற்றது என்று அவர்கள் புரிந்துகொண்டார்கள்.

மீண்டும் மெய்யனும் கடலனும் அணியிழையும் இளமாலையுடன் இணைந்து மெய்யனின் உடலை அடுத்த அறைக்கு முழுமையாகக் கடத்தும் முயற்சியில் ஈடுபட்டார்கள். உடல் முழுமையாகக் கடத்தப்பட்டாலும் இயக்கம் இன்றி இருந்தால் பலனில்லை என்பதால் உடலின் இயக்கத்தை மீட்க என்ன செய்யவேண்டும் என்று நான்கு பேரும் பல தளங்களில் அந்தச் சோதனை யில் முன்பு யாரெல்லாம் செய்து வெற்றி கண்டிருக்

கிறார்களோ அவர்களின் அனுபவத்தையும் அந்தச் சோதனைகளின் செய்முறையையும் விரிவாக வாசித் தறிந்தார்கள்.

அணியிழை ஒரு புதிய யோசனையைச் சொன்னாள். மெய்யனின் உடலைப் படத்துணுக்குகளாக மாற்றி அடுத்த அறையில் இருக்கும் கணினிக்கு அனுப்புவதற்குப் பதிலாக மெய்யனின் உடலில் வேதிப் பொருள்களின் வரைபடத்தை அவன் படத்தில் இடம்பெறுமாறு உருவாக்கி அனுப்பினால் என்ன என்றாள். அதைச் செய்ய அவர்கள் மிகவும் நுட்பமான செய்திகளை உள்ளிணைத்தார்கள். மெய்யன் உடலின் ஒவ்வொரு அணுவின் வேதிப் பொருளின் வரைபடத்தையும் அவன் படத்தில் இடம்பெறுமாறு செய்தார்கள். மீண்டும் மீண்டும் சரிபார்த்து அதன் பின் அடுத்த அறையில் இருந்த கணினிக்கு அனுப்பினார்கள். அது சிறிது நேரம் எடுத்துக் கொண்டது. அவர்கள் மெய்யனை மட்டும் அதே அறையில் விட்டுவிட்டு அடுத்த அறைக்குச் சென்றார்கள். வெறும் அசையாத மெய்யனின் உடல் வந்து சேருமோ என்ற கவலையில் அங்கு அவர்கள் காத்திருந்தார்கள்.

அவர்களுக்குப் பெரும் ஆச்சரியம் காத்திருந்தது. சில மணித்துளிகள் கழித்து அவர்கள் இருந்த அறையில் மெய்யன் முழுமையாகக் கணினியால் கடத்தப்பட்டு வந்து சேர்ந்தான். அவனால் எப்போதும் போல் இயங்க முடிந்தது. எந்தச் சிக்கலும் அவனுக்கு இல்லை. இப்போது சோதனை வெற்றி பெற்றுவிட்டது என்பது அவர்களுக்குத் தெரிந்தது. ஆனால் வெறும் ஓர் அறையிலிருந்து மற்றோர் அறைக்கு மட்டுமே அவர்கள் ஓர் உடலைக் கடத்தியிருக்கிறார்கள். மிகவும் தொலைவு கடத்தவேண்டும் என்பதால் மெய்யனை விழியாளின் கண்ணாடிக் கோட்டைக்குக் கடத்த முடிவு செய்தார்கள். அதற்காக விழியாளின் கணினியில் சில மாற்றங்களைச் செய்ய உடனடியாகக்

கிளம்பினார்கள். புழுத்துளை வழியாகக் கண்ணாடிக் கோட்டைக்கு வந்தார்கள். விழியாளின் கணினியில் உடலின் வரைபடத் துணுக்குகளைக் கொண்டு உடலை உருவாக்கும் படியான தகவல்களையும் அதே போல் ஓர் உடலிலிருந்து விழியாளின் கிரகத்திலுள்ள கணினிக்கு உடலின் வரைபடத் துணுக்குகளை அனுப்பும் தகவல்களையும் சேமித்தார்கள். விழியாளின் கண்ணாடிக் கோட்டையிலிருந்தே அந்தச் சோதனையைச் செய்யலாம் என முடிவு செய்தார்கள்.

ஏற்கனவே மெய்யனின் உடலின் வரைபடம் இருந்ததால் அதை அந்தக் கணினியில் ஏற்றினார்கள். அது முழுமையாக உடலின் எல்லா நுண் துணுக்குகளைப் பற்றிய விவரங்களையும் உள்வாங்கிக் கொண்டது. மெய்யனை விழியாள் கிரகத்திற்குக் கடத்தும்படி கணினிக்குக் கட்டளை இட்டார்கள். அது சில மணித்துளிகள் எடுத்துக் கொண்டது. எல்லோருக்கும் பதற்றமாக இருந்தது. இந்தச் சோதனை வெற்றி அடைந்தால்தான் அடுத்த கட்டமாக ஓர் உருவத்திலிருந்து மற்றோர் உருவத்திற்கு மாற முடியும் என்ற கவலை விழியாளுக்கு இருந்தது.

கண்ணாடிக் கோட்டையில் விழியாள் அறையில் இருந்த மெய்யன் சில மணித்துளிகளுக்குள் விழியாளின் கிரகத்திற்குச் சென்று கணினி வழியாக முழுமையாகக் கடத்தப்பட்டிருந்தான். அவன் விழியாளின் கண்ணாடி அறையிலிருந்து மறைந்தவுடன் எல்லோருக்கும் பதற்றமாக இருந்தது. அவன் அவர்கள் கிரகத்திலிருந்த கணினியில் கையசைத்தவுடன்தான் எல்லோருக்கும் உற்சாகம் பிறந்தது. அடுத்த கட்ட வளர்ச்சி இதன் மூலம் சாத்தியம் என்ற நம்பிக்கை விழியாளுக்கு ஏற்பட்டது.

மெய்யனும் கடலனும் உடல்களின் வேதிப் பொருள்கள் மற்றோர் கணினிக்கு மாற்றப்பட்டால்தான் உடல் கடத்தப்படுகிறது என்பதால் மற்றோர் கணினி இல்லா

மலும் உடல் வேறோர் இடத்திற்குக் கடத்தப்படுவதற்கான தொழில் நுட்பத்தை அறிய வேண்டும் என்று பெரு முயற்சி எடுத்தனர். அதற்கு உடல் வேதிப் பொருளாக மாற்றப்படும் அதே கணினியில் அவர்கள் சென்று சேரும் இடத்தில் அவர்கள் வேதிப் பொருள்களிலிருந்து உடலாக மாற வேண்டும் என்ற தகவலைச் சேமிக்க வேண்டும் என்பதையும் அந்தக் கணினியில் பல இடங்கள், பல கிரகங்கள், பல அண்டங்களின் வரைபடங்கள் இருக்க வேண்டும் என்பதையும் கண்டுபிடித்தனர். அப்போது அவர்கள் விரும்பிய இடத்திற்கு அவர்களின் உடல் கடத்தப்படும் என்பது அவர்களுக்குப் புரிந்தது.

அதனால் மெய்யன் மீண்டும் அந்தச் சோதனையைச் செய்ய விரும்பினான். அவனுடைய உடலின் வேதிப் பொருள்கள் வரையப்பட்ட அதே கணினியில் அவன் கண்ணாடிக் கோட்டைக்குச் சென்று சேரும் போது உடலாக மாறவேண்டிய தகவலையும் இணைத்தார்கள். அவன் மீண்டும் கண்ணாடிக் கோட்டைக்கு வந்து சேர்ந் தான். இப்போது ஒரே கணினியில் அந்தச் சோதனை வெற்றி பெற்றதைக் கண்டு விழியாள் பெருமிதம் அடைந்தாள்.

முதலில் விழியாள் இனத்தில் உள்ள அனைவரின் உடல் வரைபடத்தையும் வேதிப் பொருள் வரைபடங்களாக மாற்றி வரைந்து சேமிக்கும் பணியை அணியிழை, உறுவை, இளமாலை மேற்கொண்டார்கள். அதன் பின் விழியாள் கிரகத்திலுள்ள ஒவ்வொருவரையும் அவர்கள் விரும்பும் இடத்திற்குக் கணினியால் கடத்தப்பட்டு மீண்டும் அவர்கள் கிரகத்திற்கே மீண்டு வர முடிகிறதா என்று சோதனை நடத்தப்பட்டது. இதே போல் குழந்தைகள் கிரகத்திலும் செய்ய முடிவு செய்தார்கள்.

நவீனுக்குப் பூமிக்குச் சென்று மீண்டு வரவேண்டும் என்ற விருப்பம் இருந்தது. ஆனால் அவனுடைய

கண்ணாடிக் கோட்டை ❖ 473

வீட்டுக்குச் சென்றால் சிக்கலாகிவிடும் என்பதால் வீட்டின் எதிரில் இருக்கும் கட்டடத்திற்குச் சென்று வீட்டில் நடப்பவற்றைப் பார்த்துவிட்டுத் திரும்பிவந்தான். மிளிரன் அவனுடைய கிரகத்திற்குச் சென்று பார்த்து விட்டுத் திரும்பி வந்தான். புவிக்கு அவன் அண்ட வரை படத்தில் கண்ட ஒரு கிரகத்திற்குச் சென்று பார்த்துவிட்டு வர விரும்பினான்.

குழந்தைகள் அனைவரும் ஒவ்வொரு இடத்தைக் கூறி அங்குச் சென்று விட்டு வந்தனர். புழுத்துளையில் பயணிப்பதைவிட இது வேகமானதாக அவர்களுக்கு ஒரு விதமான மயக்கம் போல் இது இருப்பதாகக் கூறினர். மேலும் இது போன்ற தொழில்நுட்பத்தை இதுவரை அவர்கள் அறிவியல் நூல்களில் ஆசிரியர் வாழியன் கற்றுக் கொடுத்திருப்பதை நேரில் கண்டதாகவும் கூறி பெரு மகிழ்ச்சி அடைந்தார்கள்.

மெய்யனும் கடலனும் அடுத்த ஆய்வை நோக்கி முன்னேறினார்கள். தங்களின் உடலை முற்றிலும் ஓர் இடத்திலிருந்து மற்றோர் இடத்திற்குக் கடத்துவது முழுமையான வெற்றி கிடைத்துவிட்டதில் அவர்கள் பல பாடங்களைக் கற்றுக் கொண்டார்கள். அணியிழையும் உறுவையும் இளமாலையும் அடுத்த ஆய்வுக்காக அவர்களின் சோதனைக் கூடத்தில் கூடியிருந்தார்கள். விழியாள் கணினியில் அவர்களுடன் பேசினாள். அடுத்து நம் உருவத்திலிருந்து மாறுபட்ட உருவத்தைப் பெற்று வேறோர் இடத்திற்குக் கடத்தப்படவேண்டும். அல்லது வேறோர் இடத்தில் மாறுபட்ட உருவத்தில் போய்ச் சேரவேண்டும். இதற்கு என்ன செய்யவேண்டும் என்று ஆய்வு செய்யத் தொடங்குங்கள் என்றாள்.

மெய்யனும் கடலனும் தங்கள் உடலின் வேதிப் பொருள்களைப் போல் எந்த உயிர்களில் வேதிப் பொருள்கள் உள்ளன என்பதை முதலில் பட்டியலிட்டார்கள்.

அணியிழையும் உறுவையும் வேறு உயிரினங்களில் அவர்களின் இனத்திற்கு நெருக்கமாக உள்ள இனங்களில் அதே வேதிப் பொருள்கள் இருக்கின்றனவா என்பதை ஒப்புமை ஆய்வின் மூலம் தெளிவாக்கிக் கொண்டார்கள். அடுத்து எந்த உயிரினங்கள் அவர்களுடைய உடலிலுள்ள வேதிப் பொருள்களிலிருந்து முற்றிலும் மாறுபட்டுள்ளன என்பதையும் அந்த வேதிப் பொருள்கள் எவை என்பதை யும் அணியிழையும் உறுவையும் பட்டியலிட்டனர்.

இளமாலை இந்தப் பட்டியல்கள் மூலம் உடனடியாக வெற்றி கிடைக்கும் ஆய்வை நிகழ்த்துவதற்கான அடிப் படையை உருவாக்கினாள். அவர்களின் இனத்திற்கு நெருக்கமாக உள்ள இனத்தைப் போல் உருமாற முடியுமா என்பதே முதல் ஆய்வாக இருக்கலாம் என்றாள் இள மாலை. அதிலும் மெய்யனின் உடல் அவர்களுக்கு நெருக்கமான இனம் போன்ற உடலாக மாறுவதற்கான பரிசோதனையைச் செய்து பார்த்தார்கள். அதில் புதிய இனத்தில் மிகச்சில பற்றாக்குறைகள் இருந்தன. அவற்றைக் கொண்டதாகப் புதிய உருவத்தில் மாறும் மெய்யனின் உடலில் இருக்கும் வேதிப் பொருள்களை முடக்கி வைக்கலாம் என்று அவர்கள் முடிவெடுத்தார்கள்.

அதன் பின் அந்தச் சோதனையைச் செய்து பார்த் தார்கள். மெய்யனின் உடல் மற்றோர் நெருக்கமான இனத்தின் உருவத்தைப் போல் மாறிவிட்டது. அது மட்டுமல்லமால் அவர்களின் அத்தனை குணாம்சங் களையும் பெற்றதாக இருந்தது. மெய்யனின் மேம்பட்ட குணாம்சங்களைக் கொண்ட வேதிப் பொருள்கள் முடக்கப்பட்டிருந்ததால் அடுத்த இனத்திற்கு மாறும் போது அவை வினையாற்றவில்லை. மீண்டும் மெய்யன் தன் இயல்பான உடலைப் பெறுவதற்காக முயற்சித்த போது அந்த முடக்கப்பட்ட வேதிப் பொருள்கள் வினையாற்றி அவன் மீண்டு வந்துவிட்டான். எனவே

இந்தப் பரிசோதனை முழு வெற்றி பெற்றுவிட்டது என்றே இளமாலை எண்ணினாள்.

ஆனால் அவர்கள் உடலின் வேதிப் பொருள்களைக் கொண்டிராத உயிரினங்கள் போல் உருமாறுவதில் பெரும் சிரமம் இருந்தது. ஏனெனில் அதிலிருந்து மீண்டு வர முடியுமா என்பதில் தெளிவின்மை இருந்தது. அது மட்டுமில்லாமல் அப்படி உருமாற்றும் தொழில்நுட்பம் இன்னும் துல்லியமாக அவர்கள் இனத்தால் வரையறுக்க முடியாமல் இருந்தது. இளமாலைக்குத் தங்களின் ஆய்வு அடுத்த கட்டத்திற்குப் போக முடியாமல் தடைபட்டு நிற்பதில் பெரும் வருத்தம் இருந்தது. விழியாளிடம் சொன்னாள். மீண்டும் இதைப் பற்றி படிப்படியாகச் சிந்தித்து அதற்கான வழி காணச் சொன்னாள் அவள்.

மெய்யனும் கடலனும் பிற உயிரினங்களைப் போல் மாறுவதற்கான அடிப்படை சூத்திரங்களை உருவாக்கி னார்கள். தங்கள் உடல் கணினி மூலம் வேறொர் இடத் திற்கு அனுப்பப்பட்டதில் பின்பற்றிய அதே தொழில் நுட்பத்தைச் சற்று வேறுபடுத்தி வேறொர் உயிரினமாக மாறுவதிலும் பயன்படுத்தவேண்டும் என்று அவர்கள் இருவரும் உறுதியாக நம்பினார்கள். அணியிழையையும் உறுவையையும் அழைத்து விவாதித்தார்கள்.

அணியிழை அதற்கான ஒரு சிறிய மாறுபாட்டைக் கூறினாள். அவர்களின் உடல் வேறோர் இனத்தின் உடலாக மாறவேண்டும் என்றால் வேறோர் உயிரின் உடலிலுள்ள வேதிப் பொருள்களுக்கும் அவர்கள் உடலி லுள்ள வேதிப் பொருள்களுக்கும் ஒப்புமை, வேற்றுமையை முதலில் கண்டறியவேண்டும் என்றாள். வேற்றுமை அதிகமாக இருக்கும் பட்சத்தில் அந்த வேதிப் பொருள் களை வேறு சில வினை ஊக்கிகளைக் கொண்டு ஒப்புமையுள்ள வேதிப் பொருள்களாக மாற்றவேண்டும்

அப்போதுதான் அதிக ஒப்புமையுள்ள வேதிப் பொருள்கள் உருவாகும் என்றாள். அந்த வினை ஊக்கிகள் எந்த உயிரினமாக அவர்கள் மாற விரும்புகிறார்களோ அந்த உயிரினங்களின் உடல்களில் இருக்காது. அதனால் அவர்கள் உடலில் அத்தகைய வினை ஊக்கிகளை உற்பத்தி செய்யவேண்டும். இதற்கு அவர்கள் உடலில் வினை யாற்றாத சில வேதிப் பொருள்களைப் பெருக்கவேண்டும். அந்த வினையாற்றாத வேதிப் பொருள்கள் எந்த வகையான உயிரினத்தின் உடலிலும் உள்ள வேதிப் பொருள்கள் போல் ஒப்புமை கொண்ட வேதிப் பொருள்களாக மாறும் வகையிலான வினை ஊக்கிகளாகச் செயலாற்ற வேண்டியிருக்கும் என்றாள் அணியிழை.

முதலில் இதனை ஒரு சிறிய சோதனை வழியாக நிரூபித்துவிட்டு அடுத்த கட்டத்திற்குச் செல்லலாம் என்று அவர்கள் முடிவெடுத்தார்கள். அவர்களுக்கு நெருக்கமாக இல்லாத பூமியிலுள்ள ஒரு விலங்கின் வேதிப் பொருள் களை முதலில் ஆய்வு செய்தார்கள். அவர்களுடைய உடலில் இருந்த வேதிப் பொருள்களுக்கும் பூமியில் இருந்த விலங்கின் வேதிப் பொருள்களுக்கும் எந்தத் தொடர்பும் இல்லாமல் இருந்தது. அதனால் அவர்கள் உடலில் இருந்த வேதிப் பொருள்களின் பண்பை மாற்றி அமைக்க வேண்டும் என்று புரிந்துகொண்டார்கள்.

இளமாலையிடம் வினையாற்றாத வேதிப் பொருள் களை அதிகமாகக் கொண்ட புதிய மேம்பட்ட உயிர்களை உருவாக்கும்படி அவர்கள் கேட்டார்கள். அவளும் அதே போன்ற உயிர்களை மரபணு பொறியியல் மூலம் மாற்றி அமைத்து உருவாக்கினாள். அந்த உயிர் ஓரளவு வளர வேண்டியிருந்தது. அது வளரும் வரை எந்தெந்த கிரகத் தில் எந்தெந்த இனங்கள் இருக்கின்றனவோ அவற்றின் உடலிலிருந்த வேதிப் பொருள்களின் வரைபடங்களை அணியிழையும் உறுவையும் உருவாக்கினார்கள்.

மெய்யனும் கடலனும் பூமியில் இருந்த விலங்கைப் போல் உருமாறுவதற்கான ஆய்வை நடத்திக் கொண்டிருப்பதால் நவீனை அழைத்து அவனுடைய உருமாற்றத்தைப் பார்க்கலாம் என்று சொன்னார்கள். உடனடியாக நவீனைக் கணினியின் மூலம் கடத்தப்பட்டு அவர்கள் ஆய்வகத்திற்கு அழைத்து வந்தார்கள்.

நவீன் உடலில் இருந்த வேதிப் பொருள்களும் பூமியில் இருந்த விலங்கின் வேதிப் பொருள்களும் எந்த அளவு ஒப்புமை கொண்டிருக்கின்றன என்று அணியிழையும் உறுவையும் ஆய்வு செய்தார்கள். இவற்றை நவீன் பார்த்துக் கொண்டிருந்தான். எதற்காகக் குரங்கின் வரைபடத்தை வைத்துக் கொண்டு ஆய்வு செய்கிறீர்கள் என்று அணியிழையிடம் கேட்டான். அவளுக்குப் பூமியில் அந்த விலங்கைக் குரங்கு என்று அழைப்பார்கள் என்று தெரியாது. அவளுக்கு அதன் அறிவியல் பெயர்தான் தெரிந்திருந்தது. அந்த விலங்கைப் போல் இங்கிருக்கும் இனங்கள் உருமாற முடியுமா என்று ஆய்வு செய்கிறோம் என்றாள் அவள்.

குரங்கிலிருந்துதான் மனித இனம் தோன்றியதாக பூமியில் ஒரு கோட்பாடு உள்ளது என்றான் நவீன். அது எங்களுக்குத் தெரியும். ஆனால் அது முழுமையான உண்மை இல்லை. சில மனித இனங்கள் தோன்றியிருக்கலாம். பல வகையான மனித இனங்கள் பூமியில் உள்ளன. அவற்றில் சில எங்கள் இனத்தின் மூலம் தோன்றியவை என்றாள் அணியிழை. இப்போது நீங்கள் மனிதனை மீண்டும் குரங்கைப் போல் உருமாற்றினீர்கள் என்றால் மனிதன் குரங்கிலிருந்து தோன்றியதான கோட்பாடு மாறிவிடும். மனிதனிலிருந்து குரங்கு தோன்றியதாகப் பூமியில் ஒரு புதிய கோட்பாடு உருவாகிவிடும் என்றான் நவீன். அவள் சிரித்தாள்.

இல்லை நிரந்தரமாக உருமாறும் நிலையைப் பற்றிய ஆய்வல்ல இது. தேவைப்படும் காலம் வரை வேறொர்

இனமாக உருமாற முடியுமா என்பதைப் பற்றிய ஆய்வு இது என்றாள் அவள். இருந்தாலும் ஏன் குரங்கைத் தேர்ந்தெடுத்தீர்கள் என்றான் அவன். நீ சொல்வது போல் மனித உடலின் வேதிப் பொருள்கள் குரங்கின் உடலின் வேதிப் பொருள்களுடன் ஒத்துப் போகின்றன என்பதால்தான் என்றாள் அவள்.

உங்கள் ஆய்வுக்கு நான் எப்படி உதவுவேன் என்றான் நவீன். உன் உடலிலுள்ள வேதிப் பொருள்கள் குரங்கின் உடலுடன் ஒத்திருப்பதால் ஒரு சிறிய காலகட்டத்திற்கு உன்னைக் குரங்காக மாற்றி பின்னர் மீண்டும் உன்னை மனிதனாக மீட்டெடுத்துவிடுவோம் என்றாள் அவள். ஒருவேளை நான் குரங்காக மாறிய பின் மீண்டும் மனித நிலைக்குத் திரும்பவில்லை என்றால் என்ன செய்வீர்கள் என்றான் அவன். அப்படி ஆகாது. நேர்மறையான நம்பிக்கையுடன் ஆய்வைச் செய்யவேண்டும். எங்கள் இலக்கு நிச்சயம் வெற்றி பெறும் என்ற நம்பிக்கை எங்களுக்கு உள்ளது என்றாள் அணியிழை. இருந்தாலும் ஒரு முறை விழியாளிடம் என்னை வைத்து ஆய்வு செய்யப் போவதைக் குறித்துச் சொல்லிவிடுங்கள் என்றான் நவீன்.

விழியாளுடன் நவீன் கணினியில் பேசினான். அவனுக்கு அவர்களின் ஆய்வு தோல்வி அடைந்துவிட்டால் தான் எப்போதும் குரங்காக இருக்க நேரிடும் என்ற அச்சம் ஆட்டிப் படைத்தது. அவளிடம் இதைப் பற்றிச் சொன்னான். விழியாள் அணியிழையிடம் பேசுவதாகச் சொல்லி அவனுக்கு ஆறுதல் அளித்தாள்.

நவீன் குரங்காய் மாறும் உருமாற்றத்திற்கு உட்படுவதில் கவலை கொண்டிருந்ததால் மெய்யனும் கடலனும் அணியிழையிடமும் உறுவையிடமும் அதைப் பற்றித் தீவிரமாக விவாதித்தார்கள். அணியிழையும் அது குறித்து விழியாள் எச்சரித்திருப்பதாகத் தெரிவித்தாள். அதனால்

நவீனை உருமாற்றுவதில் அவர்களுக்கு அச்சம் ஏற்பட்டது. குழந்தைகள் கிரகத்தில் அந்தச் சோதனைக்கு உட்படுத்திக் கொள்ள வேறு யார் முன் வருகிறார்களோ அவர்களைப் பயன்படுத்தலாம் என்றாள் உறுவை. அவர்கள் முன் வந்தாலும் ஆய்வு செய்யும் நமக்கு அது பற்றிய பொறுப்பு வேண்டும் அல்லவா என்றாள் இளமாலை. அவள் ஆசிரியர் வாழியனிடம் இதைப் பற்றிப் பேசினாள்.

ஆசிரியர் வாழியன் அவர்கள் ஆய்வைப் பற்றி குழந்தைகளிடமும் பெரியவர்களிடமும் விளக்கிச் சொன் னார். புவியும் மினுவும் அந்தச் சோதனையில் தங்களை உட்படுத்திக்கொள்ள முன் வந்தார்கள். அவர்களை விழியாளின் கிரகத்திற்கு ஆசிரியர் வாழியன் அனுப்பி வைத்தார். நவீனிடம் புவியும் மினுவும் பேசினார்கள். குரங்காய் மாறி மீண்டும் மனிதனாக மாறக்கூடிய சோதனை தோல்வி அடைந்தால் எப்போதும் குரங்காகவே இருக்கவேண்டியிருக்கும் என்று அச்சமாக இருப்பது பற்றி நவீன் சொன்னான். புவியும் மினுவும் அதுவும் ஒரு வாழ்வுதான் அதை ஏன் வெறுக்க வேண்டும் என்றார்கள். அது ஏற்புடைய வாதம் அல்ல என்றான் நவீன். அவர்களைச் சமாதானப்படுத்த மிளிரனையும் அங்கு அழைத்து வந்தார்கள்.

நவீனின் அச்சம் நியாயமானது. புவியும் மினுவும் அச்ச மின்றி இருப்பது அவர்களின் சாதனைக்கான ஆசையைக் காட்டுகிறது. ஆனால் சோதனை நடத்துபவர்கள் இதில் வெற்றி வருமா தோல்வி வருமா என்று அறியாத நிலையில் இருக்கிறார்கள். அவர்கள் நிச்சயம் வெற்றி கிட்டும் என்ற நிலையை அடையும் போது புவியும் மினுவும் அந்தச் சோதனைக்கு ஆட்படலாம் என்றான் மிளிரன். இது எல்லோருக்கும் ஏற்புடைய கருத்தாக இருந்தது.

அணியிழையும் உறுவையும் புவி, மினு ஆகியோரின் உடலிலுள்ள வேதிப் பொருள்களின் வரைபடத்தை

மேலும் நுட்பமாக உருவாக்கினார்கள். மனிதக் குரங்கின் உடலிலுள்ள வேதிப் பொருள்களின் வரைபடத்தையும் அதே போல் உருவாக்கினார்கள். புவிக்கும் மினுவுக்கும் குரங்கின் வேதிப் பொருள்களுடன் அதிக ஒப்புமை இருந்தது. அதனால் புவியின் உடலிலுள்ள வேதிப் பொருள்களில் சிலவற்றை ஊக்கிகளாக செயல்படவைத்து குரங்காக உருமாற்றி அதே வேதிப் பொருள்களை முடக்க வைத்து மீண்டும் மனிதனாக மாற்றலாம் என்று அணியிழை உறுதியாக நம்பினாள். அதனை மற்றவர்களும் ஏற்றார்கள். புவியை மனிதக் குரங்காக மாற்றி மீண்டும் மனிதனாக மாற்றலாம் என்று எல்லோரும் ஒட்டுமொத்தமாய் முடிவெடுத்தார்கள். அதனை விழியாளிடம் கூறினார்கள். அவளும் அதை ஏற்றுக் கொண்டாள்.

புவியின் உடலிலிருந்த வேதிப் பொருள்களில் கால் பங்கினை வினை ஊக்கிகளாக அணியிழை மாற்றினாள். அடுத்து புவியை மனிதக் குரங்காக மாற்றிவிடும் திறன் வாய்ந்தவையாக அந்த வேதிப் பொருள்களின் கால் பங்கு வினை ஊக்கிகளைத் தூண்டினாள். அதனால் புவியின் உடல் கணினியில் வரைபடமாக்கப்பட்டவுடன் அதில் இருந்த கால் பங்கு வேதிப் பொருள்கள் மனிதக்குரங்காக புவியை மாற்றும் வினை ஊக்கிகளுடன் செயல் புரிந்தன. புவி முழுமையான மனிதக்குரங்காக உருமாறி அந்த ஆய்வுக் கூடத்தில் வந்து சேர்ந்தான். அவனை மினுவும் நவீனும் மிளிரனும் மாறி மாறி கொஞ்சினார்கள். அவன் மீது பாசமழை பொழிந்தார்கள்.

அடுத்து அணியிழை மனிதக் குரங்காக மாறியிருந்த புவியின் உடலிலிருந்து வேதிப் பொருள்களின் கால் பங்கு வினை ஊக்கிகளை முடக்கி அவனை மீண்டும் மனிதனாக்கும் திருப்பு விசையைக் கணினியில் முடக்கினாள். புவி மீண்டும் மனிதனாக உருமாறி அந்த ஆய்வுக் கூடத்திற்கு வந்தான். அவர்கள் சோதனை வெற்றி

பெற்றதைக் கண்டு மெய்யன், கடலன், உறுவை, இள மாலை ஆகியோர் பெரும் நிம்மதியை அடைந்தார்கள்.

நவீன், மினு, மிளிரன் மீண்டும் புவியைக் கொஞ்சி மகிழ்ந்து குலாவினார்கள். புவிக்கு அந்த உருமாற்றம் எந்த வலியையோ, தாக்கத்தையோ ஏற்படுத்தவில்லை. நவீன், மினு, மிளிரன் உள்ளிட்டோருக்கும் இப்படி வேறு ஓர் விலங்கின் உருவத்திற்கு மாறவேண்டும் என்று பெரிய ஆர்வம் ஏற்பட்டது. ஆனால் உடனடியாக இத்தகைய உருமாற்றம் சாத்தியமில்லை என்பதையும் அதைப் படிப்படியாகத்தான் செய்தாகவேண்டும் என்பதையும் ஒரு தடையாக அணியிழையின் குழுவினர் நினைத்தனர். அதைத் தகர்க்கவேண்டும் என்றும் அவர்கள் அனைவரும் அவரவர் விருப்பத்திற்கு உகந்தபடி எந்தச் சமயத்திலும் எந்த இன உறுப்பினர் போலவும் உருமாறக்கூடிய வகையில் தொழில்நுட்பத்தை உருவாக்கவேண்டும் என்றும் அது ஒரு சவால் என்றும் புரிந்திருந்தனர்.

விழியாளிடம் சோதனை வெற்றி பெற்றதைச் சொன்னார்கள். அடுத்து அவர்கள் செய்யவேண்டிய ஆய்வு குறித்தும் விளக்கினார்கள். அவள் புவியிடம் பேசினாள். அவனுக்குள் எந்தப் பாதிப்பும் இல்லை என்பதை அறிந்து விழியாளுக்கு நிம்மதியாக இருந்தது. நவீன் அவளிடம் பேசினாள். அவன் அந்தச் சோதனைக்கு இசையாததற்கு அவளிடம் மன்னிப்பு கோரினான். விழியாள் அவனை உற்சாகப்படுத்தினாள்.

மெய்யன், கடலன், அணியிழை, உறுவை, இளமாலை உள்ளிட்டோர் அடுத்த முக்கியமான ஆய்வை நிகழ்த்துவது பற்றிய கூட்டத்தில் இருந்தார்கள். வேறோர் இனமாக மாறுவதற்கான அடிப்படை புரிந்துவிட்டது. ஆனால் ஒரு கணினி உதவியில்லாமல் அது இன்னும் அவர்களால் நடத்த முடியவில்லை. இதற்கு ஒரு தீர்வைக் காண வேண்டும் என்பதுதான் அடுத்த ஆய்வாக அவர்கள் முன்

நின்றது. விழியாள் அந்தக் கூட்டத்தில் கணினியின் திரையில் வந்து கலந்து கொண்டாள்.

அவர்கள் இனத்தைச் சார்ந்தவர்கள் அனைவரின் உடல்களின் வேதிப் பொருள்கள் குறித்த வரைபடம் இருந்தாலும் அவர்களின் உடலிலுள்ள வேதிப் பொருள்கள் போல் ஓரளவு ஒப்புமை கொண்ட இனங்களாக மாறுவது மட்டுமே தற்போதைய சாத்தியமாக அவர்கள் ஆய்வின் மூலம் கிடைத்த முடிவு கூறுவது மிகவும் பின்தங்கிய ஒன்றாக மெய்யன், கடலன் உள்ளிட்ட அனைவருக்கும் தோன்றியது. அதிலிருந்து அடுத்த கட்ட வளர்ச்சியை எப்படிச் சாத்தியமாக்குவது என்பதைப் பற்றி இன்னும் தீவிரமாக ஆய்வு செய்ய வேண்டியிருக்கிறது என்று அவர்கள் கூறினார்கள். ஒவ்வொரு கட்டத்தையும் படிப்படி யாகச் செய்து பார்த்தால் வெற்றி கிட்டும் என்றாள் விழியாள்.

அதன் படி முதலாவது ஆய்வாக அவர்கள் இனத்தி லிருந்து முற்றிலும் வேறுபட்ட இனத்தைப் போன்று உருமாறுவது என்ற சோதனையைச் செய்ய அவர்கள் முடிவெடுத்தார்கள். பூமியிலிருந்து வந்த இனம் பூமியி லிருந்த விலங்கு போல் மாற்றுவது எளிமையாக இருந்தது. அவர்கள் இனத்தைச் சேர்ந்தவர்களை வைத்து அந்த ஆய்வை நடத்த அவர்கள் முடிவு செய்தார்கள்.

மெய்யன் மற்ற ஓர் இனம் போல் உருமாற முன்வந்தான். மீண்டும் அவன் தன் அசல் உடலைப் பெறாமல் போகும் வாய்ப்பு இருந்தும் கூட அந்த அபாயத்தைச் சந்திக்க ஆயத்தமாக இருந்தான். மெய்யனை பூமியின் மனிதக் குரங்காக உருமாற்றி மீண்டும் அவன் அசல் உடலைப் பெறச் செய்யும் ஆய்வை நிகழ்த்த அணியிழை விரும்பினாள்.

மெய்யனின் உடலில் இருக்கும் வேதிப் பொருள்களில் எவை வினை ஊக்கிகளாகச் செயலாற்றும் என்பதை

முதலில் கண்டுபிடித்தாள். அவற்றைத் தனியாகப் பிரித்து அவற்றுக்கு மனிதக் குரங்காக மாற்றும் கட்டளைகளை ஏற்குமாறு செய்தாள். அதன் பின் அவற்றை முடக்கி மீண்டும் அசல் உடலின் அணுக்களாக மாற்றும் கட்டளை களை ஏற்குமாறு மாற்றினாள். அந்தக் கட்டளைகளுக்கு மெய்யனின் உடலில் இருந்த வேதி அணுக்கள் ஒத்துழைத்தன.

மெய்யனை மனிதக் குரங்காக உருமாற்றும் சோதனையைக் காண நவீன், மிளிரன், புவி உள்ளிட்டோர் வந்திருந்தனர். நவீனுக்கு மிகவும் கவலையாக இருந்தது. மிளிரன் படபடப்புடன் இருந்தான். புவிக்கு சோதனை எந்த முடிவு வந்தாலும் ஏற்றுக் கொள்ளும் மனப்பக்குவம் இருந்தது. நவீனை மிளிரன் தேற்றினான். மெய்யனின் உடல் அந்த ஆய்வகத்தில் மனிதக் குரங்காக மாறியது. அதுவே பெரிய வெற்றி போல் அணியிழை, உறுவை, இளமாலை உள்ளிட்டோர் உற்சாகமடைந்தனர். அடுத்து அவனுடைய அசல் உடலைப் பெறும் திருப்புதல் ஆய்வு தொடங்கியது. அது அதிக நேரம் எடுத்துக் கொண்டது. அவர்கள் அனைவரும் கவலையில் ஆழ்ந்தனர். நவீனுக்கு அழுகையாக வந்தது. மிளிரன் அமைதியாக இருந்தான். புவிக்கு அந்தச் சோதனை வெற்றி அடைந்துவிடும் என்ற உறுதியான நம்பிக்கை இருந்தது. மிகவும் தாமதத்திற்குப் பின் மெய்யன் மீண்டும் தன் அசல் உடலைப் பெற்றான். அவர்கள் அனைவருக்கும் உற்சாகம் கரைபுரண்டது.

40

குழுவின் கூட்டம்

விழியாளைக் காண பூமிக்கடியில் இருந்த குழுவின் உறுப்பினர் வந்திருந்தார். அவர்கள் இனம் அப்போது உருமாற்றம் அடைவது குறித்த ஆய்வைச் செய்து கொண்டிருப்பதைப் பற்றி அவரிடம் விழியாள் கூறினாள். அவரும் உற்சாகம் அடைந்தார். அவர்களுக்குப் பல தடைகள் உருவாவதைப் பற்றியும் விழியாள் எடுத்துரைத் தாள். அவர்கள் தொடர்ந்து அண்டத்தின் ஆற்றலைப் பெறும் போது அந்தத் தடைகள் விலகிவிடும் என்று அவர் சொன்னார்.

அவளைக் காண வந்ததற்கான காரணத்தை அவர் விளக்கினார். அவர்களின் குழுவைச் சேர்ந்தவர்கள் மேலும் சில கிரகங்களில் தரைக்கடியில் இருப்பதாகவும் அவர்கள் அனைவரும் ஒரு கிரகத்தில் கூடி பல முடிவு களை எடுக்க இருப்பதாகவும் அதற்கு அவர்கள் தேர்ந் தெடுத்திருக்கும் கிரகம் சில சிக்கல்களைக் கொண்டிருப்ப தாகவும் அவற்றைத் தீர்ப்பதற்கான வழிமுறைகள் அடங்கிய பதிவைத் தருவதாகவும் அவற்றைத் தீர்த்துத் தருமாறும் கூறினார். அவர் அந்தப் பதிவைக் கொடுத்து விட்டு மறைந்தார்.

விழியாள் அதை ஏற்றுக் கொண்டாள். அந்தப் பதிவை இளமாலையை அழைத்து விழியாள் கொடுத்துவிட்டாள்.

இளமாலை அதை அவள் ஆய்வகத்தில் போட்டுப் பார்த்ததில் அவர்களின் இனம் ஒரு கிரகத்தைத் தூய்மைப்படுத்தி அங்கிருக்கும் கதிரியக்கத்தைக் கட்டுப்படுத்தி அங்கு நடக்கப் போகும் மாநாட்டிற்குப் பாதுகாப்புக்கான ஏற்பாட்டைச் செய்து தரவேண்டும் என்று குறிப்பிடப் பட்டிருந்தது.

அந்தக் கிரகம் அவர்கள் கிரகத்திலிருந்து மிகவும் தொலைவாக இருந்தது. அங்கு அவர்களின் மேம்பட்ட உயிர்களை இளமாலை அனுப்பிவைத்தாள். அந்தக் கிரகத்தில் இருந்த கதிரியக்கத்தை முதலில் அவர்கள் கட்டுப்படுத்தினார்கள். அதன் பின் அந்தக் கிரகம் பாலைவனம் போல் இருந்ததை மாற்றி சோலை போல் ஆக்குவதற்கான எல்லா முயற்சிகளையும் மேற்கொண்டார்கள். அந்தக் கிரகத்தைச் சுற்றிப் பாதுகாப்பு வளையங்களை அமைத்தார்கள். எல்லாம் செய்து முடித்து விழியாளிடம் அவர்கள் கிரகம் ஆயத்தமாக இருப்பதாகச் சொல்லி விட்டார்கள். பாதுகாப்பு வளையங்களின் கண்காணிப்பை அவர்கள் செய்யக்கூடாது என்று விழியாள் சொல்லி விட்டாள்.

பூமிக்கடியில் இருக்கும் குழுவின் உறுப்பினரிடம் விழியாள் அந்தக் கிரகம் ஆயத்தமாக இருப்பதைச் சொல்லி அதற்கான பாதுகாப்பு வளையங்களின் கண் காணிப்பு விசையை அவரிடம் கொடுத்துவிட்டு வந்தாள். அவருக்கு அதில் பெருமகிழ்ச்சி ஏற்பட்டது.

பூமிக்கடியில் இருந்த குழுவும் அதே போல் மற்ற கிரகங்களில் இருந்த குழுக்களும் ஒரு தனிப்பட்ட கிரகத்தில் மாநாட்டை நடத்துகின்றன என்பது விழியாளுக்குப் புதிதாக, ஆச்சரியமானதாக ஏதோ ஒரு மாற்றத்தை எதிர் நோக்கியதாகப் பட்டது. இருந்தாலும் அதைக் குறித்து அறிந்து கொள்ள அவளுக்குள் இருந்த பேரார்வத்தை அடக்கி வைத்திருந்தாள். அந்தக்

கிரகத்தின் அருகில் செல்லவேண்டும். அங்கு நடப்பவற்றைப் பார்க்கவேண்டும் என்றெல்லாம் அவளுக்குத் தோன்றியது. ஆனால் பூமிக்கடியில் இருந்த குழுவின் உதவியால் அவள் இனம் வளர்ந்து வந்திருக்கும் பாதையை எண்ணிப் பார்த்து அந்த எண்ணத்தை எல்லாம் கைவிட்டாள். யாரிடமும் இதை விவாதிக்கவும் முடியாது என்ற தடை அவளுக்குள் சலிப்பை ஏற்படுத்தியது.

நவீனையும் மிளிரனையும் கண்ணாடிக் கோட்டைக்கு அழைத்தாள். அவர்களிடம் மறைமுகமாக அந்த மாநாட்டைக் குறித்து விவாதித்தாள். ஒரு குறிப்பிட்ட இனம் ஒரு தனியான கிரகத்தில் ஒரு மாநாட்டை நடத்துகிறது. அந்த இனம் மிகவும் ஆற்றல் வாய்ந்ததாக இருக்கிறது. அந்த மாநாட்டுக்கான அவசியம் என்னவாக இருக்க முடியும் என்று விழியாள் இருவரிடமும் கேட்டாள். அந்த இனம் ஏதோ ஓர் அபாயம் வரப் போவதை முன் கூட்டியே உணர்ந்து அதைத் தவிர்ப்பதற்கான செயல்பாட்டில் இறங்குவதற்காக மாநாட்டை நடத்தலாம். அல்லது பல இனங்களைத் தங்கள் கட்டுப்பாட்டில் கொண்டு வருவதற்கான செயல்முறையைக் குறித்து விவாதிக்க மாநாட்டைக் கூட்டலாம். அல்லது தங்களுக்குள் இருக்கும் வேறுபாட்டைக் களைய மாநாட்டை ஏற்பாடு செய்திருக்கலாம் என மிளிரன் சொன்னான். நவீன் அமைதியாக இருந்தான். நீ என்ன சொல்கிறாய் நவீன் என்றாள். நம் கற்பனைக்கு அப்பாற்பட்ட ஏதாவது ஒன்றாக இருக்க வாய்ப்பிருக்கிறது என்றான் அவன்.

அவர்களிருவரின் ஊகங்கள் அவளுக்குப் பிடித்திருந்தன. அவள் ஓர் ஊகத்தை வைத்திருந்தாள். பல முறை யோசித்து அதைச் சொல்லலாமா வேண்டாமா என்று நினைத்து அதை அவர்களிடம் சொல்லலாம் என நினைத்தாள். நீங்கள் சொல்வது போல் ஏதோ ஓர்

அபாயம் வரவிருக்கிறது என்றே நினைக்கிறேன். அதில் யாரைக் காப்பாற்றுவது யாரை காப்பாற்றாமல் தவிர்ப்பது என்பதைப் பற்றிய ஆலோசனைக்கான கூட்டமாக இருக்கும் வாய்ப்புதான் முதலாவதாக எனக்குத் தோன்றுகிறது. அப்படிப்பட்ட அபாயம் எந்த வகையில் இருக்கும் என்று உங்களிருவரிடமும் கேட்க நினைத்தேன் என்றாள். நாம் பல விண்திரள்களின் ஆற்றல்களை உறிஞ்சிக் கொண்டிருக்கிறோம். அதனால் அண்டத்தில் ஏதாவது விசை மாற்றம் ஏற்பட்டிருக்கும் வாய்ப்பிருக்கிறது. அதனால் பல கிரகங்கள் அழிந்து போகலாம் என நினைக்கிறேன் என்றான் மிளிரன். அண்டம் ஒரு குறிப்பிட்ட வகையில் விரிவடைகிறது. அதன் காலம் முடிந்துவிட்டது. அதனால் மீண்டும் பெருவெடிப்பு போன்ற ஏதாவது ஒன்று நிகழ வாய்ப்பிருக்கிறது என நினைக்கிறேன் என்றான் நவீன்.

நவீன் உன்னுடைய கற்பனை எல்லை மீறிச் செல்கிறது. இருந்தாலும் எத்தகைய அபாயத்தையும் கற்பனை செய்து பார்ப்பது நல்லது. மிளிரன் நீ சொன்னது போல் அண்டத்தில் ஏதாவது விசை மாற்றம் ஏற்படலாம். ஆனால் இவை இரண்டுக்கும் இடையில் ஏதோ ஓர் அபாயம் நிகழலாம் என எனக்குத் தோன்றுகிறது என்றாள் விழியாள். நாம் அனைவரும் எதிர்மறை அம்சங்களைப் பற்றி மட்டுமே பேசிக் கொண்டிருக்கிறோம் என்றான் மிளிரன். ஆம் என்றான் நவீன். நமக்கு வரப் போகும் ஆபத்தை முன் கூட்டியே உணரவேண்டியவர்களாக நாம் இருக்கிறோம் என்றாள் விழியாள். நேர்மறையாக ஏன் ஏதாவது நடக்கக்கூடாது என்றான் மிளிரன். அப்படி இருந்தால் ஒரு மாநாட்டை நடத்தி விவாதிக்க மாட்டார்கள் என்றான் நவீன். அதனை ஆமோதித்தாள் விழியாள்.

பூமிக்கடியில் இருக்கும் குழுவினர் தந்த இழையைக் கொண்டு புழுத்துளைகளை உருவாக்கி விழியாள்

இனத்தினர் வெற்றி பெற்றதைப் போல் வேறு இனமாக உருமாறவும் அந்த இழையைப் பயன்படுத்த முடியுமா என்று அணியிழையும் உறுவையும் ஆய்வு செய்துவந்தார்கள். அந்த இழை ஒவ்வொருவருடைய உடலில் இருக்கும் வேதிப் பொருள்களை அண்டத்திலுள்ள அதே போன்ற வேதிப் பொருள்களுடன் தொடர்பை ஏற்படுத்தி பலவீனமான விசையின் மூலம் புழுத்துளைப் பாதைகளை உருவாக்கித் தந்தது. அதே போல் அந்த இழையைச் சற்று மேம்படுத்தி வேறு இனங்களிலுள்ள வேதிப் பொருள்களுடன் இயைந்து அவை போன்ற உருமாற்றத்தைச் செய்ய முடியும் என அணியிழை நம்பினாள். இதனால் கணினி கொண்டுதான் உருமாற்றம் செய்ய முடியும் என்ற சிக்கல் தீரும் என்றும் அவள் நினைத்தாள். அணியிழையை உறுவையும் இளமாலையும் ஆதரித்தார்கள்.

மெய்யனின் உடலில் இருந்த இழையைப் பயன்படுத்தி பூமியில் இருந்த மனிதக் குரங்கைப் போல் அவனை மாற்றும் ஆய்வை அவர்கள் தொடங்கினார்கள். அந்த இழையின் அடிப்படையை முதலில் புரிந்துகொண்டார்கள். அது ஒரு வகையான ஆற்றல் வழங்கும் எந்திரம். மேலும் அது அவர்களின் உடலில் இருக்கையில் அவர்களுக்குத் தேவையான ஆற்றலைக் கூட்டியோ குறைத்தோ வழங்கும் என்றும் அவர்களுக்குப் புரிந்தது. அதனைக் கொண்டு மெய்யனின் உடலில் இருந்த வேதிப் பொருள்களில் சிலவற்றை வினை ஊக்கிகளாக மாற்றினார்கள். அதுவே பெரிய வெற்றியாக அணியிழைக்கு இருந்தது. அதன் மூலம் மனிதக் குரங்காக மாறும் வினை எளிமையாக நடக்கும் என்பது அனைவருக்கும் புரிந்தது. அடுத்து அந்த வினை ஊக்கிகளை முடக்கும் செயலையும் அந்த இழை கொண்டு அணியிழை செய்து காட்டினாள். அதனால் மனிதக் குரங்காக உருமாறிய மெய்யன் மீண்டும் அவன் அசல் உடலைப் பெற முடியும் என்பதும் அவர்களுக்குப் புரிந்தது.

மெய்யன் அந்தச் சோதனைக்கு உடன்பட விரும்பினான். அணியிழை அவன் உடலில் இருந்த இழையுடன் மிகச்சிறிய ஆற்றல் எந்திரத்தைப் பொருத்தி அதை அவனாகவே செயல்படுத்தி மனிதக்குரங்காக உருமாறும் வகையில் ஒரு மாறுதலை அவன் உடலில் இருந்த இழையில் செய்து தந்தாள். அதன் மூலம் அவன் அந்த ஆற்றல் எந்திரத்தை இயக்கி அவன் மனிதக்குரங்காக உருமாறினான். அங்கிருந்த அனைவருக்கும் அது பெரிய குதூகலத்தைக் கொடுத்தது. அடுத்து அவனாகவே அந்த ஆற்றல் எந்திரத்தை இயக்கி அந்த இழையின் மூலம் அவன் வினை ஊக்கிகளை முடக்கிவிட்டான். அதனால் அவன் அசல் உடலையும் பெற்றுவிட்டான். அவர்கள் சோதனை மிகவும் குறுகிய காலத்திலேயே வெற்றி அடைந்துவிட்டது என்று அவர்கள் அனைவரும் மிகவும் மகிழ்ச்சி அடைந்தார்கள். விழியாளை அழைத்து அவர்கள் சோதனை வெற்றி பெற்றதைப் பகிர்ந்து கொண்டார்கள். விழியாள் உடனே புழுத்துளையில் பயணித்து அங்கு வந்து சேர்ந்தாள்.

விழியாள் தன் கிரகத்தைச் சேர்ந்தவர்கள், பூமி போன்ற கிரகத்தில் இருக்கும் குழந்தைகள், பெரியவர்கள், தன் இனத்திற்கு நெருக்கமாக உள்ள இனங்களின் உறுப்பினர்கள் உள்ளிட்ட அனைவரையும் ஒரு கூட்டத்திற்கு அழைத்திருந்தாள். இதுவரையிலான எல்லா முயற்சிகளும் இந்த அளவு வெற்றி பெற்றதற்குக் காரணம் அவளுக்கு நெருக்கமாக இருக்கும் ஓர் இனம்தான் என்று விழியாள் கூறினாள். அதைக் கேட்டு அவள் இன உறுப்பினர்களும் மற்ற அனைவரும் மகிழ்ச்சி அடைந்தனர். அவர்கள் யாரென்பதைச் சொல்ல முடியாத நிலையில் தான் இருப்பதாக அவள் அப்போது கூறினாள்.

அந்த இனம் விழியாள் இனத்தின் மீது கொண்டிருந்த நல்லெண்ணத்தினால் தங்கள் இனம் எல்லா இனங்களையும் விட மிகவும் வளர்ந்த நிலைக்கு வந்திருப்பதையும்

இதிலிருந்து அடுத்த கட்ட வளர்ச்சி மேலும் பிரம்மாண்ட மாக இருக்கும் என்பதையும் விழியாள் உறுதி கூறினாள். அவர்கள் அனைவரும் அவளுக்கு ஒத்துழைத்ததும் இந்த வளர்ச்சிக்கு சாதகமாக இருந்ததாகவும் அவள் தெரிவித் தாள். எல்லா இனங்களைச் சேர்ந்தவர்களும் மிகவும் மகிழ்ச்சியாக இருந்தார்கள். இப்போது இருக்கும் நிலையைத் தக்க வைக்கவும் அடுத்த கட்டத்திற்குச் செல்லவும் தொடர் முயற்சி தேவைப்படுகிறது. ஆனால் அதற்குள் வேறு ஏதாவது ஒரு பெரிய தடையும் வர வாய்ப்பிருக்கிறது. அதனால் எல்லாவற்றையும் எதிர் பார்த்து இருக்கவேண்டிய நிலையில் அனைவரும் இருப்ப தாகவும் விழியாள் கூறினாள். எல்லோருக்கும் அந்தச் செய்தி உற்சாகத்தைக் குலைத்தது. அத்துடன் கூட்டத்தை விழியாள் முடித்தாள். அவளும் நவீனும் மிளிரனும் மட்டும் கண்ணாடிக் கோட்டைக்கு வந்து சேர்ந்தார்கள்.

விழியாள் மிகவும் கவலையுடன் இருப்பதை நவீன் புரிந்துகொண்டான். என்னாயிற்று விழியாள் என்றான். இப்போதிருப்பது போலவே இருப்போம் என்பதோ அடுத்து மேலும் வளர்ந்துவிடுவோம் என்பதோ உறுதி கூற முடியாத நிலை உள்ளது. அதுதான் வருத்தத்தைத் தருகிறது என்றாள். அது எல்லோருக்கும் உள்ளதுதான். அதற்காக வருந்தவேண்டாம் என்றான் மிளிரன். ஆமாம் என்ன செய்வது. எனக்கு என் இனம் தவிர என்னைச் சார்ந்திருக்கும் எல்லா இனங்களும் அவற்றின் உறுப்பினர் களும் எந்த ஒரு பாதிப்பும் இன்றி இருக்கவேண்டும் என்ற பொறுப்பும் கவலையும் உள்ளது என்றாள். உன் கவலை புரிகிறது விழியாள். ஆனால் அது உன் கையில் மட்டும் இல்லை என்பதைப் புரிந்துகொள் என்றான் நவீன். இந்த இயற்கையும் இதன் விதிகளும் எப்போதும் உன்னைப் போன்ற வளர்ந்த இனத்திற்கும் அச்சுறுத்தலையும் பேராபத்தையும் தர வல்லதுதானே. அதை ஏன் நீ ஏற்க மறுக்கிறாய் என்றான் நவீன். உண்மைதான். நாங்கள் வளர வளர அதுவும் அதிக அச்சுறுத்தலைக் கொண்டதாக

மாறிவிடும் என்றாள் விழியாள். அதனால் நீ எதிர்பார்க்காத அச்சுறுத்தல்களைப் பற்றி கவலைப்பட்டுக் கொண்டிராதே என்றான் மிளிரன். இருவரிடமும் பேசியது அவளுக்கு ஆறுதலைத் தந்தது. இருவரும் குழந்தைகள் இருக்கும் பூமிக்குப் புறப்பட்டுச் சென்றார்கள்.

பூமிக்கு அடியில் இருக்கும் குழுவின் உறுப்பினர் கண்ணாடிக் கோட்டைக்கு வந்தார். விழியாளுக்கு அவரைப் பார்த்தவுடன் ஓரளவு ஆறுதலாக இருந்தது. மாநாடு நன்றாக நடந்ததா என்றாள். அதெல்லாம் முடிந்தது. ஆனால் அதில் சில முடிவுகள் எடுக்கப்பட்டிருக் கின்றன என்றார் அவர். விழியாள் அமைதியாக அவரைப் பார்த்தாள். இன்னும் சில காலத்திற்குள் பூமி, உன் கிரகம், உன் பராமரிப்பல் இருக்கும் கிரகம் இன்னும் சில உன் நட்பான இனங்கள் இருக்கும் கிரகங்கள் உள்ளிட்டவை அழியக் கூடிய வாய்ப்புள்ளது. அதற்குக் காரணம் இந்த அண்டத்தில் இருக்கும் பிற இனங்கள் பெரும் அபாயத்தை நோக்கி இந்த அண்டத்தைத் தள்ளுவதால் அவர்களும் அதில் சிக்கிக் கொள்ளட்டும் என்று அந்த அழிவை நாங்கள் துரிதப்படுத்திவிட்டோம். அதைப் பற்றித்தான் அந்த மாநாட்டில் பேசினோம். உங்கள் அனைவரையும் வேறொரு அண்டத்திற்கு மாற்றுவதற்கான சாத்தியங்களையும் ஆய்வு செய்தோம். முடிந்தவரை செய்யலாம் என்பதும் எங்களுக்குப் புரிந்தது. ஆனால் எல்லோருமே காப்பாற்றப் படுவார்கள் என்று சொல்ல முடியாது. அதனால் இப்போதிலிருந்து உங்கள் இனம், பூமி, உன் பராமரிப்பில் இருக்கும் பூமி போன்ற கிரகம், இன்னும் நட்பு கிரகத்தினர் அனைவரையும் நாங்கள் சொல்லும் அண்டத்தின் பகுதிக்கு உடனடியாகக் கொண்டு சென்று விட்டுவர வேண்டியது உன் பொறுப்பு. இப்போது இதற்காகக் கலங்க வேண்டாம். உன்னால் முடிந்தவரைச் செய்து முடி. பிறகு பார்க்கலாம் என்று சொல்லிவிட்டு அவர் மறைந்து போனார்.

41

இடமாற்றம்

விழியாள் எதிர்பார்த்தது போலவே அழிவைப் பற்றியச் செய்தியாகத்தான் அவர் பேசியது இருந்தது. அதனால் உடனடியாகத் தன் கிரகத்தில் இளமாலையை அழைத்து அனைவரையும் அண்டத்தின் வேறொரு பகுதியிலிருந்த அவளது கிரகத்தை ஒத்த கிரகத்திற்கு இடம்பெயரச் சொன்னாள்.

ஆசிரியர் வாழியனை அழைத்து அனைவரையும் அழைத்துக் கொண்டு உடனடியாகப் பூமி போன்றிருக்கும் வேறொரு கிரகத்திற்குப் போகச் சொன்னாள்.

தன் நட்பு இனங்கள் அனைத்தையும் அண்டத்தின் வேறொரு பகுதியிலிருந்த கிரகங்களைத் தேர்வு செய்து அங்கு இடம்பெயர வலியுறுத்தினாள்.

ஓரளவு எல்லோரையும் இடமாற்றம் செய்த பின் இறுதியாகப் பூமியைப் போன்ற கிரகத்தை அண்டத்தின் வேறொரு பகுதியில் ஆய்ந்து தேடினாள். அங்கு ஒரு கிரகம் இருந்தது. அதற்குப் பூமியிலுள்ள அனைத்தையும் இடமாற்றம் செய்யவேண்டும் என்ற முனைப்பு அவளுக்குள் இருந்தது. ஆனால் அதை எப்படிச் செய்வது என்று புரியாமல் தவித்தாள்.

பூமிக்கடியில் இருந்த குழுவின் உறுப்பினர் வந்தார். உன்னால் முடிந்த அளவு எல்லோரையும் இடம்பெயரச் செய்துவிட்டாய். பூமியில் இருப்பவர்களை இடமாற்று வதுதான் கடுமையான சோதனையாக இருக்கும் என்றார். நீங்கள் இந்தப் பூமியிலேயே இருக்கப் போகிறீர்களா என்று கேட்டாள் விழியாள். இல்லை பூமி போன்ற ஒரு கிரகத்தை நீ தேர்வு செய்திருக்கிறாயே அங்குதான் போகப் போகிறோம் என்றார். இந்தப் பூமியைப் பாதுகாப்பதுதான் உங்களுடைய லட்சியமாக இருந்ததே என்றாள். என்ன செய்வது அதையும் விட்டுப் போக வேண்டிய சூழ்நிலையைப் பல இனங்கள் உருவாக்கி விட்டன. அதனால் வேறு வழியில்லாமல் துயருடன் இந்த முடிவை எடுத்திருக்கிறோம் என்றார் அவர்.

பூமிக்கான அச்சுறுத்தல் பற்றி பல்வேறு தகவல்களைப் பரவச் செய்தாள் விழியாள். பூமியில் பெரும் பதற்றம் ஏற்பட்டது. அனைவரையும் வேறொரு பூமிக்கு இடம் பெயரச் செய்வதில் பெருங் குழப்பம் ஏற்பட்டது. ஆனால் அவர்களுக்குச் சாதகமாக அவர்களின் பயணத்தை எளிமையாக்கும் வகையில் சில விமானங்களை உருவாக்கும் தொழில் நுட்பத்தை விழியாள் கசியவிட்டாள்.

பூமியில் இருந்தவர்களுக்கு அந்தத் தகவல்கள் பெரும் உதவிகரமாக அமைந்தன. உடனடியாக, சிலர் புதிய பூமிக்குச் சென்று வந்தார்கள். அங்குப் பூமியைப் போலவே எல்லா அம்சங்களும் இருப்பது அவர்களுக்கு மிகவும் சாதகமாகத் தெரிந்தது. அதனால் ஒவ்வொரு குழுவாக அந்தப் பூமிக்கு இடமாற்றம் நிகழ்ந்தது. இறுதியில் அங்குச் செல்ல முடியாதவர்கள் மட்டும் பூமியில் இருந்தார்கள். அவர்களை எப்படி அழைத்துச் செல்வது என்று விழியாளுக்கு மிகவும் கவலையாகிவிட்டது. அவர்களில் பலர் அனாதைகளாக இருந்தனர். அவர்களில் ஒவ்வொரு குழுவாகத் தன் பராமரிப்பில் உள்ள பூமி

போன்ற கிரகத்திற்கு விழியாள் அனுப்பிவிட்டாள். ஆனால் அந்தப் பூமியை விட்டு வெளியேற முடியாது என்று ஒரு குழு பிடிவாதமாக மறுத்துவிட்டது. அவர் களை எதுவும் செய்ய முடியாமல் விழியாள் தவித்தாள்.

பூமிக்கடியில் இருந்த குழுவைச் சேர்ந்த உறுப்பினர் வந்தார். உன் கண்ணாடிக் கோட்டையைப் புதிய பூமியில் கட்டிவிட்டாயா என்று கேட்டார். அது முடிந்துவிட்டது. ஆனால் பூமியில் இருக்கும் சிலர் இடம்பெயர மறுக்கிறார்கள் என்றாள். அவர்களை எதுவும் செய்ய முடியாது. நீ இங்கிருந்து கிளம்பிவிடு. நாங்களும் அந்தப் பூமிக்குச் செல்கிறோம். அபாயம் மிகவும் நெருக்கமாக வந்துவிட்டது என்றார்.

புதிய பூமியில் நவீனின் குடும்பத்தார் வசதியான இடத்தில் இருந்தார்கள். நவீனுக்கு அது மகிழ்ச்சியை அளித்தது. அவனுக்குப் பழைய பூமியில் அவன் இருந்த வீட்டை ஒரு முறை பார்த்துவரும் ஆசை வந்தது. அவன் உருமாற்றம் மூலம் பூமியை அடைந்தான். அவன் வீடு அமைதியாக இருந்தது. அங்கு அவன் இருந்த அறைகளில் புகுந்து கிளம்பினான். அப்போது பூமி நடுங்கத் தொடங்கியது. உடனடியாக அவன் புதிய அண்டத்தில் இருந்த பூமிக்குப் போகவேண்டும் என்று புரிந்து கொண்டான். அங்கிருந்து உருமாற்றம் அடைய முயற்சிக்கும் போது வேறொர் இனத்தைச் சேர்ந்த ஓர் உறுப்பினர் அவன் முன் தோன்றியது. அவனை அது தாக்க முற்பட்டது. நவீன் புழுத்துளை உருவாக்கி வேக மாகப் பயணிக்கத் தொடங்கினான். அதுவும் அவனைத் துரத்தி வந்தது.

விழியாள் நவீனை அழைத்தாள். புதிய அண்டத்தில் இருந்த தன் கிரகத்திலும் பூமி போன்ற கிரகத்திலும் நவீன் இல்லை என்று பதில் வந்தது. நவீன் எங்கே போய்விட்டான்

என்று அவனைத் தேடச் சொல்லி எல்லோரிடமும் அவள் சொல்லிவிட்டாள். விழியாள் தன் கணினியில் அவனுடைய மரபணு வரைபடத்துடன் பொருந்தி தேடல் பொறியை இயக்கினாள். அவன் பழைய அண்டத்தில் எங்கோ சுற்றிக் கொண்டிருப்பதாக அது காட்டியது. உடனடியாக அந்த இடத்தை நோக்கி விழியாள் கிளம்பினாள். புழுத்துளையில் நவீன் பயணித்துக் கொண்டிருந்தது தெரிந்தது. அவனுடன் அவள் இணைந்து கொண்டாள். தன்னை வேறோர் இனத்தின் உறுப்பினர் துரத்தி வருவதை நவீன் சொன்னான். விழியாளும் அதைப் பார்த்தாள். உடனடி யாகப் பூமிக்கடியில் இருந்த குழுவின் ஆலோசனைப்படி தயாரிக்கப்பட்ட அதி நவீன ஆயுதம் ஒன்றை அவள் வைத்திருந்ததைக் கொண்டு அந்த உயிரியின் திசையை மாற்றினாள். இருவரும் தங்கள் கிரகத்திற்கு வந்து சேர்ந்தனர். ஏன் இப்படிச் செய்தாய் என்று விழியாள் நவீனைக் கடிந்துகொண்டாள்.

அண்டத்தில் நிகழவிருக்கும் அந்த அபாயத்தை விழியாளும் அவள் கிரகத்தினரும் மற்ற நட்பு இனங்களும் கண்காணித்துக் கொண்டிருந்தன. மற்றொர் அண்டம் அவர்கள் முன்பு இருந்த அண்டத்துடன் இணைய நெருக்கமாக வந்துவிட்டிருந்தது. அது இணையும் போது அவர்கள் முன்பு இருந்த அண்டத்தைச் சார்ந்த அனைத்து கிரகங்களும் தூளாகிவிடும் என்ற கணிப்பைப் பூமிக்கடியில் இருந்த குழு செய்திருந்தது. அதே போல் விழியாள் இனத்தைச் சேர்ந்தவர்கள் அந்த அழிவைத் தங்கள் கணினியில் பார்த்துக் கொண்டிருந்தனர். தங்கள் இனமும் பூமியும் இன்னும் மற்ற இனங்களும் இருந்த கிரகங்கள் ஒவ்வொன்றாக அழிந்துபோயின.

விழியாளுக்கு அப்போதுதான் மிளிரனின் நினைவு வந்தது. எல்லோரும் மிளிரனைத் தேடினார்கள்.

அவர்களின் குட்டி கிரகம் போன்ற ஒன்றை இந்தப் புதிய அண்டத்தில் தேடி இருப்பதற்காக முயற்சிக்கச் சென்றிருந் தான் மிளிரன். ஆனால் அதன் பின் அவனைப் பற்றி தகவல் இல்லாமல் போனது பிறகுதான் அவளுக்கு நினைவுக்கு வந்தது. அவனைத் தேடச் சொல்லி நவீனும் பெரும் பதற்றம் அடைந்தான். அவனுடைய மரபணுவைத் தேடல் பொறியுடன் இணைத்துப் பார்த்தார்கள். அவன் இன்னும் பழைய அண்டத்திலேயே இருப்பது தெரியவந்தது. உடனடியாக விழியாள் அவனை அழைத்து வரக் கிளம்பினாள். எல்லோரும் அவளைத் தடுத்தார்கள். மிகவும் தாமதமாகிவிட்டது. அவனைத் தேடிச் சென்றால் அவளால் திரும்ப முடியாது என்றார்கள். அவளுக்கு அது பற்றிக் கவலை இல்லாமல் இருந்தது. மிளிரனைத் தொடர்பு கொள்ள பெரும் முயற்சி எடுக்கப்பட்டது. இறுதியில் அவன் பேசினான். தன் இனத்தைச் சேர்ந்தவர்கள் யாரையும் திரட்ட முடியாததால் அவன் தன் கிரகத்திலேயே தங்கி இருப்பதாகச் சொன்னான். விழியாள் கிரகத்தினரும் குழந்தைகளும் அவனை வரச் சொல்லி கட்டாயப்படுத்தினர். அவன் உருமாற்றம் அடைந்து விழியாள் கிரகத்தை வந்தடைந்தான். எல்லோருக்கும் நிம்மதி ஏற்பட்டது.

பூமிக்கடியில் இருந்த குழுவின் உறுப்பினர் அவளைக் காண வந்தார். ஓரளவு எல்லாச் சிக்கல்களும் தீர்ந்து விட்டனவா என்றார். தீர்ந்தன என்றாலும் இவை எல்லாம் இந்தப் புதிய இடத்திலும் தொடரும் தானே என்றாள். அதற்கு இன்னும் கொஞ்சம் காலம் பிடிக்கும். எல்லாத் தீமை தரும் இனங்களையும் ஓரளவு ஒழித்துவிட முடிந்தது. அதனால் கொஞ்சம் ஆசுவாசம் கிடைக்கும் என்றார் அவர். ஆனால் ஓர் அம்சம் எனக்குள் தவிப்பைத் தருகிறது என்றாள். என்ன அது என்றார். என் இனத்தால் உங்களைப் போல் மாறக்கூடிய காலம் இன்னும்

அதிகமாக நீளுமோ என்றாள். அவர் சிரித்தார். அதுவும் விரைவில் கைகூடும் என்றார். அவளுக்கு நிம்மதியாக இருந்தது. அவர் மறைந்து போனார்.

விழியாள் நவீனைக் காண வந்தாள். அவளுக்குள் ஒரு நிம்மதி இருந்தது. நவீன் நீ உன் குடும்பத்துடன் இணைய விரும்புகிறாயா என்றாள். இல்லை விழியாள். உன்னுடன் மட்டுமே எப்போதும் இருக்க விரும்புகிறேன் என்றான் நவீன். விழியாளுக்கு அந்தச் சொற்கள் மிகவும் ஆறுதலைத் தந்தன.